A METHODICAL ENGLISH GRAMMAR

G. D. Moray
M.A.

मेहता पब्लिशिंग हाऊस

✆ +91 020-24476924 / 24460313 / Mob. No. 9545000513
Email : production@mehtapublishinghouse.com
Website : www.mehtapublishinghouse.com

- *या पुस्तकातील लेखकाची मते, घटना, वर्णने ही त्या लेखकाची असून त्याच्याशी प्रकाशक सहमत असतीलच असे नाही.*

A Methodical English Grammar by G. D. Moray

अ मेथॉडिकल इंग्लिश ग्रामर : जी.डी. मोरे / मार्गदर्शनपर

Email : author@mehtapublishinghouse.com

मराठी पुस्तक प्रकाशनाचे हक्क : मेहता पब्लिशिंग हाऊस, पुणे.

प्रकाशक : सुनील अनिल मेहता, मेहता पब्लिशिंग हाऊस,
१९४१ सदाशिव पेठ, माडीवाले कॉलनी, पुणे – ४११ ०३०

मुद्रक : पार्कसन्स ग्राफिक्स

प्रकाशनकाल : जानेवारी, २००० / फेब्रुवारी, २००१ / मे, २००२ /
ऑक्टोबर, २००४ / जून, २००७ / जुलै, २०१० /
सुधारित सातवी आवृत्ती : डिसेंबर, २०१८

मुखपृष्ठ : मेहता पब्लिशिंग हाऊस

किंमत : ₹ ४९५

P Book ISBN 9788177665161
E Book ISBN 9789353171704
E Books available on : amazonkindle Apple Books Google Play Books

---

Dedicated to the loving
Memory
Of
My Father & My Mother

प्रस्तावना

मराठी मुले इंग्लिश बोलण्यास बिचकतात व स्पर्धात्मक परीक्षांमध्ये त्यांची पीछेहाट होत आहे, हे एक शल्य आहे. त्याला मुख्य कारण म्हणजे इंग्रजी व्याकरणाबद्दल नावड आणि एकूण इंग्रजीबद्दल त्यांच्या मनांत घर करून बसलेला भयगंड!

यामुळे इंग्रजी शिकविताना मी प्रचलित पद्धती बाजूला सारली. नवे नवे प्रयोग केले. इंग्रजी व्याकरणाचे नियम तपासले, सूत्रे शोधून काढली व एक नवे तंत्र आत्मसात केले. विद्यार्थ्यांच्या दृष्टिकोनातून इंग्रजीचा विचार केला, तेव्हा त्यांच्या अडचणी लक्षात आल्या. त्यातूनच इंग्रजी शिकविण्याची एक नवी पद्धती (method) विकसित झाली.

मुलांच्या मनांत इंग्रजीबद्दल गोडी निर्माण करणे, जिज्ञासा उत्पन्न करणे व शेवटी आत्मविश्वास वाढीस लावणे, याबद्दल माझ्या मनात तळमळ लागून राहिली. शिकवीत असताना मुलामुलींचे उजळलेले चेहरे पाहून मला संतोष वाटू लागला. शाळा-महाविद्यालयांतील त्यांची इंग्रजीची प्रगती व विशेषकरून स्पर्धात्मक परीक्षांमध्ये त्यांना मिळणारे यश – या सर्वांमुळे माझा आत्मविश्वास बळावला. माझे शिक्षक मित्र, विद्यार्थी, त्यांचे पालक– या सर्वांनी आग्रह धरल्यामुळे हे पुस्तक लिहिण्याचे मी धाडस केले.

इंग्रजी भाषेतील क्रियापदे finites, non-finites, infinitives, participles, gerunds, काळ व त्यांचे वैशिष्ट्यपूर्ण उपयोग, prepositions, constructions, transformations, clauses, direct & indirect व वाक्यरूपांतर – हा भाग मी मेहनत घेऊन लिहिला आहे. मराठीत स्पष्टीकरण दिल्याने पारिभाषिक शब्दांचा अडथळा दूर केला आहे. इंग्रजी हा विषय अनेक सोप्या उदाहरणांच्या मदतीने सुलभ व रोचक करण्याचा प्रयत्न केला आहे.

शाळा-ज्यूनियर कॉलेजमधील विद्यार्थी-विद्यार्थिनी व विशेषकरून स्पर्धात्मक परीक्षार्थी व इंग्रजीचे अभ्यासक – या सर्वांना या पुस्तकाचा उपयोग होईल.

या पुस्तकातील सर्व exercises ची उत्तरे शेवटी दिली आहेत.

मॉडर्न हायस्कूल, पुणे, या शाळेतील माझे गुरुवर्य के. ए. कचरे यांनी इंग्रजी व्याकरणाची आवड माझ्या मनात निर्माण केली. त्यांच्याबद्दल मी आदरयुक्त कृतज्ञता व्यक्त करतो.

प्रस्तुत पुस्तक लिहिताना मला इंग्रजी व्याकरणावरील अनेक पुस्तकांची मदत झाली. त्यांपैकी काही पुस्तकांची यादी शेवटी दिली आहे. त्या पुस्तकांच्या संदर्भाविना मला हे पुस्तक लिहिणे अवघड गेले असते. अभ्यासकांनी विधायक सूचना आवर्जून पाठवाव्यात. मी अशा सूचनांचे खचितच स्वागत करीन.

श्री. सुनील अनिल मेहता यांचे आभार मानायला माझ्याकडे शब्दच नाहीत.

मुंबई, डिसेंबर, १९९९ **जी. डी. मोरे**

सहावी विस्तारित आवृत्ती

सन २०००मध्ये हे पुस्तक प्रसिद्ध झाले. ही विस्तारित सहावी आवृत्ती. इंग्लिशच्या अभ्यासकांनी याचे मनापासून स्वागत केले, ही उत्साहवर्धक गोष्ट आहे. जेव्हा फोन येतात व या पुस्तकाची वाखाणणी कानावर येते, तेव्हा मन उल्हसित होते. माझ्या व्यासंगाचे व परिश्रमाचे आपण मोल जाणलेत, असे वाटते.

कै. प्रा सदानंद वर्दे यांची खूप आठवण येते. आम्ही एकमेकांना फोन केला की, प्रा. वर्दे दिलखुलासपणे म्हणत, "बोला, Moray, the grammarian!" ते शब्द ऐकताच ऊर भरून येत असे. आज मात्र ऊर दाटून येतो. गुरुवर्य प्रा. ग.प्र. प्रधानसर यांचे आशीर्वाद शिरावर आहेतच.

शिक्षणखात्याने अभ्यासक्रमात Figures of Speechचा समावेश केला आहे. माझा हातखंडा असलेला हा विषय. Figures of Speech हे प्रकरण तुम्हाला आवडेल.

या पुस्तकाचा सखोल अभ्यास करणाऱ्यांस खूपच फायदा होतो. प्रत्येक टॉपिकचा मी स्वतंत्रपणे व खोलात जाऊन विचार केला आहे. याची मनोमन साक्ष तुम्हाला Verbs, Tenses, Uses of Tenses, Constructions, Transformations, Clauses, Synthesis, Direct & Indirect व Figures of Speech या प्रकरणांवरून पटेल.

Grammar मध्ये Formulas (सूत्रे) देण्याचा प्रघात नवीन आहे. सूत्रांमुळे मुलांना विषय चटकन समजतो. Tenses, Constructions, Transformations तसेच Clauses आणि Synthesis मध्ये सूत्रांचा केलेला वापर, ही एक नवीन क्लृप्ती आहे. यातूनच व्याकरण शिकविण्याची एक नवी पद्धती विकसित होत गेली. यामुळे मुलांच्या मनातील इंग्लिशबद्दलचा भयगंड दूर होऊन इंग्लिशबद्दल

त्यांच्या मनात रुची केव्हा निर्माण होते, हे त्यांना कळतच नाही. Tenses शिकविताना सूत्रांबरोबर मी एक आगळी-वेगळी पद्धती दिली आहे. यामुळे मुले Tenses आत्मसात करतात व वाक्ये स्वतंत्रपणे लिहू लागतात. मराठी लोकांचे इंग्लिश शब्दांचे उच्चार अगदीच सुमार असतात. म्हणून Pronunciationवर स्वतंत्र प्रकरण लिहिले असून अचूक उच्चार करण्यासाठी Phonetic Symbols दिले आहेत.

रात्रशाळेतील मुले, आदिवासी मुली, खेड्यांतील मागासलेल्या व शहरातील पुढारलेल्या मुलांसमोर शिकविताना मी इंग्लिशचे प्रयोग केले. इंग्लिशचा व्यासंग, ज्ञान, अनुभव व प्रयोगशीलता या सर्वांचा परिपाक म्हणजे हे पुस्तक. विद्यार्थी, शिक्षक आणि पालकांनी या पुस्तकाचा पुरेपूर उपयोग करावा. जागतिक स्तरावरही मराठी मुले इंग्लिशमध्ये आपला ठसा उमटवतील, असा विश्वास वाटतो. शेवटी एवढेच म्हणतो– "यद्दपि बहु नाधीषे। तथापि पठ पुत्र व्याकरणम्।। स्वजन: श्वजन मा भूत्। सकलं शकलं, सकृत् शकृत्।। इत्यलम्

मुंबई, जान्युआरि, २०१० **– जी. डी. मोरे**

Preface (प्रेफिस)
प्रस्तावना
सातवी विस्तारित आवृत्ती

Errors, like straws, upon the surface flow,
He that would search for pearls must dive below

-John Dryden

ही विस्तारित (enlarged) सातवी आवृत्ती. या आवृत्तीत Formation of Words या नवीन प्रकरणाचा समावेश केला आहे. भाषेचा शब्दसंग्रह (vocabulory) वाढविणारा हा विषय आहे. विद्यार्थी वर्गाच्या ज्ञानकक्षेचा विचार करून मी हा शब्दसंग्रह (compilation) केला आहे.

महाराष्ट्राच्या ठिकठिकाणातून अभ्यासक, शिक्षक यांचे मला फोन येतात. त्यामुळे मी प्रभावित होतो. आपल्या हातून व्याकरणासारख्या क्लिष्ट विषयावर एक उपयुक्त पुस्तक लिहिले गेले, याचे समाधान मिळते. मग मॉडर्न हायस्कूल, पुणे ५ या शाळेतील ते सुवर्णदिन स्मृतिपटलावर तरळतात. इंग्लिश व्याकरणाची गोडी लावणारे इंग्रजीचे व्यासंगी शिक्षक के.ए. कचरे, बी.ए. बी.टी. यांची मूर्ती नजरेसमोर उभी राहते. मी तेव्हापासूनच इंग्लिश ग्रामरचा ध्यास घेतला. त्याचे सर्व श्रेय कचरे सरांना आहे. पुढे फर्ग्युसन कॉलेज, पुणेमधील गुरुवर्य प्रो. जी.पी. प्रधान यांनी एकूण इंग्रजी भाषेची गोडी दृढ केली. माझे A Methodical English Grammar त्यांना भेट दिले. ते वाचून त्यांनी मला पत्र लिहून आपला अभिप्राय कळविला.

प्रो. जी. पी. प्रधान यांचा अभिप्राय

"तुमचे इंग्रजी व्याकरण वरील पुस्तक काळजीपूर्वक वाचले. पुस्तक विद्यार्थ्यांना आणि शिक्षकांनाही अतिशय उपयुक्त आहे."

आपला,
ग. प्र. प्रधान

प्रो. सदानंद वर्दे यांचा अभिप्राय

प्रो. सदानंद वर्दे, माजी शिक्षणमंत्री, यांच्याशी माझा संपर्क होताच. त्यांनीही माझ्या पुस्तकावर अभिप्राय दिला.

शिफारस :
माझे सहकारी प्रा. गोपीनाथ मोरे यांनी हे पुस्तक लिहिताना विद्यार्थ्यांच्या गरजा आणि अडचणी नेमकेपणाने लक्षात घेतल्या आहेत. विद्यार्थी व अध्यापक दोघांसाठी हे पुस्तक उपयुक्त आहे. इंग्रजी भाषा समजणे व बोलणे याबाबत हे पुस्तक मुलांना नक्की आत्मविश्वास देईल.

सदानंद वर्दे

मराठी मुलांच्या इंग्रजी भाषेचा स्तर वाढावा, त्यांनी आपली चमक विविध क्षेत्रांत दाखवावी, हा माझा ध्यास. मी २७ वर्षे इंग्लिश विषय शिकविला. आयुर्विमा महामंडळ, रेल्वे इत्यादी स्पर्धात्मक परीक्षांची तयारी करणाऱ्या Graduate / Post graduate परीक्षार्थी मुला-मुलींना मार्गदर्शन करणारे वर्ग घेतले. खेड्यातील शाळांमध्ये इंग्लिशच्या कार्यशाळा घेतल्या, आदिवासी मुलींच्या वसतिगृहात दोन वर्षे कार्यशाळा घेतली.

१) डॉ. प्रकाश आमटे यांच्या हेमलकसा लोकबिरादरी आश्रम स्कूल, हेमलकसा, ता. भामरागड, जि. गडचिरोली, या शाळेला मी माझे पुस्तक भेट दिले. त्यांनी माझ्या पुस्तकावर स्वतंत्र तास ठेवला आहे.

२) शालेय वयात अपंग झालेल्या श्रीमती नसीमा हुरजूक यांच्या 'समर्थ

विद्यामंदिर' कोल्हापूर या शाळेलाही मी माझे पुस्तक भेट दिले आहे.

या दोन्ही गोष्टींमुळे मला आत्मिक समाधान मिळाले. मी कृतार्थ झालो.

Language and Grammar :

A language is an instrument for communication. It is based on a system of rules. या दृष्टीने C.O.D. (शब्दार्थकोश) मधील भाषेची व्याख्या पाहा :– 'The method of human communication, either spoken or written, consisting of the use of words in an agreed way.' यातील 'an agreed way' या शब्दसमुच्चयाकडे लक्ष द्या. त्यालाच 'system of rules' म्हणतात. या system of rules ला ग्रामर म्हणतात. माझ्या मते, कोणत्याही भाषेतील grammar ला भाषेपासून वेगळे काढता येत नाही. Grammar हा त्या-त्या भाषेचा अविभाज्य भाग असतो. अन्यथा communication म्हणजे भाषिक व्यवहारात गोंधळ निर्माण होईल. व्याकरणाकडे पाहण्याची सर्वसामान्य माणसाची दृष्टी अशी असते :– 'A few learners have marginal interest, a few love it, many hate it, most of them ignore it. You may hate it or love it, you cannot ignore it at all. If you want your children to attain their full potential as communicating human beings, Listening, Speaking, Reading and Writing is the imminent process and grammar has a fundamental role to play in it.'

इंग्लिश भाषेची प्रकृती भारतीय भाषांपासून पूर्णपणे वेगळी आहे. केवळ परकीय नव्हे, तर भारतातील दुसऱ्या भाषा शिकताना आपल्या मनावरील मातृभाषेचा ठसा पुसावा लागतो. आपण मराठीत विचार करून आपल्या भावभावना, आपले विचार इंग्लिशमध्ये mentally translate करून बोलतो, लिहितो. याची परिणती एकच – हास्यास्पद किंवा चुकीचे इंग्लिश!

Pronunciation : उच्चारण

सजीवांना निसर्गाने आवाजाची म्हणजे ध्वनीची देणगी दिली आहे. प्राण्यांनी आपले भाव, आपल्या भावना, आपले विचार व्यक्त करण्यासाठी ध्वनी हे माध्यम वापरले. ध्वनी तरल असतात. म्हणून ध्वनींना चिन्हे आली. ती चिन्हे म्हणजे अक्षरे– (letters) होत. काही भाषांत चित्रे आहेत. चिन्हांना लिपी (script) म्हणतात. ज्या लिपीमध्ये एक विशिष्ट अक्षर एकच ध्वनी दर्शविते व एका ध्वनीला एकच अक्षर असते ती लिपी (script) आदर्श समजावी. मराठी भाषेत म्हणजे देवनागरी लिपीत – च, ज, ड या अक्षरांचे दोन-दोन उच्चार होतात. म्हणजे त्यांना

दोन दोन ध्वनी आहेत. एरवी मराठी मुळाक्षरे अवगत केली की, देवनागरीतील कोणताही ग्रंथ वाचता येतो. म्हणून आपण संस्कृत व हिंदीतील साहित्य वाचू शकतो. English does not fulfil either of the above conditions. इंग्लिश भाषेत 26 alphabet आहेत. त्यात ५ स्वर (vowels) व २१ व्यंजने (consonants) आहेत. ५ स्वरांचे (pure vowels) चे १२ उच्चार, संधिस्वरांचे (diphthongs) ६ उच्चार, तसेच २१ व्यंजनांचे (consonants) चे २४ उच्चार होतात. (कृपया प्रकरण १ले पाहावे.) परंतु सर्वांचे variants ९५ ते १०० होतात. यावरून इंग्लिशमधील pronunciationsची अनियमितता लक्षात येईल.

इंग्लिशमध्ये alphabet वरून इंग्लिश वाचायचे नसते. इंग्लिश भाषेत शब्दांचे अचूक व नेमके उच्चार करण्याच्या पद्धतीला orthoepy म्हणतात. ही मौखिक पद्धती आहे. इंग्लिशच्या beginnersना शिक्षकाने इंग्लिश शब्दाचे उच्चार मौखिक पद्धतीने शिकवायचे असतात. याला पर्याय phonetic symbols आहेत. शब्दार्थकोशात (dictionary) प्रत्येक शब्दानंतर त्याचा उच्चार phonetic symbolsच्या साह्याने दर्शविलेला असतो. A Methodical English Grammar मध्ये पहिल्या प्रकरणात phonetic symbols दिले आहेत. वाचकांनी पहिले प्रकरण आत्मसात करावे.

इंग्लिश भाषेत accent असतात. याचा आपण कधीही विचार केला नाही. शिवाय इंग्लिशमध्ये intonation असतात. आपल्या ध्यानी intonation कधीच नव्हते. Diphthongsचे (संधिस्वर) उच्चार करताना आपण हलगर्जीपणा करतो. इंग्लिशमध्ये बऱ्याच वेळा काही letters अनुच्चारित (silent) असतात, मराठीप्रमाणे अक्षरे वाचून उच्चार करणारे लोक प्रत्येक अक्षराचा उच्चार करतात. उदा. bomb (बॉम्ब). इंग्लिशमध्ये शेवटचा 'इ'कार नेहमीच ऱ्हस्व (short) असतो. उदा. city (सिटि) आपण o o (दोन ओ) असलेल्या प्रत्येक शब्दाचा उच्चार दीर्घ 'u' करतो. परंतु काही शब्दातील o o = u ऱ्हस्वच असतो. तर काही शब्दांमध्ये दीर्घ 'u' असतो. Short 'u' असलेले शब्द good, food, book, wood, etc. तर moon, wool, loom, zoom मध्ये 'u' दीर्घ म्हणजेच 'u :' उच्चार आहे. u : = दीर्घ 'यू'. cricket क्रिकिट्, blanket ब्लँकिट्.

इंग्लिशमधील January, February चे जानेवारी, फेब्रुवारी हे उच्चार रूढ करणाऱ्यांची धन्य! अचूक उच्चार जान्युअरि व फेब्रुअरि.

पुढील शब्दांचे लोक कसे उच्चार करतात ते आठवा. मी अचूक उच्चार कंसात दिले आहेत– oven (अवन), solution (सलूशन), vehicle (व्हिकल) येथे e हा silent आहे. ghost (गोस्ट), photography (फटॉग्रफि), dengue (डेंगी) येथे u अनुच्चारित आहे. semesters (सिमेस्टर), witness (विटनिस), idol (आयडल), pronunciation (प्रनन्शिएशन), women (विमिन), epitomy

(इपिटमि), development (डिव्हेलपमंट), diabetes (डायअबिटीऽझ), tasty (टेअस्टि), though (दो), Mrs. (मिसिझ) यावरून इंग्लिश शब्दांचे अचूक उच्चार करण्यासाठी किती दक्षता बाळगायला हवी याची कल्पना येईल.

Important : इंग्लिशबाबत जगाने Received Pronunciation ही स्वीकारलेली पद्धती आहे. इंग्लिशमध्ये व्यक्तींची, स्थानांची, नद्या, डोंगर इत्यादी नावे म्हणजे proper nouns याचे उच्चार करण्यास सुलभ जावे म्हणून dictionaries आहेत. सतत dictionary जवळ बाळगावी. Android 'Smart Mobile' वर Google ची शब्दांचे spelling, उच्चार, वाक्यात उपयोग इत्यादीसाठी मदत घ्यावी.

Transliteration : लिप्यंतर

ब्रिटिशांचा भारतावर अंमल सुरू झाल्यावर भारतातील सर्वनामे (Proper Nouns) इंग्लिश लिपीमध्ये लिहावे लागणे अगदी स्वाभाविक होते. प्रत्येक भाषेतील लिपी त्या-त्या भाषेतील ध्वनी व्यक्त करण्यास समर्थ असतात. दुसऱ्या भाषेतील ध्वनी म्हणजे शब्द व्यक्त करताना त्या लिपीतील उणिवा समजतात. अरबी-फारसी भाषेतील 'ख' (खामोशी) हा ध्वनी व्यक्त करणारे अक्षर मराठीत नाही. मराठीतील त, ट, ठ, द, ड हे ध्वनी इंग्लिश script मध्ये व्यक्त करता येत नाहीत. इंग्लिशमध्ये शब्दांच्या अंती येणारा 'e' नेहमी silent (अनुच्चारित) असतो. पण मराठीत 'ए'कार असलेले अनेक शब्द आहेत. उदा. दाते. या नावाचे लिप्यंतर Date होते. परंतु इंग्लिशमध्ये date = दिनांक, खजूर असे दोन अर्थ असलेला शब्द आहे. पाश्चिमात्य देशांत Kate व Kane ही व्यक्तींची नावे आहेत. Kate हे मुलीचे तर Kane हे मुलाचे नाव असते. मग आपण काटे व काणे कसे लिहावे? हिरे, मुळे, माटे इत्यादी व्यक्तींनी यातून बोध घ्यावा.

मराठीत पाळंदे व पालांडे अशी नावे आहेत. त्याचे इंग्लिशमध्ये लिप्यंतर Palande असे एकच प्रकारे करता येते. वल्लभभाई पटेल व विठ्ठलभाई पटेल यांची आद्याक्षरे सारखी होती. वल्लभभाई ICS करिता पात्र असताना वडीलभाऊ विठ्ठलभाई इंग्लंडला गेले व बॅरिस्टर होऊन आले. त्यांची आद्याक्षरे V. J. Patel (वल्लभभाई जेवरीभाई पटेल व थोरले भाऊ विठ्ठलभाई जेवरीभाई पटेल) अशी सारख्या आद्याक्षरांची होती – V. J. Patel.

Incorrect Words : मराठी माध्यमांच्या शाळांमध्ये 'presenty' घ्या असे आजही म्हटले जाते. सभांमध्ये शिकलेले लोक momento मोमेंटो म्हणून स्मृतिचिन्ह घोषित करतात. हे दोन्ही शब्द इंग्लिश भाषेत नाहीत. योग्य शब्द to mark attendance, memento (मिमेंटो) असे आहे. half pant, full pant असे म्हणण्याचा प्रघात इंग्लंडमध्ये नाही. मोटारीत मागे सामान ठेवतात त्याला

boot म्हणतात. आपण dicky म्हणतो. गाडीत मागे २ + २ अशी आसने असतात. त्याला dicky म्हणतात. सभागृह, स्टेडियम भरलेले असेल तर आपण houseful म्हणतो. योग्य शब्द full house असा आहे. जुन्या सामानाची खोली भरल्यास तिला houseful म्हणतात. I got a child ही अक्षम्य चूक आहे. अर्थ – मला मूल सापडले. योग्य I begot a child.

गोलाकार भागात चार पहारेकरी निरनिराळ्या भागात बंदूक घेऊन उभे असत. ते पाव गोल अंतर गेल्यावर all well अशी गर्जना देत असत. त्याचा अर्थ 'सर्व सुरक्षित' आहे. त्यावरून मराठीत त्याचा अपभ्रंश झाला– 'आलबेल' तर damn beast वरून अपभ्रंश तयार झाला (तो) डांबिस (आहे). असो. अपभ्रंश रूप – corrupt form.

आपण Queen's English आत्मसात करण्याचा कसोशीने प्रयत्न केला पाहिजे. इंग्लिश ही जागतिक भाषा आहे. तिला पर्याय नाही. जर्मन, फ्रेंचसारख्या अन्य भाषाही अवगत कराव्यात. याचा अर्थ मराठी, हिंदी इत्यादी भाषांकडे दुर्लक्ष करावे, असा मुळीच नाही.

To improve English language : i) BBC, CNN वाहिन्यांवरील इंग्लिश बातम्या ऐकणे, उत्तमोत्तम इंग्लिश व्यक्तींची पुस्तके, चरित्रे, आत्मचरित्रे, थोर व्यक्तींचा आपसातील पत्रव्यवहार, conversations वरील पुस्तके वाचावीत. आपले इंग्लिश समृद्ध करण्यासाठी आपण ध्यास घेतला पाहिजे. त्याकरिता कष्ट घ्यावेत.

How To Use - A Methodical English Grammar :

पारंपरिक पद्धतीने हे पुस्तक अभ्यासायचे नाही. इंग्लिशमध्ये syntax अगदी वेगळे आहे. वाक्यात subject + verb + object असा शब्दक्रम असतो. इंग्लिशमध्ये क्रियापदांची विविधता अनन्यसाधारण आहे. क्रियापदांचे तीन भिन्न गट आहेत : i) Anomalous Finite Verbs, ii) Non-Finite Verbs, iii) Common Verbs.

Non finites २४ आहेत. तो इंग्लिश भाषेचा पाया आहे. वाक्य no, not वापरून नकारार्थी करणे, tenses व voice करण्यासाठी 24 A.F. अत्यावश्यक आहेत. (Verbs प्रकरण ५ पाहा.) त्यानंतर Tenses अभ्यासायचे. साधारण इ.स. १४५०पर्यंत इंग्लिश भाषेत Future Tense नव्हता. त्याऐवजी going to या expression चा उपयोग केला जात असे. उदा. I am going to visit Kashmir next month. त्यामुळे Tenses चे दोन गट पडतात. a) Presest Tenses, Past Tenses व b) Future Tenses. त्यामुळे नियम भिन्न आहेत.

प्रथम 1. Present Continuous व Past Continuous चा अभ्यास करायचा. 2. नंतर Present Perfect व Past Perfect व शेवटी 3. Present Perfect Continuous व Past Perfect Continuous. 4. त्यानंतर Future

Tenseकडे वळायचे. Future Continuous, 5. Future Perfect व त्यानंतर 6. Future Perfect Continuous. मग 7. Simple Future चा अभ्यास करावा. शेवटी 8. Simple Present व 9. Simple Past या काळांकडे वळावे. प्रत्येक काळ तयार करण्याचे सूत्र (Formula) व नियम दिले आहेत. त्यावरून असे गट तयार करण्याचे कारण समजते व या पद्धतीने अभ्यास केल्यास सर्व १२ काळ सुलभपणे लक्षात राहतात. अन्य पुस्तकांपेक्षा हे पुस्तक कसे वेगळे आहे याचा बोध तुम्हाला होईलच.

काळ तयार करण्याकामी Finite Verbs, Non Finite Verbs व Common Verbs या तिन्ही प्रकारच्या क्रियापदांची गरज असते.

Uses of Tenses (प्रकरण ७) हे इंग्लिश भाषेचे वैशिष्ट्य आहे. उपयोगाप्रमाणे काळांची भिन्नता आहे. काही क्रियापदे Continuous किंवा Progressive Tenses मध्ये वापरता येत नाहीत तर Past Perfect विशिष्ट अर्थ व्यक्त करण्याकरिताच योजावयाचा असतो.

Infinitive (प्र. ९), Participle (प्र. १०), Gerund (प्र. ११) यांचे इंग्लिश भाषेत विशिष्ट स्थान आहे.

Cases : विभक्ती. इंग्रजी भाषेने ७ विभक्त्या टाकून केवळ ३ किंवा ४ विभक्त्या स्वीकारल्या व विभक्तींचे कार्य Prepositions करून घेणे सुरू केले. सारांश, Infinitive, Participle, Gerund व Preposition यांचे खास अध्ययन करावे.

हे इंग्लिशचे basic ज्ञान झाले. आता Noun, Adjective व Adverb यांचा परिचय करून घ्या.

Basic English चा अभ्यास केल्यास इंग्लिशमध्ये चुका होणार नाहीत. पाया पक्का होईल.

आता English चे वैभव कसे वाढेल, इंग्लिश संपन्न कशी करता येईल हे पाहू या.

Construction (प्र. १३) इंग्लिश भाषेचा पाया घट्ट करण्यास मदत करतात. तर Transformation (प्र. १४), Synthesis (प्र. १६), Clauses (प्र. १५), Direct & Indirect (प्र. १७) व Figures of Speech (प्र. १८) इंग्लिशला संपन्न (rich) करतात.

भाषेमध्ये विरामचिन्हे (Punctuations) चा उपयोग करणे म्हणजे भाषा प्रौढ वा परिपक्व (mature) झाली, असे समजावे. या सर्वांमुळे भाषेचे वैभव (flair) वाढले असे बिनदिक्कत म्हणावे. आज इंग्लिशचा सबंध नसलेल्या दोन राष्ट्रांतील माणसे संपर्कात आल्यावर शाब्दिक देवाणघेवाण केवळ इंग्लिश भाषेतच केली

जाते. त्यामुळे इंग्लिशला स्वाभाविकपणे जागतिक दर्जा मिळाला.

या पुस्तकातील प्रत्येक प्रकरणामागे दीर्घ अनुभव व मुलांसमोर केलेले प्रयोग व मेहनत आहे. शहरातील पुढारलेल्या पालकांच्या मुलांसमोर, खेड्यांतील मागासलेल्या मुलांसमोर व आदिवासी मुलींसमोर English चे प्रयोग केले. या सर्वांची परिणती म्हणजे हे A Methodical English Grammar. नवीन १९वे प्रकरण Word Formations आहे. ८वी ते १२वीतील मुलांचा दर्जा, त्यांचा आवाका व त्यांची बौद्धिक कक्षा– यांचा विचार करून शब्दसंग्रह म्हणजे compilation केले आहे. एकूण माझा Englishचा अभ्यास, Englishचे अध्यापन याचा कस तुम्हाला हे पुस्तक अभ्यासताना समजेल. English ही जगातील श्रीमंत भाषा. Englishमध्ये लाखो शब्द आहेत, समानार्थी व विरुद्धार्थीसुद्धा. त्यामुळे मला अनेक शब्द आठवत गेले. या प्रकरणात नावीन्य आहे. इंग्लिश भाषेत शब्दसंग्रह कसा वाढत गेला याची झलक लक्षात येईल. इंग्लिश भाषेने सोवळेपणा केव्हाच टाकला. उद्योग, व्यवसाय व जगभर राज्ये व मुख्य म्हणजे व्यापार– या सर्वांमुळे इंग्लिश भाषा संपन्न झाली. हे प्रकरण लिहिताना मी मेहनत तर घेतली आहेच; शिवाय कल्पकता दाखविली आहे.

अभ्यासकांनी व जाणकारांनी माझ्या पुस्तकातील प्रकरण 5 Verbs, प्रकरण 6 Tenses, प्रकरण 7 Uses of Tenses, प्रकरण 13 Construction, प्रकरण 14 Transformation of sentences आणि प्रकरण 19 Formations of Words अभ्यासावीत व English authorsच्या E.L.B.S. मालिकेत English Grammar बरोबर तुलना करावी. माझा विश्वास आहे की, माझे A Methodical English Grammarची वैशिष्ट्ये व सामर्थ्य तुमच्या लक्षात येईल. तुम्हाला माझ्या पुस्तकाचे महत्त्व नक्कीच कळेल. माझे पुस्तक सतत जवळ असावे, असे खचितच वाटेल.

लोकमान्यांनी मंडाले येथे कारावासात असताना त्यांचा मौल्यवान 'गीतारहस्य' हा ग्रंथ लिहिला. त्या वेळी त्यांनी अनेक पुस्तके संदर्भासाठी ब्रिटिश सरकारकडून मिळवली. त्यांना German भाषेचा अभ्यास करायचा होता. English भाषेत German कसे अवगत करावे असे पुस्तक त्यांना मिळाले नाही. तेव्हा त्यांनी German भाषेचे Grammar मिळविले. त्यावरून लोकमान्यांनी German भाषा अवगत केली. हे Grammarचे वैशिष्ट्य!

यद्दपि बहु नाधीषे तथापि पठ पुत्र व्याकरणम् ।
स्वजनः श्वजनः मा भूत्, सकलं शकलं, सकृत शकृत् ।।

मुंबई, डिसेंबर २०१७ **जी.डी. मोरे,** एम.ए.

Contents

Chapter		Page No.
1	**Phonetic Symbols – Key to Pronunciation and Stress: ध्वनिचिह्ने – उच्चार व आघात** Vowels 1. Consonants 2.	१
2	**Nouns: नामे 3 – 44** Kinds 3. Number 4. Gender 30. Case 39.	८
3.	**Pronouns: सर्वनामे 45 – 61** Personal Pronouns 46. Demonstrative 55. Distributive 57. Quantitative 58. Interrogative 59. Relative 60.	२४
4.	**Adjectives: विशेषणे 62 – 81** Kinds 62. Qualitative 65. Quantitative 67. Distributive 68. Interrogative 69. Possessive 70. Demonstrative 71. Proper Adjectives 72. Adjectives of Emphasis 73. Numeral Adjectives 74. Adjectives of Comparison 75. Articles 76. Indefinite 77. Definite 79.	३५
5.	**Verbs: क्रियापदे 82 – 137** Finites 82. Auxiliary Verbs 83. Full Verbs 84. Anomalous Finites 87.	६०
6.	**Tenses: काळ 138 – 169** Simple Present Tense 140. Simple Past Tense 144. Present Progressive Tense 147. Past Progressive Tense 152. Present Perfect Tense 156. Past Perfect Tense 158. Present Perfect-Progressive Tense 160. Past Perfect-Progressive Tense 162. Future Tenses 163. Simple Future Tense 164. Future Progressive Tense 166. Future Perfect Tense 168. Future Perfect-Progressive Tense 169. Irregular Verbs 170.	१६

7. **Uses of Tenses: काळांचे उपयोग 171 – 188** १२५
Simple Present 172. Present Progressive 173. Present Perfect 174. Simple Past 175. Past Progressive 176. Past Perfect 177. Simple Future 178. Future Progressive 179. Future Perfect 180. The Conditional Tenses 181. Present Conditional 182. The Past Equivalent of the Future Tense 184. Perfect Conditional Tense 185. Conditional Sentences 187.

8. **Adverbs: क्रियाविशेषणे 189 – 201** १३८
Kinds 189. Adverb of Place 190. Adverb of Time 191. Adverb of Frequency 192. Adverb of Manner 193. Adverb of Degree 194.

9. **Infinitive: To युक्त रूप 202 – 214** १४६
To-infinitive 203. Bare Infinitive 204. Uses of Infinitives 207. Perfect Infinitive 213. Continuous Infinitive 214.

10. **Participles: कृदन्त 215 – 220** १५३
Kinds 215. Present Participle 216. Perfect Participle 217. Past Participle 218. Misrelated Participles 219.

11. **Gerund: धातुसाधित नाम 221 – 226** १५८
as subject 223. as object 224.

12. **Prepositions: शब्दयोगी अव्यये 227 – 240** १६४
Preposition of Time 231. Of Place or Position 232. Of Direction 233. Prepositional Phrases 236. Words followed by Appropriate Prepositions 237. Verbs followed by Prepositions 238. Nouns followed by Prepositions 239. Adjectives followed by Prepositions 240.

13. **Constructions: रचना 241 – 244** १९१
Correlative Conjunctions 242. Phrase Prepositions 243. Miscellaneous 244.

14. **Transformation of Sentences: वाक्यरूपान्तर 245 – 277** २२७
Interchanging Affirmative and Negative Sentences 246. Negative to Affirmative 247. Interchanging Assertive and Interrogative Sentences 248. Assertive to Interrogative 253. Interrogative to Assertive 254. Interchanging Assertive and Exclamatory Sentences 255. Assertive to Exclamatory 256. Exclamatory to Assertive 257. Interchanging Active Voice and Passive Voice कर्तरी-कर्मणी प्रयोग 258. Active Voice 258. – Two Objects 262. – Imperative Sentence 263. – Interrogative Sentence 264. – Infinitive 265. Adjunct 'by' 266. Interchanging the Degrees of Comparison तरतमभाव 267. Sentences with or without 'Too' 268.
Question Tags: प्रश्नसूचक शब्द 269 – 271.
Conversion of Sentences: वाक्यपरिवर्तन 272.
Simple Sentences into Complex Sentences 272.
Complex Sentences into Simple Sentences 273.
Simple Sentences into Compound Sentences 274.
Compound Sentences into Simple Sentences 275.
Compound Sentences into Complex Sentences 276.
Complex Sentences into Compound Sentences 277.

15. **Clauses: वाक्यखंड 278 – 280** २८२
Noun Clauses 279. Adjective Clauses 279. Adverb Clauses 280.

16. **Synthesis of Sentences: वाक्यसंयोग 281– 288** २९६
Simple Sentences 282. Compound Sentences 283. Complex Sentences 284. – with noun clauses 285. – with adjective clauses 286. – with adverb clauses 287. Mixed methods 288.

17. **Direct and Indirect Speech: प्रत्यक्ष-अप्रत्यक्ष कथन** **३१४**
289 – 314
Types 290. – Personal Pronouns 296. – Present Tenses 297. – Past Tenses 298. – Future Tenses 299. – Modal Auxiliaries 300. – Words of nearness 301. – Exceptions 302. – Interrogative sentence 304. – 'Yes' and 'No' 305. – Rhetorical question 307. – Imperative sentence 308. – Exclamatory sentence 309. Specific Expressions 310. – Miscellaneous 311. – Reporting Verbs 313. Some Important Reporting Verbs 314.

18. **Figures Of Speech : भाषालंकार 315 – 352** **३४९**
Classification of the Figures of Speech 316.

I. Based on Resemblance or Similarity 317.
Simile 318. Metaphor 319.

II. Based on Contrast 320.
Antithesis 321. Epigram 322. Pun 323.
Oxymoron 324. Paradox 325.

III. Based on Association of Ideas 326.
Metonymy 327. Synecdoche 328.
Transferred Epithet 329. Inversion 330.

IV. Based on Imagination 331.
Hyperbole 332. Personification 333.
Apostrophe 334.

V. Based on Indirectness of Speech or Suggestion 335.
Euphemism 336. Irony 337. Exclamation 338.
Interrogation or Rhetorical Question 339.
Litotes 340. Sarcasm 341.
Circumlocution or Periphrasis 342.

VI. Based on Sound 343.
Onomatopoeia 344. Rhyme 345.

VII. Based on Construction 346.
Climax 347. Anticlimax 348.

VIII. Based on Repetition 349.
Repetition 350. Alliteration 351.
Tautology or Pleonasm 352.

19. Word Formation: शब्दसिद्धी 353 – 374 ३७१
Nouns 354. Verb - Noun 355. Verb - Adjective 356.
Noun - Verbs 357. Noun - Noun 358.
Noun - Adjective 359. Adjective - Noun 360.
Adjective - Verb 361. Foreign - Adjectives 362. Diminutive 363.
Offsprings of Animals 364. Cries of Creatures 365.
Sounds of Common things 366. Collective Group Terms 367.
Homes of Creatures / Things 368.
Movement of Animals / Birds / Creatures 369.
Compound Words (i) 370. Some Important Synonyms 371.
Antonyms 372. Antonyms = Opposites 373. Suffix-less 374.

20. Punctuation: विरामचिह्ने 375 – 388 ४७२
Punctuation Marks 376. Capital Letters 377.
Full Stop 378. Comma 379. Sign of Interrogation 380.
Semicolon 381. Colon 382. Sign of Exclamation 383.
Inverted Commas 384. Apostrophe 385. Bracket 386.
Hyphen 387. Dash 388.

Appendix I – Irregular Verbs ४८६

Appendix II – Answers ४९२

Appendix III – Books Referred To ५२६

1. Phonetic Symbols – Key to Pronunciation and Stress

ध्वनिचिन्हे – उच्चार व आघात

मानवाने आपल्या भावना ध्वनीच्या (आवाज) साहाय्याने व्यक्त करण्याचा प्रयत्न केला. लिहिण्याची कला अवगत झाल्यावर ध्वनींना चिन्हे मिळाली; परंतु ध्वनी तरल असून ध्वनिचिन्हे स्थितिशील आहेत. उच्चार करण्याच्या पद्धतीत सूक्ष्म बदल होत जातात, परंतु ध्वनिचिन्हे तीच वापरली जातात. त्यामुळे एकाच ध्वनिचिन्हाचे भिन्न उच्चार होतात. मराठीत 'च' या व्यंजनाचे उच्चार भिन्न होतात. इंग्रजीत but आणि put मध्ये 'u' हा ध्वनी असून, त्याचे अ आणि उ असे भिन्न उच्चार होतात. तर gate आणि general मधे 'g'चे ग आणि ज असे भिन्न उच्चार आहेत. हा भाषाशास्त्रीय विचार बाजूला ठेवून, इंग्रजीतील स्वर आणि व्यंजन यांचा विचार करू.

१ Vowels: स्वर; Consonants: व्यंजने :

ओठ न टेकवता किंवा न मिटता, तसेच तोंड उघडे ठेवून जे ध्वनी काढले जातात, त्यांना स्वर म्हणतात. ज्या ध्वनींचा उच्चार करताना ओठ, दात, टाळू व जीभ यांचे साहाय्य घ्यावे लागते, त्यांना व्यंजने (consonants) म्हणतात.

इंग्रजीमध्ये लिखित स्वर a, e, i, o, u हे पाचच ध्वनी असले, तरी त्यांचे भिन्नभिन्न उच्चार होतात. ध्वनी आणि ध्वनिचिन्हे यांबद्दलचे वरील विवेचन लक्षात घ्या. वरील ५ लिखित स्वरांचे निरनिराळे २० उच्चार होतात व व्यंजनांचे एकूण २४ उच्चार होतात.

ओठ न मिटवता जे एकेरी ध्वनी निघतात, त्यांना शुद्ध स्वर (Pure Vowels) म्हणतात; तर दोन एकेरी ध्वनींच्या मिश्रणाने निघणाऱ्या ध्वनींना संधिस्वर (Diphthongs) म्हणतात.

पुढे इंग्रजी भाषेतील शुद्ध स्वर (Pure Vowels) आणि संधिस्वर (Diphthongs) दिले असून, ते ध्वनीच्या चिन्हांनी (Phonetic Symbols) दर्शविले आहेत.

इंग्रजी भाषेत एकूण १२ शुद्ध स्वर आहेत.

Pure Vowels: शुद्ध स्वर

No. of the Vowels	Phonetic Symbols	Examples	Pronunciations
1	i:	me, the(दी), people, tree	mi, ði:, pi:pl, tri:
2	i	it, this, ship, ticket	it, ðis, ʃip, tikit
3	e	pen, men, leg, bed	pen, men, leg, bed
4	æ	am, man, that, bag	æm, mæn, ðæt, bæg
5	a:	are, dark, father, car	a:(r), da:*k, fa:ð*, ka:*
6	ɔ	not, clock, song, wash	nɔt, klɔk, sɔŋ, wɔʃ
7	ɔ:	ball, or, draw, forty	bɔ:l, ɔ:(r), drɔ:, fɔ:*ti
8	u	put, book, good, full	put, buk, gud, ful
9	u:	moon, blue, do, two	mu:n, blu:, du:, tu:
10	ʌ	son, sun, cup, come	sʌn, sʌn, kʌp, kʌm
11	ə:	work, third, bird, first	wə:*k, θə:*d, bə:*d, fə:*st
12	ə	a, the (द), address, ago	ei, ə, ðə ə dresə gou

इंग्रजीत संधिस्वर ८ आहेत.

Diphthongs: संधिस्वर

Sl. No.	Phonetic Symbols	Examples	Pronunciations
1	ei	day, baby, table, waiter	dei, beibi, teibl, weitə*
2	ou	no, go, those, nose	nou, gou, ðouz, nouz
3	ai	five, ice, high, my	faiv, ais, hai, mai
4	au	how, cloud, flower, mouth	hau, klaud, flauə*, mauθ
5	ɔi	boy, voice, noise, boil	bɔi, vɔis, nɔiz, bɔil
6	iə	hear, here, ear, clear	hiə*, hiə*, iə*, kliə*
7	ɛə	chair, there, care, where	tʃɛa*, ðɛə*, kɛə*, hwɛɔ*
8	uə	poor, sure, tour, fewer	puə*, ʃuə*, tuə*, fjuə*

२ इंग्रजी भाषेत व्यंजने २४ आहेत. आता पुढे व्यंजने, त्यांची ध्वनिचिन्हे, उदाहरणे व त्यांचे शब्दोच्चार दिले आहेत.

Consonants: व्यंजने

Sl. No.	Phonetic Symbols	Examples	Pronunciation
1	p	pen, open, help, inkpot, top	pen, oupən, help, inkpɔt, tɔp
2	b	be, bad, rub, bed, husband	bi:, bæd, rʌb, bed, hʌzbənd
3	t	tea, stop, sit, wet, ten	ti:, stɔp, sit, wet, ten
4	d	door, word, friday, sad, head	do:*, wəd, fraiei, sæd, hed
5	k	cool, class, accident, kite, kitten	ku:l, kla:s, æksid ənt, kait kitn
6	g	gold, bag, girl, dog, good	gould, bæg, gə:l, dɔg, gud
7	f	face, safe, after, knife, fifteen	feis, seif, a:ftə*, naif, fifti:n
8	v	very, seven, never, five, vegetable	veri, sevn, neva*, faiv, vedʒitəbl
9	θ	thank, nothing, thin, thick, twentieth	θæŋk, nʌθiŋ, θin, θik, twentiiθ
10	ð	then, mother, with, weather, together	ðen, mʌðə*, wið, weðə *, təgeðə *
11	s	so, place, sleep, six, face	sou, pleis, sliip, siks, feis
12	z	zero, has, comes, maize, nose	ziərou, hæz, kʌmz, meiz, nouz
13	ʃ	ship, fish, English, short, shoe	ʃip, fiʃ, iŋliʃ, ʃo:t, ʃu:
14	ʒ	pleasure, measure, vision	pleʒə*, meʒə *, viʒən
15	tʃ	chair, teach, each, speech, much	tʃɛə*, ti:tʃ, i:tʃ, spi:tʃ, mʌtʃ
16	dʒ	age, judge, language, jump	eidʒ, dʒʌd, læŋgwidʒ, dʒʌmp
17	h	his, unhappy, head, help, here	hiz, ʌnhæpi, hed, help, hiə*
18	m	many, swim, map, come, make	meni, swim, mæp, cʌm, meik
19	n	name, then, finish, nine, near	neim, ðen, finiʃ, nain, niə*
20	ŋ	wing, sing, smoking, thing, spring	wiŋ siŋ smoukiŋ, θiŋ spriŋ

21	r	red, room, every, right, around	red, ru:m, everi, rait, araund
22	l	last, full, leg, well, greatly	la:st, ful, leg, wel, greitli
23	w	will, when, we, wash, away	wil, *h*wen, wi:, wɔʃ, awei
24	j	yes, young, you, piano, yellow	jes, jʌŋ, ju:, pjænou, jelou

वर दिलेली ध्वनीची चिन्हे आत्मसात करणे अत्यंत आवश्यक आहे. शब्दकोशांमध्ये (Dictionary) शब्दांचे उच्चार देताना वरील चिन्हे वापरलेली असतात. इंग्रजी शब्दांचा योग्य उच्चार करण्यास वरील माहितीचा उपयोग निश्चित होईल.

आपल्या कानांवर पडणाऱ्या व आपण नेहमी वापरीत असलेल्या शब्दांपैकी काही निवडक शब्दांचे उच्चार देत आहे. त्या त्या शब्दांचे योग्य उच्चार काय आहेत, इतकेच तुमच्या दृष्टीस आणून द्यायचे आहे. नवीन मुलांकडून वरील ध्वनिचिन्हे घटवून घेतल्यास, नवीन पिढी अचूक उच्चार करायला शिकेल. या कामासाठी मी The Advance Learner's Dictionary of Current English व The Concise Oxford Dictionary यांचा आधार घेतला आहे.

यापुढे केव्हाही Dictionary मध्ये अर्थासाठी शब्द पाहताना त्याचा उच्चार कटाक्षाने पाहा.

भाषा म्हणजे ध्वनी. ध्वनींना चिन्हे देऊन भाषेला दृश्य स्वरूप देता येते; म्हणजेच भाषेला लिखित स्वरूप प्राप्त होते. प्रत्येक भाषेतील ध्वनी भिन्न असतात. काही शब्दांचे ध्वनी इतके भिन्न असतात, की दुसऱ्या लिपीत ते ध्वनी पकडणे जवळ जवळ अशक्य असते. द्राविडी भाषांतील ध्वनी संस्कृत व संस्कृतोत्पन्न भाषांतील ध्वनींपेक्षा फारच वेगळे आहेत. त्यामुळेच तामीळ भाषेतील 'ळ' उच्चारणे जिकिरीचे होते; मग लिहून दाखविणे तर सोडाच. तसेच फारशी भाषेतील 'ख' ची गोष्ट. तात्पर्य, इंग्रजी ध्वनी मराठीच्या देवनागरी लिपीत पकडणे फारच कठीण काम आहे. इंग्रजी शब्दाचा उच्चार जास्तीत जास्त अचूक देत असताना मला तारेवरची कसरत करावी लागली आहे. त्यात मला मर्यादित यश आले आहे, याची मला जाणीव आहे. आपण सर्वांनी Dictionary तून उच्चार पाहावा व देवनागरीतील उच्चाराच्या पलीकडे जावे, त्याचा आधार टाळावा.

प्रत्येक भाषेत शब्दावरील विशिष्ट अक्षरावर आघात देण्याची पद्धती असते; आघात योग्य अक्षरावरच असला, तर उच्चार बरोबर होईल ही ' खूण accent किंवा stress दर्शविते. * ही खूण निसटता r करिता वापरली आहे. शब्दापुढे कंसात phonetic symbol किंवा transcription दिले आहे. त्यानंतर देवनागरीमध्ये तो उच्चार लिहिण्याचा प्रयत्न केला आहे. हे करीत असताना मला काही स्वर अलग

लिहावे लागले आहेत. अपरिहार्य म्हणूनच ती विचित्र वाटणारी पद्धती अवलंबिली आहे.

1. abatoir ('æbətwa:*) = 'ॲबट्वा:*
2. able ('eibl) = 'एइबल्
3. above (ə'bʌv) = अ'बव्ह्
4. acute (ə'kju:t) = अ'क्यू:ट्
5. advantage (əd'va:ntidʒ) = अड'व्हा:न्टिज्
6. asthma = ('æsma) = 'ॲस्म
7. booklet ('buklit) = 'बुकलिट्
8. bucket ('bʌkit) = 'बकिट
9. castle ('ka:sl) = 'कास्ल्
10. cricket ('krikit) = क्रिकिट्
11. crocodile ('krɔkədail) = 'क्रॉकडाइल्
12. cucumber ('kjukʌmbə*) = 'क्यूकंब*
13. democracy (di'mɔkrəsi) = डि'मॉक्रसी
14. democratic (demɔ'krætik) = डेमॉ'क्रॅटिक्
15. depute (di'pju:t) = डिप्यू:ट्
16. deputation (depju'teiʃən) = डेप्युटे'इशन
17. eight (eit) = एइट्
18. elite (ei'li:t) = एइ'लि:ट
19. evil ('i:vl) = इव्हल (मात्र civil ('sivil) सिव्हिल्)
20. garage ('gæra:dʒ) = 'गॅरा:ज, ('gæridʒ) = 'गॅरिज
21. golf (gɔlf) = गॉल्फ्
22. hero ('hiərou) = 'हिअ्रोअ
23. heroine ('herouin) = 'हेरॉइन
24. injury (indʒərı) = 'इंजरि
25. juice (dʒu:s) = जू:स्
26. kitchen ('kitʃin) = 'किचिन्
27. knowledge ('nɔlidʒ) = 'नॉलिज्
28. language ('læŋgwidʒ) = 'लँग्विज्
29. leisure ('leʒə*) = 'लेझअ्
30. market ('ma:kit) = 'मा:किट्

31. marriage ('mæridʒ) = 'मॅरिज्
32. onion ('ʌnjən) = 'अन्यन्
33. open ('oupən) = 'ओअपन्
34. oven (ʌvn) = अवन
35. patriot ('pætriət) = 'पॅट्रिअट्
36. pear (peə*) = पेअ*
37. record (ri'kɔ:d) = रि'कॉ:ड् (क्रियापद)
38. record ('rekɔ:d) = 'रेकॉ:ड् (नाम)
39. society (sə'saiəti) = स'साइअटि
40. suit (sju:t) = स्यू:ट्
41. suite (swi:t) = स्वी:ट्
42. sword (sɔ:d) = सॉ:ड्
43. witness ('witnis) = 'विटनिस्
44. women ('wimin) = 'विमिन्
45. wicket ('wikit) = 'विकिट्
46. tour (tuə) = टूअ*
47. vehicle ('vɪ:kl) = 'व्ही:इक्ल्
48. zebra ('zi:bra) = 'झी:ब्रा

Silent Letter Words: अनुच्चारित अक्षरांचे शब्द

Silent Consonants: अनुच्चारित व्यंजने

b — bom*b*, bom*b*er, bom*b*ing, com*b*, de*b*t, dou*b*t, dum*b*, lam*b*, lim*b*, num*b*, plum*b*er, plum*b*ing, su*b*tle, thum*b*, tom*b*, wom*b*

c — cons*c*ious, indi*c*t (इंडाइट्), s*c*epter, s*c*issors, res*c*ind

ch — ya*ch*t, s*ch*norkel

g — desi*g*n, *g*narled, *g*nat, *g*naw, mali*g*n, poi*g*nant, si*g*n

gh — bou*gh*, dau*gh*ter, ei*gh*t, hi*gh*, ni*gh*t, strai*gh*t, thou*gh*

h — g*h*ost, *h*onest, *h*our, r*h*yme, r*h*ythm, shep*h*erd

k — *k*nee, *k*nife, *k*nob, *k*nock, *k*not, *k*now, *k*nuckle

l — ca*l*m, fo*l*k, pa*l*m, sta*l*k, ta*l*k, wou*l*d

m — *m*nemonic

n — autum*n*, colum*n*, condem*n*, gover*n*ment, hym*n*

p — cor*p*s, *p*neumatic, *p*sychology, recei*p*t

ph — *ph*thisis

s — i*s*land, i*s*le

t — ba*t*ch, clu*t*ch, Chris*t*mas, depo*t*, lis*t*en, rus*t*le, whis*t*le

th — as*th*ma, is*th*mus

u/ue — g*u*ard, g*u*ide, g*u*ilt, g*u*itar, fatig*ue*, dialog*ue*

w — ans*w*er, t*w*o, *w*ho, *w*rap, *w*rist, *w*rite

वरील उदाहरणांवरून एक मुद्दा स्पष्ट झाला, की आम्ही स्पेलिंगप्रमाणे उच्चार करतो. युरोपीय भाषांप्रमाणे इंग्रजीतही स्पेलिंगप्रमाणे उच्चार होत नाहीत. लहान मुलांना शिकविताना इंग्रजी शब्दांच्या उच्चाराकडे लक्ष दिल्यास व त्यांच्याकडून उच्चार घटवून घेतल्यास पुढील दशकात मराठी भाषकांचे इंग्रजी उच्चार बहुतांशी अचूक होतील. मात्र उच्चारापेक्षाही इंग्रजी शुद्ध बोलण्याकडे जास्त लक्ष द्यावे. तरीही उच्चारांकडे दुर्लक्ष करू नये. मराठी मुलामुलींचे इंग्रजी सुधारले पाहिजे. आजच्या स्पर्धेच्या युगात आमची मुले मागे पडता कामा नयेत. त्यांनी इंग्रजीवर प्रभुत्व मिळवून विविध क्षेत्रांत अव्वल स्थान मिळविण्याचा ध्यास घेतला पाहिजे.

■

2. Nouns

नामे

३ Kinds: प्रकार

1. Common Nouns: सामान्य नामे
   man, cow, tree, wind, rain
2. Proper Nouns: विशेष नामे
   Vijay, Satara, Godavari, India
3. Abstract Nouns: भाववाचक नामे
   joy, love, beauty, length, courage
4. Collective Nouns: समुदायवाचक नामे
   family, crowd, team, library, navy
5. Material Nouns: पदार्थवाचक नामे
   gold, iron, wood, wool, stone

Exercise No. 1.

Divide the following nouns according to their kinds.

poetry, paper, milk, Pune, freedom, grief, joke, mercury, sound, committee, truth, wisdom, cruelty, death, pickles, peace, troupe, swarm, herd, cattle, Sunil, Koyna, cow, book, captain, village

***(टीप :** सर्व exercises ची उत्तरे पृ. ३३५ वर दिली आहेत.)*

नामाला वचन (Number), लिंग (Gender) आणि विभक्ती (Case) असतात.

४ Number: वचन

	Singular: एकवचन	Plural: अनेकवचन
1.	boy ————	boys
2.	watch ————	watches
3.	mango ————	mangoes
4.	bus ————	buses
5.	bush ————	bushes
6.	glass ————	glasses
7.	box ————	boxes
8.	whizz ————	whizzes
9.	lorry ————	lorries
10.	leaf ————	leaves
11.	man ————	men
12.	ox ————	oxen
13.	father-in-law ————	fathers-in-law
14.	grown-up ————	grown-ups
15.	woman doctor ————	women doctors

विश्लेषण : नामांची अनेकवचने करण्याच्या पद्धती

१) उदाहरण 1: नामाला -s हा प्रत्यय लावून अनेकवचन करणे.

२) उदा. 2, 3, 4, 5, 6, 7, 8: नामाच्या शेवटी ch, o, s, sh, ss, x, z आले असता -es प्रत्यय लावून अनेकवचन करणे.

३) उदा. 9 : नामाच्या शेवटी y असून y पूर्वी व्यंजन असल्यास -es हाच प्रत्यय लागतो, पण त्याआधी y चे i मध्ये रूपांतर होते. परंतू y पूर्वी स्वर असल्यास i होत नाही; केवळ -s लागतो उदा. toy – toys

४) उदा. 10 : नामाच्या अंती f हे व्यंजन असल्यास -es हाच प्रत्यय लागतो; पण त्यापूर्वी f चे v मध्ये रूपांतर होते.

५) उदा. 11: काही नामांची अनियमित (irregular) अनेकवचने होतात.

६) उदा. 12: काही नामांना -en हा प्रत्यय लागून अनेकवचन होते.

७) उदा. 13: अशा जोडशब्दातील पहिल्या प्रमुख पदाचे अनेकवचन करतात.

८) उदा. 14: अशा जोडशब्दातील शेवटच्या शब्दाचे अनेकवचन होते.

९) उदा. 15: अशा जोडशब्दातील दोन्ही पदांची अनेकवचनी रूपे होतात.

वरीलप्रमाणे नामांच्या अनेकवचनांची रूपे देण्यापूर्वी काही महत्त्वाच्या मुद्द्यांचे

स्पष्टीकरण करणे आवश्यक आहे. त्यामुळे हा विषय अधिक स्पष्टपणे आपल्या लक्षात येईल.

नामांचे अनेकवचन करण्यापूर्वी सामान्य नामांची (Common Nouns) Countable Nouns आणि Uncountable Nouns अशी विभागणी करतात.

I) एक - दोन - तीन अशा मोजता येणाऱ्या नामाला Countable Noun असे म्हणतात. उदा. boy, bird, table

II) अंकांमध्ये मोजता येत नाही, अशा नामाला Uncountable Noun असे म्हणतात. उदा. milk, water, truth

अत्यंत महत्त्वाचे : 1) Countable Nounला अनेकवचन असते.
2) Uncountable Nounला अनेकवचन नसते.

आता Countable Nouns व Uncountable Nounsमध्ये येणाऱ्या नामांचे प्रकार पाहू या.

५ Countable Nouns – गणनीय नामे

Countable Nounsमध्ये पुढील प्रकारच्या नामांचा समावेश होतो.

1) Concrete Nouns: मूर्त नामे : man, tree, ball
2) Collective Nouns: (समुदायवाचक नामे) : club, committee, class
3) Abstract Nouns: (भाववाचक नामे) : song, idea, wish

६ Uncountable Nouns: अगणनीय नामे

1) Concrete Nouns: gold, silver, ice, rice
2) Abstract Nouns: joy, wisdom, music

Uncountable Nouns ला अनेकवचनी रूपे नसल्यामुळे gold, silver, ice, rice इत्यादी Concrete Nouns असूनही त्यांना अनेकवचनी रूपे नाहीत.

नामांची अनेकवचने करण्याच्या पंधरा पद्धती वर दिल्या आहेत. आता प्रत्येक पद्धतीची उदाहरणे पाहू.

७ -s हा उत्तर प्रत्यय (suffix) लागून अनेकवचन होणारी नामे (उदा. 1)

Singular	Plural	Singular	Plural
girl	girls	pea	peas
tree	trees	lake	lakes

८ -es हा उत्तरप्रत्यय लागून अनेकवचन होणारी नामे (उदा. 2 ते 8)

विशेष : नामाच्या शेवटी -ch, -o, -s, -sh, -ss, -x, -z असेल, तर त्या नामाचे अनेकवचन होताना -es हा उत्तरप्रत्यय (suffix) लागतो.

९ अंती -ch असलेली नामे

bench benches match matches

१० अंती -o असलेली नामे

Singular	Plural	Singular	Plural
buffalo	buffaloes	mosquito	mosquitoes
cargo	cargoes	Negro	Negroes
echo	echoes	potato	potatoes
hero	heroes	tomato	tomatoes

Exceptions: अपवाद :

अंती o असूनही अनेकवचनी रूप होताना केवळ s हा प्रत्यय लागतो.

I)	dynamo	dynamos	kilo	kilos
	photo	photos	canto	cantos

II)) O पूर्वी स्वर आल्याने अनेकवचनी रूप होताना केवळ s हा प्रत्यय लागतो.

bamboo bamboos radio radios

११ अंती -s असलेली नामे :

photo	photos	canto	cantos
bus	buses	lotus	lotuses

१२ अंती -sh असलेली नामे :

lash lashes mesh meshes

१३ Debleer -ss Demeuesueer veeces :

class classes glass glasses

१४ अंती -x असलेली नामे :

fox	foxes	tax	taxes
fax	faxes	thorax	thoraxes

१५ अंती -z/zz असलेली नामे :

quiz quizes whizz whizzes

१६ नामाच्या शेवटी y असल्यास अनेकवचन करण्यास -es हा उत्तर प्रत्यय (suffix) लावताना y चा i होणारी आणि न होणारी नामे (उदा. 9)

I) ies लागून अनेकवचन होणारी नामे –

Singular	Plural	Singular	Plural
baby	babies	hobby	hobbies
city	cities	lady	ladies
fly (माशी)	flies	story	stories

II) y च्या पूर्वी स्वर आल्याने अनेकवचन करताना फक्त -s हा प्रत्यय लागणारी नामे –

donkey	donkeys	play	plays
storey (मजला)	storeys	survey	surveys
valley	valleys	guy	guys

१७ नामाच्या शेवटी f असून अनेकवचनी रूप करताना -es प्रत्यय लागतो; परंतु त्यापूर्वी f चे vमध्ये रूपांतर होते. (उदा. 10)

Singular	Plural	Singular	Plural
calf	calves	(my)self	(our)selves
half	halves	sheaf (पेंढी)	sheaves
knife	knives	shelf (कपाटातील खण)	shelves
leaf	leaves	thief	thieves
life	lives	wife	wives
loaf (पाव)	loaves	wolf	wolves

Exceptions: अपवाद

chief	chiefs	roof	roofs
cliff (कडा)	cliffs	proof (पुरावा)	proofs

दोन्ही रूपे होणारी नामे :

hoof	hooves/hoofs
scarf	scarves/scarfs

१८ दिसण्यास एकवचनी, परंतु प्रत्यक्षात अनेकवचन असणारी नामे. साहजिक अशा नामांपुढे अनेकवचनी क्रियापद येते.

cattle people police

विशेष : निरनिराळ्या देशांचे किंवा धर्मांचे लोक या अर्थाने people चे peoples असे अनेकवचनी रूप करतात.

१९ काही विशेषणांचा नामांसारखा उपयोग करतात. अशी नामे अनेकवचनी असतात.

the rich, the sick, the young, the poor, the wounded, the crippled

२० एकवचन व अनेकवचन यांचे एकच रूप असलेली नामे.

Singular	Plural
sheep	sheep
deer	deer
swine (डुक्कर)	swine
trout (एक प्रकारचा मासा)	trout

२१ अनेकवचनांची भिन्न अर्थांची दोन रूपे असलेली नामे :

Singular	Plural
fish	fish
	fishes निरनिराळ्या प्रकारचे अनेक मासे

Singular	Plural
fruit	fruit
	fruits विविध प्रकारची अनेक फळे
reindeer	reindeer
	reindeers निरनिराळ्या विभागांतील वेगळ्या प्रकारचे अनेक रेनडिअर

२२ दिसण्यास अनेकवचनी, परंतु प्रत्यक्षात एकवचनी असलेली नामे :

a barracks – लष्करातील जवानांसाठी राहण्याची चाळ
an innings – खेळातील डाव
a news – बातमी

२३ फक्त एकवचन असलेली नामे :

advice, information, furniture, knowledge, luggage, etc.

२४ फक्त अनेकवचनी नामे :

boots	pliers (पक्कड)
bellows (बेलोअ्झ = भाता)	remains (अवशेष)
clothes	pincers (पिन्सर्झ् = गावी)
customs (जकात)	spectacles (चश्मा)

goggles	scissors (सिझर्झ = कातरी)
glasses (चश्मा)	tongs (चिमटा)
manners	shorts (अर्धी चड्डी)
quarters	shears (शिअर्झ् = मोठी कैची)
particulars (तपशील)	*trousers (लांब विजार)

* आपण वापरीत असलेला full pant हा शब्द इंग्रजी भाषेत नाही. त्याऐवजी trouser हा शब्द प्रचलित आहे. अमेरिकेत pant शब्द वापरला जातो, तो pant शब्द pantaloons या फ्रेंच शब्दाचे संकोच पावलेले रूप आहे. पाहा : Fowler's Modern English Usage (E.L.B.S., Third Edition, page 434) तसेच, half pant हा शब्द देखील इंग्रजीत नाही. हे शब्द आपल्याकडे कसे तयार झाले, काही कळत नाही. खेळण्यासाठी, बालवीरांसाठी असलेली चड्डी म्हणजे shorts

टीप : *दोन सारख्या बाजूंचे (पात्यांचे) हत्यार तयार होते. (कात्री, गावी, चिमटा) अशा शब्दांचे अनेकवचन तयार करताना two, three असे शब्द योजावेत. Trousers च्या बाबतीत a pair of शब्द योजतात.* ***अशा वेळी क्रियापद एकवचनी लागते.*** There is a pair of trousers in the cupboard.

२५ संयुक्तनामे व त्यांची अनेकवचने — (तीन पद्धती आहेत) (उदा. 13, 14, 15)

I)

Singular	**Plural**
commander-in-chief	commanders-in-chief
daughter-in-law (सून)	daughters-in-law
mother-in-law (सासू)	mothers-in-law
son-in-law (जावई)	sons-in-law
looker-on (पाहणारा)	lookers-on (प्रेक्षक)
passer-by (जवळून जाणारा)	passers-by
runner-up	runners-up

II) परंतू

assistant director	assistant directors
onlooker	onlookers
boyfriend	boyfriends
stepchild	stepchildren
stepbrother	stepbrothers

grown-up	grown-ups

III) संयुक्त नामातील दोन्ही शब्दांचे अनेकवचन होणारी नामे :

Singular	**Plural**
woman doctor	women doctors
woman driver	women drivers
woman teacher	women teachers
परंतु lady doctor	lady doctors

*(**टीप** : woman doctor हा शब्द पाश्चिमात्य देशांत प्रचलित आहे. त्यांच्याकडे lady doctor हा शब्द फारसा वापरीत नाहीत. आपल्याकडे मात्र उलट स्थिती आहे.)*

२६ नामांची अनियमित रूपे (irregular forms): (उदा. 11,12)

Singular	**Plural**	**Singular**	**Plural**
foot	feet	goose (हंसाच्या जातीचा पक्षी)	geese
louse (लाऊस्)	lice	man	men
mouse	mice	tooth	teeth
woman	women	watchman	watchmen
child	children	ox	oxen

२७ अन्य भाषांमधून इंग्रजीत आलेल्या नामांचे अनेकवचन :

aquarium	aquariums, aquaria
addendum	addenda
antenna	antennas, antennae
analysis	analyses
appendix	appendices
axis	axes
bacterium	bacteria
basis	bases
bureau	bureaux
campus	campuses
corrigendum	corrigenda

curriculum	curricula
diagnosis	diagnoses
ellipsis	ellipses
erratum	errata
focus	focuses, foci
formula	formulas, formulae
forum	forums, fora
fungus	funguses, fungi
hippopotamus	hippopotamuses
hypothesis	hypotheses
index	indices, indexes
locus	loci
medium	media, mediums
memorandum	memoranda
nebula	nebulas, nebulae
oasis	oases
phenomenon	phenomena
plateau	plateaus, plateaux
premium	premiums, premia
radius	radiuses, radii
rhinoceros	rhinoceroses
sanatorium	sanatoria, sanatoriums
spectrum	spectra
stadium	stadiums, stadia
syllabus	syllabuses, syllabi
symposium	symposia, symposiums
synopsis	synopses
terminus	termini, terminuses
thesis	theses
ultimatum	ultimatums
vertebra	vertebrae
vertex	vertices
vortex	vortexes, vortices

२८ Uncountable Nouns: **अगणनीय नामे :**

अंकात न मोजता येणारी बरीचशी नामे एकवचनी असतात. त्यांना अनेकवचनी रूप नसते. अशा नामांपुढे एकवचनी क्रियापद येते.

Examples: tea, milk, water, sugar, beauty, homework

अपवाद : परंतु काही अगणनीय नामांची अनेकवचने खालील प्रकारे साधता येतात.

two buckets of water, three kilos of sugar, five cups of tea, four glasses of milk

२९ 1. शेवटी 's' असलेल्या एकवचनी नामांपुढे एकवचनी क्रियापद येते.

news, Mathematics, politics, innings, gymnastics, measles (मी:झल्झ = गोवर), mumps (मम्प्स् = गालगुंड)

2. शेवटी 'y' असलेल्या एकवचनी नामांचा अर्थ अनेकवचनी असतो.

scenery (सीनरी – निसर्गशोभा), drapery (ड्रेइपरि – वस्त्रांची रचना), poetry (काव्य)

३० **Nouns – Gender: लिंग :**

इंग्रजी भाषेतील लिंग व्यवस्था फारच धोपट आहे. मराठीप्रमाणे इंग्रजीत तीन लिंगे आहेत.

i) masculine – पुल्लिंगी, ii) feminine – स्त्रीलिंगी, iii) neuter – नपुंसकलिंगी

लिंगभेदामुळे फक्त सर्वनामे (pronouns) आणि स्वत्व दाखवणारी विशेषणे यांच्यामध्ये बदल होतो. मराठीतल्याप्रमाणे लिंगाचा क्रियापदावर काही परिणाम (विकार) होत नाही.

३१ masculine (मास्क्युलिन् – पुल्लिगी) – man, son, male animals (पशूंमधील नर)

३२ feminine (फेमिनिन् – स्त्रीलिंगी) – daughter, woman, female animals (पशूंमधील माद्या)

३३ neuter (न्यू:टः – नपुंसकलिंगी) – bench, door, thorn, tower

Exceptions: अपवाद

१. names of countries (देशांची नावे) ships (जहाज), railway, moon, nature (निसर्ग), art (कला), hope (आशा), virtue सद्गुण यांना स्त्रीलिंगी नामे म्हणतात. त्यांना she हे सर्वनाम वापरावे.

२. sun, death, time यांना पुल्लिंगी नामे म्हणतात. त्यांना he हे सर्वनाम वापरावे.

३४ masculine व feminine यांचे एकच रूप (उभयलिंगी नामे) असलेली नामे–

baby, child, parent, cook, singer, writer, dancer, cousin, driver, artist, artiste, prisoner, journalist, reporter, etc.

३५ Masculine and Feminine forms: पुल्लिगी व स्त्रीलिंगी रूपे

A) Human-beings – मानव

Masculine	**Feminine**	**Masculine**	**Feminine**
actor	actress	bachelor	spinster
boy	girl	bridegroom	bride
brother	sister	father	mother
gentleman	lady	god	goddess
heir	heiress	host	hostess
husband	wife	king	queen
lad	lass	man	woman
mayor	mayor,	nephew (नेव्ह्यू)	niece
	mayoress	papa	mumma
poet	poetess	sir	madam
son	daughter	waiter	waitress
widower	widow		

३६ Animals – पशू :

Masculine	**Feminine**	**Masculine**	**Feminine**
bull/bullock/ox	cow	cock	hen
dog	bitch	drone	bee
fox	vixen	horse	mare
lion	lioness	*ram	ewe
*stag	hind	tiger	tigress

* ***टीप** : deer, sheep हे शब्द उभयलिंगी आहेत.*

३७ इंग्रजीमध्ये पुल्लिंगांची स्त्रीलिंगी रूपे तीन प्रकारे होतात.

a) भिन्न रूपे : son – daughter, father – mother

b) उभयलिंगी शब्दाला जोडशब्द लावून : man servant – maid servant

c) शब्दाच्या शेवटी -ess, -ine, -trix ही उत्तरपदे (suffixes) लावून : actor – actress, hero – heroine, administrator – administratrix

३८ Common Gender: उभयलिंगी नामे :

artist, chairman*, criminal, doctor, engineer, enemy, fool, friend, guest, librarian, musician, neighbour, novelist, nurse, parent, person, player, professor, servant, speaker, student, teacher, writer

* अलीकडे chairperson हा शब्द अधिक प्रचलित आहे.

३९ Nouns – Case: विभक्ती :

नामाला वचन, लिंग व विभक्ती असते.

इंग्रजीमध्ये प्रारंभी सहा विभक्ती होत्या. पण इंग्रजी भाषेने चतुर्थी (Dative), पंचमी (Ablative) आणि सप्तमी (Locative) या तीन विभक्ती टाकून दिल्या. तसेच, जुन्या इंग्रजी भाषेत नामे आणि सर्वनामे यांची विभक्तीप्रमाणे भिन्न भिन्न रूपे होती. परंतु आधुनिक इंग्रजीमधे नामांची रूपे जाऊन आता फक्त सर्वनामांची विभक्तीची रूपे शिल्लक आहेत. विभक्तीचा विचार करताना नामांच्या केवळ षष्ठी विभक्तीचा विचार करावा लागतो. आधुनिक इंग्रजीत विभक्तीची जागा prepositions (शब्दयोगी अव्यये) यांनी घेतली आहे.

आता इंग्रजीमधे पुढील तीनच विभक्ती मानतात.

१) Nominative Case: प्रथमा विभक्ती

२) Accusative Case: द्वितीया विभक्ती [किंवा Objective Case]

३) Possessive Case: षष्ठी विभक्ती [किंवा Genitive Case]

इंग्रजीमधे Dative Case (चतुर्थी विभक्ती) ही विवाद्य मानली जाते. बहुतांशी आधुनिक व्याकरणकार ही विभक्ती मानीत नाहीत. मात्र A. J. Thomson आणि A. V. Martinet यांसारख्या आधुनिक व्याकरणकारांच्या मते Dative Case आहे व ती मानावी, असे ते म्हणतात. परंतु बरेच व्याकरणकार एकूण case या गोष्टीकडे फारसे लक्ष देत नाहीत. याचे कारण स्पष्ट आहे. सर्वनामे (Pronouns) वगळता विभक्तींची रूपे शिल्लक राहिलीच नाहीत. Dative Case बद्दलचे माझे भाष्य Accusative Caseच्या चर्चेच्या वेळी मी करणार आहे.

इंग्रजीतील विभक्तींची हेळसांड पाहून H. W. Fowler सारख्या विद्वान पंडिताने आपली नापसंती स्पष्ट शब्दांत दर्शविली आहे. (पाहा : Fowler's Modern

English Usage – Third Edition – p. 77-78)

सर्वनामांना विभक्तीची रूपे आहेत; परंतु नामांना विभक्तीची रूपे नसली, तरी नामांच्या उपयोगावरून प्रथमा, द्वितीया किंवा चतुर्थी विभक्ती लक्षात येते. नामांना मात्र 's लावून षष्ठीचे रूप तयार करता येते.

४० Nominative Case: प्रथमा विभक्ती :

सर्वनामांना प्रथमेची स्वतंत्र रूपे आहेत. नामांना तशी रूपे नाहीत. पण नामाचा उपयोग कर्ता म्हणून केला असल्यास, ते नाम प्रथमा विभक्तीत आहे, असे समजावे.

४१ Objective Case: द्वितीया विभक्ती :

सर्वनामांना द्वितीयेची स्वतंत्र रूपे आहेत. नामाचा उपयोग कर्म म्हणून केला असल्यास, त्या नामाची विभक्ती द्वितीया आहे, असे समजावे. यालाच Accusative case म्हणतात.

i) A boy is tall. ii) I met a boy.

वाक्य (i) मध्ये boy हे नाम कर्ता म्हणून वापरले आहे. म्हणून boy हे प्रथमा विभक्तीत आहे, तर वाक्य (ii) मध्ये boy हे कर्म असल्याने, ते द्वितीया विभक्तीत आहे.

४२ Dative Case: चतुर्थी विभक्ती :

सर्वनामांनादेखील चतुर्थीची रूपे नाहीत. सर्वनाम व नाम यांच्या वाक्यातील उपयोगावरून ते सर्वनाम किंवा नाम द्वितीया विभक्तीत की चतुर्थी विभक्तीत आहे, हे समजते. वाक्यातील कर्म द्वितीया विभक्तीत आहे की चतुर्थी विभक्तीत आहे, हे आपणांस समजू शकते. वाक्यातील क्रियापदाला What? प्रश्न विचारून येणारे उत्तर मुख्य कर्म असते. हे मुख्य कर्म नेहमी द्वितीया विभक्तीतच असते. तसेच, वाक्यातील क्रियापदाला To whom? असा प्रश्न विचारल्यावर येणारे उत्तर हे गौण कर्म असते. गौण कर्म चतुर्थी विभक्तीत असते.

Mother told me a story.

वरील वाक्यातील told या क्रियापदाला What? असा प्रश्न विचारल्यास a story हे उत्तर मिळते. त्याला direct object किंवा मुख्य कर्म म्हणतात. मुख्य कर्म द्वितीया विभक्तीत असते. तेव्हा story या नामाची द्वितीया विभक्ती आहे. तसेच, told क्रियापदाला To whom? असा प्रश्न विचारला असता me हे उत्तर मिळते. त्याला indirect object किंवा गौण कर्म म्हणतात. गौण कर्म चतुर्थी विभक्तीत असते.

मुख्य कर्माला कोणतेच preposition शब्दयोगी अव्यय लागत नाही. गौण कर्म

मुख्य कर्मानंतर आले, तर त्याला नेहमीच to किंवा for हे preposition लागते. गौण कर्माचे ते एक लक्षण आहे. वरील वाक्यात गौण कर्म मुख्य कर्माच्या नंतर नेल्यास होणारा बदल लक्षात घ्या. Mother told a story to me.

Father bought me an umbrella.

Father bought an umbrella for me.

वरील वाक्यात an umbrella हे मुख्य कर्म असून, me हे गौण कर्म आहे. म्हणजेच an umbrella याची द्वितीया विभक्ती असून, me हे चतुर्थी विभक्तीत आहे.

सर्वनामांना प्रथमा/संबोधन, द्वितीया व पष्ठी विभक्ती आहेत; पण चतुर्थी विभक्तीचे स्वतंत्र रूप नाही. याच कारणास्तव चतुर्थी विभक्ती न मानण्याकडे बहुतेक व्याकरणकारांचा कल आहे. परंतु मुख्य कर्म व गौण कर्म यांतील फरक सांगताना व voice बदलताना गौण कर्म सांगावेच लागते. सर्वनामांना चतुर्थी विभक्तींची स्वतंत्र रूपे नसली, तरी वाक्यातील कर्माच्या कार्यावरून ते सर्वनाम/नाम द्वितीया विभक्तीत आहे, की चतुर्थी विभक्तीत आहे, हे समजू शकते. तेव्हा Dative Case चतुर्थी विभक्ती मानलीच पाहिजे, असे माझे स्पष्ट मत आहे. नाहीतरी नामांना विभक्तीची रूपे नसताना प्रथमा वा द्वितीया विभक्ती आहे, असे आपण म्हणतोच.

i) A girl stood up.

ii) I called a girl.

iii) Vaishali gave a girl a chocolate.

Girl या नामाला विभक्तीचे रूप नाही. पण वाक्य i) मध्ये a girl हा कर्ता असल्याने त्या नामाची विभक्ती प्रथमा आहे. वाक्य ii) मध्ये a girl कर्म असून ते द्वितीया विभक्तीत आहे. तसेच, वाक्य iii) मध्ये a girl गौण कर्म असून, ते चतुर्थी विभक्तीत आहे. सारांश, इंग्रजी भाषेत Dative Case चे स्वतंत्र कार्य असल्याने मी Dative Case (चतुर्थी विभक्ती) मानतो.

४३ Possessive Case: पष्ठी विभक्ती :

i) नामाला apostrophe (अपॉस्ट्रफि) (') लावल्यावर पुढे s लिहून पष्ठीचे रूप तयार करता येते.

जुन्या इंग्रजीत es हा षष्ठीचा प्रत्यय होता. कालान्तराने e चा लोप होऊन फक्त s प्रत्यय राहिला हा e चा लोप अपॉस्ट्रफि चिन्हाने (') दर्शविला जातो. शिवाय अनेकवचनाचा प्रत्यय s आणि षष्ठीचा s यांतील फरक कळण्यासाठी अपॉस्ट्रफि चिन्हाचा उपयोग होतो.

ii) of हे preposition वापरूनही षष्ठी विभक्तीचे कार्य केले जाते.

सामान्यपणे सजीव नामांची (animate) षष्ठी करताना 's लावतात आणि निर्जीव

नामांची (inanimate) षष्ठी करताना of हे preposition योजतात.

१) एकवचनी नामाला अपॉस्ट्रफि s लावून होणारी षष्ठीची रूपे :

the boy's book, Mohan's pen, the cat's bowl

२) अनियमितपणे होणाऱ्या नामांच्या अनेकवचनी रूपाला अपॉस्ट्रफि s लावून होणारी षष्ठीची रूपे :

A man's bag	Men's bags
A child's toy	Children's toys
A woman's purse	Women's purses

३) 's' लावून नामाच्या अनेकवचनी रूपाला फक्त अपॉस्ट्रफि चिन्ह लिहून होणारी षष्ठीची रूपे :

ए. व.	**अ. व.**	
a girl	girls	girls' school
a boy	boys	boys' hostel
a lady	ladies	ladies' club
a dog	dogs	dogs' kennel

४) संयुक्त शब्दांनी बनलेले नाम असेल, तर तो एक शब्द मानून त्याला 's लावून षष्ठीचे रूप तयार करता येते.

Mother-in-law's house, brother-in-law's car, commander-in-chief's order.

निर्जीव वस्तूंची (inanimate) षष्ठीची रूपे –

a branch of the tree, a leg of the table

Possessive Caseचा उपयोग

a) मानव व पशू यांची मालकी दाखविताना 's लावून

my father's land, his uncle's laundry, a lion's tail

b) परंतू phrase किंवा clause मध्ये वरीलप्रमाणे 's न लावता of हे preposition वापरावे.

I saw my friend who was waiting in front of the laundry of his uncle.

c) सर्वनामाची षष्ठी वापरली असता उपपदाचा (article) लोप होतो.

The farm of my uncle – My uncle's farm

d) निर्जीव वस्तूंशी संबंध असलेल्या गोष्टींचा उल्लेख करताना of हे preposition वापरावयाचे असते.

('s वापरता येत नाही)

The walls of the room, the arms of the chair

पुढील परिस्थितीत 's किंवा of न वापरता षष्ठीचा कार्यभाग साधला जातो :

१) दोन नामे मिळून झालेल्या शब्दात पहिले नाम विशेषणाचे कार्य करते. अशा शब्दांनी स्थळाचा निर्देश करावयाचा असतो.

dining room, kitchen sink

२) शहराच्या नावाचा विशेषणासारखा उपयोग

The Bombay Port Trust, the Pune Airport

३) व्यक्तींच्या नावाचा विशेषणासारखा उपयोग

Kirloskar Pump

४) काळाशी संबंध दाखविणाऱ्या शब्दाचा विशेषणासारखा उपयोग

the summer vacation, the Diwali holidays

५) खेळांची मैदाने, खेळ, इ. यांचा विशेषणासारखा उपयोग

football ground, cricket shoes, tennis racket

वरील उदाहरणांत निरनिराळी नामे विशेषणांचे कार्य करीत असल्याने 's किंवा of वापरावे लागले नाही. वरील सर्व उदाहरणे षष्ठीची असूनही, षष्ठीची रूपे करण्यास मदत करणाऱ्या 's किंवा of यांचे साहाय्य घ्यावे लागले नाही.

४४ Case – Pronouns: सर्वनामे :

येथे सर्वनामांच्या विभक्तींची रूपे दिली आहेत.

Case	First person	Second person	Third person	Use
विभक्ती	**प्र. पु. ए.व./अ.व.**	**द्वि. पु. ए.व./अ.व.**	**तृ. पु. ए.व. / अ.व.**	**उपयोग**
Nominative प्रथमा	I We	You You	He She It They	कर्ता
Accusative द्वितीया	me us	you you	him her it them	कर्म (मुख्य)
Dative चतुर्थी	me us	you you	him her it them	कर्म (गौण)
Possessive षष्ठी	my our	your your	his her its their	मालकी-ताबा संबंध दावण्यासाठी

■

3. Pronouns

सर्वनामे

४५ पुढील वाक्ये वाचा

I am a boy.	We are Indians.
You are a student.	You are scouts.
He is a teacher.	
She is a girl.	They are boxes.
It is a house.	

अधोरेखित शब्द सर्वनामे (Pronouns) आहेत. या सर्वनामांची प्रथम पुरुष, द्वितीय पुरुष आणि तृतीय पुरुष अशी विभागणी केलेली आहे. पुरुष म्हणजे person, म्हणून या सर्वनामांना Personal Pronouns असे म्हणतात. या Personal Pronouns ची एकवचन आणि अनेकवचन अशीही विभागणी केलेली असते.

१) जो बोलतो, त्याला First Person (प्रथम पुरुष) म्हणतात.

२) ज्याला उद्देशून बोलावयाचे, त्याला Second Person (द्वितीय पुरुष) म्हणतात.

३) वरील दोघांव्यतिरिक्त तिसऱ्या व्यक्तीचा – प्राण्याचा – वस्तूचा उल्लेख करतात, त्याला Third Person (तृतीय पुरुष) म्हणतात.

४६ Personal Pronouns: पुरुषवाचक सर्वनामे :

Person	Number – वचन Gender – लिंग Singular – एकवचन Gender	Plural – अनेकवचन
First Person प्रथम पुरुष	I | Masculine पुल्लिंगी Feminine स्त्रीलिंगी	We | Masculine पुल्लिंगी Feminine स्त्रीलिंगी
Second Person द्वितीय पुरुष	You | Masculine पुल्लिंगी Feminine स्त्रीलिंगी	You | Masculine पुल्लिंगी Feminine स्त्रीलिंगी
Third Person तृतीय पुरुष	He | Masculine पुल्लिंगी She | Feminine स्त्रीलिंगी It | Neuter नपुंसकलिंगी	They | All genders तिन्ही लिंगी

इतर कोणताही कर्ता, वचन – लिंग यांप्रमाणे तृतीय पुरुषी समजावा.

Examples:

boy – he , girl – she, table – it
men, women, trees – they

४७ Personal Pronouns: Case विभक्ती :

मागील प्रकरणात विभक्ती या विषयाची आपण माहिती करून घेतली, आता फक्त सर्वनामांच्या विभक्तीचा विचार करू.

१) Nominative Case = प्रथमा विभक्ती
२) Accusative Case किंवा Objective Case = द्वितीया विभक्ती
३) Possessive Case किंवा Genitive Case = षष्ठी विभक्ती

i) कर्ता (Subject) प्रथमा विभक्तीत असतो.

ii) कर्म (Object) द्वितीया विभक्तीत असते, म्हणूनच त्या विभक्तीला Objective Case असेही म्हणतात.

iii) मालकीचा संबंध (possession) दाखविणाऱ्या शब्दाला षष्ठी विभक्ती म्हणतात.

४८ Object: कर्मे :

इंग्रजीत मुख्य कर्म आणि गौण कर्म अशी दोन कर्मे असतात.

i) He tells <u>me</u> a <u>story</u>.

ii) My father bought <u>me</u> a <u>pen</u>.

वरील वाक्यात story हे मुख्य कर्म Direct Object आहे me हे गौण कर्म Indirect Object आहे.

१) क्रियापदाला what? असे विचारल्यास मिळणारे उत्तर म्हणजे Direct Object.

२) Indirect Object पूर्वी Direct Object आल्यास Indirect Object च्या अगोदर to किंवा for शब्दयोगी अव्यय लागते. Direct Object पूर्वी कदापि शब्दयोगी अव्यय येत नाही.

1) He tells a story <u>to</u> me, 2) My father bought a pen <u>for</u> me.

Direct Object आणि Indirect Object ही दोन्हीही द्वितीया विभक्तीत (Accusative Case) असतात, असे पुष्कळशा व्याकरणकारांचे मत आहे. परंतु He tells me a story या वाक्यात गौण कर्म (me) हे चतुर्थी विभक्तीत असते, असे काहींचे मत आहे. चतुर्थी विभक्ती (Dative Case) मानल्याने इंग्रजी भाषा शिकणाऱ्या मुलांना Direct Object मधील भेद समजणे सोपे जाते, असे मला वाटते. A. J. Thomson आणि A. V. Martinet हे दोघे आधुनिक व्याकरणकार चतुर्थी विभक्ती मानतात. मी चतुर्थी विभक्ती Dative Case मानतो.

४९

Personal Pronoun = पुरुषवाचक नाम	**Nominative Case = प्रथमा विभक्ती**	**Accusative Case = द्वितीया विभक्ती**	**Possessive Case = षष्ठी विभक्ती**
I	I	Me	My
We	We	Us	Our
You	You	You	Your
You	You	You	Your
He	He	Him	His

She It They	She It They	Her It Them	Her Its Their
(Thou ए.व.	Thou	Thee	Thy)

५० Possessive Adjectives: स्वत्वसंबंधी विशेषणे

Personal Pronounsची षष्ठीची रूपे विशेषणाचे कार्य करतात, म्हणून त्यांना Possessive Adjectives म्हणतात.

<u>my</u> black pen, <u>our</u> nation, <u>your</u> small bag, <u>his</u> father, <u>her</u> green frock, its short tail, their tall building

Possessive Adjective मालकी दाखवितात, मालकीच्या वस्तूचा निर्देश करीत नाहीत.

*(**टीप** : Its हे रूप लक्षात ठेवा. त्याला Apostrophe चिन्ह ' लागत नाही. Its – चा ची चे, परंतु It's = It is, हे वेगळे आहे.)*

५१ Possessive Pronouns: स्वत्वसंबंधी सर्वनामे :

Personal Pronouns	I	We	You	You	He	She	It	They
Possessive Pronouns	mine	ours	yours	yours	his	hers	its	theirs

(thou – thine)

विशेष : Possessive Pronounsच्या रूपांना Apostrophe चिन्ह (') लागत नाही.

५२ Nouns: Case:

विभक्ती	**एकवचन**	**अनेकवचन**	**Proper Noun**	**Indefinite Pronoun**
Nominative प्रथमा	boy	boys	Nitin	one कोणी एक व्यक्ती कोणी एक वस्तू
Objective द्वितीया	boy	boys	Nitin	one

Dative चतुर्थी	boy	boys	Nitin	one
Possessive षष्ठी	boy's	boys'	Nitin's	one's

नामांच्या (nouns) आणि विशेषनामांच्या (proper nouns), तसेच, Indefinite Pronoun यांच्या विभक्ती वर दिल्या आहेत. त्यांचे षष्ठीचे रूप तयार करताना apostrophe चिन्ह (') लावतात. एकवचन (boy's) आणि अनेकवचन (boys') यांची रूपे पाहा.

एकवचनी नाम	षष्ठी विभक्ती	अनेकवचनी नाम	षष्ठी विभक्ती
girl a man a child	a girl's a man's a child's	girls men children	girls' men's children's

५३ **Possessive Adjectives** — **Possessive Pronouns**

Possessive Adjectives	Possessive Pronouns
This is my book.	This (book) is mine.
It is your pen.	That (pen) is yours.
It is his box.	It (box) is his.
This is her pencil.	This (pencil) is hers.
That is our house.	That (house) is ours.
That is their farm.	That (farm) is theirs.
The chair has lost its leg.	(होत नाही).

विशेष :

१) वर सांगितलेल्या उपयोगाशिवाय पत्राच्या शेवटी subscription लिहिताना Possessive Pronounsचा उपयोग करतात. Yours sincerely, Yours faithfully.

२) Possessive Adjectives नामापूर्वी येतात, तर Possessive Pronouns वाक्याच्या शेवटी येतात.

३) वचन आणि लिंग यांचा Possessive Adjective व Possessive Pronoun वर काही परिणाम होत नाही.

Examples:

my brother	my brothers	our farm	our farms
your book	your books	our teacher	our teachers

This ball is mine. These balls are mine.

This hen is hers. These hens are hers.

That child is theirs. Those children are theirs.

५४ Reflexive Pronouns: कर्मकर्तृत्ववाचक सर्वनामे : किंवा Emphatic Pronouns:

सर्वनामांना self (ए.व.) व selves (अ.व.) लागून होणाऱ्या रूपांना Reflexive pronouns म्हणतात. सर्वनाम आणि self किंवा selves मिळून संयुक्त रूपे होतात, म्हणून त्यांना Compound Personal Pronouns असेही म्हणतात.

Reflexive pronouns तयार करण्याच्या पद्धती : १) प्रथमपुरुषी एकवचनी (I) आणि द्वितीय पुरुषी एकवचनी (You) सर्वनामांच्या षष्ठीच्या रूपाला -self लावले, आणि प्रथमपुरुषी अनेकवचनी (We) आणि द्वितीय पुरुषी अनेकवचनी (You) सर्वनामांच्या षष्ठीच्या रूपाला -selves लावले, की Reflexive pronounsची रूपे तयार होतात.

२) तृतीय पुरुषी एकवचनी सर्वनामे (He, She, It) यांच्या द्वितीयेच्या रूपांना -self आणि तृतीय पुरुषी अनेकवचनी सर्वनाम (They) याच्या द्वितीयेच्या रूपाला -selves लावले, की Reflexive Pronounsची रूपे तयार होतात.

I – myself We – ourselves

You – yourself You – yourselves

He – himself

She – herself They – themselves

It – itself

(Thou – thyself)

***टीप** : You या सर्वनामाची विभक्तीची एकवचनाची तसेच, अनेकवचनाची रूपे सारखी आहेत; पण फक्त Reflexive Pronoun चे रूप भिन्न आहे.*

The Indefinite Pronoun – one याचे Reflexive Pronoun – oneself

खालील वाक्ये पाहा –

a) I saw <u>myself</u> in the group photograph.

b) She saw <u>herself</u> in the mirror.

खुलासा :

वाक्य (a) मध्ये saw हे सकर्मक क्रियापद असून, me हे द्वितीयेचे रूप घेऊन

वाक्य लिहिता येईल. I saw <u>me</u> in the group photograph तसेच, वाक्य (b) असे लिहिता येईल. She saw <u>her</u> in the mirror. सारांश me व her ऐवजी myself व herself ही Reflexive Pronouns वापरली आहेत. म्हणजेच myself आणि herself ही कर्मे आहेत.

नियम : वाक्यात कर्ता आणि कर्म एकच असतील, (एकाच सर्वनामाची प्रथमा (कर्ता) आणि द्वितीया (कर्म) असतील), तर कर्माच्या जागी Reflexive Pronouns ची रूपे योजावीत.

Reflexive Pronouns as object:

I did myself.	She blamed herself.
She sat by herself. (एकटीच)	He lifted the trunk himself. (कोणाच्या मदतीविना)

नाम, विशेषनाम, सर्वनाम यांच्यावर जोर देण्यासाठी Reflexive Pronouns वापरावीत आणि ती कर्त्यानंतर लिहावीत.

५५ Demonstrative Pronouns: दर्शक सर्वनामे :

इंग्रजीमध्ये चार दर्शक सर्वनामे आहेत.

Singular	**Plural**	**Singular**	**Plural**
this	these	that	those

यांना Demonstrative Adjectives असेही म्हणतात. ही विशेषणे नामाच्या वचनाप्रमाणे लागतात.

this boy	that dog
these boys	those dogs

५६ Demonstrative Pronouns with Indefinite Pronouns: one – ones

दोघांची तुलना करावयाची असल्यास अथवा दोघांमध्ये निवड करावयाची असेल, तर Indefinite Pronouns (one, ones) ही Demonstrative Pronouns नंतर लिहावीत.

Examples:

a) That walking stick is very costly, I will buy this (one)

b) She will carry light bags; I will carry these heavy ones.

खुलासा : वाक्य (a) मध्ये one लिहिले अथवा न लिहिले तरी चालेल, परंतु वाक्य (b) मध्ये विशेषणापूर्वी (heavy) Demonstrative Pronoun आले असल्याने ones लिहिणे आवश्यक आहे.

५७ Distributive Pronouns: व्यक्तिदर्शक सर्वनामे :

a) each, everyone, everybody, everything, either, neither ही Distributive Pronouns आहेत.

each – Distributive Pronoun व Distributive Adjective देखील आहे.

every – फक्त Distributive Adjective आहे.

each व every यांची तुलना :

साम्य : १) गटापैकी प्रत्येक व्यक्तीचा अगर वस्तूचा उल्लेख करता येतो.

२) each/every पुढे एकवचनी क्रियापद येते.

फरक : i) each हे Distributive Pronoun असूनही त्याचा Distributive Adjective म्हणूनही उपयोग करता येतो, तर every हे फक्त Distributive Adjective आहे.

ii) दोन किंवा अधिक व्यक्ती/वस्तूंपैकी एकाचा उल्लेख करताना each वापरतात. अशा व्यक्ती/वस्तूंची संख्या मात्र मर्यादित असावी लागते. मोठी संख्या असल्यास एकाचा उल्लेख करताना every योजतात.

1) Three boys were there. Each (boy) had a bag.

2) There were 40 scouts. Every scout had a torch.

b) Everyone व Everybody म्हणजे all the people

All the people ऐवजी everyone किंवा everybody वापरतात. All the people पुढे अनेकवचनी क्रियापद येते. पण everyone/everybody एकवचनी असल्याने त्याच्यापुढे एकवचनी क्रियापद येते.

C) Everyone is working in the field. – All the farmers are working in the field.

Either – Neither:

either – दोन्हींपैकी एक (व्यक्ती अथवा वस्तू)

neither – दोन्हींपैकी कोणतीच नाही (व्यक्ती अथवा वस्तू)

: There are only two mangoes.

: I will take either.

Neither हे सामान्यपणे वाक्याच्या प्रारंभी वापरतात.

: Neither of the jackfruits was good.

: Which have you sold?

: Neither.

D) Eitherचा विशेष उपयोग

He did not take it. She did not take it, either.

दोन्ही नकारार्थी वाक्ये असून, एकच क्रिया असेल, तर दुसऱ्या वाक्याच्या शेवटी either वापरतात

***टीप** : either... or, neither... nor या constructions आहेत. वरील नियम त्यांना लागू नाहीत. त्यांचे भिन्न नियम आहेत. प्रकरण १३/२४२ Constructions पाहा.*

५८ Quantitative Pronoun: परिमाणवाचक सर्वनाम:

None हे परिमाणवाचक सर्वनाम आहे.

Examples:

He has two writing pads, she has none.

My brother ate three cakes, I ate none.

महत्त्वाचे :

१) अनेकांपैकी एक – one

२) अनेकांपैकी प्रत्येक – each, every

३) अनेकांपैकी एकही नाही – none

४) दोघांपैकी एक – either

५) दोघांपैकी एकही नाही – neither

वरील सर्व निरनिराळी pronouns एकवचनी असून, त्यांच्यापुढे एकवचनी क्रियापद लागते.

अपवाद : none हे उभयवचनी आहे. क्रियापदावरून ते एकवचनी किंवा अनेकवचनी आहे, हे ठरते.

५९ Interrogative Pronouns: प्रश्नार्थी सर्वनामे:

who, what, which ही प्रश्नार्थी सर्वनामे आहेत.

Case: विभक्ती

Nominative प्रथमा	Who	What	Which
Objective द्वितीया	Whom	What	Which
Passessive षष्ठी	Whose	–	–

विशेष :

व्यक्तीसंबंधी – Who

वस्तूसंबंधी – Which

व्यक्ती व वस्तूसाठी – What

महत्त्वाचे : Who, Which, What यांना वचन नाही. म्हणजेच एकवचन व अनेकवचनासाठी एकच रूप आहे.

विभक्तीची उदाहरणे :

Who:

Nominative:	प्रथमा :	Who is that little girl?
Objective:	द्वितीया :	Whom did you give the letter?
Possessive:	षष्ठी :	Whose pen is this?

What:

Nominative: What made you keep quiet?
: (My nature made me keep quiet.)

Objective: What did you eat yesterday?
: (I ate sandwiches yesterday.)

Which:

Nominative: Which of the flowers is fresh?
: (This flower is fresh.)

Objective: Which library have you joined?
: (I have joined the school library.)

६० Relative Pronouns: संबंधी सर्वनामे :

who, which, that

व्यक्तीसंबंधी – who, that

वस्तूसंबंधी – which, that

*(**टीप** : संबंधी सर्वनामांमध्ये लिंग व वचन यांबाबतीत फरक नाही.)*

Uses: उपयोग :

1) **Who:**

a) The boy **who** stood first at the S.S.C. Examination is very poor.

b) Whom: This is the boy **whom** I met on the bus.

c) Whose: The pupils **whose** exercise books are in the school should collect them from the teachers' room.

2) **Which:**

The sum **which** she could not solve was not very difficult.

विशेष : which हे Relative Pronoun – all, much, little, everything, none, nothing किंवा superlative नंतर वापरीत नाहीत. त्याऐवजी that वापरतात.

All the leaves **that** fall down are carried away by the blowing wind.

६१ a) Defining Relative Clause: नियामक संबंधी वाक्यखंड :

उभयान्वयी अव्ययाच्या (Conjunction) अगोदर असलेल्या नामाचे त्याच प्रकारच्या इतर नामांपासून वेगळेपण दाखवणाऱ्या वाक्यखंडाला Defining Clause म्हणतात.

A boy who has won the prize is my neighbour.

boy गटातील ज्याला बक्षीस मिळाले, त्याच्यासंबंधी बोलावयाचे आहे. त्या गटातून (बक्षीस मिळवणारा) एक मुलगा वेगळा दाखविण्यासाठी who has won the prize हा वाक्यखंड योजला. त्या वाक्यखंडाला who हे Relative Pronoun (म्हणजेच conjunction) असल्याने त्याला Defining Relative Clause म्हणावयाचे.

b) Non-defining Relative Clause: अनियामक संबंधी वाक्यखंड :

जी नामे अथवा विशेषनामे निश्चित असतात किंवा एकमेव असतात, अशा नामांपुढे येणाऱ्या वाक्यखंडाला अनियामक संबंधी वाक्यखंड म्हणतात.

व्यक्तीविषयक :

i) His father, who is seventy-five now, was a pilot.

ii) Sant Tukaram, whose Abhangas are immortal, lived in a village Dehu, near Pune.

वस्तूविषयक :

1) A new house which is complete has no running water.

*(**टीप** : Non-defining Relative Clause हा Main Clause पासून स्वल्पविरामांच्या साह्याने वेगळा दाखविलेला असतो किंवा तसा दाखवावा. वाक्य 1 मध्ये एका नव्या घराबद्दल निश्चितपणे बोलावयाचे आहे. ते विशिष्ट घर असल्याने Nondefining Relative Clause ची योजना केली आहे.)*

(अधिक खुलाशासाठी प्रकरण १८/३१९ Punctuation पाहा.)

■

4. Adjectives

विशेषणे

६ २ Kinds: प्रकार :

१) Qualitative Adjectives: गुणवाचक विशेषणे :
good, clever, heavy, golden, black

२) Quantitative Adjectives: परिमाणवाचक विशेषणे :
some, many, any, much, enough, few, no

३) Distributive Adjectives: निर्देशक विशेषणे :
each, every, other, either, neither

४) Interrogative Adjectives: प्रश्नकारक विशेषणे :
which, what, whose

५) Possessive Adjectives: स्वार्थकारक विशेषणे :
my, our, your, his, her, its, their

६) Demonstrative Adjectives: दर्शक विशेषणे :
this, these, that, those

***टीप** : a, an, the ही उपपदे (articles) दर्शक विशेषणे आहेत.*

७) Proper Adjectives: विशेषनामांची विशेषणे :
Indian, English, German
An Indian farmer, An English merchant, A German scientist

८) Adjectives of Emphasis: आघातदर्शक विशेषणे :
own, very (हाच, हीच, हेच, तोच, तीच, तेच)
This is his <u>own</u> tractor.
That <u>very</u> farmer received the award.

९) Numeral Adjectives: संख्यावाचक विशेषणे :

one, three, twelve, first, second, hundredth

a) one, two, ten यांना Cardinal Numbers म्हणतात. वाक्यातील नामाला How many? असा प्रश्न विचारल्यावर येणारे उत्तर Cardinal Number असते.

b) first, second, tenth, fiftieth यांना Ordinal Numbers (क्रमवाचक अंक) म्हणतात. ते व्यक्ती, वस्तू वगैरेंचा क्रम दाखवितात.

Cardinal Numbers व Ordinal Numbers यांना Numeral Adjectives म्हणतात.

ten fingers, thirty houses, forty trees, the third day, the fourth page, the seventh row

१०) Adjectives of Comparison: तरतमवाचक विशेषणे :

Positive Degree: Iron is as heavy as lead. (लेड)

Comparative Degree: She is cleverer than he.

Superlative Degree: The Ganga is the holiest river.

६३ Adjectives & Number: विशेषणे व वचन :

विशेषणांना वचन नाही. त्यामुळे एकवचनी तसेच अनेकवचनी नामांना लागणाऱ्या विशेषणांच्या रूपांत काहीच बदल होत नाही.

Examples:

a dark cloud. dark clouds

Exceptions: अपवाद

a) दर्शक विशेषणांना Demonstrative Adjectivesना वचन आहे.

Singular – this, that Plural – these, those

Examples:

This book is mine. These books are yours.

That table is new. Those tables are new

b) Numeral 'one' हे एकवचनी आहे, तर बाकीची Numerals – two, five, eighteen, etc. ही अनेकवचनी आहेत.

one boy, one word; पण two girls, six cows

६४ Position of Adjective: विशेषणाचे स्थान :

i) सर्वसाधारणपणे विशेषण नामापूर्वी येते.

a fast train, an interesting news, the strong gate

ii) एकाच नामाची दोन विशेषणे असली, तरी and वापरायचे नाही.

a big old tree two smart boys

परंतु रंगाबद्दल विशेषणे असतील, तर मात्र शेवटच्या विशेषणापूर्वी and

वापरतात.

a saffron, white and green flag

(saffron – केशरी)

iii) परंतु to be ची क्रियापदे am, is, are, was, were, (shall) be, (will) be, इ. तसेच, seem, appear, look ही क्रियापदे वाक्यात आली असता and हे उभयान्वयी अव्यय वापरतात, तसेच, विशेषणे नामानंतर येतात.

The garden is big and round.

The worker looked tired, pale and exhausted.

६५ Adjective of Quality: गुणवाचक विशेषण :

१) नामाचा गुणविशेष किंवा अधिक माहिती सांगणाऱ्या शब्दाला गुणवाचक विशेषण Adjective of Quality असे म्हणतात.

a light bag; wet clothes; a thin, weak boy

६६ Use: उपयोग :

गुणवाचक विशेषणांचा नामांसारखा उपयोग होतो. अशा वेळी त्या विशेषणाला the हे definite article लागते.

अशी नामे अनेकवचनी असून, त्यांना अनेकवचनी क्रियापदे लागतात.

Examples:

the poor याचा अर्थ the poor people. याचप्रमाणे the rich, the sick, the wounded, the needy, etc.

वरीलप्रमाणे विशेषणाला the लावल्यास त्यापुढे नामाचा उल्लेख करण्याची गरज नसते. अशा वेळी त्या नामाचे अनेकवचन असते. परंतु एकवचनी उपयोग करायचा असल्यास नामाचा उल्लेख करावाच लागतो. अशा वेळी तो शब्द विशेषण असतो, नाम नव्हे.

१) The sick were given a medical help

२) The sick man was given a medical help

वाक्य १ मध्ये sick हे नाम असून अनेकवचनी आहे. वाक्य २ मध्ये man या एकवचनी नामाचे sick हे विशेषण आहे.

६७ Quantitative Adjectives: परिमाणवाचक विशेषणे :

a, an, one, some, many, much, no, a few

A (i) a आणि one: a, an ही one ची लघुत्व पावलेली रूपे आहेत. तरीही वापराच्या बाबतीत फरक आहे. विशिष्ट संदर्भात a व one या दोघांनाही महत्त्व आहे. एक दुसऱ्याबद्दल वापरता येत नाही.

a) A pen is not enough at the examination.

b) One pen is not enough at the examination.

वाक्य a हास्यापद आहे. पेन नसेल, तर परीक्षेत उत्तरपत्रिका कशी लिहिणार? वाक्य b बरोबर आहे. परीक्षेच्या वेळी अगदी एकच पेन नेले व ते बिघडले वा पडून मोडले, तर परीक्षेत खोळंबा होईल.

पुढील उदाहरण पाहा :

One boy was rather weak, others were strong.

सर्व मुलांपैकी एका विशिष्ट मुलाचा उल्लेख करायचा असल्याने तेथे a वापरता येणार नाही. a म्हणजे सर्व मुलांच्या गटातील कोणताही एक मुलगा, पण one हा इतर मुलांमधून वेगळा काढलेला विशिष्ट मुलगा, असा अर्थ होतो.

या उलट पुढील वाक्य पाहा :

A boy brought me water.

या विधानात a च्या ऐवजी one चालणार नाही. मुलाने पाणी आणले, मुलीने किंवा कोणा प्रौढ माणसाने नव्हे, असे सूचित करायचे आहे.

ii) One चा सर्वनाम (Pronoun) म्हणून उपयोग होतो.

One of the books is lost.

The book is out of print. You may get one from a bookstall of old books.

B) some आणि any:

some व any अनेकवचनी नामांपूर्वी येतात. अंकात मोजता न येणाऱ्या (uncountable – अगणनीय) नामांनाही some व any ही विशेषणे लावता येतात.

वैशिष्ट्ये :

१) some होकारार्थी वाक्यात योजतात.
any नकारार्थी वाक्यात योजतात.

२) गणनीय नामे : Countable Nouns:
Some boys were waiting in the class.
He hasn't any stamps now.

३) अगणनीय नामे : Uncountable Nouns:
There was some milk left in the kettle.
He hasn't taken any food since morning.

४) i) केवळ होकारार्थी वाक्यात some वापरतात.

ii) नकारार्थी/प्रश्नार्थी वाक्यात व clause of condition मध्ये some च्या ऐवजी any वापरतात. तसेच, hardly सारखा गर्भित नकारार्थी शब्द व without या शब्दयोगी अव्ययानंतर any योजतात.

Please give me <u>some</u> milk.

I do not have <u>any</u> milk.

Have you <u>any</u> sugar?

There were hardly <u>any</u> flowers in the garden.

We did the work without <u>any</u> difficulty.

तसेच, in any case व at any rate या सारख्या phrases मध्येही any वापरतात. वरील वाक्यांत some वापरता येत नाही.

Exceptions: अपवाद :

विशिष्ट परिस्थितीत वरील नियमांना सोडून some व any यांचे उपयोग केले जातात.

A) १) एका गटातील कोणतीही एक व्यक्ती-वस्तू असा अर्थ असेल, तर होकारार्थी वाक्यातही any वापरतात.

Any fool can understand the importance of discipline.

वरील वाक्यातील any (fool)चा a (fool) सारखा उपयोग आहे. पण anyचा परिणाम a ने साधला जाणार नाही. अर्थाच्या दृष्टीने any चा जोर a वापरल्याने मुळीच साधणार नाही.

२) If ने सुरू होणाऱ्या वाक्यात जर शंका व्यक्त केली असेल, तर any वापरतात.

If you have any difficulty, come to me.

३) दुसऱ्याला निवडीबाबत सवलत देणे –

Take <u>any</u> magazine you like.

B) १) **Some – Negative sentence: नकारार्थी वाक्य :**

विचारलेल्या प्रश्नाचे उत्तर होकारार्थीच अपेक्षित असते, तेव्हाच नकारार्थी वाक्यात some योजता येते.

: Didn't he give you some biscuits?

: Yes, he gave me two

२) आमंत्रण किंवा विनंती असेल, तेव्हा प्रश्नार्थी वाक्यात some उपयोगात आणता येते.

Will you give me some honey?

C) many, much

१) मोजता येणाऱ्या (गणनीय) अनेकवचनी नामापूर्वी many हे विशेषण वापरता येते. आणि –

२) मोजता न येणाऱ्या (अगणनीय) एकवचनी नामापूर्वी much हे विशेषण वापरता येते. पण सामान्यपणे नकारार्थी वाक्यात much योजतात व होकारार्थी वाक्यात मात्र plenty (of), a lot (of) वापरतात.

i) Many merchants were present there.

ii) Did you have much difficulty in finding my house?

iii) There is not much food in the house.

D) little, few

१) अगणनीय नामांसाठी – little

२) गणनीय नामांसाठी – few

I) little – (गर्भित) नकारार्थ, परंतु a little = थोडे.

II) few – (गर्भित) नकारार्थ, परंतु a few = थोडे.

a) There is little tea in the kettle. चहा (जवळजवळ) नाही.

b) There are few tickets now. तिकिटे (जवळजवळ) उरली नाहीत.

खुलासा : १) मोजता न येणारा चहा, म्हणून – little

२) मोजता येणारी तिकिटे, म्हणून – few

पण i) There is a little water in the bucket. (थोडे पाणी)

ii) There are a few mangoes in the basket. (थोडे आंबे)

E) no, none

no हे विशेषण व क्रियाविशेषण आहे.

(not हे क्रियाविशेषण आहे.)

none हे सर्वनाम म्हणून वापरतात.

Example:

I have no raw mangoes. He ate no cakes.

He has three pictures, she has none. She ate none.

F) Compound forms: संयुक्त रूपे :

some + one – someone any + one – anyone

some + body – somebody any + body – anybody

some + thing – something any + thing – anything

no + one – none no + body – nobody no + thing – nothing

Examples:

i) Someone is waiting for you.

ii) I saw somebody going out.

iii) There is something under the cupboard.

iv) Has anyone come here?

v) Anybody will help you.

vi) Has anything unusual happened?

vii) There was none in the house.

viii) I saw <u>nobody</u> I knew.

ix) There is <u>nothing</u> interesting in the news.

६८ Distributive Adjectives: निर्देशक विशेषणे :

A) <u>each</u>, <u>every</u>, <u>other</u>

<u>everyone</u>, <u>everybody</u>, <u>everything</u>

<u>either</u>, <u>neither</u>

कोणत्याही गटातील प्रत्येकाचा उल्लेख करून सर्व गटांचा निर्देश करणारी each व every ही विशेषणे आहेत.

Each boy has a torch.

'प्रत्येक मुलाजवळ विजेरी आहे', असे प्रत्येक मुलासंबंधी विधान करून, 'सर्वांजवळ टॉर्च होते' असे सांगितले आहे. हेच विधान असे करता येईल –

All have torches. परंतु हे वाक्य अनेकवचनी आहे.

each व every एकवचनी असून त्यांच्यापुढे एकवचनी क्रियापद येते.

each व every मधील फरक :

१) दोन व्यक्ती/वस्तू असल्या, तरी each वापरता येते. मात्र every वापरता येत नाही.

Two girls were standing at the gate. Each (girl) had a rose.

[येथे every वापरता येणार नाही.]

२) each हे सर्वनाम म्हणूनही वापरता येते. every वापरता येत नाही.

Each of the boys wanted to try.

३) अनेक व्यक्ती/वस्तू असल्यास each/every पैकी कोणतेही विशेषण योजता येते.

<u>Each/Every</u> child was carrying a small flag

B) <u>either</u>, <u>neither</u>

a) either म्हणजे दोन व्यक्ती किंवा दोन वस्तूंपैकी एक

b) neither म्हणजे दोन्हीपैकी एकही नाही

i) You must not favour <u>either</u> side in the dispute.

***टीप** : दोनांपेक्षा अधिक व्यक्ती-वस्तू असल्यास any किंवा any one of... याचा वापर करावा.*

ii) <u>Neither</u> boy passed the test.

***टीप** : दोनांपेक्षा अधिक व्यक्ती/वस्तू असतील, तर none किंवा none of... वापरावे.*

सूचना : either व neither यांचा विशेषण म्हणून वर विचार केला आहे. either व neither ही सर्वनामे आहेत व क्रियाविशेषणेही आहेत.

६९ Interrogative Adjectives: प्रश्नकारक विशेषणे :

<u>whose, which, what</u>

whose – व्यक्तींसाठी

which – वस्तूंसाठी

what – व्यक्ती व वस्तू दोन्हींसाठी

Examples:

: Whose books are these? : Whose pen is this?

: They are Amit's. : It is hers.

: Which way shall we go?

अपवाद : काही वेळा व्यक्तीविषयी which वापरतात?

Which Karnik do you want, S. S. Karnik or D. D. Karnik?

: What papers do you read daily?

: I read The Times of India and Maharashtra Times.

७० a) **Possessive Adjectives: स्वार्थकारक विशेषणे :**

<u>my</u>, <u>our</u>, <u>your</u>, <u>his</u>, <u>her</u>, <u>its</u>, <u>their</u>

b) **Possessive Pronouns: स्वार्थकारक सर्वनामे :**

<u>mine</u>, <u>ours</u>, <u>yours</u>, <u>his</u>, <u>hers</u>, <u>its</u>, <u>theirs</u>

विशेष सूचना : Possessive Pronoun वापरताना कोठेही apostrophe [अपॉस्ट्रफि चिन्ह] (') येत नाही. its म्हणजे 'चे'; पण it's म्हणजे it is. त्याचा अर्थ 'ते आहे' असा होतो.

Examples:

A man loves his country. A woman loves her country.

A dog wags its tail. Birds build their nests.

Possessive Adjectiveचा संबंध ज्याची मालकी किंवा ताबा असेल, त्या व्यक्तीशी असतो, वस्तूशी नसतो. त्यामुळे वस्तू एक असेल किंवा अनेक असतील, Possessive Adjective बदलत नाही.

my book my books his shirt his shirts.

their house their houses

Possessive Adjective	**Possessive Pronoun**
This is <u>my</u> book.	This book is <u>mine</u>.

She has got <u>her</u> identity card; have you got <u>yours</u>?

It is our ball. The ball is ours. (नाम वापरून)
It is ours. (नाम गाळून)

विशेष उपयोग :

a friend of mine – हा माझ्या अनेक मित्रांपैकी एक मित्र

a brother of hers – तिच्या भावांपैकी एक भाऊ

७१ Demonstrative Adjectives: दर्शक विशेषणे :

this – (singular) that – (singular), such same

these – (plural) those – (plural)

Examples:

1) My father was born in this village.

2) Life was easier in those days.

3) I have met many such people.

4) Both got up at the same time.

७२ Proper Adjectives: विशेषनामांचा विशेषणासारखा उपयोग :

a) प्रदेशांच्या नावांचा विशेषणासारखा उपयोग

an African elephant a Polar bear

a Tibetan antelope a Gir lion

b) व्यक्तींच्या नावांचा विशेषणासारखा उपयोग :

Laxman's cartoon Shankar's Weekly

७३ Adjectives of Emphasis: आघातदर्शक विशेषणे :

very – (हाच, हीच, हेच; तोच, तीच, तेच) own – (स्वत:चाच)

Examples:

i) The very word 'ghost' frightens children.

ii) This is my own idea.

७४ Numeral Adjectives: संख्यावाचक विशेषणे :

दोन प्रकार 1) Cardinal Numbers – one, nine, sixteen, sixty, ninety

2) Ordinal Numbers – first, ninth, twelfth, sixtieth, hundredth, thousandth

१) Cardinal Numbers:

a) एखादी संख्या लिहायची किंवा वाचायची असल्यास शेवटच्या अंकापूर्वी and योजावे.

365 – Three hundred and sixty-five

4685 – Four thousand six hundred and eighty-five

(b) जेव्हा 100, 1000, 1,00,000 अशा पूर्ण संख्या असतील, तेव्हा अक्षरात लिहिताना a लिहावा.

100 – a hundred 1,000 – a thousand

1,00,000 – a lakh किंवा a lac (भारत व पाकिस्तानमध्ये फक्त)

पण वर लिहिलेल्या संख्येत काही संख्या मिळवल्यास and वापरावे.

101 – One hundred and one

1234 – One thousand two hundred and thirty-four

c) hundred, thousand, million अशी निश्चित संख्या असेल, तर वरील शब्दांचे अनेकवचन करीत नाहीत.

Nine hundred students Two thousand and thirty buses

परंतु एखादी संख्या अंदाजाने सांगायची असेल, तर वरील शब्दांची अनेकवचनी रूपे वापरतात.

hundreds of birds ousands of flowers millions of people

टीप *: वरील संख्या अंदाजाने सांगितल्या असल्यामुळे of हे preposition संख्येनंतर वापरले आहे. पण मोजून निश्चित संख्या लिहायची असेल, तर of कदापी वापरू नये.*

Seven thousand rupees

d) dozen, score, gross यांना अनेकवचन नाही. जेव्हा मोजलेली संख्या असेल, तेव्हा s नाही, of नाही.

a dozen mangoes three score and ten

(dozen – 12 score – 20 gross – 144)

जेव्हा अंदाजाने बोलायचे असेल, तेव्हा dozen व score यांची अनेकवचने होतात व of वापरावे लागते.

dozens of eggs scores of sheep

gross (उच्चार ग्रोऽस) वापरताना नेहमी of वापरतात. पण अनेकवचन होत नाही.

A gross of sheets Five gross of paper clips

२) Ordinal Numbers: क्रमवाचक संख्या :

second, fifteenth, twenty-third, eightieth, hundredth, thousandth.

विशेष : fifth, eighth, ninth, twelfth यांची अनियमित स्पेलिंग होतात.

a) Ordinal Nnumbers (क्रमवाचक) अंकामध्ये लिहिताना शेवटची दोन अक्षरे अपरिहार्यपणे लिहावीत.

first = 1st	twenty-first = 21st
second = 2nd	thirty-second = 32nd
third = 3rd	forty-third = 43rd
fourth = 4th	fifty-fourth = 54th

b) Compound Cardinal Numbers बद्दलचा and चा नियम Compound Ordinal Numbers ना लागू आहे.

101st = A hundred and first

c) Ordinal Numbers च्या पूर्वी the हे definite article (उपपद) लागते.

the tenth day, the eleventh player

७५ Adjectives of Comparison: तरतमवाचक विशेषणे :

दोन सजीवांची किंवा निर्जीवांची तुलना विशेषण वा क्रियाविशेषण यांच्या साहाय्याने करता येते. [या ठिकाणी आपण फक्त विशेषणांचा विचार करणार आहोत.]

तुलनेचे म्हणजेच तरतमभावाचे तीन प्रकार आहेत.

i) Positive Degree ii) Comparative Degree iii) Superlative Degree

Positive: विशेषण/क्रियाविशेषणाच्या मागे as व पुढे as किंवा मागे so व पुढे as लागते.

as ... s	so ... as
as smart as	so high as

Comparative: तरवाचक

विशेषणाला -er हे उत्तरपद लागून किंवा विशेषण/क्रियाविशेषणापूर्वी more लागून comparative ची रूपे होतात.

fast – faster tall – taller wonderful – more wonderful

Superlative: तमवाचक

विशेषणाला -est हे उत्तरपद लागून किंवा विशेषण/क्रियाविशेषणाला the most लागून superlative ची रूपे तयार होतात.

विशेष : superlative च्या पूर्वी the हे definite article वापरले पाहिजे, असा दंडक आहे.

the happiest the cleverest the most beautiful

Positive	**Comparative**	**Superlative**
near	nearer	nearest
easy	easier	easiest
good	better	best

useful more useful most useful

Comparative – Superlative ची रूपे तयार करण्याच्या पद्धती :

१) एक syllable (सि'लबल) असलेल्या विशेषणाला -er व -est ही उत्तरपदे लावून comparative व superlative ची रूपे तयार करता येतात.

high	higher	highest
tall	taller	tallest

खुलासा : syllable म्हणजे उच्चारावयव

उच्चारावयव म्हणजे उच्चाराचा एक गट

शब्दाच्या उच्चारात केवळ एकच स्वर किंवा एक स्वर आणि एक किंवा अधिक व्यंजने असतील, तर त्याला उच्चाराचा एक गट म्हणावे.

१) One syllable adjectives: एक उच्चारावयव असलेली विशेषणे :

new	newer	newest
low	lower	lowest

२) Adjectives of two syllables: दोन उच्चारावयव :

दोन उच्चारावयव असलेल्या विशेषणांची तरवाचक व तमवाचक रूपे वरीलपैकी कोणत्याही एका प्रकाराने करता येतात.

holy	holier	holiest
clever	cleverer	cleverest

३) तीन किंवा अधिक उच्चारावयव :

interesting	more interesting	most interesting
wonderful	more wonderful	most wonderful

४) ज्या विशेषणाच्या शेवटी y हे व्यंजन येते, त्यांना -er हा उत्तरप्रत्यय लागण्यापूर्वी y चे अपरिहार्यपणे i मध्ये रूपांतर होते.

Positive	**Comparative**	**Superlative**
costly	costlier	costliest
easy	easier	easiest
holy	holier	holiest
merry	merrier	merriest
pretty	prettier	prettiest
wealthy	wealthier	wealthiest

टीप *: y पूर्वी व्यंजन आले असल्यानेच y चे i मध्ये रूपान्तर झाले.*

५) अंती व्यंजन असलेली एक उच्चारावयव असलेली विशेषणे :

त्या अंतिम व्यंजनाचे द्वित्व होते.

big	bigger	biggest
fat	fatter	fattest
hot	hotter	hottest
red	redder	reddest
sad	sadder	saddest
thin	thinner	thinnest

६) Irregular comparison: अनियमित तरतमभाव

Positive	**Comparative**	**Superlative**
good, well	better	best
bad, evil, ill	worse	worst
much	more	most परिणाम)
many	more	most (संख्या)
little	less	least
late	later	latest (आधुनिक)
	latter	last (क्रम)
far	farther	farthest (अंतर)
	further	furtherest (वेळ व अंतर)
near	nearer	nearest
old	older	oldest (वयाने)
	elder	eldest (एकाच कुटुंबात)

***टीप** : elder व eldest व्यक्तिसंबंधात व त्यातही एकाच कुटुंबातील ज्येष्ठता दर्शविण्यासाठी अशा वेळी वयाचा विचार केलेला नसतो. वयाचा विचार भिन्न कुटुंबांच्या बाबतीत करतात, तेव्हा older, oldest योजावे. older व oldest व्यक्ती व वस्तू या दोन्हींच्या संदर्भात वापरतात.*

elder पुढे than कदापि वापरीत नाहीत.

७) फक्त तरवाचक व तमवाचक रूपे असलेली विशेषणे :

Positive	**Comparative**	**Superlative**
रूप नाही	inner	innermost
रूप नाही	outer	outermost outmost
रूप नाही	upper	uppermost

७६ Articles: उपपदे :

Articles ही एका अर्थाने विशेषणे होत.

1) A tree fell on a house.

2) The tree fell on a house.

3) A tree fell on the house.

4) The tree fell on the house.

खुलासा : १) (कुठलेतरी एक) झाड (कोणत्यातरी एका) घरावर पडले. या उदाहरणात बोलणाऱ्या व्यक्तीला कोणते झाड आणि कोणते घर, याबद्दल निश्चित माहिती नाही.

२) झाड (कोणत्यातरी) घरावर पडले.

विधान करणाऱ्या व्यक्तीला जे झाड पडले; त्याबद्दल माहिती आहे, परंतु त्या झाडाजवळ चार-पाच घरे होती, त्यांपैकी कोणत्या घरावर झाड पडले, हे त्याला नक्की माहीत नाही.

३) या उदाहरणात बोलणाऱ्याला घर माहीत आहे; पण त्या घराजवळच असलेल्या चार-सहा झाडांपैकी नक्की कोणते झाड त्या घरावर पडले, याची माहिती त्या व्यक्तीला नाही.

४) या उदाहरणात मात्र विधान करणाऱ्या व्यक्तीला घर व झाड यांच्याबद्दल निश्चित माहिती आहे.

वरील सर्व उदाहरणांमध्ये tree व house ही दोन सामान्य नामे आहेत. त्यांना a, the ही उपपदे लागली आहेत. त्यांना articles म्हणतात.

इंग्रजी भाषेत a, an, the अशी तीन उपपदे आहेत. त्यांची दोन प्रकारांत विभागणी होते.

I) The Indefinite Articles – a, an

II) The Definite Article – the

७७ The Indefinite Articles: अनियामक उपपदे :

a आणि an यांची व्युत्पत्ती one या संख्याविशेषणापासून झाली. याचाच अर्थ असा, की फक्त एकवचनी नामांना a, an ही उपपदे लागतात. अनेकवचनी नामांना ती कधीच लागत नाहीत.

Rule: नियम :

१) गणनीय (countable) अशा कोणत्याही एकवचनी नामाला a, an ही उपपदे लागतात.

a) व्यंजनाचा उच्चार असलेल्या एकवचनी गणनीय नामाला a हे उपपद लागते.

a book a boy a cow a hill

b) स्वराने सुरुवात झालेली असूनही, त्या गणनीय (ए.व.) नामाचा उच्चार व्यंजनासारखा होत असेल, तर त्या ए.व. गणनीय नामापूर्वीही a हे उपपद लागते.

a unit – उच्चाराप्रमाणे spelling लिहून दाखवायचे झाल्यास yunit असे लिहिता येईल. u हा स्वर असूनही उच्चार y (व्यंजनाचा) असल्यामुळे उपपद a लावले आहे.

a universe a ewe a one-legged doll

२ a) ज्या नामाचा उच्चार स्वराच्या ध्वनीसारखा होतो अशा गणनीय ए.व. नामाला an हे उपपद लागते.

an egg an elephant an ink bottle

b) व्यंजनाने सुरुवात झालेल्या नामाचा उच्चार स्वराच्या ध्वनीचा असेल, तर ए.व. गणनीय नामामागे an हे उपपद लागते.

an hour an honest man

c) आद्याक्षरांपूर्वी –

an S.S.C. an M.A. an M.L.A. an M.P.

या सर्व आद्याक्षरांचा उच्चार स्वरांच्या ध्वनीने होतो. पण a B.A.

B चा उच्चार व्यंजनाचा आहे.

३) (i) लिंगाचा (पुल्लिग, स्त्रीलिंग, नपुंसकलिंग) a, an या उपपदांवर काहीच परिणाम होत नाही.

a man a woman a table

ii) विभक्तीचाही a, an या उपपदांवर काही परिणाम होत नाही.

७८ Uses: उपयोग :

१) अंकात मोजता येणाऱ्या (गणनीय) एकवचनी नामापूर्वी –

A dog is an animal.

२) व्यवसाय दर्शविणाऱ्या ए.व. शब्दापूर्वी

a farmer, a tailor, a doctor, an engineer

३) वर्ग दाखविणाऱ्या ए.व. शब्दापूर्वी –

1) An elephant is a clever animal.

(an elephant = all elephants)

2) A coconut tree is very useful.

४) संख्यात्मक शब्द/शब्दसमूह यांपूर्वी –

a dozen a century a couple ahundred rupees

५) किमती, वेग, प्रमाण –

twelve rupees a kilo, eighty kilometres an hour, three times a day

६) राष्ट्रीयत्व, राजकीय पक्ष, नोकरीतील पद –

I am an Indian.

He is a socialist.

She is a typist.

***टीप** : परंतु एकमेव पद/स्थान असेल, तर त्या संस्थेच्या बाबतीत a हे उपपद योजू नये. तेथे the लागते.*

the Prime Mininster of India

the head of the family

the Headmaster of the school

७) लहानसान आजाराबाबत –

I have got a cold. The child has a bad cough.

परंतु मोठ्या आजारासंदर्भात –

The man has heart trouble.

A boy has polio.

अशा वेळी उपपद वापरू नये.

८) उद्‌गारवाचक वाक्यामध्ये –

What a beautiful flower!

What a horrible sight it was!

What an ignorant man he is!

विशेष : गणनीय ए.व. नामाचा प्रथम उल्लेख करताना a/an उपपद लागते; पण त्याच व्यक्ती-वस्तूचा पुन्हा उल्लेख करायचा झाल्यास the हे उपपद लावावे.

Exceptions: अपवाद :

a व an ही उपपदे लागत नाहीत –

i) अनेकवचनी नामांचा प्रथम उल्लेख होत असला, तरी a/an लावू नये; कारण a/an म्हणजे one.

scientists girls umbrellas

पण विशिष्ट वैज्ञानिक, मुली व छत्र्या यांसारख्या अनेकवचनी नामांना the लागते.

the scientists in India the girls of our school.

ii) अगणनीय नामांपूर्वी : Uncountable Nouns:

news luggage advice furniture

knowledge या अगणनीय नामापूर्वी उपपद लागत नाही –

Knowledge is power.

पण विशिष्ट विषयाच्या ज्ञानाबद्दल बोलायचे झाल्यास उपपद लागते.

Our teacher has a knowledge of the stars.

hair : i) The old man has grey hair.

परंतू ii) She has a grey hair. Two grey hairs are on his shoulder.

खुलासा : hair हे समुदायवाचक एकवचनी नाम आहे. वाक्य (i) मध्ये (सर्व) केस पांढरे आहेत, असा अर्थ आहे. वाक्य (ii) मध्ये मात्र एका केसाचा उल्लेख आहे. म्हणजे एकवचनी उपयोग केला आहे. Two पुढे अनेकवचन येते.

iii) वस्तू – पदार्थापूर्वी

glass (काच), paper, milk, tea, coffee, stone, wood, iron या नामांपूर्वी उपपद लागत नाही. पण पुढील भेद लक्षात घ्या.

1) A mirror is made of glass.	There is a glass on the table. (glass = भांडे)
2) We use paper to write on.	She is reading a paper. (paper = वृत्तपत्र, संशोधनपर निबंध)
3) Iron is a very useful metal.	I use an iron. (इस्त्री)
4) I drink coffee.	There is a jar of coffee.
5) Stonehouses are strong.	There is a stone.
6) Children like milk.	She buys a litre of milk daily.

iv) भाववाचक नामांपूर्वी : before Abstract Nouns:

hope , love , fear, rest, sorrow, kindness, peace, faith, goodness

a) rest = विश्रांती

कामगार दिवसात दोन-तीन वेळा विश्रांती घेत असतील, तर त्यांनी एकदा विश्रांती घेतली, असे विधान करताना उपपद वापरावे.

The workers are taking a rest now.

v) ज्ञानाच्या विषयापूर्वी –

English, Marathi, Hindi, Mathematics, Physics येथे वरील विषय विशेषनाम proper nouns म्हणून वापरले आहेत, हे ध्यानात घ्या.

vi) जेवण-न्याहारी –

breakfast, meals, lunch, dinner, supper

परंतु नित्याच्या साध्या जेवणाव्यतिरिक्त खास निमित्ताने दिलेल्या मेजवानीचा उल्लेख करताना उपपद लागते.

नेहमीचे जेवण – I invited him to dinner last month.

परंतु खास मेजवानी – He gave us a good dinner.

vii) विशेषनामांपूर्वी – before Proper Nouns:

Sachin, Madhuri, India, Asia, Mumbai, Pune

viii) Man – मानव किंवा मानवजात

Man is mortal. मानव मर्त्य आहे.

Man has worked hard for food, clothing and shelter.

ix) प्रवासाच्या वाहनापूर्वी –

i) They came by train.

ii) We travelled by air, by land, by bus, by boat, by sea

x) a/an आणि one

a/an मुळे विशिष्ट गटातील एकाचा उल्लेख होतो. one मुळे संख्येचा बोध होतो.

a dog – कुत्रा म्हणजे घोडा किंवा वाघ नव्हे.

one dog – एक कुत्रा म्हणजे दोन, तीन किंवा अधिक कुत्रे नव्हेत.

xi) a/an चा one सारखाही उपयोग करतात.

I bought these at <u>a</u> rupee a pair.

Jeevan will reach the post office in <u>a</u> minute.

विशेष : गणनीय नामाला विशेषण लागल्यास शब्दांचा क्रम article adjective noun असा असतो. विशेषणाला उपपद लागत नाही. पण नामापूर्वी विशेषण आल्यास विशेषण + नाम मिळून शब्दांचा गट तयार होतो. त्या वेळी उपपद विशेषणाच्या स्वर-व्यंजनाच्या उच्चाराप्रमाणे लागते.

Examples:

i) a boy पण [an intelligent boy.]

ii) an island पण [a rocky island.]

खुलासा : intelligent boy मिळून एक संयुक्त शब्द तयार झाला. boy पूर्वी a उपपद लागले; पण नवीन शब्दाच्या सुरुवातीस स्वराचा उच्चार असल्याने an हे उपपद लागले. दुसऱ्या उदाहरणात rocky island ची सुरुवात व्यंजनाच्या उच्चाराने होत असल्याने a हे उपपद लावले.

Exercise No 2. Elementary stage

Fill in the gaps by inserting 'a' or 'an' and rewrite them.

i) He bought ..... camera.

ii) I am ..... M.A.

iii) We shall reach there in ..... hour.

iv) ..... boy came running.

v) He broke ..... leg in ..... accident.

Exercise No 3. Intermediate stage

Insert 'a' or 'an', if necessary.

a) There is ..... hour and ..... half for lunch.

b) She went by ..... bus to her village.

c) ..... one-eyed man should not be ... driver.

d) Do you take ..... sugar in ..... milk?

e) His master paid him ..... thousand rupees .... year.

७९ The Definite Article: नियामक उपपद : The:

The हे this, these, that, those या दर्शक विशेषणांपासून तयार झालेले weak रूप आहे.

The हे उपपद (i) निश्चित (ii) सर्वांना माहीत असलेली गोष्ट, (iii) एकमेव गोष्ट– यांचा उल्लेख करताना त्या नामांच्या पूर्वी लावतात.

उच्चार : pronunciation: स्वराच्या ध्वनीचा शब्द पुढे असेल, तर the चा उच्चार 'दी' किंवा दि करावा. पुढे व्यंजनाच्या ध्वनीचा शब्द असेल, तर 'द' किंवा 'द्' असा उच्चार करावा. यांतील फरक पाहू या.

वाक्याच्या सुरुवातीस the येत असेल, तर त्याचा अनुक्रमे उच्चार दी किंवा द होतो व वाक्याच्या मध्ये the आल्यास ध्वनी लघुत्व पावून अनुक्रमे दि किंवा द् असा उच्चार होतो.

Examples.

i) The apples are ripe. (दी)

ii) The mangoes are sweet. (द)

iii) All the ants were busy.(दि)

iv) All the best. (द्)

अपवाद : परंतू शब्दावर जोर द्यावयाचा असल्यास the पुढे व्यंजनाचा उच्चार असलेला शब्द आला, तरी 'दी' किंवा 'दि' असा उच्चार करावा.

Examples:

i) : Who is he?

: He is the shopkeeper.

येथे shopkeeper वर जोर द्यावयाचा आहे, म्हणून वरील वाक्यात the चा 'दी' असा दीर्घ उच्चार करावा.

८० Uses: उपयोग :

१) the हे नियामक उपपद एकवचनी, तसेच, अनेकवचनी नामाला लागते.

the dog the dogs

२) the हे नियामक उपपद तिन्ही लिंगी नामाला लागते.

the man the woman the table

३) कोणत्याही विभक्तीचा परिणाम the वर होत नाही.

The boy came. He called the girl. Mother told the child a story.

४) एकदा उल्लेख झालेल्या गणनीय नामाचा पुन्हा उल्लेख करताना –

There were a boy and a girl.

The boy was twelve years old and the girl was ten.

५) बोलणाऱ्या व्यक्तीच्या मनात विशिष्ट व्यक्ती किंवा वस्तू असेल, तर –

the tree, the shopkeeper, the building

६) सर्वांना माहीत असलेली अथवा एकमेव गोष्ट –

the sky, the earth, the sun, the floor, the ceiling, the Equator (विषुववृत्त)

७) समूहातील एक व्यक्ती किंवा वस्तू वेगळी दाखविताना –

The girl, wearing a yellow sari, is my sister.

८) वस्तीत एकच गोष्ट असेल, तेव्हा –

(i) वस्तीत एक बाग आहे –

My grandfather is in the garden.

(ii) वस्तीत दोन-तीन बगीचे आहेत. त्यांतील कोणतीही एक बाग, असा अर्थ असताना –

My grandfather is in a garden.

(iii) संपूर्ण वस्तीत एकच डॉक्टर आहे किंवा डॉक्टर पुष्कळ आहेत; पण त्यातील आपल्या कुटुंबाचा ठराविक डॉक्टर –

We have called the doctor.

परंतु शहरात असलेल्या डॉक्टरांपैकी एका डॉक्टरास बोलाविले आहे –

We have called a doctor.

९) तमवाचक विशेषण – क्रियाविशेषणापूर्वी : Superlative Degree:

He is the best student in the class.

१०) a) तरवाचक विशेषण – क्रियाविशेषणापूर्वी (Comparative Degree): the हे उपपद वापरीत नाहीत. परंतु दोघांच्या तुलनेत एक अधिक चांगला/वाईट असे सांगायचे असताना –

i) <u>The</u> higher the tower, <u>the</u> wider the view.

ii) <u>The</u> more he has, <u>the</u> more he wants.

*(**टीप** : येथे the हे क्रियाविशेषण आहे.)*

b) सुनील गावसकर व दिलीप वेंगसरकर यांची तुलना अशी करता येईल.

Sunil Gavaskar was better than Dilip Vengsarkar.

परंतु पुढील वाक्य पाहा :

Sunil was <u>the</u> better cricketer.

११) एखाद्या गोष्टीवर जोर देऊन उल्लेख करताना :

This is <u>the</u> way to the post office.

१२) वर्ग किंवा संपूर्ण गट दर्शविताना :

<u>The</u> horse is a faithful animal.

१३) विशेषणाच्या साहाय्याने समुदायाचा उल्लेख करताना :

the poor, the rich, the wounded, the blind, the crippled,

the poor (people), the wounded (soldiers), the blind (children), the crippled (persons)

१४) first/second सारख्या Ordinal Numbers क्रमवाचक अंक किंवा next, last शब्दांपूर्वी :

On the <u>first</u> day the images of Ganapati are set up. On the <u>last</u> day they are immersed.

the next day, the last month of the year

***टीप** : idol हा शब्द असंस्कृत लोकांच्या देवदेवतांच्या मूर्तीला योजतात. येशूच्या मूर्तीला कदापि idol म्हणत नाहीत.*

१५) समुद्र, नद्या, बेटांचा समुदाय, रांगा असलेला पर्वत, अनेक गटांचा देश (अनेकवचनी रूप) :

the Indian ocean, the Indrayani, the West Indies, the Himalayas, the U.S.A., the U.K.

१६) वाद्याच्या पूर्वी : musical instruments:

She learnt to play <u>the</u> harmonium.

१७) a) धार्मिक ग्रंथ : the scriptures:

the Bhagwadgita, the Bible, the Koran

b) महत्त्वाचे ग्रंथ :

the Ramayana, the Mahabharata, the Iliad, the Odyssey

१८) दिशा व ध्रुव : the directions and the poles:

the east, the south, the North Pole

१९) i) वैज्ञानिक शोध : Inventions:

The telephone is a most useful invention.

ii) काही इतर शोध : discoveries:

Nobody knows who invented the wheel.

२०) संपूर्ण कुटुंबाचा उल्लेख करताना :

the Pandits, the Desais, the Kulkarnis

२१) देशवासीय :

the Indians, the English, the Japanese

२२) वर्तमानपत्रे :

The Times of India, The Statesman

२३) संस्थेच्या सर्वोच्चपदी असलेल्या व्यक्तीचा उल्लेख :

the President of India, the Defence Minister, the Mayor of Mumbai, the Headmaster

२४) विद्यापीठ : University:

the University of Mumbai. the University of Pune

२५) सणाच्या सुट्ट्या : Festival holidays:

the Summer vacation, the Christmas Holidays

२६) इमारती, मनोरे, पूल, बोगदे, इत्यादी :

the Kutub Minar, the Eiffel Tower, the Red Fort, the Taj Mahal, the Pyramid, the Central Library

२७) मृत माणसाचा उल्लेख : The late Shri B. N. Naik

८१ The हे नियामक उपपद केव्हा वापरू नये ?

I) विशेषनाम (Proper Nouns) – Hemant, Pune

भाषा (Languages) – English, Marathi

देश countries – India, Australia

शहर Towns – Mumbai, London

II) भाववाचक नामे : Abstract Nouns:

love, happiness, death

I love my country. Men fear death.

परंतु विशिष्ट अर्थाने वापर असेल, तर the हे उपपद लागते.

The death of the Prime Minister

III) Possessive Adjective वापरल्यास –

The bag is mine. It is my bag.

IV) खाद्यपदार्थ

I had macaroni for breakfast.

(macaroni – शेवया)

V) शरीराचे अवयव : Parts of the body

कपडे : Articles of clothing

Examples: Raise your hand. He took off his shirt.

***टीप** : वरील प्रकारात Possessive Adjective चा वापर करण्याचा प्रघात आहे म्हणून उपपदे वापरीत नाहीत.*

अपवाद : पुढील वाक्ये लक्षपूर्वक वाचा.

He held the child by the collar.

I patted him on the shoulder.

The stone hit her in the face.

vi) home, school, market, hospital, temple, college, bed, court, prison, sea, work या नामांपूर्वी –

1) home – She left home. We hurried home.
2) school – She goes to school (to study).
3) market – My sister goes to market (to buy/sell).
4) hospital – The sick man went to hospital (for treatment).
5) The women go to temple (to worship).
6) They returned from college (had gone to study).
7) I went to bed early (to sleep).
8) The poor man had to go to court (as a litigant).
9) He was sent to prison (as a prisoner).
10) The seamen went to sea (as sailors).
11) They went to work (as workers).

नियम : ज्या हेतूसाठी वरील ठिकाणे उपलब्ध केली आहेत, त्या हेतूने तेथे गेल्यास the हे उपपद गाळावे. कोणतेच उपपद लावू नये. पण वरील primary purpose सोडून इतर कामासाठी गेले असता the हे उपपद लावावे.

school शिकण्यासाठी, bed झोपण्यासाठी, hospital रुग्णसेवेसाठी, church प्रार्थनेसाठी, sea खलाशी म्हणून

वरील हेतू नसेल, तर वरील नामांपूर्वी the हे उपपद लावावे.

Examples:

1) I went to the school to see my teacher friend.
2) He went to the bed to take a book there.
3) They visited the hospital as social workers.

4) The children went to the church to see the carving on the ceiling.

5) The women were at the sea along with their children. (– at the seaside to enjoy themselves)

vii) या उलट office, theatre नाट्यगृह cinema चित्रपटगृह – या शब्दांमागे the हे उपपद नेहमी लावावे.

i) Her father was at the office.

ii) The children have gone to the theatre to see a drama.

viii) पुढील वाक्यांतील the चा उपयोग नीट पाहा.

a) Oxygen supports life परंतू The oxygen of the atmosphere

b) Gold is precious परंतू The gold of the Kolar mines

c) Mercury is very heavy परंतू The mercury in the thermometer

आणखी असेच काही शब्द पाहा –

air, cloth, cotton, coal, fuel, flour (पीठ), gram, money, poetry, prose, rice, wealth, wheat

वरील नामांपूर्वी उपपद लागत नाही. परंतू वरीलप्रमाणे विशिष्ट संदर्भात वरील शब्द वापरताना the हे नियामक उपपद लावावे.

ix) the या नियामक उपपदाची पुनरुक्ती

एकाच व्यक्तीच्या संबंधात दोन/तीन विशेषणे वापरली, तर फक्त पहिल्या विशेषणापूर्वी the हे नियामक उपपद लावावे. पण जर दोन भिन्न व्यक्तींचा उल्लेख असेल, तर स्वतंत्रपणे the हे उपपद वापरावे.

1) The owner and manager of the company is an honest man.

खुलासा : owner व manager ही एकच व्यक्ती असल्याने फक्त पहिल्या नामापूर्वी the लावले. पण –

2) The owner and the manager are good men.

खुलासा : कंपनीचे मालक ही एक व्यक्ती आहे, तर मॅनेजर भिन्न व्यक्ती आहे. त्यामुळे owmer व manager पूर्वी वेगळे the उपपद वापरले.

3) V. V. Shirwadkar was the poet and dramatist.

4) The government honoured the poet and dramatist. (एकच व्यक्ती कवी व नाटककार आहे)

5) The goverment honoured the poet and the dramatist. (एक कवी व दुसरा नाटककार)

6) The government honoured the poets and the dramatists. (अनेक कवी व अनेक नाटककार)

Exercise No 4. Elementary

Insert the articles 'a', 'an' or 'the'.

1) My brother is ..... photographer.
2) Mother must be in ..... kitchen.
3) She took ..... orange.
4) That is ..... longest route.
5) Tonight ..... moon is looking bright.

Exercise No 5. Intermediate

Insert the articles 'a', 'an' or 'the' in the following sentences, if necessary.

i) : Did you come by ..... air?
   : No, I came by .... sea.
ii) If you go by ..... train, you will reach earlier.
iii) Pandharpur is on ..... bank of ..... Chandrabhaga.
iv) I have ..... headache and ..... sore throat.
v) During dinner she told him ..... interesting story.

Exercise No 6. Advanced

a) Father warned Minu ...... hundred times not to disturb him.
b) We are going to .... tea with ...... Deshmukhs to-day.
c) He got bronchitis and was taken to .... hospital.
d) ...... apples are sold by .... kilo. They are thirty rupees ..... kilo.
e) When .... Titanic was crossing ..... Atlantic, she struck ..... iceberg which tore .... huge hole in her bow.

■

5. Verbs

क्रियापदे

८२ Finite Verbs: आख्यात क्रियापदे :

१) ज्या क्रियापदांची (कर्त्याच्या) पुरुष-वचन यांना अनुरूप रूपे आहेत,

२) ज्यांच्या मदतीने काळ तयार करता येतात, आणि

३) ज्यांच्या मदतीने Indicative, Imperative व Subjunctive हे Mood तयार करता येतात, अशा क्रियापदांना Finite Verbs म्हणतात.

i) Be या क्रियापदाची Finites म्हणजे am, is, are, was, were ही रूपे होत.

तसेच ii) Be या क्रियापदाची Non-finites म्हणजे to be, being, been ही रूपे होत.

८३ Auxiliary Verbs: किंवा Helping Verbs: साहाय्यकारी क्रियापदे :

i) क्रियापदांचे काळ Tense तयार करण्यास साहाय्य करणाऱ्या, आणि

(ii) Passive Voice कर्मणी प्रयोग करण्यास मदत करणाऱ्या क्रियापदांना Auxiliary (Helping) Verbs असे म्हणतात.

(i) Tense काळ :

I am writing. He is reading. They are playing.

(ii) Passive Voice: कर्मणी प्रयोग

Tickets are sold. Water is supplied to citizens.

८४ Full Verbs: सामान्य क्रियापदे :

यांनाच Ordinary Verbs किंवा Common Verbs किंवा Main Verbs म्हणतात.

उदा. : buy, laugh, play, shut, throw, walk

Verbs

Transitive	Intransitive
a) I eat a mango.	b) He sleeps.

वाक्य a) मध्ये eat ही क्रिया चालू होऊन (transit), mango या नामाशी येऊन थांबते. जेव्हा एखादी क्रिया चालू झाली, की कुठेतरी ती थांबणार. ती क्रिया थांबायला 'object' पाहिजे. येथे object म्हणजे उद्दिष्ट, हेतू होय. खाण्याचे उद्दिष्ट mango होय. भाषेमध्ये क्रियेचे उद्दिष्ट किंवा हेतू noun (नाम), pronoun (सर्वनाम), proper noun (विशेषनाम) किंवा noun phrase (नाम शब्दसमुदाय) असू शकतो. अशा वेळी त्या क्रियापदाला transitory verb म्हणतात व त्या object ला Object (कर्म) म्हणतात. वाक्य a) मध्ये eat हे क्रियापद आहे. खाण्याची क्रिया mango पर्यंत जाऊन थांबते. तेव्हा mango हे object (कर्म) आहे. Eat ही क्रिया करणारा I आहे. त्याला doer of the action किंवा कर्ता (Subject) म्हणतात.

वाक्य b)मध्ये sleep ही क्रिया transit होत नाही, म्हणून अशा क्रियापदांना Intransitive Verbs अकर्मक क्रियापदे म्हणतात.

Transitive **सकर्मक**	**Intransitive** **अकर्मक**
1) He <u>rings</u> the bell.	5) The bell <u>rings</u>.
2) She <u>opened</u> the door.	6) The door <u>opened</u>.
3) We <u>shall grow</u> plants.	7) Plants <u>will grow</u>.
4) We <u>love</u> our country.	

वाक्य 1, 2, 3 मधील क्रियापदांना What? असा प्रश्न विचारल्यास येणारे उत्तर object असेल. वाक्य 4 मधील love या क्रियापदाला whom? प्रश्न विचारल्यास country हे उत्तर मिळते. ते object (कर्म) आहे. याउलट वाक्ये 5, 6, 7 मधील क्रियापदांना What? प्रश्न विचारला, तरी काहीही उत्तर मिळत नाही. म्हणून 1, 2, 3, 4 मधील क्रियापदे Transitive Verbs आहेत; तर 5, 6, 7 मधील क्रियापदे Intransitive verbs आहेत.

Exercise No. 7.

Pick out the Transitive Verbs with their objects and Intrasitive Verbs from among the sentences given below:

i) The sun rises in the east.

ii) She speaks English well.

iii) The plate broke.

iv) The waiter broke two plates.

v) I don't smoke cigarettes.

vi) Don't stand there.

vii) Watch the game.

प्रत्येक क्रियापदाला भूतकाळी रूप व भूतकाळ धातुसाधित विशेषण (तिसरे रूप) असतात. यावरून क्रियापदांचे A) Regular Verbs व B) Irregular Verbs अशी विभागणी केली जाते.

८५ A) Regular Verb: नियमित क्रियापद

(i) क्रियापदाच्या मूळ रूपावरून (base form) त्याच्या भूतकाळी रूपाची (past form) व तिसऱ्या रूपाची (past participle form) कल्पना येत असेल, आणि (ii) ज्या क्रियापदाचे भूतकाळी रूप व तिसरे रूप -d वा -ed लावून होत असेल, तर त्याला Regular Verb म्हणतात.

Examples:

wipe	wiped	wiped
laugh	laughed	laughed
cry	cried	cried

खुलासा : cry ला ed लागताना y च्या अगोदर व्यंजन असल्याने ed लागण्यापूर्वी y चे i मध्ये रूपांतर झाले. मात्र y च्या अगोदर स्वर असेल, तर y तसाच राहतो.

उदा. : play played pray prayed

पण याला काही क्रियापदे अपवाद आहेत.

pay paid, say said, lay laid, etc.

८६ B) i) Irregular Verb: अनियमित क्रियापद :

ज्या क्रियापदाचे भूतकाळी रूप (past form) व तिसरे रूप (past participle form) अनियमितपणे होतात. त्याला Irregular Verb म्हणतात.

Examples:

Base form	**Past form**	**Past Participle form**
speak	spoke	spoken
make	made	made
sleep	slept	slept
send	sent	sent
put	put	put

(iii) काही क्रियापदांना भूतकाळी दोन रूपे आहेत. एक रूप नियमित (regular), तर दुसरे रूप अनियमित (irregular).

learn	learned	learned
	learnt	learnt
spell	spelled	spelled
	spelt	spelt

(iv) काही क्रियापदांना दोन भिन्न अर्थ असतात. त्यामुळे साहजिकच त्यांना दोन भिन्न भूतकाळी व तिसरी रूपे असतात.

1) hang (टांगणे)	hung	hung
hang (फाशी देणे)	hanged	hanged
2) knit (विणणे)	knitted	knitted
knit (जोडणे)	knit	knit

८७ Anomalous Finite Verbs: असंगत आख्यात

Anomalous म्हणजे irregular. Ordinary Verbs अनियमित भूतकाळी रूपांमुळे irregular ठरतात. पण Finite Verbs वेगळ्या अर्थाने irregular असतात. Finite Verbs यांची २४ ही संख्या नियत आहे. ही 24 Anomalous Finite Verbs म्हणजे इंग्रजी भाषेचा पाया होय.

या 24 Anomalous Finites असलेली वाक्ये नकारार्थी किंवा प्रश्नार्थी करण्यास दुसऱ्या क्रियापदांची मदत घ्यावी लागत नाही. Ordinary Verbs असलेली वाक्ये Negative किंवा Interrogative करताना do, does, did या दुसऱ्या क्रियापदांचे साहाय्य घ्यावे लागते. या Ordinary किंवा Full Verbs पेक्षा 24 A.F. वेगळी आहेत. त्या अर्थाने ती irregular ठरतात. त्यांना to रूपे किंवा -ing रूपे नाहीत.

Finite चा अर्थ 'मर्यादित' असा आहे. Finite Verbsवर मर्यादा पडतात. सर्वनामाचा पुरुष First Person/Second Person/Third Person व वचन Singular/Plural प्रमाणे am, is, are, was, were, have, has, had, do, does, did ही क्रियापदे लागतात. I पुढे am येते. am दुसऱ्या कर्त्यापुढे येत नाही. अशा रीतीने प्रत्येक क्रियापदावर मर्यादा आहेत. म्हणून त्यांना Finite Verbs म्हणतात.

Non-finite Verbs			24 Anomalous Finite Verbs	
Infinitive	**Present Participle**	**Past Participle**	**Present Form**	**Past Form**
to be	being	been	am, is, are	was, were
to have	having	had	have, has	had
to do	doing	done	do, does	did
–	–	–	shall	should
–	–	–	will	would
–	–	–	can	could
–	–	–	may	might
–	–	–	must	–
–	–	–	ought	–
–	–	–	need	–
–	–	–	dare	–
–	–	–	–	used

टीप *: या 24 A. F. चे इंग्रजी भाषेत अनन्यसाधारण महत्त्व आहे.*

खुलासा : १) be, have, do ही A.F. क्रियापदे असून त्यांना Non-finite forms आहेत. Shall, will..... dare, used यांना Non-finite forms नाहीत.

२) be (am/is/are/was/were), have, do ही जशी helping verbs आहेत, त्याप्रमाणे Ordinary किंवा Full Verbs आहेत. पुढे अधिक खुलासा केला आहे.

आता वरील 24 Anomalous Finitesचे महत्त्वाचे कार्य पाहू या.

१) फक्त या 24 A.Fचा not या क्रियाविशेषणाशी संयोग होऊन n't असे लघुत्व पावलेले रूप तयार होते.

Contracted forms of 'not' joined with 24 A.F.

1) am + not	am not चा संयोग होत नाही.	12) shall + not	shan't
		13) should + not	shouldn't
अपवादात्मक रूप	aren't	14) will + not	won't
2) is + not	isn't	15) would + not	wouldn't
3) are + not	aren't	16) can + not	can't
4) was + not	wasn't	17) could + not	couldn't
5) were + not	weren't	18) may + not	mayn't
6) have + not	haven't	19) might + not	mightn't

7) has + not	hasn't	20) must + not	mustn't
8) had + not	hadn't	21) ought + not	oughtn't
9) do + not	don't	22) need + not	needn't
10) does + not	doesn't	23) dare + not	daren't
11) did + not	didn't	24) used + not	usedn't

2) (i) A.F. पुढे not लिहून वाक्य नकारार्थी करता येते. उदा.

i) I am ready. I am not ready.

ii) He was weak. He was not weak.

iii) We shall count. We shall not count.

(ii) वाक्यात A.F. नसेल, तर वाक्य नकारार्थी करताना do, does, did या A.F.ची मदत घ्यावी लागते. do/does/did च्या साहाय्याने क्रियापदाचा विस्तार केल्यावर not वापरून वाक्य नकारार्थी करता येते.

Examples:

I eat → I do eat → I do not eat.

She sings → She does sing → She does not sing.

He went → He did go → He did not go.

go या Ordinary Verb चा विस्तार असा होतो.

go = do + go goes = does + go went = did + go

३) i) A.F. कर्त्यापूर्वी आणून Inversion करून वाक्य प्रश्नार्थी (Interrogative) करता येते.

He is clever → Is he clever?

I was absent → Was I absent?

They will come → Will they come?

We can wait → Can we wait?

ii) वाक्यात A.F. नसेल, तर वाक्य प्रश्नार्थी करण्यापूर्वी do, does, did या A.F.च्या मदतीने क्रियापदांचा विस्तार करून घ्यावा लागतो.

उदा. He runs (= He does run). Does he run?

She slept (= She did sleep). Did she sleep?

४) i) Question Tag मध्ये फक्त A.F. येते. पण Ordinary Verb गाळावे लागते. विधान होकारार्थी असेल, तर Question Tag नकारार्थी व विधान नकारार्थी असेल, तर Question Tag होकारार्थी. (Transformation प्रकरण १४/२६९ पाहा.)

उदा. Tomorrow is Sunday.

Tomorrow is Sunday, <u>isn't it</u>?

He will not bring it.

He will not bring it, <u>will he</u>?

ii) वाक्यात A. F. नसेल, तर do, does, did या A.F.ची मदत घ्यावी लागते.

उदा. He <u>spoke</u> well.

(= He <u>did speak</u> well) He spoke well, <u>didn't he</u>?

५) Short answers: (संवादात/संभाषणात) छोटे उत्तर :

बोलताना 24 A. F. च्या साहाय्याने थोडक्यात उत्तर देणे.

i) Have you done your homework?

Yes, I have. (येथे I have म्हणजे I have done my homework.)

ii) Can she carry it?

Yes, she can.

६) The Emphatic Affirmative: जोरदारपणे किंवा ठासून सांगणे

i) I <u>do</u> take exercise daily.

येथे I take exercise daily ने वरील वाक्यातील अर्थ पकडता येणार नाही.

ii) She <u>did</u> return the umbrella.

७) Adverb: क्रियाविशेषणाच्या स्थानावर 24 A.F. चा परिणाम :

a) I <u>never</u> speak a lie.

b) I <u>have never</u> spoken a lie.

वाक्य a मध्ये कर्त्याशेजारी never हे क्रियाविशेषण आहे. पण (वाक्य b)मध्ये have हे A.F. आल्याबरोबर never हे क्रियाविशेषण कर्त्यापासून दूर गेले.

वरील वैशिष्ट्यांमुळे इंग्रजीत 24 Anomalous Finitesना अनन्यसाधारण महत्त्व आहे. या A. F.च्या मदतीविना इंग्रजीतील Tenses काळ, Voice प्रयोग, Negative नकारार्थ, Interrogative प्रश्नार्थ समजावून सांगणे सुतराम शक्य नाही. ही 24 Anomalous Finites व त्यांचे कार्य आत्मसात केल्यास वरील गोष्टी व एकूण इंग्रजी आत्मसात करण्यास खचितच मदत होईल.

आता या 24 Anomalous Finitesचे थोडक्यात कार्य पाहू –

मागे दिलेले Finite Verbsचे Table (तक्ता) पाहा. त्यातील Finites व Non-finitesकडे ध्यान द्या. त्यांतील 24 A.F.च्या प्रत्येक क्रियापदाचे कार्य स्पष्ट केले आहे.

८८ Be: स्वरूप व कार्य :

i) Beची Anomalous Finite ची पाच रूपे आहेत –

am, is, are, was, were व Non-finite ची तीन रूपे आहेत – to be, being, been.

ii) Be हे Auxiliary Verb (Helping Verb) असल्याने am, is, are च्या मदतीने Present Progressive Tense व was, were च्या मदतीने Past Progressive Tense करण्यास मदत होते. उदा.

I am reading. They are playing. – Present Progressive Tense

I was going. We were watching. – Past Progressive Tense

iii) Be क्रियापद Anomalous Finite असल्याने वाक्य a) नकारार्थी, b) प्रश्नार्थी, c) Question Tag, d) short answer, e) होकारार्थी उत्तरावर जोर देण्यास Beच्या रूपांचा उपयोग होतो.

a) Negative & b) Interrogative: Examples:

Affirmative	**Negative**	**Interrogative**	**Interrogative Negative**
I am	I am not	Am I?	Am I not?
She is	She is not	Is she?	Is she not?
They are	They are not	Are they?	Are they not?
He was	He was not	Was he?	Was he not?
We were	We were not	Were we?	Were we not?

c) Question Tag:	**Examples:**
I was there.	I was there, wasn't I?
She is there.	She is there, isn't she?
We are there.	We are there, aren't we?

d) Short answers: Examples

A: Is she there?	A: Are you ready?
B: Yes, she is.	B: Yes, we are.

e) Emphatic Affirmative: जोरदार होकारार्थी उत्तर :

A: It seems that it is not raining.

B: It is raining.

हा प्रकार लिखितापेक्षा संभाषणात संभवतो. येथे is वर जोर देतात.

८९ Be - Anomalous Finite

A) i) be च्या रूपांशी notचा संकोच होऊन n't असे संक्षिप्त रूप तयार होते.

ii) पुष्कळशा सर्वनामांशी (Pronouns) beच्या रूपांचा संकोच होतो.

Formal English **औपचारिक इंग्रजी**		**Informal English** **अनौपचारिक इंग्रजी**
Negative	**Pronoun + Be forms**	**Be forms + not**
I am not	I'm not	I am + not चा संकोच होत नाही. (*अपवाद – aren't)
We are not	We're not	We aren't
You are not	You're not	You aren't
He is not	He's not	He isn't
She is not	She's not	She isn't
It is not	It's not	It isn't
They are not	They're not	They aren't
I was not	सर्वनामाशी was/wereचा	I wasn't
We were not	संकोच होत नाही	We weren't

विशेष : * am + not चा संकोच होत नसल्याने Question Tag मध्ये aren't हे अपवादात्मक रूप वापरतात.

९० Be + infinitive: Be + to युक्त रूप :

A) I am to leave. We are to stay on.

You are to clean it. She is to prepare food.

वरील वाक्यांमध्ये दुसऱ्यांनी दिलेला आदेश किंवा सूचना आहे.

B) पुढील योजना व्यक्त करण्यासाठी :

a) The work is to start shortly.

The Prime Minister is to make a statement tomorrow.

b) Past forms: भूतकाळात वापर

i) She was to take a part. (Present Infinitive)

ii) He was to have sold his shop. (Perfect Infinitive)

वाक्य i) मध्ये तिने भाग घेतला की नाही हे समजण्यास मार्ग नाही. वाक्य ii)मध्ये त्याने दुकान विकायला हवे होते, ते त्याच्या हिताचे होते; पण त्याने दुकान विकले नाही, असा अर्थ व्यक्त होतो.

C) i) be + about + infinitive

नजिकच्या भविष्यातील घडणारी घटना सूचित करण्यासाठी

We are about to start a movement 'Keep Your City Clean'.

ii) भूतकाळात उपयोग

He was about to jump into the river to save the child.

तो नदीत उडी मारणारच होता; पण दुसऱ्याने त्या बुडत्या मुलाला वाचविले.

D) be + infinitive

दूरच्या भविष्यातील घटना सूचित करण्यासाठी हा प्रकार साधारणपणे भूतकाळात आढळतो.

The friends did not know that they were never to meet again.

दोन मित्रांनी जेव्हा निरोप घेतला, तेव्हा त्यांची भविष्यात पुन्हा गाठभेट होणार नाही, याची त्यांना किंचितही कल्पना नव्हती. नियतीने त्यांची पुन्हा भेट होऊ दिली नाही.

११ Be हे Full Verb म्हणून वापरले जाते.

am, is, are, was, were ही To Be Verbs आहेत. जेव्हा या क्रियापदांबरोबर दुसरी Ordinary Verbs येत नाहीत, तेव्हा ही क्रियापदे go, speak, run प्रमाणे Ordinary Verbs असतात. Beची तीन रूपे अशी आहेत –

Present Form	**Past Form**	**Past Participle Form**
be	was	been

Examples:

I am a teacher.	I was a student.
You are present.	You were absent yesterday.
He is angry today.	He was never angry before.
They are retired civil servants.	They were in service before.

सर्वनामांचे पुरुष Pronouns व त्यांची वचने Numbers यांना अनुरूप Be ची रूपे वापरावी लागतात. पुढे सर्वनामे व त्यापुढे येणारी Be ची रूपे दिली आहेत.

Pronouns and Forms of Be

Person	**Present Tense**		**Past Tense**	
पुरुष	**Singular ए. व.**	**Plural अ. व.**	**Singular ए. व.**	**Plural अ. व.**
First Person प्रथम पुरुष	I am	We are	I was	We were
Second Person द्वितीय पुरुष	You are	You are	You were	You were
Third Person तृतीया पुरुष	He / She / It — is	They are	He / She / It — was	They were.

Negative व Interrogative करताना Ordinary Verbsच्या बाबतीत आपण do, does, did वापरतो. पण Beची क्रियापदे Ordinary असताना देखील do, does, did या Helping Verbsचा Negative/Interrogative करण्यासाठी सामान्यपणे उपयोग करीत नाहीत. पण आज्ञार्थी वाक्यात Imperative Sentenceमध्ये do या Helping Verbचा उपयोग केला जातो. तसेच, ज्या प्रश्नाचे उत्तर आपल्याला अपेक्षित असते, पण परिणाम साधण्यासाठी तो प्रश्न विचारतात (Rhetorical Questions) तेव्हाही do, does, did या Helping Verbsची मदत घेतली जाते.

Examples:

Do be quiet. Don't be so impatient. Never be nervous.

Why don't you <u>be</u> regular? Why doesn't she <u>be</u> a teacher?

Why didn't he <u>be</u> a businessman?

वरील प्रत्येक प्रश्नाचे उत्तर अपेक्षित आहे. पण केवळ परिणाम साधण्यासाठी प्रश्न विचारला आहे.

१२ Be: Future Tense:

To be हे Auxiliary Verb म्हणजे Helping Verb असल्याने tenses तयार करण्यास Beच्या रूपांची मदत होते, हे वर पाहिले. Beची be, being, been ही Non-finites रूपे होत. यांतील Beची मदत घेऊन Future Progressive Tense

तयार करता येतो.

भविष्यकाळी shall/will ही चिह्ने वापरून त्यापुढे be व नंतर क्रियापदाचे - ing लावलेले रूप वापरले, की Future Progressive Tense झाला.

(Tenses हे ६ वे प्रकरण पाहा.)

I shall be going. We shall be running.

He will be waiting. They will be standing.

१३ Be: Passive forms: कर्मणी प्रयोग :

i) Beच्या am, is, are, was, were या Finitesपुढे क्रियापदाचे तिसरे रूप वापरून Passive Voice तयार होतो.

ii) Beच्या be, being, been या Non-finitesपुढे क्रियापदाचे तिसरे रूप Past Participle वापरून Passive Voice तयार होतो.

Examples:

Finites वापरून		**Non-finite वापरून**
I <u>am</u> told.	I <u>was</u> asked.	I shall <u>be</u> helped.
He <u>is</u> caught.	He <u>was</u> invited.	He will <u>be</u> stopped.
We <u>are</u> warned.	We <u>were</u> paid.	We shall <u>be</u> called.

Non-Finites वापरून –

Active: He is cleaning the rooms.

Passive: The rooms are <u>being</u> cleaned by him.

१४ Be: Infinitive, Participle, Past Participle
विकारप्रत्यय नसलेले क्रियापदाचे मूळ रूप, धातुसाधित विशेषण

१) Infinitive: to युक्त रूप : He seems <u>to be</u> a clever boy.

२) Participle: –ing रूप किंवा धातुसाधित विशेषण : Being very poor, he does not want to join the school trip.

३) Past Participle: तिसरे रूप : i) I have been to Darjeeling.

ii) He has been to Jamshedpur.

Be हे महत्त्वाचे क्रियापद आहे. Be चे स्वरूप व त्याचे कार्य लक्षपूर्वक अभ्यासा. त्यामुळे इंग्रजीचा पाया तयार होईल.

१५ Have चे स्वरूप व कार्य :

Have, has, had ही Anomalous Finites आहेत. त्यांपैकी has हे haveचे अपवादात्मक रूप आहे. (have+s = haves = has) hasला to युक्त रूप नाही,

तसेच त्याला -ing रूप (participle) नाही. Had हे भूतकाळी A.F.चे रूप आहे.

i) प्रथम पुरुषी I,We; द्वितीय पुरुषी You, You; व तृतीय पुरुषी अनेकवचनी They पुढे have येते.

ii) तृतीय पुरुषी एकवचन He, She, It या सर्वनामांपुढे has येते.

iii) भूतकाळी वाक्यात कोणत्याही कर्त्यापुढे had येते.

१६ A) Have — Auxiliary किंवा Helping Verb

a) Present Perfect Tense आणि Past Perfect Tense हे काळ तयार करण्यास have हे साधित क्रियापदाचे कार्य करते. या काळाची वाक्ये तयार करताना have पुढे (has/had पुढेही) Ordinary Verb चे Past Participle (तिसरे रूप) येते.

Examples:

I have bought a pen.	We have seen a movie.
He has received a letter.	She has sung a song.

b) Passive Voice कर्मणि प्रयोग करताना have (तसेच has/had) पुढे Beचे तिसरे रूप been येते व त्यानंतर Ordinary क्रियापदाचे तिसरे रूप येते.

Examples:

i) I have eaten an orange. – Active Voice

An orange has been eaten by me. – Passive Voice

ii) She has sung a song. – Active Voice

A song has been sung by her. – Passive Voice

c) Have हे Anomalous Finite असल्याने वाक्य –

a) Negative नकारार्थी, b) Interrogative प्रश्नार्थी, c) Question Tag, d) Short Answer (Avoidance of Repetition), e) Emphatic Affirmation होकारार्थी उत्तरावर जोर, f) Adverb Position

(a) and (b) Examples:

Affirmative	**Negative**	**Interrogative**	**Interrogative Negative**
होकारार्थी	**नकारार्थी**	**प्रश्नार्थी**	**प्रश्नार्थी नकारार्थी**
I have	I have not	Have I?	Have I not?
We have	We have not	Have we?	Have we not?
You have	You have not	Have you?	Have you not?
They have	They have not	Have they?	Have they not?

He has	He has not	Has he?	Has he not?
She has	She has not	Has she?	Has she not?
It has	It has not	Has it?	Has it not?

c) Question Tag: **Examples:**

I have got a box. → I have got a box, haven't I?

He has had no money. → He has had no money, has he?

d) Short Answers: **Examples:**

A: Have you finished your homework?

B: Yes, I have.

A: Has he returned the book?

B: Yes, he has.

e) Emphatic Affirmative: ठाम होकारार्थी उत्तर :

A: None has informed the class teacher, it seems.

B: I have informed the class teacher.

[वरील प्रकार संभाषणात अधिक संभवतो.]

१७ B) To have: Anomalous Finite: असंगत आख्यात

i) Have हे A.F. असल्याने have च्या पुढे not आल्यास not संकोच पावून त्याचे n't हे संक्षिप्त रूप तयार होते. (पृ. ५९ पाहा.)

ii) सर्वनामांशी have चा संयोग होतो. वरील दोन्हीही contractions चे प्रकार आहेत. (पृ. ८६ पाहा.)

Examples: Present Tense:

Formal English औपचारिक इंग्रजी	Informal English अनौपचारिक इंग्रजी	
Negative	**Pronoun + have forms**	**Have form + not**
I have not	I've not	I haven't.
We have not	We've not	We haven't.
You have not	You've not	You haven't.
She has not	She's not	She hasn't.

***टीप** : He/She/It + is = He's, She's, It's ही रूपे होतात. तसेच, He/She/ It + has = वरीलप्रमाणेच रूपे होतात. Contraction दोन्ही बाबतींत 's असेच होते. Interrogation मध्ये अशा प्रकारे Contraction होत नाही.*

Past Tense

Negative	Pronoun + had	had + not
I had not	I'd not	I hadn't
We had not	We'd not	We hadn't
You had not	You'd not	You hadn't
He had not	He'd not	He hadn't

***टीप** : Interrogative मध्ये Pronoun + had चे संक्षिप्त रूप होत नाही. 'd हे संक्षिप्त रूप had, should, would या तिन्ही A.F. बाबत केले जाते.*

have + infinitive अनिवार्यता दाखविण्यासाठी.

विशेष : have + infinitive आले, तर त्याचा अर्थ must असा होतो.

I have to go. = I must go.

I had to buy a pen. (must ला भूतकाळ नसल्याने had to वापरून कार्यभाग साधला जातो.)

(must हे A.F.चे कार्य पाहा.)

have + object कर्म + past participle (तिसरे रूप)

हा इंग्रजीचा विशेष आहे. यामधून भाषेचे सामर्थ्य व प्रगल्भता दिसून येते.

'मी केस कापले' हे अगदी संदिग्ध विधान झाले. नाभिक barber केस कापतो. आपण आपले केस नाभिकाकडून कापून घेतो.

I have my haircut – Present Tense

I had my haircut – Past Tense

तसेच He had the box opened.

मालकाने (नोकराकडून) खोके उघडून घेतले.

येथे have + object + p.p. हा क्रम पाळलाच पाहिजे. नाहीतर अर्थाचा अनर्थ होतो. पाहा :

He had opened the box. त्याने स्वत:च खोके उघडले, असा चुकीचा अर्थ होईल.

१८ Have – Special Constructions:

जेव्हा वाक्याची सुरुवात स्पष्ट नकारार्थाने किंवा अध्याहृत (मुग्ध) नकारार्थाने होते, तेव्हा वाक्यात कर्त्यापूर्वी inversionच्या नियमाने have, has, had ही A.F. येतात.

Examples:

i) No sooner <u>have</u> I finished my work than I shall go out.

ii) Hardly <u>had</u> she finished cooking when she served food.

iii) Rarely <u>have</u> we travelled beyond Maharashtra.

iv) Seldom <u>has</u> he failed in his duty.

v) He <u>has</u> not spoilt the photos. Nor <u>have</u> I.

वाक्ये क्र. ii), iii), iv) मधील Hardly, Rarely, Seldomमध्ये नकारार्थाचा भाव असतो. म्हणून त्या वाक्यांतील कर्त्यापूर्वी had, have, has ही A.F. आली आहेत. हेच सूत्ररूपाने असे मांडता येईल :

सूत्र : Negative + A.F. + S + V.....

***(टीप** : Constructions हे प्रकरण १३ पाहा.)*

१९ Have – an Ordinary Verb

to write, to run याप्रमाणे have हे सामान्य क्रियापद म्हणून वापरतात. त्याची तीन रूपे अशी :

Present Tense	**Past Tense**	**Past Participle**
have	had	had
has	had	had

Examples:

Present Tense	**Past Tense**
I have a binoculars.	He had a room.
He has a shop.	They had a car.

***(टीप** : Tense हे प्रकरण ६ पाहा.)*

Negative & Interrogative: नकारार्थी व प्रश्नार्थी :

Have हे Ordinary Verb म्हणून वापरतात, तेव्हा नकारार्थी व प्रश्नार्थी वाक्य करताना do, does, didची मदत घेतात.

Affirmative	Negative	Interrogative
I have a bag.	I do not have a bag.	Do I have a bag?
He has a pen.	He does not have a pen.	Does he have a pen?
We had a farm.	We did not have a farm.	Did we have a farm?

Have – Helping Verb and Ordinary Verbची तुलना –

a) i) Present Perfect Tense | All 12 tenses

ii) Past Perfect Tense

b) i) Helping Verb

Affirmative	Negative	Interrogative
I have taken coffee.	I have not taken coffee.	Have I taken coffee?
He has sold toys.	He has not sold toys.	Has he sold toys?
We had visited.	We had not visited.	Had we visited?

ii) a) Ordinary Verb: haveचा अर्थ possess

I have a house. She has a shop.

Affirmative	Negative	Interrogative
I have a house.	I do not have a house.	Do I have a house?
She has a shop.	She does not have a shop.	Does she have a shop?
They had money.	They did not have money.	Did they have money?

ii) a) haveचा अर्थ take (a meal), give (a party) – इत्यादी

Examples:

I have breakfast. He has a bath. We had dinner.

ही वाक्ये नकारार्थी/प्रश्नार्थी करताना do, does, did यांची मदत घ्यावी लागते.

Negative: नकारार्थी :

I do not have breakfast. He does not have a bath.

We did not have dinner.

Interrogative: प्रश्नार्थी :

Do I have breakfast? Does he have a bath?

Did we have dinner?

Have – Non-finite

Infinitive	Participle	Past Participle
to युक्त रूप	धातुसाधित विशेषण -ing form	तिसरे रूप

to have	having	had

Infinitive: She likes <u>to have</u> the house look clean.

Participle: <u>Having</u> reached Pune, the children went to Alandi.

Past Participle: He has <u>had</u> Raja Ravi Verma's paintings.

१०० Do क्रियापदाचे स्वरूप व कार्य :

तीन रूपे	do	did	done
	does	did	done

***टीप** : Does हा काही वेगळा प्रकार नव्हे. तृ.पु. ए.व. he/she/it पुढे do ला -es लागून होणारे ते रूप आहे.*

Affirmative	**Negative**	**Interrogative**
I do.	I do not.	Do I?
We do.	We do not.	Do we?
He does.	He does not.	Does he?

Interrogative Negative: Do I not? Does he not?

Past Tense:

I did	I did not	Did I?	Did I not?

Do पुढे to लोप पावलेले रूप म्हणजे bare infinitive येते.

I do not <u>like</u> it. Does she <u>watch</u> it? Did he <u>repay</u> it?

वरील वाक्यांमध्ये (to) like, (to) watch, (to) repay ही bare infinitive (to लोप पावलेली) रूपे आहेत.

१०१ Do – an auxiliary: साहाय्यकारी क्रियापद:

a) Go, speak यांसारख्या Ordinary Verbची Interrogative Negative रूपे करण्यास do, does, did ही Helping Verbs (Auxiliary Verbs) मदत करतात.

	Present Tense	**Past Tense**
Affirmative:	i) I go.	We spoke.
	ii) He goes.	
Negative:	i) I do not go.	We did not speak.
	ii) He does not go.	
Interrogative:	i) Do I go?	Did we speak?
	ii) Does he go?	

b) Do + infinitive

Affirmative (होकारार्थी) वाक्यात do + infinitive वापरून एखादे विधान ठामपणे करता येते.

a) I do take exercise. – Present Tense

b) I did meet him. – Past Tense

वरील वाक्ये अशीही लिहिता येतील. I take exercise. I met him. पण मुळातील वाक्यातील जोर या वाक्यांत येत नाही. a) मी व्यायाम करतोच, व b) मध्ये मी त्याला भेटलोच हा अर्थ आहे.

1) I take exercise. – मी व्यायाम करतो.

2) I do take exercise. – मी व्यायाम करतोच.

c) Short answers to avoid repetition: प्रश्नातील शब्दांची पुनरावृत्ती टाळण्यासाठी

a) He reads a lot.	"Yes, he does."
b) Do you practise daily?	"Yes, I do."
c) She passed the test.	"Yes, she did."
d) They did not miss the bus.	"No, they didn't."

d) In additions: दोघांची एकच क्रिया किंवा उलट

i) Her brother goes to school, so does she.

ii) He loves to play cards, but I don't.

iii) I do not drive a car, but she does.

e) Question Tags

i) She knows how to swim.

She knows how to swim, doesn't she?

ii) He wasted his time.

He wasted his time, didn't he?

f) Do हे Imperative आज्ञार्थी वाक्यात –

Do आज्ञार्थी वाक्याच्या सुरुवातीस वापरून request (विनंती) किंवा invitation (निमंत्रण) देता येते.

i) Do come again. ii) Do help her.

स्पष्टीकरण : वाक्य (i)मध्ये invitation असून, वाक्य (ii) मध्ये request आहे.

१०२ Do – Special Constructions:

वाक्याची सुरुवात स्पष्ट नकार किंवा अध्याहृत (मुग्ध) नकार असलेल्या शब्दाने होत असेल, तर कर्त्यापूर्वी do, does, did ही Anomalous Finites येतात. येथे

inversionचा नियम लागतो.

Examples:

i) No sooner does the curtain go up than the children watch the play keenly.

ii) Not only did I finish my work but I helped her also.

iii) Little did she realize the hidden danger in it.

iv) She does not understand classical music. Nor does her brother.

वाक्य iii) मधील वाक्याची सुरुवात Littleने झाली आहे. Little शब्दात अध्याहृत नकार असतो. म्हणून त्या वाक्यात she या कर्त्यापूर्वी did हे A.F. आले आहे.

***टीप** : अधिक माहितीसाठी प्रकरण १४ (पृ. २०५) Transformation पाहा.*

१०३ Do – an Ordinary Verb:

Have प्रमाणे do हे सामान्य क्रियापदही आहे. त्यामुळे वाक्य Interrogative Negative करताना do, does, did या Anomalous Finitesची मदत लागते.

Affirmative	Negative	Interrogative	Interrogative Negative
I do	I do not do.	Do I do?	Do I not do?
He does	He does not do.	Does he do?	Does he not do?
We did	We did not do.	Did we do?	Did we not do?

स्पष्टीकरण : Do हे Anomalous Finite आहे; तसेच, ते Ordinary Verb आहे, हे तुम्हांला समजले आहे. वरील वाक्यांमध्ये अधोरेखित केलेली क्रियापदे A.F. आहेत, तर बाकीची do ही Ordinary Verbs आहेत.

महत्त्वाचे : Do या Ordinary Verbचे १२ tenses होतात.

काही काळांची वाक्ये पाहा –

1) The farmers are doing work in the fields.

2) He has done a lot of work.

3) They did great things for me.

4) We shall do it.

5) They have been doing a fine job.

१०४ Do – Non-finites

Infinitive	Participle	Past Participle
to do	doing	done

Infinitive: I have to do a lot of work yet.

Participle: After doing his work, he went out to play basketball.

Past Participle: I have done my duty.

What is done cannot be undone.

१०५ Shall-Should, Will-Would, Can-Could, May-Might, Must, Ought

वरील क्रियापदे Anomalous Finites आहेत. त्यामुळे नकारार्थ, प्रश्नार्थ, Question Tag, इत्यादींसाठी त्यांचा उपयोग होतो. Shall व will ही भविष्यकाळाची चिह्ने आहेत. त्यांच्या मदतीने भविष्यकाळाची वाक्ये तयार करता येतात. Should-wouldच्या मदतीने Conditional Tenses तयार करता येतात. परंतु त्याही पलीकडे वरील प्रत्येक क्रियापदाचे इंग्रजी भाषेत वैशिष्ट्यपूर्ण कार्य आहे.

संस्कृतप्रमाणे मराठी भाषेत विध्यर्थाची रूपे मूळ क्रियापदापासूनच तयार केली जातात. इंग्रजी भाषेतील क्रियापदांना अशी रूपे नाहीत. अशा क्रियापदांना inflected verb forms नाहीत असे म्हणतात. त्यामुळे इंग्रजी भाषेत Mood तयार करताना 24 Anomalous Finitesचा उपयोग केला जातो. अशा वेळी त्या क्रियापदांना Modal Verbs किंवा Modal Auxiliaries असे म्हणतात.

इंग्रजी भाषेत तीन moods आहेत. Indicative, Imperative व Subjunctive हे तीन moods होत.

i) The Indicative Mood: स्वार्थ किंवा विधानार्थ : यामध्ये साधे विधान किंवा प्रश्न असतो.

ii) The Imperative Mood: आज्ञार्थ (हुकूम, विनंती)

उदा. : Shut the door, please! Hurry up!

iii) The Subjunctive Mood: संकेतार्थ (इच्छा, आशीर्वाद, सूचना)

उदा. : i) God bless you. ii) Long live the King.

लिखित इंग्रजी भाषेत Subjunctive Moodचा फारसा वापर केला जात नाही. संभाषणात, बोली भाषेत मात्र Subjunctive Moodचा उपयोग केला जातो.

Modal Auxiliaries:

Shall, should, will, would, can, could, may, might, must, ought या Finite Verbsच्या मदतीने वरील तीनही Mood ची वाक्ये तयार करता येतात.

तसेच, need, dare, used (to) या Finite Verbsपासूनही Moodची वाक्ये तयार करता येतात. पण त्यांना Semi-Modals म्हणतात. त्याचा खुलासा पुढे येईलच.

सारांश mood व्यक्त करण्याचे महत्त्वाचे कार्य करणाऱ्या क्रियापदांना Modal Auxiliaries म्हणतात, हे वर सांगितले आहेच. या १३ क्रियापदांचा एक वेगळा

गट मानण्यास आणखी सबळ कारणे आहेत. या १३ क्रियापदांना (i) toयुक्त रूप (Infinitive) नाही. (ii) त्यांना -ing लावून Participle (धातुसाधित विशेषण) तयार करता येत नाही. (iii) तृतीय पुरुषी एकवचनी सर्वनामांपुढे येणाऱ्या क्रियापदाचे -s /-ed लावून तयार होणारे रूप नाही. या कारणांमुळे या क्रियापदांना Defective Verbs असे म्हणतात.

Moodबद्दल सखोल चर्चा करण्याचा माझा हेतू नाही. परंतू वरील 13 Modal Auxiliariesचे महत्त्वाचे कार्य समजावून सांगतो.

१३ Modal Auxiliariesपैकी shall, will व should, would ही Helping Verbs देखील आहेत. Shall, will ही साधित क्रियापदे Future Tense तयार करण्यास मदत करतात; तर should, would ही क्रियापदे Conditional Tense तयार करण्यास मदत करतात. शिवाय त्यांच्या मदतीने moods ची वाक्ये तयार करता येतात. या चार क्रियापदांची दोन्ही कार्ये समजून घ्या.

आता १३ Modal Auxiliariesपैकी प्रत्येक क्रियापदाचे वैशिष्ट्यपूर्ण कार्य स्वतंत्रपणे अभ्यासू या.

१०६ Shall

A) Shall – Helping Verb किंवा Auxiliary Verb

१) प्रथमपुरुषी सर्वनामांपुढे (I, We) shall लावून Simple Future Tense तयार करता येतो.

Formula: सूत्र : shall + bare infinitive

a) I shall return soon.

b) We shall leave tomorrow.

वरील दोन्ही वाक्यांत (to) return व (to) leave ही to लोप पावलेली रूपे म्हणजे bare infinitiveची रूपे आहेत.

१०७ B) Shall – Modal Auxiliary

i) या प्रकारात प्रथम पुरुषी I/We कर्ता असेल, तर सामान्यपणे वाक्य प्रश्नार्थी असते; इतर कर्ता असेल, तर वाक्य विधानार्थी असते.

Examples:

Where <u>shall</u> we put this new cupboard?

How <u>shall</u> I write it?

(ii) जेव्हा सल्ल्यासंबंधी वाक्य असेल, तर shall किंवा should वापरता येते.

Examples:

Which one <u>shall</u> I choose?

Which one should I buy?

(iii) स्वत:च्या इच्छेचा संबंध

Examples:

Shall I wait for you?

Shall we help you?

(iv) सूचना

Example: Shall we wait at the post office?

C) Shall व द्वितीय/तृतीय पुरुषी कर्ता

i) Intention: हेतू :

You shall have a sweet.

They shan't quarrel.

ii) Command: आदेश :

Members shall leave their belongings near the counter.

iii) Regulation: नियम :

Each athlete shall wear a number.

१०८ Should: सूचना, उपदेश, कर्तव्य : Modal Auxiliary:

A) a) You should not give children blades to sharpen their pencils. (सूचना)

b) They should not laugh at anybody. (उपदेश)

c) Children should obey their parents. (कर्तव्य)

१०९ B) Should + bare infinitive

वर्तमान व भविष्यकाळी अर्थ व्यक्त करण्यासाठी –

Examples:

You should rest today. You should rest tomorrow.

११० C) Should + perfect infinitive

भूतकाळातील उचित वा सुजाण कृती करण्याबाबतची फोल आशा :

Examples:

You should have told the truth to him.

You shouldn't have been rude to the teacher.

१११ **D)** should हे shall चे भूतकाळी रूप आहे. Direct मध्ये shall आले असता त्याचा सूचना, उपदेश, कर्तव्य असा अर्थ असेल, तरच shall बद्दल Indirect मध्ये

should वापरतात. अन्यथा would योजतात.

He said, "I shall follow the instructions."

He said that he should follow the instructions.

११२ E) Should – Conditional Tense

सूत्र : should + bare infinitive

Examples:

a) I should write it again. We should mend our ways.

b) Main Clause मध्ये Past Tense असेल, तर Dependent Clauseमध्ये should वापरावे.

I hope I shall get a prize.

I hoped I should get a prize.

११३ F) Should – Perfect Conditional Tense

Formula: सूत्र : should + have + p.p.

I should have written. We should have finished it.

११४ Will: Helping Verb: Auxiliary Verb: साहाय्यकारी क्रियापद

A) You/You/He/She/It/They या सर्वनामांपुढे will वापरून Simple Future Tense तयार करता येतो.

Formula: सूत्र : will + bare infinitive

Examples:

You will work. She will jump. They will swim.

११५ B) Will – Modal Auxiliary: अभिवृत्तिदर्शक क्रियापद

i) Command: आदेश

Willचे वाक्य होकारार्थी असेल, तर त्याचा अर्थ आदेशात्मक होतो.

All students will attend the roll-call at 7 o'clock.

शाळा, पोलीस व लष्कर दलांमध्ये सूचना देतात. त्याला आदेशाचे स्वरूप असते.

विशेष : वरील वाक्यात Future Progressive Tense वापरू नये. वापरल्यास त्यातील आदेशाचा अर्थ लोप पावून केवळ एक विधान उरते.

ii) Habit: सवयीची क्रिया

Habitual action ही Simple Present Tenseमध्ये व्यक्त करतात. पण Simple

Future Tense वापरून ती क्रिया हे वैशिष्ट्य आहे, असे सूचित होते.

The parrot welcomes the guests. (सवय)

The parrot will welcome the guests. (वैशिष्ट्य)

iii) Assumption: गृहीत धरणे, मानणे.

He will be at Pune by now.

वरील क्रिया will + perfect infinitiveच्या साहाय्याने व्यक्त करता येते.

He will have reached Pune by now.

११६ Would

Would हे willचे भूतकाळी रूप आहे.

A)

(i) Main Clauseमध्ये भूतकाळी क्रियापद असेल, तर Dependent Clause मध्ये would येते.

He promises that he will help her.

He promised that he would help her.

(ii) Direct Speech मध्ये shall असो वा will असो Indirect Speechमध्ये तृतीय पुरुषी सर्वनामे येत असल्याने Indirect मध्ये would वापरतात.

Direct: She said, "I shall speak".

Indirect: She said that she would speak.

११७ B) Would – Conditional Tenses

1) The Present Conditional Tense

Formula: सूत्र : would + bare infinitive

Examples:

He would work continuously. They would make it.

2) The Perfect Conditional Tense

Formula: would + have + p.p.

Examples:

You would have come. She would have gone.

११८ C) Would – Modal Auxiliary

(i) Wish क्रियापदाबरोबर would

I wish people would talk less and work more.

विशेष : Would या क्रियापदाचा स्वतंत्रपणे विचार करायला पाहिजे. इंग्रजी

व्याकरणकार तेवढा विचार करीत नाहीत.

११९ Wouldचे विशेष उपयोग

(i) 'न जुमानणे', 'मुळीच न ऐकणे'

1) The son would not listen to his father.
मुलगा वडिलांचे म्हणणे मुळीच ऐकेना.

2) He would not do it. तो ते मुळीच करेना.

3) The wound would not heal. (मधुमेहामुळे) जखम बरी होईना.

(ii) अती नम्र विनंती

Would you be good enough to help me?

(iii) Would rather
हे करणे अधिक पसंत

I would rather go. She would rather keep quiet.

१२० Can – Could

Can: can + bare infinitive

A) समर्थता व बळ व्यक्त करण्यासाठी : Ability

i) He can see better now.

ii) She can make her own dresses.
खुलासा : वरील वाक्यांत see आणि make ही bare infinitives आहेत.

B) परवानगी : Permission:

i) Can I use your bicycle?

ii) You cannot play cricket in the colony.

C) शक्यता : Possibility

They can get tickets. It cannot be true.

D) Can = be able

be = am, is, are, was, were

Formula: be + able + infinitive

She can swim in a river.

She is able to swim in a river.

वरील वाक्यांत Present Tense आहे.

She could swim in a river.

She was able to swim in a river.

वरील वाक्यांत Past Tense आहे.

Future Tense : परवानगी मागताना can वापरल्यास त्या वाक्यात भविष्यकाळ सूचित होतो. वरील B) (i) पाहा. मात्र be ableचा भविष्यकाळ shall be able to किंवा will be able toच्या साहाय्याने व्यक्त करता येतो.

She will be able to swim in a river.

***टीप** : Can चा अर्थ ability (समर्थता) असतो, तेव्हा can बद्दल be able to ही construction वापरता येते.*

सूत्र : be + (adjective) able + infinitive

१२१ Could:

Could हा can चा भूतकाळ आहे. तरी could वर्तमानकाळात वापरतात.

१) नम्र विनंती करताना couldचा उपयोग केला जातो. अशा वेळी would सुद्धा वापरतात. पण could वापरून नम्रता दाखविता येते.

Could you lend me fifty rupees until tomorrow?

२) Conditional Clauseमध्ये वर्तमानकाळी अर्थ (present meaning) असतो.

I could get you a copy of the circular, if you want one.

३) (a) Could = be able (= was, were): समर्थता :

When he was young, he could swim across the flooded river.

(b) had been able: The Past Perfect Form

He was happy because he had been able to get the oldest stamps.

१२२ ४) Could + Perfect Infinitive: भूतकाळात समर्थता :

a) न घडलेली क्रिया दाखविण्यासाठी –

I could have helped you.

[मदत मागितली नाही. मदत देण्याची क्रिया घडली नाही.]

b) My book is missing. Who could have taken it?

कोणीतरी पुस्तक नेले. पण कोणी घेतले, हे माहीत नाही.

पुढील दोन वाक्यांतील अर्थाच्या दृष्टीने फरक लक्षात घ्या :

i) She could reach on time.

ii) She could have reached on time.

वाक्य (i) मध्ये ती वेळेवर पोहोचली, तर (ii) मध्ये ती वेळेवर पोहचायला हवी होती. पण (काही कारणाने) ती वेळेवर पोहोचू शकली नाही.

१२३ ५) Could: Indirect Speech:

Direct Speechमध्ये can आले असता Indirect Speechमध्ये canबद्दल भूतकाळी रूप could येते.

Direct: "Can you book a ticket for me?" said Navin to Meena.

Indirect: Navin asked Meena if she could book a ticket for him.

१२४ May – Might

May: वर्तमान व भविष्यकाळ दर्शविण्यासाठी उपयोग. प्रथम, द्वितीय व तृतीय पुरुषी सर्वनामांपुढे may येते. Mayचे might हे भूतकाळी रूप आहे.

May: परवानगी, इच्छा, आशा, अपेक्षा, अनिश्चितता दर्शविण्यासाठी

A) 1) You may take my bicycle. (परवानगी)

2) May God bless you. (इच्छा)

3) I hope you may succeed. (आशा)

4) We may expect a good harvest this year. (अपेक्षा)

5) He may come or may not come. (अनिश्चितता)

B) (i) May + Present Infinitive (bare infinitive)

He may telephone me today.

(ii) May + Perfect Infinitive (bare infinitive)

भूतकाळी घडलेल्या घटनेबाबत अंदाज किंवा कयास व्यक्त करण्यासाठी :

She may have gone.

(iii) May – Conditional sentenceमध्ये :

If he meets you, he may inform you.

(iv) May – Adverb Clause of Purpose मध्ये

We eat so that we may live.

टीप *: may व might शक्यता possibility दाखवितात. पैकी may ने शक्यता दाखविता येते. पण बोलणाऱ्याच्या मनात क्रियेबद्दल साशंकता असेल, तर (वर्तमानकाळात) might वापरतात.*

i) It may rain. (शक्यता)

ii) It might rain. (साशंकता)

१२५ Might: शक्यता दर्शविण्यासाठी

सूत्र : might + present infinitive

अशा वेळी वर्तमान किंवा भविष्यकाळी अर्थ असतो.

She might come tomorrow [येथे to comeचे bare infinitive (present infinitive) आहे.]

१) mightने दर्शविलेल्या शक्यतेमध्ये क्षीणता असते. या तुलनेने mayने दर्शविलेली शक्यता संभवनीय असते. वरील टीप पाहा.

२) Might: i) मन वळविणे, ii) कृती न केल्याबद्दल राग

i) You might tell me what happened.

ii) He might go there.

वरील वाक्यात तो न गेल्याबद्दल राग व्यक्त केला आहे.

१२६ Might + Perfect Infinitive:

चीड दाखविणे किंवा दूषण देणे (दु:खाने बोल लावणे)

They might have warned her of the danger.

त्यांनी तिला धोक्याची कल्पना द्यायला पाहिजे होती. (पण त्यांनी तसे केले नाही.)

३) Might – Adverb Clause of Purpose.

He ran fast so that he might reach in time.

वाक्य भूतकाळात असल्याने might आले पाहिजे.

४) Might – Indirect Narration

Direct Speechमध्ये may आल्यास Indirect speechमध्ये might येते.

Direct: "You may sell your bicycle," said Manoj to Meena.

Indirect: Manoj told Meena that she might sell her bicycle.

१२७ Must:

सक्ती, अपरिहार्यता, दाट शक्यता, प्रतिबंध (नकार असताना)

i) Present व Future Tense दाखविला जातो.

ii) कोणत्याही सर्वनामापुढे must येते.

iii) Mustला भूतकाळी रूप नाही, तसेच, toयुक्त रूप वा -ing रूप नाही.

iv) Must म्हणजे have to तेव्हा mustबद्दल भूतकाळात had to वापरून भूतकाळाचा अर्थ व्यक्त केला जातो.

1) Soldiers must obey orders. (सक्ती)

2) I must reach home on time. (अपरिहार्यता)

3) The girls must be tired after a long walk. (दाट शक्यता)

4) You must not throw dust there. (प्रतिबंध)

Must = have to

वर्तमानकाळी क्रिया mustच्या साहाय्याने व्यक्त करतात. भविष्यकाळी क्रिया have toच्या साहाय्याने व्यक्त करतात. भूतकाळी क्रिया had toच्या साहाय्याने व्यक्त

करतात.

We <u>must</u> hurry up.

We <u>have</u> to hurry up to catch the bus.

Yesterday we had to hurry up.

इंग्रजीत must = have to असा अर्थ असला, तरी भूतकाळ व भविष्यकाळात mustच्या ऐवजी have to वापरण्याचा प्रघात आहे. (have toचे भूतकाळात had to रूप येते.)

भविष्य : I have to attend a meeting tomorrow.

भूतकाळ : I had to take my lunch in a hotel.

तसेच, वाक्य Negative करताना हा महत्त्वाचा फरक लक्षात घ्या.

Affirmative	**Negative**
I must finish my work	I mustn't finish my work.
I have to finish my work.	I don't have to finish my work.
I had to finish my work.	I didn't have to finish my work.

Must व have to मधील फरक :

दोन्ही क्रियापदांचा समान अर्थ आहे – 'बंधन किंवा अपरिहार्यता' पण वापरात दोघांत भेद आहे.

must: बोलणाऱ्याने दुसऱ्यावर घातलेले बंधन

have to: अधिकार असलेल्या व्यक्तीने घातलेले किंवा परिस्थितीमुळे आलेले बंधन

Examples:

i) You must keep your room clean and tidy. (वडिलांनी दिलेला आदेश)

ii) You will have to attend the marching at 6 o'clock. (लष्करी अधिकारी लष्कराच्या वतीने)

iii) The athletes have to practise hard. (परिस्थिती)

प्रथम पुरुषी I/We कर्ता असेल, तर विचित्र परिस्थिती निर्माण होते. आपण आपल्यालाच आदेश देणे हास्यास्पद ठरेल. म्हणून I/We पुढे दोन्हींपैकी कुठलेही क्रियापद वापरता येते. तरीपण नित्याची वा सवयीची गोष्ट असेल, तर have to वापरावे.

I have to attend my duty at ten everyday.

We have to clean the water pump twice a year.

Must ऐवजी have to – Indirect Speech

Direct Speechमध्ये must आले असता Indirect Speechमध्ये had to वापरावे.

१२८ Ought: कर्तव्याचे बंधन, इष्टता, अपेक्षा

Ought नंतर infinitive येते. Oughtचा वर्तमानकाळ, भूतकाळ व भविष्यकाळ– या तिन्ही काळांसाठी उपयोग केला जातो.

i) oughtला स्वत:चे to युक्त रूप नाही वा -ing रूप नाही.

ii) oughtला 's' प्रत्यय लागत नाही.

iii) oughtला भूतकाळी रूप नाही.

iv) कोणत्याही कर्त्यापुढे ought क्रियापद वापरतात.

Examples:

1) Parents ought to take care of their children. (नैतिक कर्तव्य)

2) Everybody ought to attend office on time. (सर्वसाधारण कर्तव्य)

3) You ought to help the poor. (इष्ट गोष्ट)

4) They ought to have helped her. (अपेक्षा)

Present Tense: You ought to start at once.

Future Tense: We ought to visit our friend tomorrow.

Past Tenseचा अर्थ Perfect Infinitive(to have)च्या साहाय्याने आणला जातो.

Your brother ought to have been a doctor.

वर ought + perfect infinitive आहे.

अपरिपूर्ण कर्तव्य व दुर्लक्षलेली समंजस कृती व्यक्त करण्यासाठी ought + to have + p.p. याचा उपयोग करतात.

You ought to have waited till the lights were green before crossing the road.

She ought to have kept those things in the cupboard.

(विशेष : ought + to have + p.p. बद्दल should + have + p.p. वापरण्याचा प्रघात आहे.)

१२९ Need, Dare, Used to: Anomalous Finites/Ordinary Verbs:

ही तिन्ही क्रियापदे वैशिष्ट्यपूर्ण आहेत. ती जशी Anomalous Finite Verbs आहेत, त्याचप्रमाणे ती Ordinary किंवा Full Verbs आहेत.

A: Anomalous Finites:

24 A.F.पैकी १३ क्रियापदे Modal Auxiliaries आहेत. त्या तेरा क्रियापदांपैकी shall-should, will-would, can-could, may-might, must, ought ही Modal Verbs आहेत, तर need, dare, used to ही semi-modals आहेत. त्यांना

Anomalous Finites म्हणतात; कारण A.F.ची सर्व वैशिष्ट्ये त्यांना लागू होतात. तसेच, त्यांना Modal Auxiliaries म्हणतात; कारण वरील १३ क्रियापदे Moods तयार करण्यास मदत करतात. त्यांना semi-modals म्हणण्यास तीन कारणे संभवतात.

1) need, dare, use(d) ही go, speak प्रमाणे सामान्य क्रियापदे आहेतच. शिवाय Modal Verbs आहेत. पण त्यांना 's' लागून होणारे रूप नाही.

2) वरील 10 Modal Auxiliaries समोर वेगळे not हे क्रियाविशेषण लिहिता येते, तर need, dare, used पासून not वेगळे लिहिता येत नाही.

3) तिसरे संभाव्य कारण म्हणजे need, dare, used प्रामुख्याने नकारार्थी असतात.

आता प्रत्येक क्रियापदाचे महत्त्वाचे कार्य पाहू या :

Semi-modals: need, dare, used to

१३० A) Need – Anomalous Finite

१) सर्व पुरुषी कर्त्यांपुढे need येते.

२) need ला s लावून रूप होत नाही.

३) need ला भूतकाळी रूप नाही.

४) need चे to युक्त रूप infinitive व धातुसाधित विशेषण present participle म्हणजेच -ing, अशी दोन्ही रूपे नाहीत.

५) need + notचे needn't हेच संयोग पावलेले रूप वापरतात.

६) प्रामुख्याने नकारार्थी व प्रश्नार्थी वाक्यातच need योजतात. काही अपवादात्मक विधानार्थी Assertive वाक्यात need वापरतात.

७) need जेव्हा Auxiliary Verb म्हणून वापरतात, तेव्हा Present Tense व Future Tense मध्ये needचा उपयोग करतात.

८) need पुढे to लोप पावलेले रूप येते.

Examples:

i) Need she go? – Present Tense

खुलासा : He/She/It या तृतीय पुरुषी एकवचनी कर्त्यापुढे need आले, तरी -s लावून needs असे त्याचे रूप होत नाही.

ii) We needn't have hurried. – Past Tense

खुलासा : need + perfect infinitive असे सूत्र वापरून भूतकाळी अर्थ व्यक्त करता येतो. [needला भूतकाळी रूप नाही.]

iii) If the rain continues even tomorrow, you needn't go to school. – Future Tense

iv) He needn't count the money.

Need पुढे to लोप पावलेले रूप – count आले आहे.

१३१ B) Needn't + Perfect Infinitive

भूतकाळी क्रिया करण्याची गरज नव्हती, तरी ती केली असता –

You needn't have written to her because she phoned me shortly afterwards.

१३२ C) Need + not व Must + notची तुलना

i) बोलणारी व्यक्ती दुसऱ्यास क्रिया न करण्याची मुभा देते, तेव्हा needn't वापरतात.

You needn't light a match. (मला दिसते आहे.)

ii) क्रिया करण्यास मज्जाव करायचा असल्यास :

You must not light a match.

खोलीत मुक्त गॅसचा वास येत नाही. अशा वेळी काडी पेटविणे धोक्याचे आहे.

विशेष : पुढील संवाद अभ्यासा :

: Need I go?	: Must I go?
: Yes, you must.	: Yes, you must.
: No, you needn't.	: No, you needn't.

१३३ D) Need – an Ordinary Verb.

i) तृ.पु.ए.व. सर्वनामांपुढे s लावलेले रूप येते.

ii) to युक्त व -ing रूपे होतात.

iii) तीन रूपे

Present	Past	Past Participle
need	needed	needed

iv) नकारार्थी व प्रश्नार्थी वाक्य करताना do, does, did या Anomalous Finitesची मदत घेतात.

v) याची बाराही काळांची वाक्ये होतात.

Examples:

1) She needs a rest.

2) He needs to know it.

3) We needed money.

4) We do not need any help now.

5) He did not need to be reminded.

6) They are needing some support.

7) Does she need new sandals?

8) Did they need backing?

१३४ A) Dare: Anomalous Finite

i) तृ.पु.ए.व. सर्वनामांपुढे (He/She/It) dare हे रूप येते. Dare ला -s लागून रूप होत नाही.

ii) Dareला भूतकाळी रूप नाही.

iii) daren't नकारार्थी वाक्यात वापरतात.

iv) प्रश्नार्थी वाक्यात मात्र dare योजतात.

v) Daren't हे Present, Past, Future Tensesमध्ये वापरतात.

Formulas: सूत्रे : dare + bare infinitive

daren't + bare infinitive

Examples:

1) Dare she ask a question? –Present Tense

2) I met him but I daren't tell him the truth. – Past Tense

3) Dare he jump down from the top of the wall? – Future Tense

१३५ B) Dare – Ordinary Verb

i) He/She/It पुढे -s लावलेले dares रूप येते.

ii) to युक्त रूप व -ing रूपे तयार करता येतात.

iii) तीन रूपे – dare dared dared आहेत.

iv) नकारार्थी व प्रश्नार्थी करताना do, does, did या Anomalous Finitesची मदत घेतात.

v) याची बारा काळांची वाक्ये होतात.

Examples:

1) Does he dare to face the situation?

2) Do they dare to admit their mistake?

3) I don't dare (to) oppose him.

१३६ A) Used to: Anomalous Finite

i) usedचा उच्चार ju:st म्हणजे यूज्ट् असा करावा.

ii) usedला वर्तमानकाळी रूप नाही.

iii) भूतकाळात सातत्याने केलेली क्रिया व्यक्त करण्यासाठी –

iv) सर्व कर्त्यांसमोर used येते.

v) Used + not = usedn't असा संयोग होतो (किंवा usen't)

vi) Question Tagमध्ये usedn't हे संयोग पावलेले रूप वापरण्याचा प्रघात आहे. किंवा त्याबद्दल didn't वापरतात.

vii) used नंतर to-infinitive येते.

Examples:

1) I used to play basketball during my school and college days.

2) He used to swim in a river when he was a boy.

3) His hair used to be black; but it is white now.

१३७ **B) Use: Ordinary Verb**

(a) i) He/She/It पुढे -s प्रत्यय लागलेले uses रूप होते.

ii) Useला तीन रूपे आहेत use used used

iii) येथे usedचा उच्चार ju:zd (यूझ्ड्) असा आहे.

iv) to use व using ही रूपे आहेत.

v) Negative व Interrogative करताना do, does, did या Anomalous Finitesची मदत घेतात.

Examples:

1) She uses my camera.

2) We used books from the library.

3) I shall use every opportunity.

4) She does not use the rusted knife.

5) Did you use my notes?

(b) use: ची सवय होणे.

सूत्र : to be used to

The poor are used to hard manual work.

(c) Used to – a Question Tag.

We used to live in a village.

We used to live in a village, usedn't we? किंवा didn't we?

■ **Contractions:**

Personal Pronoun + Auxiliary Verb

I am = I'm
I have = I've
I shall/will = I 'll
I had/should/would = I'd
You are = You're
You have = You've
You will = You'll
You had/should/would = You'd
It is/It has = It's
It will = It'll
They are = They're
They have = They've
We are = We're
We have = We've
We shall/will = We'll
We had/should/would = We'd
He is/He has = He's
He will = He'll
He had/should/would = He'd
She is/She has = She's
She will = She'll
She had/should/would = She'd
They will = They'll
They had/should/would = They'd

■

6. Tenses

काळ

१) आज एखादी घटना घडते.

२) दिवस संपतो, घटना भूतकाळाच्या उदरात जाते.

३) एखादी घटना पुढे घडणार असते. आपण वाट पाहतो.

घटना १ आज घडते. आज म्हणजे वर्तमानकाळ – Present Tense

घटना २ काल घडली. काल म्हणजे भूतकाळ – Past Tense

घटना ३ उद्या घडणार आहे. उद्या म्हणजे भविष्यकाळ – Future Tense

सारांश, घटना केव्हा घडली, हे ढोबळमानाने १) वर्तमानकाळ, २) भूतकाळ आणि ३) भविष्यकाळ अशा तीन प्रकारे सांगता येते.

परंतू घडणाऱ्या सर्व घटना वरीलप्रमाणे केवळ तीन काळांत मर्यादित करता येत नाहीत. व्याकरणकारांनी भाषेचा अभ्यास करून प्रत्येक काळाच्या क्रिया चार भागांत विभागल्या आहेत. अशा प्रकारे प्रत्येक काळाचे चार पोटप्रकार पाडल्याने एकूण बारा काळ झाले.

घडलेल्या क्रियेचा वेळेशी (काळाशी) असलेला संबंध स्पष्ट करणे म्हणजे काळ (tense) होय.

आता Present Tense, Past Tense आणि Future Tense मधील फरक पाहू व नंतर त्यांच्या पोटप्रकारांचा ऊहापोह करू.

A) तुमच्या शिक्षकाबद्दल पुढील माहिती वाचा :

1) He <u>gets</u> up early in the morning.

2) He <u>goes</u> to school at 10.30 a.m.

वरील वाक्यांतील अधोरेखित क्रियापदे नीट पाहा. Get व go ही क्रियापदांची मूळ रूपे (base forms) असून त्यांना -s व -es हे प्रत्यय लागले आहेत. दोन्ही वाक्यांचा कर्ता (He) तृतीय पुरुषी एकवचनी आहे. get व go या नित्याच्या म्हणजे रोज

घडणाऱ्या क्रिया आहेत. म्हणजेच ती वाक्ये Present Tenseमध्ये आहेत.

B) तुमच्या शिक्षकांनी तुम्हांला काल जे शिकविले, त्याबद्दलची पुढील विधाने पाहा.

i) Yesterday he <u>taught</u> you a new lesson.

ii) All the students <u>liked</u> his teaching.

वरील वाक्यांतील क्रिया काल घडल्या आहेत. हे वाक्य (i) मधील केवळ yesterday या शब्दावरूनच समजते असे नव्हे, तर क्रियापदाच्या रूपावरूनही (taught) क्रिया केव्हा घडली, हे समजते. Taught व liked ही रूपे भूतकाळी असून, त्यांचे अनुक्रमे teach व like हे base forms आहेत. म्हणजेच तो Past Tense आहे.

C) तुमचे शिक्षक पुढील महिन्यात तुम्हांला रायगड किल्ला पाहण्यास नेणार आहेत.

a) He <u>will take</u> you to the Raigad Fort.

b) We <u>shall love</u> to see the famous fort.

वरील वाक्यांतील अधोरेखित क्रियापदे काळजीपूर्वक पाहा. Will take व shall love या क्रियापदांचे take व love हे base forms आहेत, तर will व shall ही भविष्यकाळाची चिन्हे आहेत. खरे पाहता –

वरील वाक्यांत will (to) take व shall (to) love असे स्वरूप क्रियापदांचे आहे. पण will take व shall loveमध्ये will व shall पुढे to लुप्त रूपे आली आहेत. वरील वाक्यात will व shall ही भविष्यकाळाची चिह्ने असल्याने तो Future Tense आहे.

१३८ Tenses: काळ :

आता तिन्ही काळांचे पोट प्रकार पाहू.

Tenses

1) Present Tense   2) Past Tense   3) Future Tense

1) i) Simple Present Tense
   ii) Present Progressive Tense
   iii) Present Perfect Tense
   iv) Present Perfect-Progressive Tense

2) i) Simple Past Tense
   ii) Past Progressive Tense
   iii) Past Perfect Tense

iv) Past Perfect-Progressive Tense

3) i) Simple Future Tense

ii) Future Progressive Tense

iii) Future Perfect Tense

iv) Future Perfect-Progressive Tense

१३९ 1) Simple Present Tense: साधा वर्तमानकाळ :

Rule: नियम : १) तृतीय पुरुषी एकवचनी (He, She, It) सर्वनामांपुढे येणाऱ्या क्रियापदाच्या base formला -s किंवा -es प्रत्यय लागतो.

२) प्रथम पुरुषी (I/We), द्वितीय पुरुषी (You, You) आणि तृतीय पुरुषी अनेकवचनी (They) या सर्वनामांपुढे क्रियापदाचा base form येतो.

Examples:

Rule 1:	He eats.	She goes.	It flies.
	A boy eats.	A girl goes.	A bird flies.

खुलासा : वरील वाक्यातील कर्ते He, She, It हे तृतीय पुरुषी एकवचनी असल्याने त्यांच्यापुढे आलेल्या क्रियापदांच्या base forms ना -s, -es, -es हे प्रत्यय लागले आहेत. Fly या क्रियापदाला -es लागण्यापूर्वी yचे i मध्ये रूपान्तर होते. y पूर्वी स्वर असल्यास y तसाच अबाधित राहतो. say – says, buy – buys.

Rule 2 :

I run. We play. You go. They buy.

Exercise No. 8. Write the following sentences using Simple Present Tense:

1. She (sing); 2. You (drink); 3. I (write); 4. My mother (cook); 5. They (swim); 6. A farmer (plough); 7. A boy and a girl (come).

१४० Simple Present Tense: Negative and Interrogative:

साधा वर्तमानकाळ : नकारार्थी आणि प्रश्नार्थी :

Negative: नकारार्थी :

24 Anomalous Finite Verbs पुढे not वापरून वाक्य नकारार्थी करता येते. पण Simple Present Tenseच्या वाक्यांत Anomalous Finites नसतात. म्हणून do, does या A.F.ची मदत घ्यावी लागते.

Examples:

I read.	I do read.	I do not read.
He eats.	He does eat.	He does not eat.

खुलासा : वाक्यात जेव्हा क्रियापदाचे मूळ रूप (base form) असते, तेव्हा do हे A.F. वापरावे व मूळ रूपाला -s किंवा -es प्रत्यय लागलेला असेल, तेव्हा does या A.F.चा उपयोग करावा. Do + es = does वापरले असता मूळ रूपाला लागलेला -s किंवा -es प्रत्यय काढायचा असतो.

१४१ Interrogative: प्रश्नार्थी :

वाक्य प्रश्नार्थी करतानाही Anomalous Finitesची आवश्यकता असतेच. म्हणून Simple Present Tense मधील वाक्याचे प्रश्नार्थी वाक्यात रूपान्तर करताना do, does या A.F.ची मदत घ्यावी लागते. प्रश्नार्थी वाक्याचा शब्दक्रम असा असतो : A.F. + Subject + Full Verb ....?

Examples:

I speak → I do speak → Do I speak?

She washes → She does wash → Does she wash?

A bird flies → A bird does fly → Does a bird fly?

१४२ Interrogative Negative sentence:

Examples:

I read → I do read → I do not read → Do I not read?

He goes → He does go → He does not go → Does he not go?

***टीप** : Informal Englishमध्ये म्हणजे संभाषणात Don't I read? व Doesn't he go? अशी वाक्यरचना वापरतात.*

आता पुढील दोन वाक्ये काळजीपूर्वक पाहा :

a) I have a dictionary.

b) I have bought a dictionary.

वाक्य (a)मध्ये have हे Full Verb किंवा Ordinary Verb असून ते वाक्य Simple Present Tenseमध्ये आहे. मात्र वाक्य (b)मध्ये have bought हे संयुक्त क्रियापद असून have हे A.F. असून bought हे buy या base formचे तिसरे रूप आहे. ते वाक्य Present Perfect Tenseमध्ये आहे. वाक्य (a)मध्ये Anomalous Finite नाही. साहजिकच त्याचा विस्तार have = do + have असा करून घ्यावा लागेल. त्यानंतरच ते वाक्य नकारार्थी वा प्रश्नार्थी करता येईल. वाक्य (b)मध्ये have हे A.F. आहे. तेव्हा त्या क्रियापदाचा विस्तार करण्याचा प्रशनच उद्भवत नाही.

सबब I have a dictionary या वाक्यातील क्रियापदाचा विस्तार करून वाक्य असे लिहिता येईल :

I do have a dictionary. त्याचे नकारार्थी वाक्य –

I do not have a dictionary व त्यांची प्रश्नार्थी वाक्ये –

Do I have a dictionary?

Do I have not a dictionary? अशी होतील.

महत्त्वाचा खुलासा :

Has हे haveचे अपवादात्मक रूप आहे. Haveप्रमाणे त्याला toचे रूप किंवा -ing रूप नाही. त्याला haveचे भूतकाळी रूप किंवा भूतकाळ धातुसाधित विशेषण वापरावे. या दृष्टीने पुढील वाक्य लक्षात घ्या.

He has a bicycle.

येथे has या Full/Ordinary Verbचा विस्तार has = does + have असा होतो.

Negative: He does not have a bicycle.

Interrogative: Does he have a bicycle?

Interrogative Negative: Does he not have a bicycle?

Exercise No. 9. Make Negative and Interrogative Sentences:

1) She owns a scooter. 2) We pluck flowers.

3)The policeman follows a thief. 4) The cattle graze.

5) He earns money.

१४३ 2) Simple Past Tense: साधा भूतकाळ :

Rule: नियम : कोणत्याही कर्त्यापुढे क्रियापदाचे भूतकाळी रूप (past form) वापरून Simple Past Tense तयार करता येतो.

Examples:

I stood.	He ran.	They walked.
A boy slept.	The girls went.	It flew.

१४४ Simple Past Tense: Negative

Simple Past Tenseमध्ये Anomalous Finite नसते. म्हणून did या A.F.च्या साहाय्याने वाक्यातील क्रियापदाचा विस्तार करून त्यापुढे not वापरून वाक्य Negative होते. Did या A.F.पुढे क्रियापदाचा base form (मूळ रूप) येतो.

Examples:

I went home.	I did go home.	I did not go home.
They thought.	They did think.	They did not think

१४५ Simple Past Tense: Interrogative

Examples:

I stopped	I did stop	Did I stop?
We slept	We did sleep	Did we sleep?

१४६ Interrogative Negative

Examples:

She cooked.→She did cook.→ She did not cook.→ Did she not cook?

They came.→They did come.→ They did not come.→ Did they not come?

Exercise No. 10. Make Negative and Interrogative Sentences:

1) She missed the bus. 2) The teacher explained the point.

3) I remembered a proverb. 4) We made a boat.

*(**टीप** : महत्त्वाच्या व उपयोगी Irregular Verbs ची past tense व past participle ची रूपे या प्रकरणाच्या शेवटी दिली आहेत.)*

१४७ 3) **Present Progressive Tense:** चालू वर्तमानकाळ किंवा अपूर्ण वर्तमानकाळ : यालाच **Present Continuous Tense** म्हणतात.

Present Progressive Tenseचे सूत्र : Formula:

(Present) To be + verb + ing. किंवा am/is/are + verb + ing

Examples:

I am reading a newspaper now.

He is writing a letter.

They are watching a match.

वरील वाक्यातील am, is, are ही Helping Verbs आहेत. ती क्रियापदे Present Progressive Tense तयार करण्यास मदत करतात. तसेच, am/is/are ही Anomalous Finites आहेत. त्यांच्यापुढे not लिहून वाक्य नकारार्थी करता येते. तसेच, कर्त्यापूर्वी am/is/are आणून म्हणजे inversion करून वाक्य प्रश्नार्थी करता येते.

१४८ Present Progressive Tense: Negative

Examples:

She is drawing a circle. She is not drawing a circle.

We are walking. We are not walking.

१४९ Present Progressive Tense: Interrogative

I am watching. Am I watching?

You are jumping. Are you jumping?

१५० Interrogative Negative:

We are waiting. We are not waiting. Are we not waiting?

She is talking. She is not talking. Is she not talking?

१५१ 4) Past Progressive Tense: चालू भूतकाळ किंवा अपूर्ण भूतकाळ

Formula: सूत्र : (Past) To be + verb + ing.

OR: was/were + verb + ing

Examples:

The teacher was teaching English.

The students were learning English.

वरील वाक्यांमध्ये was, were ही Helping Verbs आहेत. ती भूतकाळी असून त्यांच्या साहाय्याने Past Progressive Tense तयार करता येतो. तसेच, was/were ही Anomalous Finites असल्याने त्यांच्यापुढे not लिहून वाक्य नकारार्थी करता येते व A.F. कर्त्यापूर्वी आणून म्हणजेच inversion करून वाक्य प्रश्नार्थी करता येते.

१५२ Past Progressive Tense: Negative

Examples:

I was sitting. I was not sitting.

They were quarrelling. They were not quarrelling.

१५३ Interrogative

Examples:

I was arranging things. Was I arranging things?

We were wandering. Were we wandering?

१५४ Interrogative Negative

Examples:

I was trembling. I was not trembling. Was I not trembling?

They were playing. They were not playing. Were they not playing?

Exercise No. 11.

Make Negative Sentences:

i) It was raining. ii) The dogs were barking.

iii) The bell was ringing. iv) The children were shouting.

Exercise No. 12.

Fill in the blanks with suitable verb forms given in brackets either in Present Progressive or Past Progressive Tense.

1) Now my daughter ..... from the one end of the garden to the other. (run)
2) Tushar ..... an essay yesterday. (write)
3) At the moment, we ..... in front of the station. (stand)
4) They ..... throughout last night. (travel)
5) Her uncle ...... in Ratnagiri in 1990. (live)

Exercise No. 13.

Put the above sentences in Negative and Interrogative forms.

Important: महत्त्वाचे :

काही क्रिया फार काळ चालूच शकत नाहीत. त्यामुळे काही क्रियापदांचे progressive tenses होत नाहीत. या क्रिया सामान्यपणे मानसिक-शारीरिक अवस्था दर्शविणाऱ्या, पंचेंद्रियांच्या द्वारे आकलन होण्यास मदत करणाऱ्या व जाणिवांमार्फत समजणाऱ्या, इत्यादींसंबंधी असतात, अशा क्रियापदांची यादी :

abhor	abscond	agree	appear (= seem)
astonish	believe	belong to	care
concern	*consider	consist of	contain
cost	depend on	deserve	desire
detest	despise	differ	disagree
disbelieve	dislike	displease	distrust
doubt	equal	*feel	fit
foresee	forget	forgive	guess
hate	*have	hear	*hold

imagine	impress	include	intend
involve	keep (= continue)	know	lack
like	love	matter	mean
mind	need	* notice	object to
owe	own	perceive	please
possess	prefer	presuppose	realize
recall	recognize	recollect	regard
remain	remember	require	resemble
result	satisfy	see	seem
* smell	sound	suppose	suffice
taste	*think	trust	nderstand
want	wish	etc.	

महत्त्वाचे :

* या क्रियापदांचा, काही विशिष्ट अर्थ असताना, Progressive Tense (Present or Past) मध्ये उपयोग केला जातो.

1) consider = एखाद्या ठिकाणी जाण्याचे मनात घाटत आहे, असा अर्थ असताना – We are considering going to Kashmir.

2) feel = चाचणी करणे, अंदाजाने जाणणे, शोधणे, असा अर्थ असेल, तरच– He is feeling the switch in the dark.

3) have = काही विशिष्ट हेतूने घरात घेणे, असा अर्थ असताना–

We are having the decorators in this week. याचा अर्थ The men are decorating the house this week. घर सुशोभित करण्याचे निश्चित केले असून, त्यासाठी लोकांना बोलावले आहे.

4) hold = contain = सामावणे असा अर्थ असताना progressive tense होत नाही, पण I was holding up an umbrella. हे वाक्य व्याकरणाच्या नियमाप्रमाणे शुद्ध ठरते.

5) notice – notice या क्रियापदापुढे that हे conjunction आले असता Noun clause होतो. अशा वेळी Principal Clause मध्ये progressive tense वापरता येत नाही. परंतु ही progressive tenseमधील वाक्यरचना शुद्ध समजली जाते– I wasn't noticing.

6) see – सतत घडणारी घटना आपल्या नजरेस पडत असेल व त्या गोष्टीबद्दल

मनातून नापसंती दाखवायची असेल, तर progressive tense योजतात. I am always seeing him in the market.

7) smell – काही जाणून घेण्यासाठी हुंगण्याची क्रिया होत असेल, तर progressive tense वापरतात. The dog was smelling the lamp post.

8) think – १) एखादी कल्पना वा योजना मनात येत असेल, तर ती progressive tense मध्ये वापरतात. हा अर्थ असताना about हे शब्दयोगी अव्यय येते. They are thinking about shifting to Miraj.

२) आठवण येणे, भूतकाळातील विचार मनात येणे.

The old man was thinking about his childhood days.

१५५ 5) Present Perfect Tense: पूर्ण वर्तमानकाळ :

We have seen a hippopotamus.

He has eaten cherries.

वरील वाक्यांमध्ये have seen व has eaten ही क्रियापदे आहेत. त्यांमध्ये have व has ही Helping Verbs असून seen आणि eaten ही अनुक्रमे see व eat या क्रियापदांची भूतकाळ धातुसाधित विशेषणे past participles आहेत. Have/has पुढे क्रियापदाचे तिसरे रूप आले, की Present Perfect Tense होतो.

Formulas: सूत्रे :

(i) have + past participle

(ii) has + past participle

(टीप : तृ.पु.ए.व. he/she/it कर्ता असल्यास सूत्र (ii) वापरावे.)

१५६ Present Perfect Tense: Negative & Interrogative

Have/has हे Helping Verb असून Present Perfect Tense तयार करण्यास त्याची मदत होते. तसेच, have व has ही Anomalous Finites आहेत. तेव्हा त्यांच्यापुढे not लिहून वाक्य नकारार्थी करता येते. तसेच कर्त्यापूर्वी A.F. आणून म्हणजे inversion करून वाक्य प्रश्नार्थी करता येते.

Examples:

A small bird has gone out of the nest.

Negative: A small bird has not gone out of the nest.

Interrogative: Has a small bird gone out of the nest?

Interrogative Negative: Has a small bird not gone out of the nest?

Exercise No. 14.

Rewrite the following sentences, using the Present Perfect Tense:

1) I (live) in Pune for some years.
2) A huge wave (overturn) a little boat.
3) The children (show) me their drawings.
4) He (win) the race.

Exercise No. 15.

Put the above sentences in the Negative and Interrogative forms.

Present Perfect Tenseमध्ये क्रिया केव्हातरी अगोदर संपलेली असते. म्हणजेच ती क्रिया भूतकाळात पूर्ण झालेली असते. क्रिया भूतकाळात पूर्ण होऊनही तो काळ मात्र पूर्ण वर्तमानकाळ असतो. साधा भूतकाळ Simple Past Tenseमधील घटनाही भूतकाळातच संपलेली असते. म्हणूनच Present Perfect Tense व Simple Past Tenseमधील फरक लक्षात घेणे अत्यावश्यक ठरते.

१५७ Present Perfect Tense व Simple Past Tense यांची तुलना :

A) I have lived in Pune. या वाक्यावरून मी पुण्यात काही वर्षे राहिलो, हे समजले, राहण्याची क्रिया पूर्ण झाली. पण मी पुण्यात आता राहत नाही, हे देखील सूचित होते. मग कोणत्या सालापर्यंत मी पुण्यात राहिलो किंवा मी पुणे केव्हा सोडले, याचा बोध तुम्हांला होत नाही. सारांश Present Perfect Tenseमध्ये क्रिया पूर्ण झालेली असते; पण ती क्रिया केव्हा पूर्ण झाली, हे समजत नाही. तुम्ही मला प्रश्न केलात, 'तुम्ही पुण्यात केव्हा राहत होता?' तर मी माझे उत्तर Simple Past Tense मध्ये देईन व म्हणेन –

B) I lived in Pune in 1957.

सारांश Present Perfect Tenseमध्ये व Simple Past Tenseमध्ये क्रिया पूर्ण झालेल्या असतात. मात्र Present Perfect Tenseमध्ये क्रिया केव्हा पूर्ण झालेली असते, हे समजत नाही; तर Simple Past Tenseमध्ये क्रिया केव्हा पूर्ण झाली, हे सांगितलेले असते किंवा तसे सूचित केलेले असते.

तेव्हा A व B विधाने पुढे रेषांच्या साहाय्याने मी स्पष्ट करण्याचा प्रयत्न केला आहे.

आजची वेळ

विधान A

I have lived in Pune.

रेषा १

आज मी A व B विधाने केली. रेषा १ने मी पुण्यात राहत होतो, हे समजते. पण मी केव्हा राहत होतो, हे समजत नसल्याने वास्तव्य दाखविणारी (तुटक) रेषा आजचे विधान दाखविणाऱ्या उभ्या रेषेला येऊन भिडली आहे. ते वाक्य Present Perfect Tenseमध्ये आहे.

विधान B

I lived in Pune in 1957.

रेषा २ 1957

रेषा २ :
मी पुण्यात 1957मध्ये राहत होतो. म्हणून वास्तव्य दर्शविणारी (तुटक) रेषा 1957 या ठिकाणी संपली. त्यानंतर मी पुण्यात नव्हतो. यामुळेच ती (तुटक)रेषा आजच्या उभ्या रेषेला स्पर्श करीत नाही. ते वाक्य Simple Past Tenseमध्ये आहे.

***टीप :** आजची वेळ – म्हणजे ज्या दिवशी मी A व B विधाने केली, ती वेळ दर्शविणारी रेषा उभी काढली आहे.*

एका ७५ वर्षे वयाच्या गृहस्थांशी झालेला माझा संवाद पाहा :

a) I said, "Sir, have you read the Bhagwadgita?"

b) He said, "Yes, I <u>have read</u> it."

c) I asked, "When did you read it?"

d) He said, "I <u>read</u> it in 1947."

वाक्य b)मध्ये Present Perfect Tense योजला आहे, तर d)मध्ये Simple Past Tenseचा उपयोग करावा लागतो. थोडक्यात, काळाचा उल्लेख किंवा निर्देश असेल, तर Simple Past Tense योजावा.

Exercise No. 16.

Rewrite the following sentences, supplying Present Perfect/Simple Past Tense, as the case may be:

1) She (pass) her M.Sc.

2) She (pass) her M.Sc. in 1989.

3) Some guests (come) in the morning.

4) They (build) a house in 1993.

5) He (sell) his scooter.

१५८ **6) Past Perfect Tense:**

Formula: सूत्र : had + past participle

Examples:

i) I <u>had met</u> him before you introduced him to me.

ii) He arrived after the bus <u>had left</u>.

iii) After I <u>had taken</u> coffee, I went out.

वरील वाक्यातील had met, had left, had taken ही क्रियापदे Past Perfect Tenseमध्ये आहेत.

Past Perfect Tenseची वैशिष्ट्ये :

i) भूतकाळातील दोन घटनांपैकी जी घटना अगोदर घडलेली असते, ती घटना Past Perfect Tenseमध्ये दाखवावी.

ii) Directमधील Present Perfect व Simple Past बद्दल Indirectमध्ये Past Perfect Tense योजावा.

iii) वरील परिस्थितीव्यतिरिक्त इंग्रजीमध्ये या काळाचा उपयोग करीत नाहीत. किंबहुना Past Perfect Tenseचा सर्रास वापर करू नये, असे इंग्रजी व्याकरणकार बजावतात. भूतकाळातील क्रिया Simple Past Tenseमध्ये व्यक्त करतात.

Exercise No. 17.

Join each pair of sentences, using Past Perfect Tense:

a) The National Anthem was played. Then the function ended.

b) We kept everything ready for the guests. Then they arrived.

c) We had tea. Then the meeting started.

१५९ **Past Perfect Tense: Negative and Interrogative**

Examples:

We had seen the man before. Had we seen the man before?

We had not seen the man before. Had we not seen the man before?

१६० 7) Present Perfect-Progressive Tense: रीती वर्तमानकाळ :

i) I <u>have been living</u> in Mumbai since 1958.

ii) She <u>has been studying</u> English for the last six years.

वरील वाक्यांत have been living व has been studying ही क्रियापदे आहेत. ही क्रियापदे Present Perfect-Progressive Tenseमध्ये आहेत. यांचे स्वरूप पुढील सूत्रांवरून स्पष्ट होईल.

Formulae: सूत्रे :

i) have + been + verb + ing
ii) has + been + verb + ing

या काळाच्या नावावरूनच तुमच्या लक्षात आले असेल, की Perfect व Progressive या दोन काळांच्या संकरातून हा नवीन काळ तयार झाला आहे. जेव्हा एखादी क्रिया सतत चालू असते व ती पुढे केव्हा संपणार, हे आपणांस माहीत नसते किंवा त्याच्याशी आपले काहीच कर्तव्य नसते, तेव्हा Present Perfect-Progressive काळाचा उपयोग करावा. वरील उदाहरणातील since व for ही prepositions (शब्दयोगी अव्यये) महत्त्वाची आहेत. त्यांचे वैशिष्ट्य ध्यानात घ्या. Since या prepositionमुळे क्रिया केव्हा सुरू झाली, हे लक्षात येते, तर forमुळे क्रिया एकूण किती काळ चालू आहे, याचा बोध होतो. वरील उदाहरणात <u>since</u> 1958 व <u>for</u> six years असे शब्दप्रयोग आहेत.

संध्याकाळी ६ वाजता केलेली विधाने पाहा. पाऊस सकाळी ७पासून सतत पडत आहे. त्याला खंड नाही. ७ला सुरू झालेला पाऊस सलग ११ तास पडत आहे.

a) It has been raining since 7 o'clock.

b) It has been raining for the last eleven hours.

Exercise No. 18.

Supply the Present Perfect-Progressive Tense in the following sentences.

i) The artist .... (paint) ... a picture since last Sunday.
ii) Our English teacher .... (teach) ... in our school since 1998.
iii) My grandmother .... (knit) ... a sweater for the last eight days.
iv) I .... (study) ... in this school for the last 9 years.

१६१ **Negative and Interrogative Sentences:**

a) I have been watching. — I have not been watching.
Have I been watching? — Have I not been watching?

b) She has been cooking. — She has not been cooking.
Has she been cooking? — Has she not been cooking?

१६२ **8) Past Perfect-Progressive Tense: रीती भूतकाळ :**

Formula: had + been + verb + ing

Examples:

i) Milind had been living in Satara before he came to Mumbai.

ii) I had been standing in the queue for two hours when you met me.

वरील वाक्यांत had been living व had been standing ही दोन क्रियापदे असून, ती Past Perfect-Progressive Tenseमध्ये आहेत.

भूतकाळात एखादी घटना सतत घडत असते., अशा वेळी ती घटना Past Perfect-Progressive Tenseमध्ये व्यक्त करावी.

पुढील वाक्यांतील फरक लक्षात घ्या :

A) I have been standing in the queue for two hours.

B) I had been standing in the queue when you met me.

वाक्य A)मध्ये बोलण्याच्या वेळेपर्यंत रांगेत मी दोन तासांपासून उभा आहे. तर वाक्य B)मध्ये मित्र भेटला, त्या वेळेच्या पूर्वीपासून मी रांगेत उभा होतो. दोन्ही वाक्यांतील क्रिया अखंडित घडली होती. त्यातील A)मधील क्रिया घडत आहे, तर B)मधील क्रिया घडत होती, असे म्हणता येईल. कारण त्या घटनेच्या संबंध when my friend met me या भूतकाळातील घटनेशी निगडित आहे. तुलनेसाठी आकृती पाहा.

बोलण्याची वेळ

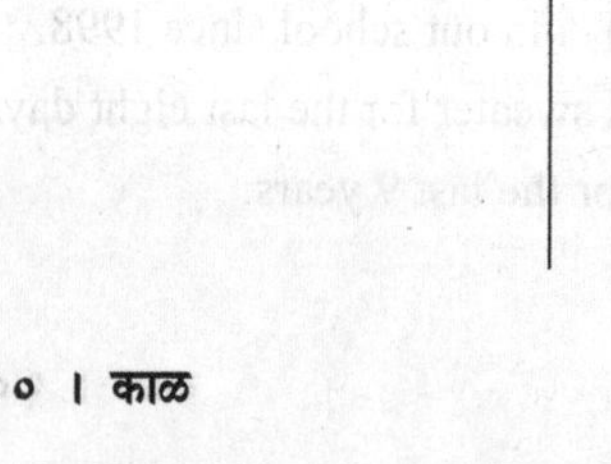

Aमध्ये बोलण्याच्या वेळेपर्यंत मी रांगेत उभा आहे, म्हणून Present Perfect-ProgressiveTense.

B मित्र भेटण्यापूर्वी रांगेत उभा राहण्याची माझी क्रिया सतत घडत होती; पण बोलण्याच्या वेळेपूर्वी मित्र भेटला, म्हणून मित्र भेटला, ही Simple past

Tense मध्ये, तर तत्पूर्वीची सतत घडणारी घटना Past Perfect-Progresive Tense मध्ये व्यक्त केली.

आज

Exercise No. 19.

Combine the following each pair of sentences, using the Past Perfect- Progressive Tense:

i) We waited for forty minutes. Then the bus arrived.

ii) They cleaned their house for four hours. Then they rested.

iii) I searched for my lost ring for two hours. Thereafter my sister gave hers to me.

१६३ Future Tense: भविष्यकाळ :

प्रारंभी इंग्रजी भाषेत भविष्यकाळच नव्हता. त्या वेळी भविष्यकाळाचे कार्य Simple Present Tense व going to सारख्या Constructionच्या साहाय्याने केले जाई. Shall व will ही Ordinary Verbs होती. Shallचा अर्थ command (आदेश), obligation (कर्तव्य), compulsion (सक्ती) असा होता, तर will म्हणजे want (गरज) or wish (इच्छा) असा अर्थ होता. या shall व willच्या वापरातूनच भविष्यकाळ विकसित झाला. आधुनिक इंग्रजीमध्ये will हेच Ordinary किंवा Full Verb राहिले असून, shall हे केवळ Anomalous Finite आहे. Willची willed, willed ही अनुक्रमे Past Tense व Past Participleची रूपे आहेत.

कालांतराने shallचा हुकूम हा अर्थ गळून गेला. कारण I shall, We shall असे म्हणत असताना आपण स्वत:लाच कसा हुकूम देणार? तेव्हा काळाच्या ओघात shallचे स्वतंत्र रूप नाहीसे झाले व उरले, ते केवळ भविष्यकाळाचे एक चिह्न. Will मात्र भविष्यकाळाचे चिह्न झाले, तरी त्या क्रियापदाचा मूळ अर्थ लोप पावला नाही. शिवाय will हे नामही आहे.

आयर्लंड, स्कॉटलंड व अमेरिकेतील काही भागांत shallपेक्षा willचा वापर भविष्यकाळात करण्याची प्रवृत्ती दिसून येते. पण इंग्लंड हे परंपरावादी राष्ट्र असल्याने shall सोडण्यास इंग्रजीचे अभ्यासकही तयार नाहीत. त्याला कारणेही तशी आहेत. अर्थाचा सूक्ष्मपणे विचार करता सर्वत्र willचा वापर केल्यास अर्थाच्या दृष्टीने गोंधळ होण्याची दाट शक्यता आहे. तपशिलात न शिरता मी ठामपणे सांगतो, की I/We

या सर्वनामांपुढे shall वापरावे. तसेच, द्वितीय व तृतीय पुरुषी सर्वनामांपुढेही (You, You, He, She, It, They) shall वापरावे लागते. उदा. You shall bear fruit of your hard work. They shall get salary at the end of the month. पण अर्थाच्या दृष्टीने वर will वापरणे चुकीचे ठरते.

या प्रास्ताविकानंतर आता प्रत्यक्ष Future Tensesकडे वळतो.

वरील पार्श्वभूमी लक्षात घेता, Future Tenseचे नियम व सूत्रे भिन्न आहेत, हे तुम्हांला पटेल. भविष्यकाळाची shall/will ही चिह्ने तयार झाली. प्रथम पुरुषी सर्वनामांपुढे (I/We) shall वापरावे, तर द्वितीय पुरुषी You/You व तृतीय पुरुषी He/She/It/They या सर्वनामांपुढे will योजावे. Shall/will पुढे bare infinitive येते.

I/We या सर्वनामांपुढे shall आले असता त्याचा अर्थ 'बोलण्याची इच्छा' किंवा 'हेतू' दिसून येतो. तसेच, You/You/He/She/It/They या सर्वनामांपुढे will आले असता willचा 'इच्छा किंवा हेतू' हाच अर्थ असतो. याउलट, I/We पुढे will आले असता 'निर्धार' किंवा 'कृती करण्याची तयारी' असा अर्थ असतो. तसेच You/You/He/She/It/They यांच्यापुढे shall आले असता 'निर्धार' किंवा 'कृती करण्याची सिद्धता' व्यक्त होते.

१६४ 9) Simple Future Tense: साधा भविष्यकाळ :

Rule: नियम : १) प्रथमपुरुषी नामांपुढे (I/We) shall येऊन त्यापुढे क्रियापदाचे to लुप्त रूप (bare infinitive) येते.

I shall jump. We shall run.

२) You/You/He/She/It/They या सर्वनामांपुढे will येऊन त्यानंतर क्रियापदाचे to लुप्त रूप (bare infinitive) येते.

You will leave. He will stand. They will ask.

खुलासा : I shall jump हे वाक्य I shall (to) jump असे आहे. पण toचा लोप होतो. Shall/will नंतर bare infinitive येते. म्हणजेच to लोप पावलेले रूप येते.

१६५ Simple Future Tense: Negative and Interrogative

Examples:

I shall swing.	We shall swim.
Shall I swing?	Shall we swim?
I shall not swing.	We shall not swim.
Shall I not swing?	Shall we not swim?

You will stop.	He will bind.
Will you stop?	Will he bind?
You will not stop.	He will not bind.
Will you not stop?	Will he not bind?

***टीप** : Shall + not = shan't व will + not = won't, shan't व won't ही लघुरूपे आहेत. त्यांचा वापर Question Tag मध्ये होतो. पण व्यवहारात व संवादात या रूपांचा सर्रास वापर होतो. जसे Shan't I swing? व Won't you stop?*

खुलासा : Shall/will ही Auxiliary Verbs म्हणजेच Helping Verbs असल्याने त्यांचा भविष्यकाळ तयार करण्यास उपयोग होतो. तसेच, shall/will ही Anomalous Finite Verbs आहेत. त्यामुळे त्यांच्यापुढे not लिहून वाक्य नकारार्थी करता येते व कर्त्यापूर्वी shall/will आणून म्हणजे inversion करून वाक्य प्रश्नार्थी करता येते.

Exercise No. 20.

Supply Simple Future Tense, using shall or will.

1) I (invite) my friends to a special dinner.
2) The people (admire) your paintings.
3) This washerman (spoil) your clothes.
4) We (accept) your suggestion.
5) I (distribute) the sweets.

Exercise No. 21.

Make Negative and Interrogative of the above sentences.

१६६ 10) Future Progressive Tense: चालू भविष्यकाळ किंवा अपूर्ण भविष्यकाळ :

i) We <u>shall be visiting</u> Kashmir at this time next year.

ii) He <u>will be joining</u> the Defence Academy next year.

येथे shall be visiting व will be joining अशी क्रियापदे आहेत. यावरून त्यांचे स्वरूप लक्षात येते. ही क्रियापदे Future Progressiveमध्ये आहेत.

Formulae: सूत्रे :

i) shall + be + verb + ing

ii) will + be + verb + ing

आपण बोलतो, त्याच वेळी भविष्यात क्रिया चालू असेल, तर Future Progressive Tense योजतात.

१६७ Negative and Interrogative

Affirmative: I shall be travelling to Mumbai tomorrow.

Negative: I shall not be travelling to Mumbai tomorrow.

Interrogative: Shall I be travelling to Mumbai tomorrow?

Interrogative Negative: Shall I not be travelling to Mumbai tomorrow?

Exercise No. 22.

Rewrite the following sentences, using the Future Progressive Tense:

1) He (leave) in a few days.
2) The leaves (fall) soon.
3) I (visit) my cousin tomorrow.
4) We (celebrate) our Independence Day.

१६८ 11) Future Perfect Tense: पूर्ण भविष्य काळ :

Formulas: सूत्रे :

i) shall + have + p.p.

ii) will + have + p.p.

महत्त्वाचा खुलासा :

Shall/will पुढे bare infinitive (to लुप्त रूप) येते, असे मागे सांगितले आहेच. वरील सूत्रांचे shall + (to) have + p.p. व will + (to) have + p.p. असे स्वरूप आहे. Have याला infinitive व participleची to have व having ही रूपे आहेत. Has हे haveचे अपवादात्मक रूप असून त्याला to युक्त रूप किंवा -ing form नाही. त्यामुळे He/She/It कर्ता असला, तरी भविष्यकाळात has वापरीत नाहीत.

भविष्यकाळात एखादी घटना विशिष्ट वेळेपूर्वी पूर्ण झालेली असेल, असे दर्शविताना Future Perfect Tense योजतात.

I shall have reached Mumbai by 11 o'clock tomorrow.

पुढील आकृती बारकाईने पाहा.

Saturday — Sunday

सकाळचे ११ वाजता ⟷ सकाळचे ११ वाजता

मी पुणे येथे वरील विधान शनिवारी सकाळी ११ वा. केले. मी रविवारी सकाळी ६वा. आगगाडीने मुंबईला निघणार आहे. रविवारच्या ११ पूर्वी मी मुंबईला पोहोचलो असेन, असे मी शनिवारी सकाळी ११ वा. पुण्यात म्हटले. रविवारी ११ पूर्वी मुंबईला जाण्याची क्रिया पूर्ण झालेली असेल. भविष्यकाळात क्रिया पूर्ण म्हणून Future Perfect Tense वापरला.

१० वा. प्रवास पूर्ण
– ९ वा.
– ८ वा.
– ७ वा.
सकाळी ६ वा प्रवास सुरू

टीप : *भविष्यकाळी वाक्यात, by this time किंवा by हे preposition, क्रिया भविष्यकाळात पूर्ण झालेली असेल, असे दर्शवितात. म्हणून अशा वेळी Future Perfect Tense योजावा.*

Exercise No. 23.

Supply the Future Perfect Tense, using shall/will, as the case may be:

1) Nandita (take) her examination by her next birthday.
2) We (receive) the news before you come back.
3) By the time we reach the Shivaji Mandir Theatre, the play (begin).
4) She (receive) the telegram by tomorrow morning.

Negative and Interrogative:

Affirmative: She will have forgotten the incident.

Negative: She will not have forgotten the incident.

Interrogative: Will she have forgotten the incident?

Interrogative Negative: Will she not have forgotten the incident?

१६१ **12) Future Perfect-Progressive Tense:**

Formulas: सूत्रे :

i) shall + have + been + verb + ing

ii) will + have + been + verb + ing

Examples:

i) I shall have been completing fifty years by this December.

ii) He will have been working in this offce for 30 years by 1997.

आता go हे क्रियापद सर्व काळांत वापरून दाखवितो.

The conjugation of the verb 'go':

1) Simple Present	**2) Present Progressive**	**3) Present Perfect Tense**
I go.	I am going.	I have gone.
We go.	We are going.	We have gone.
You go.	You are going.	You have gone.
He goes.	He is going.	He has gone.

4) Present Perfect-Progressive Tense

I have been going.

We have been going.

You have been going.

He has been going.

5) Simple Past	**6) Past Progressive**	**7) Past Perfect Tense**
I went.	I was going.	I had gone.
We went.	We were going.	We had gone.
You went.	You were going.	You had gone.
He went.	He was going.	He had gone.

8) Past Perfect-Progressive Tense

I had been going.

We had been going.

You had been going.

He had been going.

9) Simple Future	10) Future Progressive	11) Future Perfect
I shall go.	I shall be going.	I shall have gone.
We shall go.	We shall be going.	We shall have gone.
You will go.	You will be going.	You will have gone.
He will go.	He will be going.	He will have gone.

12) Future Perfect-Progressive Tense

I shall have been going.

We shall have been going.

You will have been going.

He will have been going.

Exercise No. 24.

Write the conjugation of the verbs given in brackets.

1) I (speak) 2) She (sing) 3) It (fly) 4) They (take)

Have – क्रियापद चालविणे

The conjugation of the Full (Ordinary) Verb – 'Have' (have, had, had)

1) Simple Present Tense: I have coffee for breakfast.
2) Simple Past Tense: I had coffee for breakfast.
3) Simple Future Tense: I shall have coffee for breakfast.
4) Present Progressive Tense: I am having coffee for breakfast.
5) Past Progressive Tense: I was having coffee for breakfast.
6) Future Progressive Tense: I shall be having coffee for breakfast.
7) Present Perfect Tense: I have had coffee for breakfast.
8) Past Perfect Tense: I had had coffee for breakfast.
9) Future Perfect Tense: I shall have had coffee for breakfast.
10) Present Perfect-Progressive Tense:
I have been having coffee for breakfast.
11) Past Perfect-Progressive Tense:
I had been having coffee for breakfast.
12) Future Perfect-Progressive Tense:
I shall have been having coffee for breakfast.

Exercise No. 25.

Conjugate the verb 'have' in the sentences given below:

'Have' क्रियापद चालवा.

1) She (have) a good time.

2) We (have) no fear.

१७० Supplementary List: Irregular Verbs: क्रियापदांची भूतकाळी आणि भूतकाळ धातुसाधित विशेषणे (तिसरे रूप)

Base Form	Past Tense	Past Participle (Third form)
abide	abode	abode
arise	arose	arisen
awake	awoke	awoke, awoken
awaken	awakened	awakened
be	was	been
bear – (सोसणे)	bore	borne
bear – (धारणा करणे)	bore	born
beat	beat (बेट्)	beaten
become	became	become
befall	befell	befallen
beget – (जन्मास घालणे)	begot	begotten
behold	beheld	beheld
bend	bent	bent
* bereave = (मृत्यूमुळे वियोग घडणे)	bereaved	bereaved
= (हिरावून घेणे)	bereft	bereft
bid = (आदेश, इच्छा क.)	bade	bidden
bid = (लिलाव क.)	bid	bid
bind	bound	bound
bite	bit	bit
	–	bitten

* काही क्रियापदांना दोन भिन्न रूपे असतात. अशी क्रियापदे Regular व Irregular असतात. अशांचाही समावेश या यादीत केला आहे. काही क्रियापदांचा अर्थ एकच असून, त्यांची रूपे Regular/Irregular आहेत. अशाही क्रियापदांचा समावेश केला आहे.

bleed	bled	bled
blow	blew	blown
break	broke	broken
breed	bred	bred
bring	brought	brought
broadcast	broadcast	broadcast
	(कधी कधी) broadcasted	broadcasted
build	built	built
burn	burnt	burnt
	burned	burned
burst	burst	burst
buy	bought	bought
ast	cast	cast
catch	caught	caught
choose	chose	chosen
cling	clung	clung
clothe	clothed	clothed,
		clad
come	came	come
cost	cost	cost
creep	crept	crept
crow	crowed	crowed
cut	cut	cut
dare	dared	dared
deal	dealt	dealt
dig	dug	dug
do	did	done
draw	drew	drawn
dream	dreamed,	dreamed,
	dreamt	dreamt

drink	drank	drunk
drive	drove	driven
dwell	dwelt	dwelt
eat	ate	eaten
fall	fell	fallen
feed	fed	fed
feel	felt	felt
fight	fought	fought
find	found	found
flee	fled	fled
fling	flung	flung
fly	flew	flown
forbear	forbore	forborne
forbid	forbade	forbidden
forget	forgot	forgotten
forgive	forgave	forgiven
forsake	forsook	forsaken
freeze	froze	frozen
get	got	got
give	gave	given
go	went	gone
grind	ground	ground
grow	grew	grown
hang – (अडकवणे)	hung	hung
hang – (फाशी देणे)	hanged	hanged
have (has)	had	had
hear	heard	heard
hew	hewed	hewed
hide	hid	hidden,
	–	hid
hit	hit	hit
hold	held	held
hurt	hurt	hurt
keep	kept	kept

kneel	knelt	knelt
knit – (जोडणे)	knit	knit
knit – (लोकरीचे विणणे)	knitted	knitted
know	knew	known
lay	laid	laid
lead	led	led
lean	leaned	leaned
leap	leapt, leaped	leapt, leaped
learn	learnt, learned	learnt, learned
leave	left	left
lend	lent	lent
let	let	let
lie	lay	lain
light	lit, lighted	lit, lighted
lose	lost	lost
make	made	made
mean	meant	meant
meet	met	met
mow	mowed –	mowed, mown
pay	paid	paid
put	put	put
read – (रीड)	read – (रेड्)	read – (रेड्)
rid	rid	rid
ride	rode	ridden
ring	rang	rung
rise	rose	risen
run	ran	run
saw – (करवतीने कापणे)	sawed –	sawed, sawn
say	said	said

see	saw	seen
seek	sought	sought
sell	sold	sold
send	sent	sent
set	set	set
sew	sewed	sewed,
	–	sewn
shake	shook	shaken
shear	shore,	shorn,
	sheared	sheared
shed	shed	shed
shine	shone	shone
shoot	shot	shot
show	showed	showed
shrink	shrank	shrunk
shut	shut	shut
sing	sang	sung
sink	sank	sunk
sit	sat	sat
slay	slew	slain
sleep	slept	slept
slide	slid	slid
sling	slung	slung
smell	smelt	smelt
sow	sowed	sowed,
	–	sown
speak	spoke	spoken
speed	sped,	sped,
	speeded	speeded
spell	spelt,	spelt,
	spelled	spelled
spend	spent	spent
spill	spilt,	spilt,
	spilled	spilled
spin	spun	spun

spit	spat	spat
split	split	split
spoil	spoilt, spoiled	spoilt, spoiled
spread	spread	spread
spring	sprang	sprung
stand	stood	stood
steal	stole	stolen
stick	stuck	stuck
sting	stung	stung
stink	stank	stunk
strew	strewed –	strewed, strewn
stride	strode	stridden
strike	struck	struck
strive	strove	striven
swear	swore	sworn
sweep	swept	swept
swell	swelled –	swelled swollen
swim	swam	swum
swing	swung	swung
take	took	taken
teach	taught	taught
tear	tore	torn
tell	told	told
think	thought	thought
thrive	throve, thrived	thriven, thrived
throw	threw	thrown
thrust	thrust	thrust
tread	trod	trodden
understand	understood	understood
undertake	undertook	undertaken

wake	woke,	woken,
	waked	waked
wear	wore	worn
weave	wove	woven
weep	wept	wept
wet	wet,	wet,
	wetted	wetted
win	won	won
wind (वाईंड)	wound	wound
wring	wrung	wrung
write	wrote	written

7. Uses of Tenses

काळांचे उपयोग

१७१ आता आपण काळांचे वैशिष्ट्यपूर्ण उपयोग पाहू. केवळ व्याकरणदृष्ट्या काळाचे वाक्य बरोबर असून चालत नाही. कारण काही काळ विशिष्ट अर्थ व्यक्त करतात. शिवाय काळाच्या वापराबद्दल काही संकेत (conventions) असतात. तेव्हा काळाच्या दृष्टीने वाक्य बरोबर असूनही संकेत न पाळल्यास वाक्य चूक ठरू शकते. मागील प्रकरणात काही क्रियापदे progressiveमध्ये वापरता येत नाहीत, हे मी आपल्या निदर्शनास आणले आहेच. अशी क्रियापदे काळाचे नियम पाळून वाक्य बरोबर असले, तरी संकेताच्या दृष्टीने (काही वेळा सूक्ष्म अर्थाच्या दृष्टीनेही) ते चुकीचे ठरू शकते. म्हणून या प्रकरणाला निरतिशय महत्त्व आहे.

१७२ **1) Simple Present Tense: Uses: उपयोग:**

I read a book हे Simple Present Tenseमधील वाक्य आहे. या वाक्यावरून readingची क्रिया केव्हा झाली, याचा बोध होत नाही. असे असले, तरी या काळाची वैशिष्ट्ये व संकेत आहेत. आता त्याचा विचार करू या.

A) Habitual action: नित्याची क्रिया :

He goes to school. Dogs bark. Mother gets up early.

B) दररोज किंवा नित्य करावयाच्या गोष्टी व्यक्त करताना –

i) Adverbs (क्रियाविशेषणे) वापरतात : daily, always, often, usually, generally, never, etc.

ii) Adverbial phrases वापरतात : every day, every week, every month, every year, तसेच, once, twice, thrice, etc.

a) He takes exercises every day.

b) She visits her parents once a month.

C) General statement: सामान्य विधान :

i) Sachin Tendulkar plays cricket well.

ii) His dog likes bones.

D) Preplanned future action: पूर्वनियोजित कृती :

i) My friend returns to Mumbai in June.

ii) We leave for Pondicherry next month.

E) Eternal truth: शाश्वत सत्य : त्रिकालाबाधित सत्य : (शास्त्रीय सिद्धान्त, भौगोलिक सत्य, नैतिक तत्त्व)

a) The earth revolves round the sun.

b) Heat expands, cold contracts.

F) Conditional Clauses: अट असलेले वाक्यखंड :

भविष्यकाळातील एक घटना दुसऱ्या घटनेवर अवलंबून असते. ती अट असलेली घटना व्यक्त करण्यासाठी :

i) If it rains, I shall stay at home.

ii) Unless he returns my first book, I shall not lend him another.

खुलासा : वास्तविक rain व return या भविष्यकाळी घटना असूनही Simple Present Tense वापरतात.

G) Time clause: कालवाचक वाक्यखंड

We shall go to Kashmir when my brother returns from Kolhapur.

खुलासा : return ही भविष्यकाळात घडणारी घटना असूनही, नियमानुसार Simple Present Tense वापरावा लागतो.

१७३ 2) Present Progressive Tense:

A) बोलण्याच्या वेळी घडणारी घटना :

i) It is raining (now).

ii) The baby is crying (now).

B) बोलण्याच्या वेळी नव्हे, पण घडत असणारी क्रिया :

My cousin is teaching English in this school.

C) Definite arrangement in the near future: ठरवून करावयाची क्रिया :

a) The Prime Minister is flying to London tomorrow.

b) We are going to Kanyakumari in October.

D) Frequently repeated action which annoys the speaker, using 'always': 'always' योजून नापसंतीची भावना व्यक्त करण्यासाठी :

i) He is Always going away on leave of absence.

तो नेहमी रजेवर जातो, याबद्दलची नापसंती व्यक्त होत आहे.

तुलना पाहा.

He always goes away on leave of absence.

तो नियमितपणे (वर्षातून ठराविक एका वेळीच) रजेवर जातो. येथे फक्त क्रिया व्यक्त होते.

आणखी काही वाक्ये :

1) The child is always losing its handkerchief.
2) She is always hearing strange noises at night.

Exercise No. 26.

Put the verbs in brackets into the Simple Present Tense or Present Progressive Tense:

1) Birds usually (build) nests in that tree.
2) Pramod never listens to what I say, he always (think) about something else.
3) His dog always (attack) strangers. (thieves असेल, तर काळ वेगळा होईल).
4) Never get off the bus till it (stop).
5) The last S.T. bus (leave) at 10 p.m.
6) Shaila (meet) her old friend tomorrow.

१७४ **3) Present Perfect Tense:**

i) Adverbs – already, recently, lately, yet, etc.

ii) Adverbial phrases: this morning, of late, etc.

यांचा वापर या काळात केला जातो.

विशेष : This mornig ही Adverbial phrase आली असता दोन महत्त्वाचे भिन्न काळ योजतात. दुपारी १ वाजेपर्यंत Present Perfect Tense, तर त्यानंतरच्या वेळेसंबंधी Simple Past Tenseची योजना करतात.

a) दुपारी १२.३० वाजता केलेले विधान : Prakash has vomitted four times this morning.

b) दुपारी १ नंतर केलेले विधान : Prakash vomitted four times this morning.

१) Time clauses: कालवाचक वाक्यखंड :

Complex sentence मिश्र वाक्यात Main Clause (प्रधान वाक्यखंड) भविष्यकाळी असल्यास Time Clauseचे वाक्य Simple Present Tense मध्ये असते, हे वर सांगितले आहे. तसेच, time clauseमध्ये Future Perfect Tense वापरीत नाहीत, म्हणून क्रिया पूर्ण झालेली आहे, हे दाखवण्यासाठी Present Perfect Tenseची योजना करतात.

Examples:

i) When everybody <u>has left</u> the park, the park-keeper will lock the gates.

ii) When you have taken your examination, you will have a holiday.

१७५ 4) Simple Past Tense:

a) भूतकाळातील घटना कालवाचक शब्दाच्या मदतीने केव्हा घडली, हे सांगण्यासाठी :

I <u>met</u> my old friend <u>yesterday.</u>

b) कालवाचक शब्द नसला, तरी घटना भूतकाळी आहे, हे सूचित किंवा अध्याहृत असते.

The S.T. bus <u>was</u> twenty minutes late.

c) संवादामध्ये भूतकाळाचा उल्लेख आला असताना –

A: Where have you been?

B: I have been to Amalner.

A: What <u>did</u> you do there?

B: I <u>met</u> my relatives.

d) भूतकाळी नियमित केली जाणारी घटना –

Shri Jadhav always <u>took</u> exercises.

१७६ 5) Past Progressive Tense:

i) भूतकाळ सूचित असताना विशिष्ट क्रिया चालू होती, हे दाखविण्यासाठी –

It <u>was raining</u> heavily.

ii) काळाचा उल्लेख करून त्या वेळी क्रिया चालू होती, हे दाखविण्यासाठी –

I <u>was writing</u> a letter at eleven o'clock.

iii) भूतकाळी एक घटना घडली, तेव्हा दुसरी घटना चालू होती, हे दर्शविण्यासाठी

When I reached there, the people <u>were coming</u> out of the hall.

Exercise No. 27.

Put the verbs in brackets either into the Simple Past Tense or the Past Progressive Tense.

1) The car was empty but the engine (run).
2) Kalidas (write) Shakuntala.
3) Subhash usually (sit) in the library in his school days.
4) While the gardener (water) the plants, it started raining.
5) Kailas (break) his leg in an accident last year.
6) When I (arrive) at the station, my daughter (wait) for me there.

१७७ **6) Past Perfect Tense:**

a) भूतकाळातील दोन घटनांपैकी जी घटना अगोदर घडली असेल, ती घटना व्यक्त करण्यासाठी –

पुढील दोन वाक्यांच्या अर्थातील फरक लक्षात घ्या.

1) Before we reached the bus stop, the bus had left.

2) After we had reached the bus stop, the bus arrived.

खुलासा : वाक्य १मध्ये आम्ही बस-थांब्यावर पोहोचण्यापूर्वीच बस निघून गेली होती.

वाक्य २मध्ये बस थांब्यावर येण्यापूर्वी आम्ही बस-थांब्यावर पोहोचलो होतो.

b) Direct Speech (प्रत्यक्ष कथन)मध्ये येणाऱ्या Present Perfect Tense व Simple Past Tenseबद्दल Indirect Speech (अप्रत्यक्ष कथन)मध्ये Past Perfect Tense वापरतात.

1) Direct: "I have shaken the bottle," said Kamala.
   Indirect: Kamala said that she had shaken the bottle.

2) Direct: "I sowed seeds," said Mrudula.
   Indirect: Mrudula said that she had sown seeds.

Exercise No. 28.

Rewrite the following sentences, supplying the correct forms of the verbs given in brackets:

1) When we reached the stadium, the hockey match already (start).
2) The fire (spread) to the next building before the firemen arrived.
3) After he (shut) all the windows of the room, he opened the door

of the cage.

4) The house was much smaller than Uday (think of) at first.

5) When Shashank came to see me, I already (have) my breakfast.

6) Bhupinder Singh already (learn) Marathi well before he left for the Punjab.

१७८ **7) Simple Future Tense:**

A) Future with intention:

Simple Future Tenseमध्ये I/We पुढे shall व You/You/He/She/It/They यांच्यापुढे will येते. Shall/will नंतर to लुप्त रूप येते. परंतु I/We नंतर will आले व You/He/They नंतर shall वापरले, तर अर्थाच्या दृष्टीने intention बदलते. पाहा –

हेतू : I shall do it – मी करीन.

निर्धार : I will do it. – मी करीनच.

i) ऐनवेळी पाहुणे आले व काही काम निघाले, तर कचेरीला जाण्यास उशीर होईल, असे म्हणताना – I shall be late to office. येथे परिस्थिती आपल्या हातात नाही.

ii) कचेरीला उशिरा जाण्याचे आपण अगोदरच ठरविले आहे. हे सांगताना – I will be late to office.

वरील वाक्याच्या अर्थांतील सूक्ष्म फरक लक्षात घ्या. इंग्रजी भाषेतील बारकावा विस्मयकारक असतो.

आता द्वितीय पुरुषी/तृतीय पुरुषी सर्वनामांपुढे shall वापरले असता अर्थातील बदल पाहा –

a) You shall bear the fruit of your hard work.

तू घेतलेल्या कष्टाचे तुला निश्चित फळ मिळेल.

b) He shall get an attractive salary.

त्याला खचितच उत्तम पगार मिळेल.

B) Future with Determination: निर्धार

पुढील वाक्यांची अर्थाच्या दृष्टीने तुलना पाहा –

a) I shan't meet him again.

त्याला पुन्हा भेटण्याची संधी मला मिळणार नाही. यातून हळहळ व्यक्त होते. पण,

b) I <u>won't meet</u> him again.

मी त्याला (पुन्हा) मुळीच भेटणार नाही. संधी आली, तरी पुन्हा न भेटण्याचा निर्धार यातून व्यक्त झाला आहे. वरील दोन्ही वाक्यांतील अर्थाच्या दृष्टीने फरक लक्षात घ्या.

१७९ 8) Future Progressive Tense:

A) The Present Progressive व The Future Progressive यांची अर्थाच्या दृष्टीने तुलना पाहा –

The Future Progressiveमध्ये घडणाऱ्या क्रियेबद्दल बोलणाऱ्याच्या मनात काही हेतू नसतो. याउलट The Present Progressiveमध्ये मात्र हेतुपुरस्सर, पूर्वनियोजित क्रिया अभिप्रेत असते.

i) The Governor is opening the Children's Park in our area.

ii) The Governor will open the Children's Park in our area.

वाक्य (i) मध्ये उद्यानाचे उद्घाटन करण्याचे निश्चित ठरविले आहे.

वाक्य (ii) मध्ये गव्हर्नर बालोद्यानाचे उद्घाटन करतील, कार्यक्रम निश्चित नाही. कदाचित कार्यक्रमात काही बदल होऊ शकतो.

B) The Simple Future व The Future Progressive यांची तुलना :

(i) Will you have tea again?

चहा पुन्हा घेण्याबाबत आमंत्रण आहे.

(ii) Will you help me to shift the cupboard?

वरील वाक्यात नम्र विनंती दिसून येते.

(iii) You will clean this house.

या वाक्यात आदेशाची भावना आहे.

परंतू वरील अर्थ The Future Progressive Tenseद्वारे व्यक्त करता येत नाहीत.

आता प्रत्यक्ष तुलना करू –

A) i) Will you bring the chair in the hall?

हॉलमध्ये खुर्ची आणण्याची अपेक्षा आहे.

ii) Will he be bringing the chair in the hall?

खुर्ची हॉलमध्ये तो आणील किंवा ऑफिसमध्ये नेईल.

No, he will be keeping it in the office – असे उत्तर येण्याची शक्यता आहे.

B) Notमुळे अर्थात होणारा बदल लक्षात घ्या –

i) The gardener won't cut the grass.

गवत कापण्यास माळी तयार नाही.

ii) The gardener won't be cutting the grass.

माळ्याला दुसरे काम असेल, तो गैरहजर असेल किंवा आजारी असेल, म्हणून तो आज गवत कापणार नाही, इतकाच अर्थ या वाक्यातून व्यक्त होतो.

१८० 9) Future Perfect Tense:

By the end of the year, we shall have completed the repairs.

In five years' time, Shruti will have taken her degree.

The Future Perfect Tenseमधील क्रिया नेहमी काळाशी निगडित असते.

परंतु Time clause वापरला, तर The Future Perfect Tenseऐवजी the Present Perfect Tense योजावा.

When we have completed the repairs, we shall re-open the Sports Club.

Exercise No. 29.

Put the following verbs in brackets into the Present Progressive or the Simple Future Tense, as the case may be:

i) I am sure that I (recognize) him.

ii) If you drop the bottle, it (break).

iii) Sudhanshu (play) a table tennis match on Sunday.

iv) The cat (scratch) you if you pull its tail.

v) The Chief Minister's speech (be) broadcast tonight.

vi) Don't make a sound otherwise you (wake up) the baby.

vii) You (see) a signpost at the end of the road.

१८१ The Conditional Tenses:

24 Anomalous Finite Verbsची माहिती Verbs या 5व्या प्रकरणात दिली आहे. या 24 A.F.चे इंग्रजी भाषेत अनन्यसाधारण महत्त्व आहे. त्यांतील

am, is, are	was, were
have, has	had
shall	should
will	would

या क्रियापदांचा काळ तयार करण्यास उपयोग होतो. तेव्हा त्यांना Helping

Verbs म्हणतात.

Shall चे should व Will चे would ही भविष्यातील भूतकाळी रूपे आहेत. The Conditional Tense तयार करण्यास या should/wouldची मदत होते.

The Conditional Tenses

1) The Present Conditional 2) The Past Equivalent of the Future Tense 3) The Perfect Conditional

१८२ 1) The Present Conditional Tense:

Formulas: सूत्रे :

i) should + bare infinitive

ii) would + bare infinitive

*(**टीप** : प्रथम पुरुषी I/We पुढे should व द्वितीय पुरुषी आणि तृतीय पुरुषी You/ You/He/She/It/They पुढे would वापरावे.)*

Examples:

I should work.	We should work.
You would work.	You would work.
He/She/It would work.	They would work.

१८३ Negative: नकारार्थी :

Should/would ही Anomalous Finite Verbs असल्याने त्यांच्यापुढे not लिहून वाक्य नकारार्थी करता येते, तसे inversionच्या नियमाने म्हणजे कर्त्यापूर्वी should/would आणून वाक्य प्रश्नार्थी करता येते.

Examples:

1) I should help the boys. – Affirmative
I should not help the boys. – Negative
Should I help the boys? – Interrogative
Should I not help the boys? – Interrogative Negative

2) She would cook food. – Affirmative
She would not cook food. – Negative
Would she cook food? – Interrogative
Would she not cook food? – Interrogative Negative

टीप *: व्यवहारात व संवादात shouldn't व wouldn't ही contracted लघुत्व पावलेली रूपे वापरतात.*

उपयोग : Use: a) भविष्यकाळातील होऊन गेलेली भूतकाळी अर्थ प्राप्त होणारी

घटना या काळाने दाखविली जाते.

b) वर्तमानकाळात should/wouldचा उपयोग केला जातो, तेव्हा त्याला परवानगी/विनंती/सौजन्य/कर्तव्य असे अर्थ प्राप्त होतात.

१८४ 2) As a past equivalent of the future tense:

A) वाक्याच्या प्रधान वाक्यखंडामध्ये क्रियापद भूतकाळात असेल, तर गौण वाक्यखंडात should/would वापरतात.

Examples:

1) I hope that I shall get a prize.

I hoped that I should get a prize.

2) I know that she will pass the examination.

I knew that she would pass the examination.

B) Indirectमध्ये रूपान्तर करताना shall/willबद्दल would वापरावे. कारण Indirectमध्ये तृतीय पुरुषी कर्ता येतो.

i) I said, "I shall come." = I said that I should come.

ii) He said, "I shall go". = He said that he would go.

१८५ 5) The Perfect Conditional Tense:

स्वरूप : Should/would नंतर perfect infinitive येते.

सूत्रे : i) should + (to) have + p.p.

ii) would + (to) have + p.p.

खुलासा :

Infinitive	Bare Infinitive	Perfect Infinitive	Passive Infinitive
1) to buy	buy	have bought	be + bought
2) to do	do	have done	be + done
3) to have	have	have had	be + had

वरील क्रमाने उदाहरणे दिली आहेत.

1) I have to buy books.	I shall buy books.
I shall have bought books.	Books are bought by me.
2) He has to do his homework.	He will do his homework.
He will have done his homework.	His homework has to be done by him.

(टीप : अधिक खुलाशासाठी The Infinitive हे प्रकरण ९ पाहा.)

Examples:

1) I should have saved money.
2) We should have taken care.
3) You would have maintained the speed.

१८६ Negative:

1) I should not have saved money in that manner.
2) We should not have taken care of the notorious boy.
3) You would not have maintained the speed.

Interrogative:

1) Should I have saved money?

   Should I not have saved money?

2) Should we have taken care?

   Should we not have taken care?

3) Would you have maintained the speed?

   Would you not have maintained the speed?

Uses: उपयोग :

The Future Perfect Tenseमधील वाक्याची पूर्तता करण्यासाठी Main Clauseमध्ये भूतकाळ आल्यास या काळाचा उपयोग करावा लागतो.

i) I hope she will have returned before it gets dark.

ii) I hoped that she would have returned before it got dark.

१८७ Conditional Sentences: सशर्त वाक्ये :

Conditional sentence हे complex (मिश्र वाक्य) असते. यात एक Main Clause (प्रधान वाक्यखंड) व दुसरा Dependent Clause (गौण वाक्यखंड) असतो. Dependent किंवा Subordinate Clause हा If/Unless या उभयान्वयी अव्ययाने झालेला असतो. यालाच Adverb Clause of Condition म्हणजे सशर्त वाक्यखंड म्हणतात.

Type 1: प्रकार १ : Probable condition: शक्य होणारी अट :

If it rains, we shall stay indoor.

Type 2: प्रकार २ : Improbable condition: शक्यतेत न उतरणारी अट

If a thief came into my room, I would hit him. जर माझ्या खोलीत चोर शिरला, तर मी त्याला (ठोसा) मारीन.

Type 3: प्रकार ३ : Impossible condition: अशक्य अट :

If you had come five minutes earlier, you would have got a seat.

येथे क्रिया होऊन गेलेली आहे. लवकर येण्याची अट आता आवाक्यात नाही.

विशेष : i) If + had + p.p. आले असता Main Clauseमध्ये would + have + p.p. येते.

ii) If + had, If + should; If + were अशी सामान्यपणे गौण वाक्याची सुरुवात होते. (If + s + had + p.p.; If + s + should) पण If गाळले गेले असता had, should व were ही Auxiliary Verbs कर्त्याच्या अगोदर inversion च्या नियमाने येतात. अशा वेळी had, should, were ही क्रियापदे असतातच, शिवाय त्यांनाच conjunctions (उभयान्वयी अव्यये) समजावीत; कारण ती उभयान्वयी अव्ययाचे कार्य करतात.

Examples:

a) Had I known it, I would have come to you.

b) Were they present there, they would have avoided the situation.

c) Should you break your promise, none will trust you.

(टीप : वरील वाक्यांत if या उभयान्वयी अव्ययाचा लोप झाला आहे.)

१८८ If व Unless:

Unlessमध्ये नकारार्थ असतो.

विशेष :

unless = if + not

unless + not = if

Example:

Unless the floods go down, we shan't be able to drop food packets.

तेच वाक्य If the floods do not go down, we shan't be able to drop food packets. [Unless च्या ऐवजी If वापरले आहे.] OR: If the floods go down, we shall be able to drop food packets.

Exercise No. 30.

Put 'should' or 'would' in the gaps in the following sentences:

1) The teacher ordered that Dinesh ..... leave the class.

2) .... you mind opening the door?

3) You ... obey your parents.

4) The bus .... not start so we took a taxi.

5) The headmaster insisted that the students ..... wear the uniform.

Exercise No. 31.

Rewrite the sentences, using the correct forms of the verbs given in brackets:

a) If you read in dim light, you (ruin) your eyesight.

b) Unless you pay the servant regularly, she (work) not for you at all.

c) If I had a typewriter, I (type) the letter myself.

d) If your father had known the whole story, he (be) not so angry.

e) If you (change) not your wet clothes, you will get pneumonia.

■

8. Adverbs

क्रियाविशेषणे

१८९ Kinds: प्रकार :

1) Adverb of Place: स्थलवाचक क्रियाविशेषण :
here, there, near, up, down, by, everywhere

2) Adverb of Time: कालवाचक क्रियाविशेषण :
now, soon, next, then, still, yet, today, never, sometimes, nowadays

3) Adverb of Frequency: पुनरावृत्तिवाचक क्रियाविशेषण :
frequently, always, seldom, occasionally, thrice

4) Adverb of Manner: रीतिवाचक क्रियाविशेषण :
fast, hard, well, strongly, happily

5) Adverb of Degree: प्रमाणवाचक क्रियाविशेषण :
very, quite, almost, nearly, fairly, rather, hardly, too

6) Interrogative Adverb: प्रश्नार्थी क्रियाविशेषण :
when? where? why?

7) Relative Adverb: संबंधी क्रियाविशेषण :
when, where, why (वाक्य प्रश्नार्थी नसताना)

Formation of adverbs: क्रियाविशेषणे तयार करण्याची रीत :

i) सामान्यपणे विशेषणाला -ly लावून –
adverb of manner व adverb of degree तयार केली जातात.
slow – slowly fair – fairly

ii) ज्या विशेषणाच्या शेवटी l हे व्यंजन असले, तरी त्याला ly हे उत्तरपद लागते.

final + ly = finally　　　gradual + ly = gradually

iii) विशेषणाच्या शेवटी y असेल, तर ly हे उत्तरपद लागण्यापूर्वी y चा अपरिहार्यपणे i होतो.

happy – happily　　　gay – gaily

iv) a) विशेषणाच्या शेवटी येणारा e स्वर -ly लागून होणाऱ्या क्रियाविशेषणामध्ये राहतो.

sincere – sincerely　　　extreme – extremely

b) e चा काही वेळा लोप होतो.

true – truly　　　due – duly　　　whole – wholly

c) विशेषणाच्या शेवटी -able किंवा -ible असेल तर अंत्य e जाऊन y येतो.

sensible – sensibly　　　capable – capably

v) अपवाद –

a) good या विशेषणाचे well हे क्रियाविशेषण आहे :

b) विशेषणाला -ly हे उत्तरपद लागत नाही. विशेषणाची आणि क्रियाविशेषणाची रूपे सारखी असतात, अशी काही क्रियाविशेषणे.

विशेषण	क्रियाविशेषण	विशेष	क्रियाविशेषण
hard	hard	fast	fast
high	high	deep	deep
शिवाय high	highly	शिवाय deep	deeply

शब्दाच्या स्थानावरून व अर्थावरून क्रियाविशेषण ओळखता येते.

Adjectives	**Adverbs**
i) a <u>fast</u> train	i) A train ran <u>fast</u>.
ii) a <u>high</u> temperature	ii) A plane was moving <u>high</u>.
iii) a <u>hard</u> problem	iii) We worked <u>hard</u>.
iv) a <u>deep</u> well	iv) The workers went <u>deep</u> into the mine.

१९० The Position of Adverbs: वाक्यातील क्रियाविशेषणाचे स्थान :

1) Adverb of place: here, there, near, everywhere, etc.

A) i) हे क्रियाविशेषण वाक्यातील मुख्य कर्मानंतर येते.

ii) वाक्यात कर्म नसेल, तर हे क्रियाविशेषण क्रियापदानंतर येते.

a) The boy broke the glass here.

b) She stood there.

B) वाक्यात एक रीतिवाचक क्रियाविशेषण adverb of manner असेल, तर

स्थलवाचक क्रियाविशेषण adverb of place त्या रीतिवाचक क्रियाविशेषणानंतर येते.

We lived happily there.

C) क्रियाविशेषणे : somewhere व anywhere:

i) I had seen your notebook somewhere.

ii) Did you see my nail clippers anywhere?

टीप : *Somewhere विधानार्थी (Assertive) वाक्यात, तर anywhere नकारार्थी व प्रश्नार्थी वाक्यात योजतात.*

१९१ 2) Adverb of time:

today, now, soon, then, yet, still, next, often, later, etc.

I) Adverb of time सामान्यपणे वाक्याच्या सुरुवातीला किंवा शेवटी येते.

He returned soon. Then they went home.

II) Still व yet यांचे वाक्यात विशिष्ट स्थान

still:

(i) To be क्रियापदानंतर

He is still jobless.

(ii) मात्र पूर्ण क्रियापदापूर्वी

She still takes medicine.

Yet:

बहुतांशी yet नकारार्थी, तसेच, प्रश्नार्थी वाक्यात योजतात.

अशा वाक्यात yet शेवटी येते.

I have not finished yet.

Aren't you ready yet?

टीप : *Still आणि yet ही उभयान्वयी अव्यये (conjunctions) देखील आहेत.*

Next: nextचे विशेष स्थान आहे.

Next या क्रियाविशेषणाचा संबंध ज्या शब्दाशी असेल, त्याच्या शेजारी next लिहावे.

I asked him what happened next.

येथे happenedशी संबंध आहे.

I next asked him what happened.

येथे askedशी संबंध आहे.

*(**टीप** : Next हे विशेषण व नाम आहे. त्याची चर्चा येथे केली नाही.)*

११२ **3) Adverb of Frequency:** often, always, usually, seldom, sometimes, never, etc.

ही क्रियाविशेषणे पुढीलप्रमाणे वापरावीत.

i) to beच्या क्रियापदानंतर –

She is always in time for meals.

ii) simple tenseमध्ये पूर्ण क्रियापदापूर्वी –

He sometimes comes late.

iii) संयुक्त क्रियापद असल्यास साहाय्यकारी क्रियापदानंतर –

I will never smoke a cigarette.

She has seldom begun cooking.

His mother had often been told about Chetan's misbehaviour.

iv) प्रश्नार्थी वाक्यात कर्त्यानंतर –

Does the boy always come late?

Has she ever done it before?

अपवाद: Exceptions:

1) Have to, had to, used to पूर्वी –

The blind always have to be careful.

He never used to avoid his work.

२) सामान्य क्रियापदाची पुनरावृत्ती टाळण्यासाठी – वाक्याच्या उत्तरार्धात जेव्हा Anomalous Finite योजतात, तेव्हा Anomalous Finite क्रियापदापूर्वी –

Could you swim across the flooded river?

i) Yes, I usually could.

ii) Old people also should take exercise, but they never do.

३) Never हे स्पष्ट नकारार्थी आहे. तर seldom, rarely, barely, hardly, scarcely, इत्यादींमध्ये गर्भित नकारार्थ आहे. ही क्रियाविशेषणे वाक्यांच्या सुरुवातीस आल्यास क्रियापद कर्त्यापूर्वी येते.

i) Never has the boy stolen anything before.

ii) Seldom have I seen such a beautiful photograph.

११३ **4) Adverb of Manner:** quickly, happily, hard, fast, well, etc.

i) सामान्यपणे adverb of manner हे मुख्य कर्मानंतर येते.

He plays basketball well.

ii) मुख्यकर्म नसेल, तर क्रियापदानंतर –

The child walked slowly.

१९४ **5) Adverb of Degree:** nearly, quite, wholly, almost, too, entirely, etc.

Adverb of Degreeचा संबंध विशेषण किंवा दुसऱ्या प्रकारचे क्रियाविशेषण यांच्याशी असतो. म्हणून adverb of degree संबंध असणाऱ्या शब्दापूर्वी येते.

I know him quite well. (well या क्रि.वि.शी संबंध)

His progress is fairly good. (good या विशेषणाशी संबंध)

It was too hot to go out. (hot या विशेषणाशी संबंध)

१९५ **Enough:**

Enoughचा क्रियाविशेषण (adverb) म्हणून विचार करून वाक्यातील enoughचे स्थान व उपयोग पाहू.

(i) Enough विशेषण आणि क्रियाविशेषणानंतर येते.

The bag is not big enough.

He walked fast enough.

(ii) enogh + to युक्त रूप

The boy was strong enough to lift the box.

They had time enough to visit the city.

(iii) enough + for

This book is easy enough for a boy of twelve.

१९६ **Too:**

Too या क्रियाविशेषणाचे निरनिराळे उपयोग पाहू.

१) नको इतक्या प्रमाणात.

Prices have gone up too high.

२) too ..... to युक्त रूप

I am too tired to walk.

The suitcase is too small to hold all my things.

अशा प्रकारच्या वाक्यांतील tooचा अर्थ so + not असतो. (प्रकरण 14मधील भाग 6 पाहा.)

३) too + adverb

The workers worked too quickly to finish their work before time.

४) too आणि passive अर्थ

The tea is too hot to drink (to be drunk).

५) too... for... to युक्त रूप

The box is too heavy for the boy to carry.

It was too hot for anyone to go out.

६) too = also, as well

He sings. She sings, too.

११७ Only:

Onlyचा संबंध ज्या शब्दाशी असेल, त्या शब्दाच्या जवळ only लिहावे.

i) He had only one torch. – oneशी संबंध. (त्याच्याकडे फक्त एकच विजेरी होती. दोन नव्हत्या.)

ii) I had only lent the camera – lentशी संबंध. मी कॅमेरा फक्त उसना दिला (देऊन टाकला नाही).

iii) She gave her bag to me only. – meशी संबंध. तिने फक्त मलाच पिशवी दिली. (दुसऱ्या कोणास दिली नाही.)

iv) The child ate only half of the cake. – half शी संबंध. मुलाने फक्त अर्धाच केक खाल्ला.

११८ fairly and rather: योग्य प्रमाणात, काहीसा, जरासा

fairly – good, well, nice यांसारख्या चांगलेपणा दर्शवणाऱ्या विशेषण – क्रियाविशेषणांबरोबर वापरतात.

rather– bad, ugly, foolishly यांसारख्या वाईटपणा किंवा वैगुण्य दर्शविणाऱ्या विशेषण – क्रियाविशेषणांबरोबर वापरतात.

१) i) Nitin did fairly well in the examination, but Nita did rather badly.

ii) This box is rather heavy, but that is fairly light.

२) Fast, slow, hot, old, think, इत्यादी विशेषणे/क्रियाविशेषणे पसंतीदर्शक किंवा नापसंतीदर्शक आहेत, असे म्हणता येणार नाही. वरील विशेषणे सापेक्ष आहेत. म्हणून बोलणाऱ्या व्यक्तीला ज्याप्रमाणे भाव व्यक्त करायचा असतो, त्याप्रमाणे ती व्यक्ती fairly आणि rather ही क्रियाविशेषणे वापरते.

A) Today the weather is fairly hot.

(कडाक्याची थंडी पडल्यानंतर हवामानात बदल होऊन आता जरा हवामान ऊबदार आहे. बोलणाऱ्या व्यक्तीच्या मनात वरील भाव आहे.)

B) Today the weather is rather hot.

उन्हाळ्याचे दिवस आहेत, परंतु त्यातही आज उष्मा फारच जाणवत आहे. येथे नापसंती दर्शविली आहे.

३. तरभाववाचक विशेषण-क्रियाविशेषणाबरोबर fairly वापरीत नाहीत, पण

rather वापरतात.

This runner is rather faster one.

ratherचा वेगळा उपयोग

१) a) It was fairly an interesting play.

b) This is rather a good play.

वाक्य a)मधील अर्थ – नाटक बरे होते.

वाक्य b)मधील अर्थ – हे नाटक फारच चांगले आहे.

(दुसऱ्याने नाटक पाहावे, अशी सूचकता या वाक्यात आहे.)

२) दोन गोष्टींमधील निवड दाखविण्यासाठी

I would rather take cold drink.

१९९ very आणि much:

a) जेव्हा much होकारार्थी वाक्यात योजतात, तेव्हा muchबरोबर पुष्कळ वेळा very वापरतात.

Thank you very much.

I enjoyed basketball very much.

b) नकारार्थी वाक्यात very वापरीत नाहीत.

He does not like sweets much.

c) तरभाववाचक विशेषणाचा अर्थ तीव्र करण्यासाठी comparative degree मध्ये उपयोग.

His camera is much costlier than yours.

Today the sick man is looking much weaker than usual.

२०० Inversion of the subject and the verb after adverbs with negative meaning: काही क्रियाविशेषणे आणि कर्त्याचे स्थानः

क्रियाविशेषणांच्या सर्व प्रकारच्या क्रियाविशेषणांत काही क्रियाविशेषणे नकारार्थी आहेत (nowhere, no sooner, इत्यादी), तर काही गर्भित नकारार्थी (hardly, rarely) आहेत. अशी क्रियाविशेषणे वाक्याच्या सुरुवातीला आली असताना कर्त्यापूर्वी Anomalous Finite येते.

क्रियाविशेषणे :

a) Never, no sooner.... than, nowhere, not often, in no way, not only, nor

b) Hardly .... when, scarcely ...... when, seldom, barely, rarely, so badly, etc.

1) *Never* before had he smoked a cigarette.

2) *Nowhere* did he get the old book.

3) He did not eat food. *Neither* did she.

4) At *no* point did he disclose the matter.

5) In *no* way do I want to take advantage of his position.

6) *Not* often do we find a boy of his intelligence.

7) *Not* only does Sujeet play tennis but also he plays hockey.

8) *No* sooner did the train start than all the passengers took their seats.

9) *Hardly* had he entered the room when the doorbell rang.

२०१ in, out, up, down, forward, back, over: या क्रियाविशेषणांनी वाक्याला सुरुवात झाली असेल, तर त्या क्रियाविशेषणानंतर क्रियापद येते.

Up jumped the cat.

Down fell two mangoes.

In came a stranger.

Out went the dog.

परंतु अशा वाक्यांत सर्वनाम आल्यास कर्ता आणि क्रियापद नेहमी स्थानावर राहतात.

Back she went home.

Forward they moved.

■

9. Infinitive

to-युक्त रूप

२०२ Infinitive हे क्रियापदाचे एक रूप आहे. क्रियापदाच्या मूळ रूपापूर्वी to लावले, की त्याला infinitive म्हणतात. क्रियापदाला to लावून होणाऱ्या रूपाला to-infinitive म्हणतात, तर to लोप होऊन होणाऱ्या रूपाला bare infinitive (to लुप्त रूप) म्हणतात. यालाच plain infinitive असेही म्हणतात.

A) To-infinitive: to do, to have, to go, to speak

B) Bare infinitive: do, have, go, speak, write

महत्त्वाचे : पुरुष-वचन-काळ यांचा infinitiveवर कसलाही परिणाम होत नाही. Infinitives अविकारी राहतात.

Examples:

I am happy to meet you. (प्रथम पुरुष)

She is happy to meet you. (तृतीय पुरुष)

The boys are happy to meet you. (अनेकवचन)

२०३ **To-infinitive:**

I want to meet you. (Present Tense)

I wanted to meet you. (Past Tense)

I shall be happy to meet you. (Future Tense)

पुढील क्रियापदांनंतर to-infinitive येते –

a) agree, arrange, attempt, begin, care, cease, come, consent, decide, determine, endeavour, fail, forget, get, happen, hesitate, hope, intend, learn, manage, neglect, prepare, promise, propose, refuse, regret, remember, seem, stand, swear, try, undertake, want

b) be (am/is/are/was/were) have, ought, used या Auxiliary Verbs नंतर ही to-infinitives वापरतात.

Examples:

i) He has agreed to sell his bull.

ii) The barometer began to fall.

iii) He got up to ask a question.

iv) She refused to join the trip.

v) He is to buy bread for us.

vi) They have to sweep the ground.

vii) The students ought to know the rules of the library.

viii) I used to swim in the river when I was a boy.

२०४ **B) Bare infinitive:**

Shall/should, will/would, can/could, may/might, dare, need या Auxiliary Verbs नंतर to लुप्त रूप म्हणजेच bare infinitive येते.

Examples:

1) We shall arrange chairs.

2) He should have been careful.

3) She may wait in the hall.

4) Will you hold this for a while?

5) This medicine might cure your cough.

Dare व need: सामान्यपणे नकारार्थी वाक्यात bare infinitive येते. प्रश्नार्थी वाक्यातही bare infinitive येते.

Examples:

i) Dare you jump down into the river from the top of the bridge?

ii) I daren't do it.

iii) Need you go yet?

iv) He needn't reply the letter now.

२०५ **Infinitiveचे वर्गीकरण**

i) Active infinitive	ii) Passive infinitive
to do	to be done
to have	to be had
to buy	to be bought

to hold	to be held
to find	to be found

Examples: Active Infinitive:

A) i) I have a lot of work to do.

ii) She has to do her homework.

iii) We want to have a camera.

iv) They have decided to buy a shop.

२०६ **Passive Infinitive:**

B) a) There was much work to be done.

b) I selected certain things to be had.

c) There was no time to be lost.

d) The next thing to be discussed was the water supply.

e) The porter was nowhere to be found.

२०७ **Uses of the Infinitive: to –युक्त रूपांचे उपयोग :**

१) वाक्यात how आले असता –

Discover, explain, find out, know, show, understand, wonder इत्यादी क्रियापदे असलेल्या वाक्यात how आले असता to-infinitive येते.

Examples:

i) I do not know how to solve the sum.

ii) He explained how to start the machine.

iii) She discovered how to use the parachute.

iv) The clerk showed me how to open the safe.

२) वाक्यात what, when, where, whether आले असता –

स्पष्टीकरण : वाक्यात नाम-वाक्य (Noun Clause) विशेषण-वाक्य (Adjective Clause)च्या ऐवजी to-infinitiveने clauseचे कार्य साधता येते.

Example:

a) Tell me what to do.

***टीप** : Tell me what I should do या Noum Clause च्या ऐवजी to do हे infinitive योजून कार्यभाग साधला आहे.*

b) When to start is a question.

c) The child does not know where to go.

३) पुढील तुलना पाहा.

a) I want to clean the room. b) I want <u>you</u> to clean the room.

दोन्ही वाक्यांतील अर्थ अगदी वेगळा आहे.

वाक्य a)मध्ये मला खोली साफ करायची आहे, असा अर्थ असून, वाक्य b)मध्ये तू खोली साफ करावी, अशी अपेक्षा व्यक्त केली आहे.

1) I want to keep quiet. I want her to keep quiet.

2) I want to go home. I want him to go home.

3) I expect to be there. I expect them to be there.

४) To express purpose: हेतू व्यक्त करण्यासाठी :

Examples:

i) He went to Mumbai to seek a job.

ii) They came to Pune to settle down.

अपवाद : आज्ञार्थी Imperative वाक्यात infinitive वापरीत नाहीत.

Examples:

a) Stop and watch it. परंतु Stop to watch it. असे म्हणत नाहीत.

याला अपवाद see हे क्रियापद :

Come to see me. तसेच Come and see me. (दोन्ही वाक्ये बरोबर आहेत.)

नियम : विशिष्ट हेतू असेल, तर infinitive वापरावे व सर्वसाधारण general हेतू असेल, तर gerund किंवा -ing रूप योजावे.

a) I don't want <u>to borrow</u> money to buy a bicycle.

b) I don't like <u>borrowing</u> money from anyone.

a)मध्ये विशिष्ट हेतू आहे, तर b)मध्ये पैसे उसने मागण्याच्या सर्वसाधारण सवयीबद्दलचे विधान केले आहे.

५) Only नंतर infinitive

Only + infinitiveने निराशा किंवा भ्रमनिरास व्यक्त केला जातो.

Example:

i) She hurried to the ration shop <u>only to find</u> that sugar had been sold out.

६) Infinitive आणि the first, the second, the last, the only

Examples:

1) My grandmother is <u>the first</u> to get up and the last to go to bed.

2) She was the second person to be killed at the same spot.

3) The boy was the only one to survive the plane crash.

२०८ **7) The Infinitive आणि too, enough**

Too + adjective/adverb + infinitive

Examples:

i) She is too young to understand its importance. (adjective)

ii) He runs too slowly to win the race. (adverb)

२०९ **8) Infinitive with a passive meaning:**

A) Active Infinitive असूनही passive meaning

Examples:

i) The tea is too hot to drink.

पण अर्थाच्या दृष्टीने वरील वाक्य असे आहे –

The tea is too hot to be drunk.

वरील प्रकारच्या वाक्यात for + noun/pronoun घालता येतात.

ii) The tea is too hot for him to drink.

iii) The window was too dirty to see through.

The window was too dirty for me to see through.

iv) This house is to let. (to be let)

२१० **B) Adjective/Adverb + enough + infinitive:**

Examples:

i) The police did not hit the thief hard enough to knock him down.

ii) The light was not bright enough for her to read the magazine.

२११ **C) So + adjective/adverb + as + infinitive:**

Examples:

a) He was so worried as to leave his safe unlocked.

b) The secretary left the meeting so hurriedly so as to make everyone annoyed.

२१२ **9) The infinitive as subject:**

Examples:

i) To lean out of the window is dangerous.

ii) To err is human; to forgive, divine (to forgive is divine.)

iii) To tell you the truth, I have lost my purse.

१०) Infinitive – पुनरावृत्ती (repetition) टाळणे

Examples:

a) : Did you see the Taj Mahal?

: No, I wanted to but I had to rush back home.

I wanted to see असे वाक्य असायला पाहिजे होते पण seeची पुनरावृत्ती टाळली आहे.

b) : Would you like to act in a drama?

: Yes, I would love to.

२१३ **The Perfect Infinitive:**

Examples:

to have bought   to have painted

Uses: उपयोग :

Perfect Conditionalमध्ये Perfect Infinitiveचा उपयोग करतात.

खुलासा :

should + have + p.p. would + have + p.p. could + have + p.p. might + have + p.p.	ही Perfect Conditionalची उदाहरणे आहेत. त्यात (to) have + p.p. हे bare perfect infinitive आहे.

a) पार न पाडलेले कर्तव्य – should किंवा oughtच्या साहाय्याने

Examples:

i) I should have explained the background.

ii) They ought to have helped the poor family.

b) पूर्ण न झालेली इच्छा :

Examples:

1) If I had met him, I would have invited him.

2) I should have loved to discuss the problem with him.

c) अनावश्यक क्रिया needn't च्या साहाय्याने

Example:

You needn't have waited for us so long.

d) घडून गेलेल्या घटनांबद्दल अंदाज may/mightच्या मदतीने –

Examples:

i) He may have met my uncle. (शक्यता वर्तविली आहे)

ii) He might have met my uncle. (शक्यतेबद्दल साशंकता)

वरील वाक्यांत (पूर्ण) वर्तमानकाळातील घटना दर्शविली आहे. परंतु प्रधान वाक्यात भूतकाळी क्रियापद आले असता केवळ 'might' वापरता येते. त्या वेळी वाक्याचा mightचा अर्थ भूतकाळी असतो.

He said that his uncle <u>might</u> have reached Nanded.

२१४ **The Continuous Infinitive:**

i) Present Continuous Infinitive: to be eating

ii) Present Perfect Continuous Infinitive: to have been eating

वरील दोन्ही प्रकारची infinitive seem व appear या क्रियापदांनंतर, Auxiliary Verbs नंतर आणि infinitiveच्या passiveमध्ये believe, know, report, say, suppose, think या क्रियापदांबरोबर वापरतात.

Examples:

i) He seems to be writing a letter.

ii) She should have been preparing for her examination.

iii) He is believed/thought/supposed to be living in Nepal.

iv) He is supposed to be earning well.

■

10. Participles

कृदन्त

२१५ **Kinds: प्रकार :**

i) The Present Participle , ii) The Perfect Participle, iii) The Past Participle

i) The Present Participle: jumping, talking, holding, being
स्वरूप : verb + ing
क्रियापदाच्या मूळ रूपाला -ing जोडले, की धातुसाधित विशेषण किंवा कृदन्त तयार होते.

ii) The Perfect Participle: having jumped, having done
स्वरूप : having + past participle
Havingच्या पुढे क्रियापदाचे तिसरे रूप वापरले, की perfect participle तयार होते.

iii) The Past Participle: क्रियापदाचे तिसरे रूप :
broken, fallen, swallowed

२१६ **A) The Present Participle**

Uses: उपयोग :

a) As an adjective: विशेषण :
Examples:
flowing water, growing children, melting snow

b) To form progressive tense:
i) The Present Progressive Tense: The cattle are grazing.
ii) The Past Progressive Tense: The cattle were grazing.
iii) The Future Progressive Tense: The cattle will be grazing.

तसेच, the Present Perfect Progressive Tense, the Past Perfect–Progressive Tense, The Future Perfect–Progressive Tense या तिन्ही काळांत participles वापरतात.

c) संवेदना व्यक्त करणाऱ्या क्रियापदांनंतर –

see, hear, feel, smell, etc. ही क्रियापदे संवेदना व्यक्त करतात.

Examples:

i) I saw people shouting ii) I smell something burning

iii) He heard the clock ticking iv) People felt their houses shaking

d) i) एकाच कर्त्याच्या दोन क्रिया एकाच वेळी घडताना –

Examples:

He stood in the balcony. He saw a bus.

वरील दोन्ही वाक्यांचा किंवा stood आणि saw या दोन्ही क्रियांचा He हा एकच कर्ता आहे. Stood व saw या क्रिया एकाच वेळी घडल्या आहेत. Participle वापरून वरील दोन वाक्ये खालीलप्रमाणे लिहिता येतील.

Standing in the balcony, he saw a bus.

खुलासा : पहिल्या वाक्यातील भूतकाळी क्रियापदाचे मूळ रूप stand घेऊन त्याला ing प्रत्यय जोडला. दोन्ही वाक्यांचा कर्ता एकच असल्याने पहिल्या वाक्याचा कर्ता गाळला.

Examples:

i) She pulled down a branch and plucked flowers.

Pulling down a branch, she plucked flowers.

खुलासा : दोन्ही क्रियांचा कर्ता एकच असताना and नंतर तो कर्ता लिहीत नाहीत. पुनरावृत्ती न करता तो कर्ता अध्याहृत असतो. वर दिलेल्या पद्धतीने participle वापरले.

ii) He opened the door of the cupboard and took out his clothes.

Opening the door of the cupboard, he took out his clothes.

e) दुसरी क्रिया पहिल्या क्रियेचा परिणाम असल्यास दुसऱ्या क्रियापदाचे participle किंवा verb + ing रूप वापरावे.

Examples:

1) The girl left the class. She was crying.

The girl left the class crying.

2) He went out angrily. He slammed the door.

He went out angrily, slamming the door.

f) as/because/sinceच्या ऐवजी –

As, because, since या उभयान्वयी अव्ययाने conjunctionने कारण दाखविलेले असते. अशा वेळी present participle वापरता येते. त्याचप्रमाणे so बद्दलही present participle वापरतात.

Examples:

i) They took large supplies with them because they knew that they would not be able to get food on their journey.

Knowing that they would not be able to get food on their journey, they took large supplies with them.

ii) As she was tired, she decided to take a rest.

Being tired, she decided to take a rest.

खुलासा : was हे am, is, are, were प्रमाणे beचे रूप असल्याने या सर्वांचे present participle – being होते.

iii) I am late so I have to go by taxi.

Being late, I have to go by taxi.

२१७ B) The Perfect Participle:

Having caught, having chosen, having asked

i) जेव्हा पहिली क्रिया पूर्ण झाल्यावरच दुसरी क्रिया चालू होते, तेव्हा पहिली क्रिया perfect participleच्या साहाय्याने दाखवावी.

ii) present participle वापरल्याने जर अर्थाच्या दृष्टीने संदिग्धता येत असेल, तर perfect participle वापरतात.

Examples:

i) भिंतीवर टांगलेल्या आग विझविण्याच्या साधनावरील सर्व सूचना वाचल्यावरच आग विझविण्यासाठी त्याने त्या साधनाचा उपयोग केला. म्हणून वाक्य असेच पाहिजे –

Having read the instructions, he operated the fire extinguisher.

या वाक्यात present participle वापरता येणार नाही.

ii) The burglar tied the hands of the old lady and opened the safe.

Having tied the hands of the old lady, the burglar opened the safe.

या वाक्यात tying the hands ..... असे present participle वापरले, तर हास्यास्पद अर्थ होईल. ('हात बांधता-बांधता दरोडेखोराने तिजोरी उघडली')

२१८ **C) The Past Participle:**

a) क्रियापदाच्या मूळ रूपाला ed किंवा d लावल्याने क्रियापदाचे तिसरे रूप past participle तयार होते.

b) काही क्रियापदांची तिसरी रूपे past participles अनियमित होतात.

उदा. go – gone, speak – spoken, swim – swum

(प्रकरण 6च्या शेवटी पृष्ठ १०७ वर Irregular Verbs ची यादी दिली आहे.)

Uses: उपयोग :

as adjective:

broken plates, a fallen tree, a stolen bicycle

2) to form the perfect tenses/infinitives/participles and the passive voice:

i) The Perfect Tenses: They have gone. He has cooked.

ii) The Perfect Infinitives: to have thrown, to have talked

iii) The Perfect Participles: Having slept under a tree.
Having worked for six hours ...

iv) The Passive Voice: It is sold. They were arrested.

3) Passive verbच्या ऐवजी

Examples:

i) The Chief Minister entered the Hall. He was accompanied by his secretaries.

The Chief Minister entered the Hall accompanied by his secretaries.

ii) She was warned about the dangers. She became alert.

Warned about the dangers, she became alert.

२१९ **4) Misrelated participles: धातुसाधित विशेषणांचा चुकीचा संबंध:**

धातुसाधित विशेषणाचा (कृदन्त) योग्य संबंध व चुकीचा संबंध यांतील फरक पाहा –

The younger children sat under a tree. The elderly boys were playing a match.

Sat या क्रियापदाचा younger children या कर्त्याशी संबंध आहे, तर were playing या क्रियापदाचा elderly boys या कर्त्याशी संबंध आहे. एक वाक्य

करताना जर participleचा वापर केला, तर हास्यास्पद वाक्ये तयार होतील.

i) Sitting under a tree, the elderly boys were playing a match. (झाडाखाली बसून मोठी मुले सामना खेळत होती!)

ii) The younger children sat under a tree playing a match. (सामना खेळत लहान मुले झाडाखाली बसली.)

वरील दोन्ही वाक्ये हास्यास्पद आहेत, म्हणून चुकीची आहेत. योग्य वाक्य असे होईल. – As the younger children sat under a tree, the elderly boys were playing a match.

सारांश, वरील वाक्यात participle वापरता येणार नाही. वरील वाक्य पुढील प्रकारचे असेल, तर participle वापरून वाक्य लिहिता येईल.

The younger children sat under a tree. They were watching the match.

खुलासा : The younger children हा sat व were watching या दोन्ही क्रियांचा कर्ता आहे. ही वाक्ये participle वापरून दोन्ही पद्धतींनी लिहिता येतील.

i) <u>Sitting</u> under a tree, the children were watching the match.

किंवा ii) The children sat under a tree <u>watching</u> the match.

Participleचा चुकीचा उपयोग पाहा –

<u>Sitting</u> on the grass, the snake bit the boy.

खुलासा : sit या क्रियेचा संबंध the snake या कर्त्याशी नसून, the boy या कर्माशी आहे. वरील वाक्य असे लिहायला हवे – While the boy was sitting on the grass, the snake bit him.

२२० 4) Present Participle आणि Past Participleमधील फरक –

Present Participle व Past Participle यांचा विशेषण म्हणून उपयोग करतात, असे वर सांगितले आहे. पण अर्थाच्या दृष्टीने दोन्हींतील फरक लक्षात घ्या.

a) The confusing boy = दुसऱ्यांना गोंधळात टाकणारा मुलगा

b) The confused boy = स्वत: गोंधळात पडलेला मुलगा

■

11. Gerund

धातुसाधित नाम

२२१ स्वरूप : क्रियापदाला -ing लावून तयार झालेले रूप नामासारखे वापरले, तर त्याला gerund (जेरंड) म्हणतात. Participle व gerund ची रूपे सारखी असतात.

Swimming, cycling, seeing

Examples:

i Cycling is a good exercise.

ii) I love swimming.

iii) Seeing is believing.

वरील उदाहरणात cycling, swimming, seeing ही नामांसारखी वापरली असल्याने त्यांना gerund म्हणतात.

Gerund म्हणजे धातुसाधित नाम. Participle म्हणजे धातुसाधित विशेषण.

Examples:

Gerund	**Participle**
i) He is fond of playing cricket.	Playing cricket, he became strong.
ii) The old man loves walking.	Walking along the road, he met his friend.

२२२ **Uses: उपयोग**

i) as subject of a verb

ii) as object of certain verbs

iii) as object of a preposition

iv) in compound nouns

२२३ **I) The gerund as subject:**

Examples:

i) <u>Swimming</u> is a good sport.

ii) <u>Hunting</u> wild animals is a bad sport.

a) प्रतिबंधात्मक सूचनांसाठी gerundचा उपयोग

No smoking. No spitting.

b) म्हणीमध्ये gerundचा उपयोग

Seeing is believing.

२२४ **II) The gerund as object: सकर्मक क्रियापदाचे (transitive verb) कर्म :**

Examples:

i) Stop <u>playing</u>.

ii) Most women enjoy <u>shopping</u>.

iii) Try to avoid <u>travelling</u> during the rush hours.

पुढील क्रियापदांनंतर gerund वापरतात.

admit, anticipate, avoid, consider, defer, delay, deny, enjoy, excuse, fancy, finish, forgive, imagine, involve, keep (= continue), mind (= object), miss, pardon, postpone, prevent, recollect, resent, resist, risk, save (the trouble of), stop, suggest, understand

विशेष : i) stop = संपविणे gerund वापरतात

ii) stop = थांबणे infinitive वापरतात

Examples:

a) Stop <u>smoking</u>.

b) I stopped at Satara <u>to meet</u> my friend.

The verb – **mind**:

Mind हे क्रियापद प्रश्नार्थी किंवा नकारार्थी वाक्यांत वापरले असता gerund येते.

Examples:

i) I don't mind <u>spending</u> a night here.

ii) Would you mind <u>waiting</u> for half an hour?

Gerund पूर्वी possessive adjective:

Possessive adjective (my, our, his...) शिवाय gerund व possessive Adjectiveसह gerund यांची तुलना :

दोन्ही वाक्यांत अर्थाच्या दृष्टीने फरक होतो.

a) I don't mind cleaning the table.

b) I don't mind her cleaning the table.

अर्थ पाहा –

a) टेबल साफ करण्यास माझी हरकत नाही. म्हणजेच टेबल साफ करण्यास मी तयार आहे.

b) ती टेबल साफ करीत असेल, तर माझी काही हरकत नाही.

तसेच प्रश्नार्थी वाक्ये पाहा –

i) Would you mind opening the window?

ii) Would you mind my opening the window?

अर्थ : i) तू खिडकी उघडशील का?

ii) मी खिडकी उघडली, तर चालेल का?

Gerund or Infinitive:

पुढील क्रियापदांनंतर gerund किंवा infinitive वापरल्यास अर्थात काहीही फरक होत नाही. पण भाषेत प्रघाताला जास्त महत्त्व असते. पुढे दिलेल्या क्रियापदांपुढे काही वेळा gerund वापरण्याचा अधिक प्रघात आहे, तर काही क्रियापदांपुढे infinitive वापरण्याची पद्धती आहे.

1) begin, continue, start
2) attempt, intend
3) hate, like, love, prefer
4) regret, remember
5) advise, allow, permit, recommend
6) It needs/requires/wants...
7) be afraid (of), go on, mean, propose, try, used to

a) Begin, continue, start – या क्रियापदांनंतर gerund वा infinitive काहीही वापरले, तरी अर्थात फरक पडत नाही.

He bagan counting money. He began to count money.

परंतु वरील क्रियापदांनंतर knowing किंवा understanding सारखी 'जाणणे' व 'समजणे' सारखी क्रियापदे आली, तर मात्र केवळ infinitives वापरतात. जसे – I continued to know.

b) Attempt, intend नंतर gerunds वापरतात, पण infinitives वापरण्याचा प्रघात आहे.

Don't attempt to make it again.

c) Hate, like (आवडणे, पसंत करणे), love, prefer ही क्रियापदे

conditionalमध्ये आली असता त्या वाक्यांत infinitive वापरतात.

Examples:

i) I would hate to work with that drunkard.

ii) He would love to buy a house in a small town.

iii) Would you like to come with me?

परंतु present व past tenseमध्ये gerund वापरतात.

I like reading. I liked reading.

He prefers walking to bicycling.

d) Regret/rememberच्या पुढे gerund येते. तसेच, infinitive येते. पुढील उदाहरणे पाहा.

i) I remember seeing my grandfather singing hymns.

ii) I regret going there. (तेथे गेल्याचे पश्चात्तापमिश्रित दुःख)

आता ही वाक्ये पाहा –

a) He remembers to shut the cupboard.

b) She remembered to put off the fan.

c) I regret to tell you that you have missed the prize.

e) advise, allow, permit, recommendपुढे व्यक्तीचा उल्लेख आल्यास infinitive वापरावे व उल्लेख नसेल, तर gerund वापरावे.

i) The gardener does not allow anybody to pluck flowers.

ii) I do not allow smoking.

f) It needs/wants/requiresनंतर gerund किंवा infinitiveपैकी काहीही वापरता येत असले, तरी gerund वापरण्याचा प्रघात आहे.

Examples:

i) This machine needs overhauling.

ii) These young seedlings require looking after carefully.

iii) Your hair wants cutting.

g) Try, propose, mean, go on, be afraid (of), used to यांना भिन्न अर्थ असल्याने gerund, की infinitive वापरावयाचे, हे त्यांच्या अर्थावर अवलंबून आहे.

i) Try = प्रयत्न करणे – infinitive वापरतात.

Try = प्रयोग करणे – gerund वापरतात.

Examples:

a) 1) Try to behave better.

2) He did not try to do it.

b) i) We tried putting net to the windows to prevent mosquitoes.

ii) propose = हेतू असणे – infinitive येते.

propose = सुचविणे – gerund येते.

Examples:

a) i) I propose to start early.

b) ii) We propose leaving at dawn.

iii) Go on = चालू ठेवणे – gerund योजतात.

= एकाच गोष्टीबद्दल बोलत असताना नवीन मुद्दा मांडणे.

या प्रकारात सामान्यपणे explain, talk, tell ही क्रियापदे आल्यास infinitive वापरावे.

Examples: दोन वाक्यांची तुलना करा –

a) He went on talking about his entry in politics.

b) He went on to talk about his entry in politics.

a) स्वत:विषयी बोलताना आपल्या राजकारणप्रवेशाबाबत तो पूर्वी बोलला होता.

b) आपल्याविषयी तो अनेक वेळा बोलला होता; पण आपल्या राजकारण प्रवेशाबाबत तो प्रथमच बोलत होता.

iv) **Used to:**

पूर्वी सातत्याने केलेली क्रिया.

I used to play basketball. (मी आता खेळत नाही.)

to be used to नंतर gerund वापरतात.

I am used to standing in queues. (मी आताही रांगेत उभा राहण्यास तयार आहे, कारण मला सवय आहे.)

v) i) **Be afraid:**

A boy was afraid to jump into the river.

ii) **Be afraid of:**

A boy was afraid of jumping into the river.

Gerund पूर्वी Possessive Adjective:

Examples:

a) They do not mind our joining the picnic.

b) It is no use my complaining.

नामाचे षष्ठीचे रूप gerund पूर्वी –

She dislikes her friend's interfering in her personal matters.

२२५ **III) Gerunds after prepositions:**

शब्दयोगी अव्ययानंतर धातुसाधित नाम :

a) शब्दयोगी अव्ययानंतर लगेच क्रियापद येत असेल, तर त्या क्रियापदाचे धातुसाधित नाम (gerund) योजावे.

Examples:

i) He insisted on seeing the Manager.

ii) He was accused of stealing ornaments.

iii) His wife raised the money by selling her jewellery.

iv) They found a lot of difficulties in finding my house.

v) Can you touch your toes without bending your knees?

vi) I feel sorry for keeping you waiting.

२२६ **IV) Gerunds in noun compounds:**

Examples:

a writing pad, a driving licence, a dining table

■

12. Prepositions

शब्दयोगी अव्यये

२२७ to pass = पुढे जाणे, घडणे, (वेळ) घालविणे, उत्तीर्ण होणे, इत्यादी

to pass in = -च्यामध्ये उत्तीर्ण होणे

to pass by = -च्या बाजूने जाणे

to pass on = (पुढे) देणे

to pass into = (एका अवस्थेतून दुसऱ्या अवस्थेत) रूपांतर होणे

to pass off = (घटना) घडणे

to pass through = -च्यामधून जाणे

to pass away = मरणे

वर to pass हे क्रियापद दिले असून, त्यापुढे त्याचे अर्थ दिले आहेत. एकाच क्रियापदाचे निरनिराळे अर्थ होण्यास in, by, on, into, off, through, away ही शब्दयोगी अव्यये कारणीभूत झाली आहेत. किंबहुना क्रियापदांचा अर्थ prepositions नियंत्रित करतात. वर दिलेल्या सर्व phrasal verbs आहेत.

१) इंग्रजीमध्ये शब्दयोगी अव्यये (prepositions) मराठीतील विभक्ती प्रत्ययांचे कार्य करतात.

२) शब्दयोगी अव्यये क्रियापदांचा अर्थ निश्चित करतात; तर कधी कधी शब्दयोगी अव्यये क्रियापदाचा अर्थ पूर्णपणे बदलून टाकतात. (pass away चा 'मरणे' हा अर्थ या संदर्भात लक्षात घ्या.)

२२८ **Prepositions:**

about, above, across, against, along, among, amongst, at, below, beneath, beside, besides, between, beyond, by, despite, down, during, except, for, from, in, into, inside, like, near, notwithstanding, of, off, on, out of, outside, over, through, throughout, to, towards, under, up, upon, with, within, without, after, before, since, but, till, until

२२९ Preposition and an indirect object:

महत्त्वाचे : कोणत्याही नामापूर्वी शब्दयोगी अव्यय आल्यास ते नाम कदापी कर्ता किंवा कर्म होऊ शकत नाही.

i) The <u>house</u> is big. (कर्ता)

ii) He built a <u>house</u>. (कर्म)

पण, iii) They live <u>in</u> the <u>house</u>. (कर्ताही नाही वा कर्मही नाही)

नियम : Indirect Object हे Direct Object (मुख्य कर्मा) च्या अगोदर आले, तर Indirect Object (गौण कर्मा)च्या पूर्वी preposition येत नाही. परंतू गौण कर्म मुख्य कर्मानंतर आले, तर त्या गौण कर्मापूर्वी to किंवा for शब्दयोगी अव्यय येते. प्रधान कर्मापूर्वी कधीही शब्दयोगी अव्यय येऊ शकत नाही, हे वर सांगितले आहेच.

Examples:

i) Mother told me a story.

या वाक्यात story हे मुख्य कर्म असून me हे गौण कर्म आहे. गौण कर्म मुख्य कर्मानंतर आल्यास त्याच्यापूर्वी to हे preposition येईल.

Mother told a story <u>to</u> me.

ii) Father bought her a skirt.

Father bought a skirt <u>for</u> her.

to: पुढील क्रियापदे असताना to वापरावे –

Bring, give, hand, lend, offer, pass, pay, play (वाद्य वाजविणे), promise, send, sing, show, take, tell, throw

वरील क्रियापदे असतानाही जर गौण कर्म प्रधान कर्मापूर्वी आले, तर गौण कर्मापूर्वी to वापरण्याची गरजच नाही.

for: तसेच, वाक्यात गौण कर्म मुख्य कर्मानंतर आले, तर गौण कर्मापूर्वी for हे preposition वापरावे. पुढील क्रियापदे आली असता for वापरतात.

Book, build, buy, fetch, find, get, keep, knit, make, order (meals, etc.) reserve

मात्र वाक्यात गौण कर्म मुख्य कर्मापूर्वी आले, तर for वापरण्याचा प्रश्नच उद्‌भवत नाही.

Column A – to/for वापरून	**Column B – to/for वगळून**
i) He sent a gift to me.	i) He sent me a gift.
ii) She threw a ball to him.	ii) She threw him a ball.

iii) They paid money to us.	iii) They paid us money.
iv) He made a dress for you.	iv) He made you a dress.
v) They reserved a seat for her.	v) They reserved her a seat.
vi) He ordered lunch for them.	vi) He ordered them lunch.
vii) We bought a compass for him.	vii) We bought him a compass.

वरील प्रकारे वाक्ये to/for या prepositionसह लिहिता येतात (Column A). किंवा to/for विरहित वाक्ये लिहिता येतात (Column B). तरीपण to/for या preposition व्यतिरिक्त वाक्ये लिहिण्याचा प्रघात आहे.

मात्र वाक्यामध्ये मुख्य कर्म सर्वनाम (me, us, you, him, her, it, them) असेल, तर वाक्याच्या रचनेत to/for वापरता येत नाही. वरील उदाहरणात मुख्य कर्मे (gift, ball, dress, compass, इ.) नामे आहेत; म्हणून to/for ही constructions शक्य झाली. पुढील उदाहरणांनी हा मुद्दा स्पष्ट होईल.

Examples:

(i) I gave binoculars to her → I gave her binoculars.

पण I gave them to her → रूपांतर होत नाही.

(ii) She bought a book for him → She bought him a book.

पण She bought it for him → रूपांतर होत नाही.

खुलासा : वरील वाक्ये (i) (ii) मध्ये them, it ही प्रधान कर्मे (Direct Objects) सर्वनामे असल्याने त्यांच्या पर्यायी रचना होत नाहीत.

विशेष : वर दिलेल्या क्रियापदांपैकी promise, read, show, sing, tell, write यांच्यापुढे केवळ गौण कर्म Indirect Object येते. त्यांपैकी promise, show, tell क्रियापदे असलेल्या वाक्यांत गौण कर्मांपूर्वी to येत नाही, तर read, sing, write नंतर to येते.

Examples:

a) Tell him.	Show me.	I promised them.
b) Read to her.	She sang to them. (किंवा for them)	
c) I wrote to him.	They played the flute to us. (किंवा for us)	

२३० Prepositions & Conjunctions:

After, before, till, until, but, since ही prepositions आहेत. तसेच, ती conjunctions आहेत. वरील शब्दांनंतर कर्ता व क्रियापद आले, की त्याला conjunction उभयान्वयी अव्यय समजावे.

Do it now before you forget.

Where have you been since I last saw you?

Let's wait till the rain stops.

Prepositionच्या दृष्टीने त्यांचा पुढे विचार केला आहे.

Prepositions (शब्दयोगी अव्यये)ची तीन प्रकारांत विभागणी करता येते.

Kinds:

Prepositions – I) Prepositions of time

II) Prepositions of place or position

III) Prepositions of direction

Section A

२३१ I) Prepositions of time : at, on, in, for, by, between, from, before, after, since, till, until

1) **at :** i) निश्चित वेळ सांगण्यासाठी – at 5 o'clock म्हणजे ठीक ५ वाजता.

ii) at about वापरल्यास – 'च्या सुमारास' असा अर्थ होतो.

at about 11 o'clock – ११च्या सुमारास

iii) सणाच्या वेळी – at Diwali, at Dassara

at Diwali – दिवाळीचा कालावधी – (निश्चित वेळ नव्हे)

अपवाद : at night – रात्रीचा समय – (निश्चित वेळ नव्हे)

२) **on:**

निश्चित वेळेचा उल्लेख नसताना on हे शब्दयोगी अव्यय योजावे. On Sunday morning, on the Annual Day

The exhibition started on the morning of 3rd December.

३) **in:**

परंतु सकाळी/संध्याकाळी असे म्हणावयाचे असल्यास in the morning, in the evening असे म्हणावे.

परंतु noon ही दुपारची निश्चित वेळ असल्याने at noon

वर्ष, महिना, दिवस, इत्यादी कालवाचक शब्दांच्या भागाविषयी बोलताना in हे शब्दयोगी अव्यय वापरतात.

जसे – in 1947, in summer, in three hours, in a minute

on time – निश्चित केलेल्या वेळेवर

in time – उशीर न करणे/होणे, वेळेपूर्वी

i) The S.T. bus started on time.
(ठरलेल्या वेळेवर निघाली)

ii) The children arrived in time.
(मुले वेळेपूर्वी आली)

at the beginning of आणि **in the beginning of** मधील फरक –

at the beginning of – फक्त सुरुवातीच्या स्थितीबद्दल बोलताना

in the beginning of – पुढे त्या स्थितीत झालेला बदल सूचित करावयाचा असताना

a) <u>At</u> the beginning of the chapter there is a description of a hill.

b) <u>In</u> the beginning man lived in a cave.

– प्रारंभी मानव गुहेत राहत होता, हे सांगताना पुढे माणूस घरात राहू लागला, हे सूचित करावयाचे असल्याने in हे शब्दयोगी अव्यय वापरले.

याचप्रमाणे at the end of व in the end of वापरावे.

४) **in/within:**

in = ठरलेली वेळ संपल्यावरही थोडा वेळ क्रिया चालू असेल

within = ठरलेली वेळ संपण्यापूर्वीच क्रिया संपेल

i) I shall finish this work <u>in</u> two hours.

ii) We will finish this work <u>within</u> an hour.

५) **by:**

भविष्यकालीन एखादी क्रिया विशिष्ट वेळेपूर्वी संपेल, असे सांगावयाचे असल्यास by हे शब्दयोगी अव्यय योजतात. The matches will be over <u>by</u> 6 p.m.

(सहा वाजण्यापूर्वी सामने संपलेले असतील.)

We will have reached Pune <u>by</u> 11 a.m. tomorrow.

६) **for:**

एखाद्या क्रियेला किती वेळ लागला, हे सांगताना for हे शब्दयोगी वापरतात.

I have been reading this novel <u>for</u> the last two hours.

७) वरील क्रिया **since** या शब्दयोगी अव्ययाच्या साहाय्याने व्यक्त करता येईल. For शब्दयोगी अव्यय असताना एकूण झालेला कालावधी सांगावा लागतो, तर since हे शब्दयोगी अव्यय वापरल्यास ती क्रिया केव्हा सुरू झाली, हे सांगावे लागते.

वरील विधान संध्याकाळी ५ वाजता केले आहे, असे समजू या. Since वापरून वरील विधान असे करता येईल –

I have been reading this novel <u>since</u> 3 o'clock.

विशेष : For/Since शब्दयोगी अव्यय असलेल्या वाक्यातील क्रिया विधान करतेवेळी चालू असते. वाक्यात Present/Past Perfect-Progressive tense असतो.

८) **from:**

क्रिया केव्हा सुरू झाली, हे from हे शब्दयोगी अव्यय दर्शविते. अर्थात त्याच वाक्यात क्रिया संपली आहे, हे देखील सांगितलेले असते.

i) Jawaharlal Nehru was the Prime Minister of India from 1947 to 1964.

ii) The S.S.C. Examination will be held from 2nd March to 16th March.

iii) The Chief Guest was present from beginning to end.

९) **between:**

दोन घटनांमधील कालावधी, किंवा कालमापनातील वेळ सांगण्यासाठी between या शब्दयोगी अव्ययाचा उपयोग होतो.

i) The world could not make much progress between the two World Wars.

ii) The office will remain closed between 1 o'clock and 2 o'clock.

१०) **After / Before:**

a) We shall meet again after dinner.

b) They concluded their meeting before 2 o'clock.

११) **Till/ Until:**

या दोन शब्दयोगी अव्ययांमध्ये फारसा फरक नाही. वाक्यात वाक्यखंड (clause) प्रथम आला, तर वाक्यातील वाक्यखंडाची सुरुवात untilने करतात.

a) I waited for my friend till 6 p.m.

b) Until now I know nothing about it.

२३२ II) Prepositions of place or position

At, in, on, below, under, along, across, between, among, above, over, beneath, inside, outside, through, throughout, from, up, upon, off, behind, out of, after

1) **At, In:**

Atने ठिकाणाचा निर्देश करतात.

Inने मोठ्या किंवा व्यापक क्षेत्राचा निर्देश होतो.

at the Bindu Chowk, in Kolhapur, in Nashik.

i) My teacher met me at the Pune station.

ii) Shanwarwada is in Pune.

2) **Between, among:**

दोन व्यक्ती/वस्तू/गट यांच्याबद्दल बोलताना between वापरावे, तर तीन किंवा अधिक व्यक्ती/वस्तू/गट यांच्या संबंधात among योजावे.

i) A farm lay between a canal and the river.

ii) She distributed sweets among the forty children.

3) **Above, over, below, under, beneath:**

above – पुष्कळ वरची स्थिती दाखविताना

over – लंबकाच्या रेषेत वर

A plane was going above a hill.

There is a fan over her head.

4) **Below, under:**

above – पुष्कळ वर च्या उलट below (पुष्कळ खाली) तसेच, overच्या उलट under (सरळ रेषेत खाली)

a) An eagle saw the water below him.

b) The travellers were taking a rest under a tree.

अलंकारिक उपयोग : Figurative uses:

above – His number was above mine in the queue.

over – His grandmother was over eighty years old.

below – The boy was below twelve.

under – The road is under repairs.

Many young scientists had been working under the late Dr. Homi J. Bhabha.

Beneath – हे शब्दयोगी अव्यय जुन्या इंग्रजीमध्ये वापरीत. आता फक्त आलंकारिक आणि त्यातही दुर्मिळ उपयोग केला जातो. It was beneath him to complain against me. (माझ्याविरुद्ध तक्रार करणे त्याला शोभा देत नव्हते.)

5) **Along, across:**

along – कडेकडेने, एकाच बाजूला

There are trees all along the river banks.

across – एका बाजूकडून दुसऱ्या बाजूला

A bridge was built across the river.

6) **In:**

i) Mount Everest is the highest peak in the world.

ii) I read about it <u>in</u> the newspapers.

7) **Inside, outside:**

a) The children were playing <u>inside</u> the gate.

b) The boys were waiting <u>outside</u> the house.

8) **Behind:**

i) The sun was <u>behind</u> the clouds.

ii) Walk close <u>behind</u> me.

9) **Through, throughout:**

a) She passed her comb <u>through</u> her hair.

b) The burglars entered the house <u>through</u> the window.

c) The police searched for the missing child <u>throughout</u> the country.

10) **Up, upon:**

We had to walk <u>up</u> the stairs because the lift was out of order.

uponच्या ऐवजी on वापरण्याचा प्रघात आहे. Uponचा उपयोग मर्यादितपणे केला जातो.

She lent him money <u>upon</u> my word.

11) **Off:**

i) The boy fell <u>off</u> the horse.

ii) A button has come <u>off</u> my shirt.

12) **From:**

The sportsmen travelled <u>from</u> Pune to Delhi.

13) **Out of:**

Fish cannot live <u>out of</u> water.

14) **After:**

Shut the door <u>after</u> you when you go out.

२३३ Prepositions of direction:

A – direction towards = ...च्याकडे

B – direction from = ...च्याकडून

A) **Prepositions of direction towards:**

to, towards, at, in, into, for, against

1) **To** – ठिकाणाजवळ पोहोचल्याची स्थिती दाखविण्यासाठी –

The students came to me.

2) **Towards** – एका ठिकाणाहून दुसऱ्या ठिकाणाच्या दिशेने गती चालू झाली, एवढाच अर्थ व्यक्त होतो.

He went towards the post office.

3) **In, into:**

सामान्य गती असेल, तर – in

गतीला वेग असेल, तर – into

He put his hands in his pockets. Cut the apple in two.

A boy jumped into the well.

The clown came into the circus arena.

Throw it into the fire.

4) **At:** नेम धरून मारणे

A child threw a stone at the dog. (–ला मारला), परंतु Abhay threw the ball to Vijay. (-च्याकडे फेकला)

throw at = मारण्याच्या हेतूने फेकणे

throw to = -च्याकडे फेकणे

throw towards = -च्यादिशेने फेकणे

5) **For:** क्रियेची दिशा दाखविण्यासाठी. क्रियापद गती सुरू झाल्याचे दाखविते व for दिशा निश्चित करते.

i) My brother left for Pune yesterday.

ii) The children leave for the school at 7 a.m.

6) **Against:** दाब, जोर, आघात व्यक्त करताना –

He dashed the ball against the wall.

२३४ **B) Prepositions of direction from:**

1) **from:** विरुद्ध दिशेने गती –

She fetched water from the well.

My sister has returned from Mahabaleshwar.

2) **off:** अलगता, दूरता व्यक्त करण्यासाठी

The girl fell off the bicycle.

२३५ काही इतर महत्त्वाची शब्दयोगी अव्यये :

Section B

1) **about:**

(i) संबंध दाखविताना –

My uncle told me about his childhood.

(ii) लवकर होणाऱ्या कृतीसंबंधी

The cracker is about to set off.

The school bell is about to go.

2) **across:** ऐलबाजूकडून पैलबाजूला जाणे –

Nitin went across the street to meet his friend.

The boys swam across the river.

3) **along:** -च्या बाजूने –

I was walking along the seashore.

The footpath runs along streets.

4) **after:**

(a) क्रम दाखविण्यासाठी –

The young children were running after the man with balloons.

(b) विशिष्ट कृती केल्यावर –

After taking meals he started painting a picture.

5) **against:**

i) -च्या विरुद्ध :

Arun was swimming against the current.

ii) आघात किंवा प्रभाव :

The wind was blowing against the windows.

6) **at**चे इतर उपयोग :

वस्तूचा अथवा व्यक्तीचा कशाशी तरी संबंध दाखविण्यासाठी –

Vidya is at the top of the class.

Oranges are sold at 25 rupees a dozen.

7) **before:**

(i) -च्यासमोर

A passanger stood before the depot manager.

(ii) दुसऱ्या क्रियेपूर्वी होणारी क्रिया दाखविण्यासाठी –

Before leaving his house he locked the door.

8) **behind:** -च्यामागे before च्या उलटअर्थी

Nisha stood behind a tree.

9) **beside:** -च्या बाजूला

The secretary was sitting beside the Chief Guest.

10) **besides:** आणखी, त्याखेरीज

Besides a pen, he has a ball-pen.

11) **beyond:** -च्या पलीकडे

The new school building is beyond the bridge.

12) **by:** -च्याजवळ, जवळून, पद्धती, प्रमाण

i) An old farmer was sitting by the fireplace. येथे by म्हणजे beside

ii) The procession passed by our house.

iii) The police held the thief by the neck.

iv) Our team won the match by eleven points.

13) **down:** खालील दिशेला गती –

The shepherds climbed down the hill.

14) **for:** हेतू, कारण, -च्या वतीने, -च्या बदल्यात, मर्यादा (इतके), विरोध

Purpose (हेतू) – Regular exercise is good for health.

Reason (कारण) – The President rewarded the children for their bravery.

On behalf of (-च्या वतीने) – The Mavalas fought for Shivaji.

Exchange (-च्या बदल्यात) – He bought a bicycle for Rs.900.

Extent (मर्यादा) – The workers worked for four hours.

Contrast (विरोध) – For all his defects, I loved him. (या वाक्यात विरोध दाखविला आहे.)

for all = न जुमानता, तरी

अर्थ – त्याच्यातील सर्व दोषांचा विचार केला, तरी तो मला आवडतो.

15) **from:** -च्याकडून, पासून, -च्यापासून (वस्तू तयार करणे), अनुमान, -च्यामुळे (कारणामुळे)

i) I borrow a book from my cousin.

ii) I know him from his childhood.

iii) Rayon is made from cellulose. (सेल्युलोस = वनस्पतीचे मूलद्रव्य)

iv) I could make out <u>from</u> his face that he was a rogue. (रोअग् = लबाड, गुन्हेगार)

v) Many poor people suffer <u>from</u> starvation. (उपासमार)

16) **in:** अवस्था किंवा स्थिती दाखविणे

He was <u>in</u> a cheerful mood.

The Adivasis spend their life <u>in</u> poverty.

17) **of:** -ची परिणती, (ii) -च्याबद्दल

i) The man died <u>of</u> a heart attack.

ii) The villagers always talk <u>of</u> the good teachers.

iii) A leg <u>of</u> the doll is broken.

18) **on/upon:** -च्यावर, -च्या विषयावर

1) She kept the cups <u>on</u> the table.

2) The children depend <u>upon</u> their parents.

3) He wrote an essay <u>on</u> the Adivasis.

19) **through:** -च्यामधून

i) An old woman was looking <u>through</u> a window.

ii) The family passed <u>through</u> many difficulties.

20) **to:** प्रमाण, मर्यादा

(a) Our school table tennis team won three <u>to</u> two matches.

(b) The Jawans fought <u>to</u> the last.

21) **up:** उंचावर जाणे

The worker went <u>up</u> a tower.

22) **with:** (i) संबंध, (ii) -च्या साहाय्याने, (iii) कारण

i) He returned <u>with</u> his neighbour.

ii) These stains can be removed <u>with</u> lemon.

iii) A child was in the bed <u>with</u> fever.

iv) A cup is <u>with</u> a broken handle.

v) I write <u>with</u> a ballpoint pen.

vi) He fought <u>with</u> a hooligan.

vii) The girl was trembling <u>with</u> fear.

viii) Shadow of a tree moves <u>with</u> the sun.

ix) He has broken <u>with</u> his best friend.

x) Do you rise <u>with</u> the sun?

Exercise No. 32. Elementary stage

Put in the suitable prepositions given in brackets:

1) My father was .... work. (with, at, in)
2) Write ..... ink. (with, by, in)
3) They had to go ...... car. (by, in, with)
4) Aren't you coming ....us? (along, among, with)
5) He opened the lock .... an old key. (by, with, from)
6) Please post this letter .... me. (for, from, about)
7) The boys quarrelled .... themselves. (with, between, among)
8) During rainy season roads are .... water. (under, in, with)
9) My teacher is very much pleased .... my handwriting. (by, about, with)

Exercise No. 33. Intermediate stage

Rewrite the following sentences, choosing the suitable prepositions from brackets:

i) Can I look up a word .... your dictionary? (at, in, on)
ii) Last night we went .... bed early. (with, on, to)
iii) An accident took place .... the crossroads. (on, at, by)
iv) Eggs are usually sold .... the dozen. (in, at, by)
v) Please send a letter .... my address in Pune. (to, on, at)
vi) What does she feed the kittens ......? (with, on, by)
vii) .... the end of your book you will find an index. (At, In, By)
viii) The merchant died .... a heart attack. (with, from, of)
ix) She began going to school .... the age of four. (at, in, of)
x) I am very keen ...... punctuality. (on, with, in)

Exercise No. 34. Advanced stage

Choose a preposition and insert it, where necessary.

1) The story reminds .... me .... my childhood. (to, of, on; from, of, in)
2) I don't object .... lending you my pen. (to, of, for)
3) The Headmaster warned ...... pupils to study hard. (of, to, for)

4) The children were late .... dinner. (to, at, for)
5) You can have a complete set .... books. (of, for, with)
6) We did not reach .... the village till dark. (in, to, for)
7) You can cut the apple .... three ...... this knife. (by, in, for; by, with, from)
8) Most children remain .... school .... the ages of six and sixteen. (in, with, at; from, between, with)
9) Man built stone houses to live .... (no preposition, with, in)
10) The younger sister resembles .... the elder one. (to, with, like)
11) The Major is blind ..... the left eye. (in, with, by)

२३६ Prepositional Phrases:

सामान्यपणे दोन शब्दयोगी अव्ययांच्यामध्ये नाम आले, की त्यांना prepositional phrase म्हणतात. काही उदाहरणे :

Examples: at the top of, by means of, for the sake of, in accordance with, in connection with, in course of, in favour of, in front of, in respect of, in spite of, in view of, in memory of, in the hope of, in order to, on account of, with reference to, इत्यादी.

because of, due to, instead of, इत्यादी, two-word pepositions असतात.

Examples:

1) We shall have tea in the garden <u>in order to</u> accommodate all.
2) They scaled the rock <u>by means</u> of rope ladders.
3) <u>In course of</u> time he realized his mistake.
4) Priya withdrew her name from the competition <u>in favour of</u> her sister Prachi.
5) A hospital was built <u>in memory of</u> Mahatma Gandhi.

२३७ Words followed by Appropriate Prepositions

इंग्रजी भाषेत शब्दयोगी अव्ययांना – prepositions – अतिशय महत्त्व आहे. मराठी भाषेतील विभक्तींचे कार्य prepositions इंग्रजी भाषेत करतात. आपण मराठीत चुकीची विभक्ती वापरल्याने वाक्य अर्थहीन होते, त्याचप्रमाणे इंग्रजीत भलतेच preposition वापरल्याने वाक्य हास्यास्पद होते. इंग्रजी भाषेत क्रियापदे, नामे, विशेषणे यांच्यापुढे विशिष्ट शब्दयोगी अव्यय वापरावे लागते. He died of cancer हे वाक्य बरोबर आहे; पण He died by cancer किंवा He died with cancer किंवा He died through cancer ही वाक्ये चुकीची ठरतात. कारण die या क्रियापदानंतर by, with, through ही prepositions येत नाहीत. काही वेळा भिन्न prepositions भिन्न अर्थ व्यक्त करतात. या प्रकरणाच्या प्रारंभी to pass या क्रियापदाचे उदाहरण दिले आहेच. आता हे वाक्य पाहा. He is sick with fever हे वाक्य बरोबर आहे; पण He is sick of fever हे चुकीचे आहे. खरे म्हणजे to be sick of चा अर्थ 'कंटाळा येणे', 'उबग येणे' असा आहे.

इंग्रजी भाषा शिकताना आपल्या मनातील मराठीचा प्रभाव इंग्रजी भाषेवर पडू देता कामा नये. इंग्रजी बोलताना प्रथम आपल्या मनात मराठीत विचार येतात व नंतर आपण त्या विचारांचे रूपांतर इंग्रजीत करतो. यालाच mental translation म्हणतात. यामुळेच घोटाळे होतात. ही सवय प्रयत्नाने हळू हळू थांबवता येते. उदाहरणार्थ, पुढील वाक्य पाहा – Send a letter on my address. हे वाक्य चक्क मराठीत विचार करून इंग्रजीत लिहिल्यासारखे आहे. 'पत्त्यावर' म्हणताना on address असे इंग्रजीत मांडले आहे. वरील वाक्य असे हवे Send a letter at my address या विवेचनावरून इंग्रजी भाषेतील prepositionsचे महत्त्व तुमच्या लक्षात आले असेलच.

२३८ (a) Verbs followed by Prepositions:

Abide by a promise
Abound in/with fish, etc
Absolve of/from a charge
Abstain from smoking
Accede to a request
Accept of a favour
Accord with/to a thing
Account for the loss
Accrue to a person
Accuse someone of theft
Acquit someone of the charge
Adapt to circumstances
Adhere to the programme
Admit of an excuse
Admit someone to the school
Admit to/into a secret

Admonish of a fault
Agree with a person
Agree to a suggestion
Aim at something
Alight from a carriage
Allot something to a person
Allow of delay
Allude to a fact
Answer to a person
Answer for conduct
Apologise to a person
Apologise for a mistake
Appeal to a person
Appeal for help
Apply to a person for a thing

Apprise of something
Approve of an action
Argue with a person for/against a point
Arrive at a place
Arrive in a country
Ascribe to a cause
Ask about something
Ask for help
Aspire after knowledge
Aspire to fame
Assent to a proposal, etc
Associate with a person or thing
Assure someone of a fact
Atone for a fault
Attain to a high position
Attend to one's work
Attend to a speaker
Attend on a person (चाकरी)
Attribute to a cause
*Avail oneself of something
Avenge oneself on a person
Avert from a person

Bark at a person or thing
Bask in the sunshine
Bear with a man's impatience
Beat against the rocks (the waves)
Beat down on one's head (the sun)
Beg pardon of a person
Beg a person to do a thing

Beg for something from someone
Begin at something
Begin with the first
Beguile a person of a thing
Believe in a person
Belong to a person
Bequeath a thing to a person
Bestow a thing on a person
Beware of pickpockets
Blame a person for something
Blush at one's own faults
Blush for anyone who is at fault
Boast of one's cleverness/wealth
Borrow from a person
Break into pieces
Break oneself of a habit
Break away from old habits
Break down (a car, bridge)
Break through defence
Break up something
Break with a friend
Bring about something
Bring back something
Bring down something
Bring off someone/something
Bring out something
Bring up someone
Bring a thing to light
Bring a situation under control
Brood over past misfortunes
Burst into the room

---

*You should avail yourself of every opportunity to speak English.

Burst into laughter/tears

Call off a strike

Call on a person (to visit)

Call for an explanation

Care for a person

Catch at an opportunity

Caution a person against a danger

Cease from quarrelling

Censure a man for a fault

Challenge a man to combat

Charge a man with a crime

Charge payment to a person

Cheat a man of his due

Clamour for something

Clamour against the policy

Clash with someone/something

Cleanse the heart of (from sin)

Clear a person of blame

Cling to a person or a thing

Coincide with one's opinion

Combat with difficulties

Commence with a thing

Comment on a matter

Communicate with a person on a subject

Communicate a thing to a person

Compare someone/something with

Compensate a person for his loss

Compete with a person for a prize

Complain of something to a person

Complain against a person

Comply with one's wishes

Conceal facts from others

Concede to some demand

Concur with a person

Concur in an opinion

Condemn a person for murder

Condemn a person to death (फाशी देणे)

Condole with a person

Confer with a person about something (अकर्मक)

Confer a title/degree on someone (सकर्मक)

Confess to a guilt

Confide a secret to someone (सकर्मक)

Confide in one's honour (अकर्मक)

Conform to a rule

Conform with one's views

Confront a man with something

Congratulate someone on success

Connive at other's fault

Consent to some proposal

Consign to destruction/delivery/care

Consist of materials

Consult with a person on/about some matter

Content with/against a person

Contribute to a fund

Converge to a point
Converse with a person about a thing
Convict a person of a crime
Convince a person of a fact
Cope with a person or difficulties
Correspond with a person (पत्रव्यवहार)
Correspond to something (मान्य करणे)
Count down (9, 8, 7, ... 1) (सिग्नल)
Count down (the total)
Crave for/after happiness
Credit one with something
Cure a person of a disease
Cut a thing in or to pieces
Cut a thing in a half

Dabble in politics
Dash against anything
Dash over anything
Dawn on a person (उमजणे)
Deal in articles/goods
Deal with a person
Deal with a subject
Debar someone from doing anything
Debit with a sum of money
Decide on something
Decide against something
Declare for something
Declare against something
Defend a person from harm
Defraud a person of his due
Deliberate on/upon the matter
Deliberate over the matter
Delight in music
Deliver from some evil (मुक्तता)
Deluge with water
Demand a thing of a person
Depend on a person/thing
Deprive a person of a thing
Derogate from one's reputation
Desist from an attempt
Deter a person from a thing
Determine on doing something
Deviate from a course
Detract from one's reputation
Devolve on a person (कर्तव्य)
Die of a disease
Die by violence
Die from a wound
Die away (क्षीण होणे)
Die off leaves (एकामागोमाग)
Die out something (लोप पावणे)
Differ with a person on a subject
Dilate upon a subject
Dip into a liquid
Disagree with a person/thing
Disapprove of anything
Dispense with a person's service
Dispose of property (विकणे)
Dispute with a person about anything
Dissent from an opinion

Dissuade someone from an action
Distinguish a thing from another
Distinguish between the two
Divert a person from a purpose
Divert water from a river
Divest one's mind of fear
Divide between two persons/ things
Divide among many
Divide in half
Divide into four parts
Divide 20 by 5
Dote on/upon a person/thing
Draw a curtain across a window
Draw down the blinds
Draw in a net
Draw nails from a plank
Draw water from a well
Draw a cheque on a bank
Dream of strange things
Drive at some point
Drive the rain against the windowpanes
Drop the letter into the postbox
Drop in on somebody (भेट देणे)
Dwell on a subject

Elicit from a person
Embark on/upon a new business
Embark for a place
Emerge from water
Employ in a work
Encroach on one's authority
Endowed with qualities (passive)
Enjoin on a person
Enlist in the army
Entail an estate on somebody
Enter upon a new career
Enter into conversation
Enter into one's plans
Entitle anyone to an estate
Entrust anyone with a thing
Escape from jail
Excel in languages
Exchange one thing for another
Exchange with a person
Exclude from something
Exclude a person from something
Excuse for something
Excused from something (passive)
Exempt a person from something
Exonerate a person from blame
Explain to a person
Exult in a victory over a rival

Fail in an attempt
Fall among thieves
Fall in love with a person
Fall in with one's views
Fall into a mistake
Fawn on a person (हांजी हांजी क.)
Feed on grass
Feed a cow with grass
Feel for a person in his trouble
Fight for the weak against the strong

Fight with/against a person
Fill with anything
Flirt with a person
Fly at (attack) a bull (हल्ला)
Fly into a rage (passion)
Free of/from anything
Furnish a library with books
Furnish a person with a thing
Gain in weight
Gain on someone in a race
Get at (find out) the facts
Get over an illness
Get on with a person
Get out of debt
Glance at an object
Glance over a letter
Grapple with difficulties
Grasp at something
Grieve for the dead
Grieve over somebody's death
Grieve about somebody's misfortune
Grumble at one's lot
Guard against a bad habbit
Guess at something

Hanker after wealth
Happen to a person
Heal of a disease
Hear of an event
Hesitate at nothing
Hide a thing from a person
Hinder one from doing something

Hinge on (depend on) some event
Hint at something
Hope for something
Hover over a nest
Hunt for something
Hunt down a criminal
Hunt for a lost book

Impart a thing to a person
Import goods into a country
Import goods from other country
Impose duty/tax on a person
Impress an idea on a person
Incite a person to some action
Inculcate upon a person
Indent upon an office for goods
Indict (in'dait) a person for a crime
Indulge in the luxury of a cigar
Inform a person of a thing
Inform against a person
Infringe upon someone's rights
Infuse courage into soldiers
Initiate pupils into knowledge
Inquire of a person about something
Inquire after somebody's health
Inquire into a matter
Insist on something being done
Inspire somebody with courage
Instil a thing into the mind
Interfere with a person in something
Intersect with each other

Intersect at E (बिंदू E)
Introduce a subject into conversation
Introduce a person to someone
Intrude into a place
Intrude upon a person's time
Invest money in a project
Invest a person with authority
Invite someone to dinner
Involve a person in something

Jeer at a person
Join one thing to another
Judge a person by looks
Jump to a conclusion
Jump at an offer
Jump over a fence
Jump up and down in excitement
Jump into a taxi

Keep something in mind
Keep open a shop
Keep somebody going
Keep something to oneself
Keep off (गप्प बसणे)
Keep away from vices
Keep somebody away
Keep up with others
Keep it up (चालू ठेवणे)
Knock at the door
Knock on the window
Knock one's head against the wall
Knock somebody down with a blow

Lament the death of a friend
Lament for the dead
Languish in jail
Languish for love and affection
Lapse into bad habits
Laugh at a person/thing
Lay hands on (सापडणे)
Lay facts before a person
Lay the baby down
Lead someone to a place
Lean out of a window
Lean backwards
Lean a ladder against a wall
Lean towards fatalism
Lean upon others for guidance
Lecture on some subject
Level a building with the ground
Level a gun at a bird
Lie down under an insult (मुकाट सहन करणे)
Light up (दिवे लावणे)
Listen to someone
Live to be old
Live for fame
Live on a small income
Live on one's salary
Live up to the principles
Long for home or anything
Long for the holidays
Look at a person
Look about

Look for lost things
Look into a matter
Look after kids
Look down on (तुच्छतेने पाहणे)
Look forward to (अपेक्षा करणे)
Look out at the view
Look through notes (टिपणे चाळणे)
Lust for wealth

Marry to someone
Marry off daughters
Marvel at something
Match one thing with another
Meddle in somebody's affairs
Meddle with something
Meditate on something
Meet with an accident
Merge into one
Mortgage something to a person
Mortgage house for money
Mourn for a dead child
Mourn over the child's death
Murmur at injustice
Murmur against new taxes
Muse on/upon/over something

Object to some proposal
Occur to someone
Offend against good manners
Operate on somebody for something
Originate in a thing
Originate with a person

Overwhelm with kindness (passive)

Pall upon one's taste
Part with somebody
Part company with somebody
Partake of food
Participate in sports
Pass by a place
Pass through a village
Pass from liquid into solid state
Pass a thing onto others
Pass under the name (नावाने ओळखणे)
Pass the pain off (वेदना शमणे)
Pass away (to die)
Pass sentence on a person (शिक्षा फर्मावणे)
Pass in the examination
Pass one's hand across one's head
Pass off an event peacefully
Pass over a person or a thing
Pay back loan
Pay for things
Pay off one's creditors
Perish with cold/hunger
Perish in the earthquake
Persevere in one's studies
Persevere at/with/in research
Persist in doing certain thing
Pertain to something
Pine for home
Play with something

Play upon words
Play out energy
Play one person off against another (एकाला दुसऱ्याविरुद्ध उभे करणे)
Play into one's hands
Plead for a convict (दोषी)
Plead against a convict (निर्दोषी)
Plot against a person
Plunge into water/work
Point to the direction
Point at a person
Ponder over the incident/subject
Possess of ability (passive)
Pounce on one's prey
Pray for the good of somebody
Pray to God for help
Prefer one thing to another
Prejudice a person against somebody or something
Prejudice in favour of somebody or something
Prepare for something
Perpare against disaster
Present one with something
Present a cheque at the bank
Present compliments to someone
Present oneself for trial
Preside at a meeting
Preside over a meeting
Prevail over opponents (विजय मिळवणे)
Prevail on someone (मन वळवणे)
Prevent one from doing something
Proceed with work
Proceed to business (the agenda)
Proceed against a person (खटला भरणे)
Prohibit from doing something
Protect from danger
Protect against attack
Provide for a family
Provide one's children with food
Punish a person with a fine
Punish anyone for a guilt

Qualify for something
Qualify oneself for a post
Quarrel with someone over/about something
Quote something from an author or a book

Reason with somebody about something
Rebel against authority/society
Reconcile with someone/ something
Recover from an illness
Recover from the effect of shock
Refer to a subject
Refrain from doing any wrong thing
Rejoice at the success of another
Rejoice over a victory
Relapse into illness/error
Relieve of/from pain

Rely on a person/thing
Remind a person of a thing
Remonstrate against cruelty to animals
Remonstrate with a person against something
Render (translate) into other language
Repent of imprudence
Repose on a bed
Repose one's head on a cushion
Repose confidence in a person
Reprimand a person for a fault
Resolve on a course of action
Rest the field for a year (पडीत ठेवणे)
Rest one's elbows on something
Rest the ladder againt the wall
Rest the roof on columns
Result from a cause
Result in a consequence
Retaliate upon one's enemy
Revel away the time
Revel in gossip
Revel in one's freedom
Revert to someone/something
Revolt against the rulers
Reward a person for one's honesty
Rob a person of his property
Rule a line across the sheet
Rule out something/someone
Run off (पळून जाणे)
Run for one's life (जीव वाचवणे)
Run one's fingers through one's hair
Run one's eyes over a page
Run water into a pot
Run the water off (निचरा होऊ देणे)
Run short of (money)
Run a splinter into one's finger
Run one's head against a door (डोके आदळणे)
Run into debt
Run about (इकडेतिकडे)
Run across (योगायोगाने आढळणे)
Run after somebody/somthing
Run away with (-च्यासह पलायन करणे)
Run back over the past
Run out (संपणे)
Run over (वाहनाखाली चिरडणे)
Run up a flag on the mast
Save somebody from drowning
Save for one's old age
Scoff at dangers
Search for something
Search out an old friend
See through something/somebody
See to a matter
Seek shelter from the rain
Seek for happiness
Send for a doctor
Send something off
Set something on fire
Set up a statue

Set out (प्रवास सुरू करणे)
Set someone up (उभे राहण्यास मदत करणे)
Settle in some place/country (कायम)
Settle down (स्थिरस्थावर होणे)
Settle one's son in business
Show one's face
Show a visitor in a room (आत आणणे)
Show someone the door (हाकलून लावणे)
Show off one's daughters
Show up (देखावा करणे)
Shudder at the sight of blood (थरकाप उडणे)
Side with a person in an argument or quarrel
Sit on the floor
Sit in the chair
Sit at a table
Sit up straight (ताठ बसणे)
Sit for an examination
Smile on (कृपा करणे)
Snap at something
Speak to a person (क्वचित with)
Speak for oneself
Speak for (-च्यावतीने बोलणे)
Speak out (न कचरता बोलणे)
Stand by (पाठिंबा देणे)
Stand down (पाठिंबा काढून घेणे)
Stand for someone
Stand against someone

Stare at a person
Stare into the distance
Stick a fork into a potato
Stick to one's point
Struggle against difficulties
Struggle for power
Subscribe to the fund
Subsist on a vegetable diet
Succeed in an examination
Succeed to an estate
Succumb to temptation
Succumb to one's injuries (die)
Supply food for people
Supply people with food
Surrender to the enemy/police
Surrender oneself to despair
Sympathize with a person in his difficulties

Take a person for a spy
Take to gambling
Take upon oneself to do something
Talk to a person (क्वचितच with)
Talk about someone/something
Talk around a subject
Talk to the point
Tamper with the lock/the seal of the letter
Think in English
Think aloud (विचार मांडणे)
Think about a plan
Think of a thing

Throw a stone at someone
Throw a ball to someone
Throw a scarf over one's shoulders
Throw something open (खुले करणे)
Throw about (विखरून टाकणे)
Throw away (संधी वाया घालविणे)
Throw back (मूळ स्वभावावर जाणे)
Tide over difficulties (कठीण परिस्थितीतून निभावून नेणे)
Trade in commodities
Trade with a country
Trample the grass down
Treat of a subject (-च्या विषयाची चर्चा केलेली असणे)
Tremble with cold/fear
Trespass upon somebody's time/privacy
Triumph over opposition
Trust in a person
Trust to one's memory (विसंबणे)
Turn into (अवस्थेत रूपांतर करणे)
Turn on (चालू करणे)
Turn off (बंद करणे)

Turn down the bed-clothes
Turn down a proposal
Turn up (येणे)
Turn to (-च्याकडे वळणे)
Upbraid a person with a fault
Upbraid a person for doing something
Urge on (-पुढे हाकलणे/उद्युक्त करणे)
Venture on a risky journey
Vie with another person
Vote for/against a person/thing
Wait for somebody/something
Wait on a person (चाकरी करणे)
Warn a person of danger
Wink at one's fault
Wish for anything
Wrestle with something
Yearn for something (उत्कंठा)
Yield to force (शरण येणे)

२३९ **(b) Nouns followed by prepositions:**

Abstinence from wine
Access to a person/place
Accession to the throne
Accession to the estate
Accomplice in wrongdoing
(In) accordance with something

Accusation of theft
Acquaintance with a person or a thing
Adaptation of something to something
Adaptation of a novel for TV

Adherence to a plan or cause
Admission to a school/society
Advance of age/our Jawans
Affection for a person
Affinity between two things
Allegiance to ruler/government
Alliance with a person/state
Allusion to something
Alternative to a plan
Ambition for something
Amends to a person for an injury (नुकसानभरपाई)
Analogy to/with something
Analogy between two things
Animosity against/towards somebody
Animosity between two persons
Antidote against snakebite
Antipathy to/towards/against something
Antipathy to a place
Antipathy between two persons
Anxiety for something
Apology to somebody for something
Appetite for food
Application to an authority
Application for the position (नोकरी)
Apprehension for somebody's safety
Apprehension of danger
Approach to anything

Aptitude for languages
Arrival at a place
Arrival in a country
Arrival of news
Ascendancy over a person
Aspiration for/after fame
Assault on the enemy
Assent to a bill/proposal
Assurance of help
Attachment for a person
Attack of fever
Attack against the policy
Attendance at a place
Attendance upon a person (सेवा)
Attention of pupils
Attention to study
Attraction of the moon
Attraction to/ towards a thing
Authority on a subject
Authority over persons
Authority for saying or doing
Aversion to a person or a thing

Bargain with a person about something
Battle of life
Bias towards/against a thing

Candidate for election
Candidate for a position
Capacity of number of people
Cause for anxiety
Cause of fire

Certainty of success
Charge of theft
Claim to something
Claim on someone
(In) collusion with somebody/something
Collusion between two persons
Commerce with a country
Comparison between two things
Comparison of things
Compassion on sufferers
Compassion for the poor
Compensation for the loss
Competition for a position
Competition between two
Complaint against a person
Complaint about a thing
(In) compliance with something
Concession to a demand
Concurrence of ideas
Concurrence in doing good
Confidence in a person
Conformity to fashion
(In) conformity with the rule/law
Connection of the telephone
Connection between two things
Connivance at a fault/crime
Consideration for a thing
(In) consideration of a thing
Consideration for a person
Contact with something
Contempt for a person or thing
Contribution to a fund
Contribution towards a project
Control over a person
Control over a class
Controversy with a person about something
Conversation with a person
Conviction of guilt
Correspondence with a person

Delight to persons
Deliverence from danger (मुक्तता)
Dependence upon someone
Desire for wealth
Deviation from the rules
Disagreement with a person
Distaste for mathematics
Distrust of a person/thing
Doubt of/about a person/thing

Enmity with a person
Entrance into a place
Envy at another's success
Equality with a person
Escape from a prison/punishment
Escape of gas
Evasion of responsibility
Exception to a rule
Excuse for being late
Exemption from taxes
Experience in work
Experience for a post
Experience of a thing
Exposer of the body

Failure in an examination
Failure of crops
Faith in a person or a thing
Familarity with a person/thing
Forbearance towards somebody
Forbearance in dealing with people
Freedom of speech/action
Freedom from fear

Glance at a newspaper headlines
Gratitude to a person
Gratitude for a thing

(In) harmony with anything
Hatred for a person
Hatred of a thing
Heir to a large fortune
Hints for people
Hostility to someone

Implication of some act
Imposition of new taxes
Inclination of the body
Inclination to stoutness
Indifference to heat/cold
Indulgence in bad habits
Infliction of pain
Influence on a person
Inkling of something
Inquiry into something
Insight into human character
Intercourse with a country
Interest in a subject
Intrusion upon somebody's privacy
Invitation to a dinner party

Jurisdiction over a region
Justification for something

Key to the success

Likeness between two persons
Likeness in persons
Liking for a person/something
Limit to the expense
Longing for home
Look at a person/thing
Lust for power/gold
Lust after a woman

Motive for doing something

Need for a thing
Neglect of duty
Nomination of a person
Nomination to a post

Obedience to orders
Objection to something
Offence against a person
Offence against the law
Onslaught on a traveller
Operation for appendicitis

Opportunity for something
Opportunity of meeting someone
Opposition to a person

Passion for something
Pity for somebody
Popularity of a person/thing
Precautions against fire
Preface to a book
Preference for something
Preference over others
(In) prefence to another thing
Prejudice against
Preparation for the journey
Pretext for an action
(On) the pretext of
Proficiency in mathematics
Progress in one's studies
Prohibition against doing something
Proof of one's nationality
Protest against something

Qualification for a post

Reference to a dictionary
Regard for the feelings of others
Regret for something done
Relation between two persons
Relations with a person
Reliance on/upon a person
Relish for food
Remedy for cancer
Remorse for wrongdoing
Repentance for something
Request to a person
Request for something
Resemblance to a person
Resemblance between two persons
Respect for others
Reverence for holy places
Rivalry with a person

Search for a person/thing
Sequel of something
Share in something
Sin against God
Slur on one's reputation
Speculation in something
Spite against a person
(In) spite of the difficulties
Stain on one's reputation
Submission to authority
Subscription to a fund
Succession to the throne
Supplement to a book
Supremacy over a country
Surety for a person
Sympathy with/for the poor

Taste of something
Temptation of children
Temptation to a poor boy
Title to the land
Traffic on the roads

Traffic in illicit liquor

Trust in somebody

Umbrage at one's behaviour

Victory over the opponents

Warrant for his arrest

Witness to the happening

Zeal for a cause

२४० **(c) Adjectives followed by Prepositions:**

Absent from school
Acceptable to a person
Accessible to all
Accountable for a thing
Accountable to a person
Adequate to one's wants
Adjacent to a place
Adverse to one's interest
Affectionate to a person
Afraid of death
Aghast at a sight
Agreeable to one's wishes
Akin to love
Alien to one's character
Alive to the situation
Allowable to/for a person
Ambitious of achievement
Amenable to the law
Analogous to a thing
Angry with a person
Angry at a thing
Answerable to a person for something
Anxious about something

Anxious for one's safety
Apparent to anyone
Applicable to somebody/something
Apprehensive of danger
Apprehensive for somebody's safety
Appropriate to a subject
Appropriate for a situation
Assiduous in one's duties
Astonishing to a person
Averse to hard work
Aware of something

Bare of grass
Bereft of hope/a child
Boastful of wealth

Callous to insults
Capable of doing good/bad things
Careful of one's health
Careful with one's work
Careful about one's dress
Cautious of giving offence

Certain of success
Close to someone (घनिष्ठ संबंध)
Close to a place
Close upon sixty (साठीच्या जवळ)
Comparable to something
Compatible with duty
Competent for work
Conclusive of some fact
Conducive to something
Confident of success
Congenial to persons
Conscious of one's guilt
Consequent upon something
Consistent with principles
Conspicuous for bravery
Contemporary with a person or event
Contigious to anything
Contingent upon something
Contrary to rule
Conversant with persons/things
Covetous of thing belonged to others
Creditable to a person
Customary for a person

Deaf of one ear
Deaf to requests
Defective in workmanship
Deficient in courage/energy
Deleterious to health
Derogatory to one's character
Deserving of sympathy
Desirous of success
Destitute of money
Detrimental to health or one's interests
Devoid of sense
Different in tastes
Different from someone/something
Diffident of success
Diffident about doing something
Diligent in doing something
Disastrous to a person, etc.
Distinct from another
Distrustful of a person's motives
Doubtful of success
Dull of understanding

Eager for success
Economical of time
Eminent for one's virtues
Empty of meaning
Emulous of fame
Envious of somebody's success
Equal in ability
Equal to one another
Essential to happiness
Exclusive of a person or thing
Expressive of pain

Faithful to a master
False to one's friends
Familiar to a person
Familiar with a language

Famous for something
Favourable to the proposal
Favourable for action
Fit for a position
Fond of music
Free to do anything
Free from blame
Free of ice
Full of people/ideas/fruit, etc.

Glad about something
Glad of his help/success
Glad at a result
Good for health
Good at English/dancing
Grateful to someone for something
Greedy of gain
Guilty of a crime

Hopeful about the future
Hopeful of success
Hungry for affection
Hungry after wealth

Identical in views
Identical with anything
Ignorant of English
Ill with fever
Immaterial to someone/the point
Impatient for food
Impatient of delay
Impervious to water (प्रतिबंध)
Incidental to a journey
Inclusive of interest
Independent of one's parents
Indicative of mental power
Indifferent to the sufferings
Indifferent in the dispute
Indigenous to a country
Indignant with a person
Indignant at something done
Indispensable to life
Inimical to a person
Innocent of the charge
Insatiable of power
Insensible for sometime
Insensible of one's danger
Intent on one's work/studies
Irrelevent to the subject/occasion
Irrespective of consequences

Jealous of somebody's reputation

Lame in a leg
Lavish of praise
Lavish in expenditure
Lax in morals
Liable to make mistakes
Liable for payment
Loyal to one's country

Mad with pain
Mad for water
Mindful of one's duties

Natural for a bird to fly
Necessary for a person
Neglectful of one's interests
Negligent in work
Negligent of one's duties
Notorious for one's misdeeds

Obedient to parents
Obligatory on a person/institute
Oblivious of one's surroundings
Obnoxious to a person
Observant of the rules
Obstinate in resistance
Obstructive to plans
Offensive to a person
Opposite to a place

Painful to a person
Parrallel to/with anything
Partial to someone
Patient with children
Patient of insults
Peculiar to a person/thing
Penurious in one's habits
Pertinent to the subject
Popular with people
Precious to a person
Prejudicial to one's interests
Preparatory to an enquiry
Previous to some event
Prodigal of expenditure
Productive of wealth
Proficient in mathematics
Profitable to all
Profuse in his offers
Prone to errors
Proper for the occasion
Proud of one's success
Pursuant to instructions

Ready to start/help
Ready for school
Ready in his answers
Reckless of danger
Redolent of smell/smoke
Regardless of the consequences
Relative to the problem
Relevent to the case
Remiss in one's duties
Remote from a place
Repentant of his folly
Replete with food
Repugnant to one's wishes
Responsible to a person
Responsible for one's actions
Retentive of figures
Rich in minerals

Sanguine of success
Secure about something
Secure from attack
Sensible of the danger of his position
Sensitive to blame
Short of money
Short in the sleeves

Sick for number of days	Tantamount to something
Sick at heart	Temperate in one's habits
Sick of waiting	Tenacious of one's rights
Sick for home	True to one's word
Similar in colour	
Skilful in doing a thing	Uneasy in one's mind
Solicitous for somebody's safety	Uneasy about consequences
Sorry for someone	
Subsequent to the event	Void of meaning
Subversive of peace and order	
Sufficient for a purpose	Wary of strangers
Suitable for cold weather	Weak in spelling
Suspicious of something	Worthy of praise
Sympathetic to somebody	
	Zealous for liberty and freedom

■

Note: Frame sentences, using the above prepositions and thereafter refer to a standard dictionary to compare your sentences with those in it.

13. Constructions

रचना

२४१ इंग्रजीमध्ये काही constructions वैशिष्ट्यपूर्ण आहेत. अशा रचना वाक्यांत वापरण्याच्या पद्धतींचा आपण परिचय करून घेऊ. तसेच phrase prepositions व व्याकरणाच्या कोणत्याही विभागात समावेश करता न येणारे संकीर्ण शब्द यांचाही येथे विचार केला आहे.

I) Constructions: Correlative Conjunctions:

1) either .... or, 2) neither .... nor, 3) both .... and, 4) not only .... but also, 5) as well as, 6) as well, 7) as soon as, 8) no sooner .... than, 9) hardly .... when, 10) scarcely ..... when, 11) had better, 12) had rather, 13) would rather and would rather .... than, 14) so .... that, 15) such .... that

II) Phrase prepositions:

i) on account of, ii) in front of, iii) in spite of, iv) in order to, v) by means of, vi) in view of

III) Miscellaneous: संकीर्ण :

1) due to, 2) owing to, 3) because of, 4) instead of, 5) consequent upon, 6) notwithstanding, 7) but for, 8) fairly, 9) rather, 10) either, 11) neither, 12) otherwise, 13) despite, 14) else, 15) a lot of, 16) plenty of, 17) a great deal of, 18) some of, 19) most of, 20) one of, 21) each of, 22) everyone of, 23) little, a little, 24) few, a few, 25) much, many

२४२ १) either ... or: दोहोपैकी एक :

फक्त दोन व्यक्ती, दोन वस्तू किंवा दोन गटांच्या बाबतीत either ... or वापरतात.

Use <u>either</u> a pen <u>or</u> a pencil.

ज्या शब्दांशी either व orचा संबंध असतो, त्या शब्दांच्याजवळ either व or वापरावे. वरील वाक्यात penशी eitherचा संबंध आहे व pencilशी orचा संबंध आहे.

ज्या शब्दांशी either व orचा संबंध असतो, असे शब्द शोधून काढण्याची सोपी पण अचूक पद्धती पुढीलप्रमाणे आहे.

Example 1

i) <u>Mother may be</u> / in the kitchen.

ii) <u>Mother may be</u> // in the hall.

वरील दोन वाक्यांत Mother may be हा समान भाग अधोरेखित केला आहे. तसेच kitchen व hall हे असमान शब्द आहेत. in व the यांचा संबंध kitchen व hallशी असल्याने in the kitchen व in the hall हे असमान भाग झाले. वाक्य (i)मध्ये असमान भागापूर्वी तिरपा दंड / मारला; तसेच वाक्य (ii) मधील असमान भागापूर्वी दोन तिरपे दंड // मारले. एकेरी दंडाच्या जागी either वापरले व दुहेरी दंडाच्या जागी or वापरले, की आपल्याला हवे असलेले either .... orने जोडलेले वाक्य तयार झाले.

Mother may be <u>either</u> in the kitchen <u>or</u> in the hall.

खुलासा : दोन वाक्यांतील समान भाग (common) एकदाच घेतला व असमान (uncommon) भागांपूर्वी either व or वापरले.

वरील उदाहरणात kitchen व hall हे शब्द असमान आहेत. दोन वाक्यांत कर्ता, क्रियापद, कर्म, क्रियाविशेषण वगैरे कोणतेही शब्द असमान असू शकतात. सगळ्यांच्या बाबतीत वरील पद्धती अनुसरावी.

1) Different subjects: भिन्न कर्ते:

Example 2

Father will give you money.

Mother will give you money. (Either will ...)

आपल्या पद्धतीप्रमाणे दोन वाक्यांतील समान व असमान भाग शोधून काढू.

/ Father <u>will give you money.</u>

// Mother <u>will give you money.</u>

वरील वाक्यांतील will give you money हा समान भाग अधोरेखित केला आहे. Father व Mother हे असमान कर्ते असून त्यांच्या पूर्वी एकेरी व दुहेरी दंड मारले आहेत. एकेरी दंडाच्या जागी either व दुहेरी दंडाच्या जागी or लिहून असे वाक्य होईल. <u>Either</u> Father <u>or</u> Mother will give you money.

2) Different verbs: भिन्न क्रियापदे :

Example 3

She / sings a song.

She // writes a song.

आपल्या पद्धतीने वाक्य असे तयार होईल –

She either sings a song or writes a song.

हेच वाक्य a song हा भाग समान धरून असे होईल.

She either sings or writes a song.

3) Different objects: भिन्न कर्मे :

Example 4

Vidisha eats / figs. Vidisha eats // grapes.

Vidisha eats either figs or grapes.

अशाच प्रकारे adverb, infinitive वगैरे भाग असमान असतील, तेव्हा वरील पद्धतीचा उपयोग करून either .... or वापरायचे, हे लक्षात घ्या.

Interrogative sentence: प्रश्नार्थी वाक्य :

Example 5

Have you conveyed my message / to Nikhil?

Have you conveyed my message // to Nisha? (निखिल किंवा निशाला निरोप द्यायचा होता.)

Have you conveyed my message either to Nikhil or to Nisha?

Exercise No. 35.

Join each of the following pairs of sentences into a single sentence by using 'either ... or'.

1) Please come in. Please go out. (Don't stand in the doorway.)
2) My handkerchief must be in the left pocket. It must be in the right pocket.
3) The monk lived in a cave in the mountain. He lived in a hut.
4) She must borrow the English text. She must buy it.

2) neither ... nor: हे नाही, तेही नाही :

either ... orचे नकारार्थी रूप neither ... nor आहे. neither = not + either. वाक्यात neither ... nor वापरताना either ... or वापरताना योजलेली पद्धती

अवलंबायची आहे.

Example 1

i) The book is not here.

ii) The book is not there.

वाक्य (i) मधील notबद्दल neither व वाक्य (ii) मधील notबद्दल nor वापरायचे आहे. notच्या जागी neither व nor वापरायचे, असा अर्थ नसून, पहिल्या वाक्यातील असमान भागापूर्वी neither व दुसऱ्या वाक्यातील असमान भागापूर्वी nor वापरायचे असते.

The book is not / here.

The book is not // there.

The book is neither here nor there.

Example 2

i) The baby does not drink / milk.

ii) The baby does not drink // tea.

The baby drinks neither milk nor tea.

खुलासा : वाक्य (i)मधील not काढून neither वापरायचे आहे व वाक्य (ii) मधील not काढून nor वापरायचे आहे. वाक्य (i)मधील not काढल्यावर does हे Anomalous Finite राहणार नाही. पण does काढताना drinkचे drinks असे रूप केले. तसेच वाक्य (ii)मध्येही drinks असे रूप झाले. दोन्ही वाक्यांमध्ये not नाही असे क्षणभर समजल्यास दोन्ही वाक्यांमध्ये The baby drinks हा समान भाग झाला व milk व tea ही असमान कर्मे झाली. तेव्हा milk पूर्वी neither व tea पूर्वी nor वापरले.

Example 3

He did not take / water.

He did not take // food.

He took neither water nor food.{did + take = took}

Exercise No. 36.

Combine each of the following pairs of sentences using 'neither ... nor'.

a) Robinson Crusoe could see no homes of men. He could see no fields of corn.

b) Pallavi does not play active games. She does not do strenuous work, either.

c) Deepti did not speak. She did not sit down.

d) Vilas has not read the Mahabharata. He has not read the Ramayana, either.

e) I do not have the time to play golf. I do not have the inclination to play it. (golf = गॉल्फ [एक खेळ])

महत्त्वाचा नियम : वाक्याची सुरुवात स्पष्ट नकारार्थी शब्दाने किंवा सुप्त नकारार्थी शब्दाने झाल्यास वाक्यात कर्त्यापूर्वी Anomalous Finite येते.

Examples:

i) Never have I heard such a strange story.

ii) Seldom has he wasted an opportunity. (सुप्त किंवा गर्भित वा छुपा नकारार्थ. Seldom = rarely = not + often)

वरील नियम वाक्याच्या प्रारंभी येणाऱ्या neither, not only, no soonerला लागू आहे. अशा वेळी वाक्याची सुरुवात i) Neither + A.F. + S + V..., ii) Not only + A.F. + S + V ..., iii) No sooner + A.F. + S + V... अशी होते.

Example 1

/ Father did not take a rest.

// Mother did not take a rest.

Neither did Father nor Mother take a rest.

Example 2

/ Men did not go out at night.

// Women did not go out at night.

Neither did men nor women go out at night.

3) Both ... and: दोन्ही :

i) Both .... and, ii) not only .... but also, iii) as well as, iv) as well या सर्व रचना अर्थाच्या दृष्टीने सारख्या आहेत.

The kitten was wet. The kitten was cold.

→ The kitten was both wet and cold.

→ The kitten was not only wet but also cold.

→ The kitten was wet as well as cold.

→ The kitten was wet and cold as well.

आता both .... and ही रचना वाक्यात वापरण्याच्या पद्धतीचा विचार करू.

a) Different subjects: भिन्न कर्ते :

Example 1

i) / Pramod was happy.

ii) // Amod was happy.

वरील वाक्ये (i) व (ii) मध्ये was happy हा समान भाग आहे. असमान भागांपूर्वी एकेरी व दुहेरी दंड मारले आहेत. एकेरी दंडाच्या जागी both व दुहेरी दंडाच्या जागी and लिहून वाक्य असे तयार होईल – Both Pramod and Amod were happy.

खुलासा : Both ... andने कर्ते जोडल्यास कर्ता अनेकवचनी होतो. त्यामुळे अनेकवचनी कर्त्याला अनुरूप were हे क्रियापद लिहिले.

b) Different verbs: भिन्न क्रियापदे :

Example 2

The Parsis / built the hospital.

They // endowed the hospital.

वरील पद्धतीप्रमाणे एकेरी दंडाच्या जागी both व दुहेरी दंडाच्या जागी and वापरावे.

The Parsis both built and endowed the hospital.

c) Different objects: भिन्न कर्मे :

Example 3

Nirmal has excelled / at swimming.

Nirmal has excelled // at diving.

1) Nirmal has excelled both at swimming and at diving. OR:

2) Nirmal has excelled at both swimming and diving.

खुलासा : वरील दोन्ही वाक्ये बरोबर आहेत. दोन वाक्यांतील दोन नामे, दोन क्रियापदे, दोन विशेषणे both ... andने जोडली जातात. शिवाय या जोडल्या जाणाऱ्या शब्दांच्या जास्तीत जास्त जवळ both ... and न्यावयाचे असल्याने वाक्य २ मध्ये at हे preposition समान भागात टाकून both ... andचा वापर केला आहे. मी वाक्य क्र. १ अधिक पसंत करतो.

पुढील वाक्य मात्र चुकीचे आहे.

Nirmal has excelled both at swimming and diving.

या वाक्यात जोडलेले शब्द at + swimming व diving आहेत. म्हणजेच preposition + noun व noun जोडली गेली आहेत. ते शब्द भिन्न आहेत; म्हणजेच त्यांत फरक असल्याने ते वाक्य चुकीचे आहे. तुम्ही हे पक्के लक्षात ठेवा. वाक्य २च्या ऐवजी Nirmal has excelled both at swimming and at diving हे वाक्य मी स्वीकारीन.

4) not only ... but also: हे देखील आणि ते देखील :

i) <u>The kitten was</u> / wet.

ii) <u>The kitten was</u> // cold.

वर सांगितलेल्या पद्धतीप्रमाणे समान व असमान भाग शोधून काढले. एकेरी व दुहेरी दंडांनी असमान भाग वेगळे दाखविले. एकेरी दंडाच्या जागी not only व दुहेरी दंडाच्या जागी but also लिहून वाक्य तयार केले.

The kitten was <u>not only</u> wet <u>but also</u> cold.

a) Different subjects: भिन्न कर्ते :

Example 1

/ The walls <u>will need painting</u>.

// The ceiling <u>will need painting</u>.

महत्त्वाचे : तयार होणाऱ्या वाक्याची सुरुवात not या नकारार्थी शब्दाने करावयाची असल्याने कर्त्यापूर्वी will हे A.F. वापरावे लागेल. त्याचे स्वरूप Not + A.F. + S + V ... असे असेल.

<u>Not only</u> will the walls <u>but also</u> the ceiling need painting.

टीप : *नकारार्थी शब्द – not, no, neither, nor, nothing, etc.*

गर्भित नकारार्थी शब्द – hardly, scarcely, barely, rarely, seldom, little, few, etc.

b) Different verbs: भिन्न क्रियापदे :

Example 2

George Stephenson worked with engines during the day. He read about them at night.

George Stephenson <u>not only</u> worked with engines during the day <u>but</u> read about them at night. (also).

खुलासा : जेव्हा दोन वाक्यांमध्ये क्रियापदे भिन्न असतात व दुसरे वाक्य मोठे असते, तेव्हा but also दुसऱ्या वाक्याच्या सुरुवातीस न लिहिता केवळ but हे coordinator लिहून वाक्याच्या शेवटी also लिहावे. वाक्याचा अर्थ also न

लिहिताही असंदिग्धपणे स्पष्ट होत असेल, तर also गाळले, तरी चालते.

5) as well as: सुद्धा :

as well as = also = too = in addition to = besides

Example 1

i) Men used wheels /for transport.

ii) Men used wheels // for industry also.

दोन्ही वाक्यांतील समान भाग अधोरेखित केला. असमान भाग एकेरी व दुहेरी दंडांनी वेगळा दाखविला. As well as हे दोन असमान भागांच्यामध्ये लिहून वाक्य तयार होते. Men used wheels for transport as well as for industry. दिलेल्या वाक्यातील also / too गाळावेत.

a) Different subjects: भिन्न कर्ते :

Example 2

The big girls are ready to climb Raigad.

The small girls are also ready to climb Raigad.

The big girls as well as the small girls are ready to climb Raigad.

मूळच्या वाक्यातील also गाळले.

Very important:

1) As well asच्या पूर्वी येणाऱ्या कर्त्याप्रमाणे क्रियापद चालते.

Examples:

i) He as well as they is ready.

ii) They as well as I are ready.

iii) She as well as I is ready.

2) or/nor नंतर येणाऱ्या कर्त्याप्रमाणे क्रियापद चालते.

Examples:

i) Either they or I am ready.

ii) Either they or she is ready.

iii) Neither he nor we are ready.

3) andच्या मागे व पुढील कर्ता मिळून अनेकवचनी कर्ता होतो, म्हणून त्याला अनुसरून अनेकवचनापुढे येणारे क्रियापद योजावे.

Examples:

He and she are ready.

She and I are ready.

विशेष : As well as, besides, rather ... than, as much as, more ... than, together with, along with या phrasesपूर्वी येणाऱ्या कर्त्याप्रमाणे क्रियापद चालते.

Exercise No. 37.

Join the following pairs of sentences with 'not only ... but also' 'as well as' 'both...and'.

1) Deepak likes Aesop's fables. Deepa too likes Aesop's fables.
2) Shirvadkar was a poet. He was a dramatist.
3) Many people were known to Gandhiji. They were known to Jawaharlal Nehru also.
4) Heat is used for the preservation of food. Cold is used for the preservation of food.
5) Small children sleep during the day. They sleep during the night, too.

6) as well = also

Example 1

<u>He gave me</u> / money. <u>He gave me</u> // advice.

आपल्या पद्धतीप्रमाणे समान भाग अधोरेखित केला. असमान भाग दंडाच्या साहाय्याने वेगळे दाखविले. As well वाक्याच्या शेवटी येते; पण त्यापूर्वी असमान भाग andने जोडावा लागतो.

He gave me money and advice as well.

OR: He gave me advice, and money as well.

Example 2

We travelled by day. We travelled by night also.

We travelled by day and night as well.

7) As soon as: असे होताच :

(i) The grubs are out of the eggs. (ii) Immediately the ants feed them.

वाक्य (i) मधील क्रिया होता क्षणीच वाक्य (ii) मधील क्रिया घडते. Immediately हा शब्द दुसरी क्रिया तत्क्षणी होते, हे दाखविते.

<u>As soon as</u> the grubs are out of the eggs, the ants feed them.

स्पष्टीकरण : As soon as व immediately हे सारख्या अर्थाचे शब्द असल्याने as soon as वापरताना immediately गाळले. ज्या वाक्याच्या सुरुवातीस immediately असेल, तेथे as soon as न वापरता पहिल्या वाक्याच्या सुरुवातीस as soon as योजले. As soon as हा Adverb Clause of Time झाला. गौण वाक्यखंड सुरुवातीस येत असल्याने त्याच्या शेवटी स्वल्पविराम लिहिला. The ants feed them हा Main Clause आहे. जी क्रिया क्षणभर देखील अगोदर घडत असेल, अशी क्रिया दाखविणाऱ्या वाक्यापूर्वी as soon as वापरावे.

वरील वाक्य असेही लिहिता येईल.

The ants feed the grubs as soon as they are out of the eggs.

टीप *: as soon as = immediately= at once = just then, etc.*

Example 2

He immediately went to his native place. He received a telegram.

He went to his native place as soon as he received a telegram.

8) no sooner ... than: त्याच वेळी:

टीप *: As soon as = no sooner ... than = hardly ... when = scarcely .... when = immediately*

वरील रचना समान अर्थाच्या आहेत.

<u>महत्त्वाचे</u>

i) As soon as हे उभयान्वयी अव्यय conjunction असून त्याने Adverb Clause of Time होतो.

ii) No sooner ... than या रचनेतील than हे उभयान्वयी अव्यय आहे. Thanने होणारा वाक्यखंड clause हा Adverb Clause of Comparison of Degree असतो. तर no soonerचा clause हा Main Clause असतो.

iii) No (sooner) या नकारार्थी शब्दाने वाक्याची सुरुवात होत असल्याने No sooner नंतर कर्ता न लिहिता कर्त्यापूर्वी Anomalous Finite आणावे व त्यानंतर कर्ता व त्यांच्यापुढे मुख्य क्रियापद लिहावे.

सूत्र : No sooner + A.F. + S + V ... than

Example 1

The bell rang. Immediately the teacher entered the class.

<u>No sooner did</u> the bell <u>ring than</u> the teacher entered the class.

स्पष्टीकरण : The bell rang या वाक्यात 24 A.F. पैकी क्रियापद नाही. अशा वेळी do, does, did या A.F.ची मदत घ्यावी लागते. Rang हा भूतकाळ असल्याने

rangचा विस्तार did + ring असा केला. आता did हे A.F. असल्याने no sooner नंतर A.F. वापरणे शक्य झाले. No sooner वापरल्याने immediately गाळावे लागले. दुसऱ्या वाक्याच्या सुरुवातीस than हे conjunction वापरले म्हणून thanचा गौण वाक्यखंड झाला.

Example 2

The curtain goes up. The children watch the play closely.

<u>No sooner does</u> the curtain <u>go</u> up <u>than</u> the children watch the play closely.

Exercise No. 38.

Combine each set of sentences into a complex sentence, using 'as soon as' and 'no sooner ...than'.

1) They set out. The thunder immediately broke.
2) We stop pressing rubber. At once it springs back to its first shape.
3) She lit the fire. Just then clouds of smoke filled the hut.
4) Turn the knob on a television set. Immediately you can watch things.
5) The train started. Immediately we got into the compartment.

9) Hardly ... when

10) Scarcely ... when

विशेष : i) hardly .... whenमध्ये when हे conjunction आहे. Whenने होणारा वाक्यखंड Adverb Clause of Time असतो. Hardlyने सुरू होणारा वाक्यखंड Main Clause असतो.

ii) Hardlyने सुरू होणारे वाक्य नेहमी Past Perfect Tense मध्येच असते.

Example 1

Roma sneezed. The glass fell down from her hand.

<u>Hardly had</u> Roma <u>sneezed when</u> the glass fell down from her hand.

आता scarcely ... when वापरून वाक्य असे होईल.

<u>Scarcely had</u> Roma <u>sneezed when</u> the glass fell down from her hand.

पुढील वाक्य चार प्रकारे लिहून दाखविता येईल.

The bears smelt the honey. They got very excited.

As soon as the bears smelt the honey, they got very excited.

No sooner did the bears smell the honey than they got excited.

Hardly had the bears smelt the honey when they got excited.

Scarcely had the bears smelt the honey when they got excited.

आतापर्यंत as soon as, no sooner ... than, hardly ... when, scarcely ...when या रचना वाक्यात कशा वापरावयाच्या, याचा विचार केला. आता एक रचना दिली असता तिच्याऐवजी दुसरी रचना कशी वापरावयाची, याचा विचार करू.

I) as soon as = no sooner ... than

Example 1

As soon as a shower is over, the sun shines forth once more.

No sooner is a shower over than the sun shines forth once more.

आपण काय केले?

१) जेथे as soon as आहे, तेथेच no sooner घातले.

२) मूळ वाक्यातील कर्ता व Anomalous Finite (is)ची स्थाने बदलून कर्त्यापूर्वी is क्रियापद आणले. यालाच inversion म्हणतात.

३) मुख्य वाक्यखंड सुरू होण्यापूर्वी (म्हणजे the sun पूर्वी) than हे conjunction वापरले.

काय झाले?

(अ) दिलेल्या वाक्यात as soon as a shower is over हा गौण वाक्यखंड होता व the sun shines forth once more हा मुख्य वाक्यखंड (Main Clause) होता. No sooner वापरल्यावर गौण वाक्यखंड Main Clause झाला व the sun पूर्वी than हे conjunction आल्याने than the sun shines forth once more हा गौण वाक्यखंड झाला.

(आ) As soon asचे वाक्य होकारार्थी (affirmative) होते. ते no sooner वापरल्याने नकारार्थी (negative) झाले.

Example 2

As soon as the Chief Guest arrived, all rose to their feet to welcome him.

No sooner *did* the Chief Guest *arrive* than all rose to their feet to welcome him.

खुलासा : As soon asच्या वाक्यात Anomalous Finite नसल्याने arrivedची did + arrive अशी फोड केली.

Example 3

He woke up as soon as he heard the noise.

No sooner did he hear the noise than he woke up.

खुलासा : दिलेल्या वाक्यात जेथे as soon as आहे, त्याच ठिकाणी no sooner घालून वाक्याला सुरुवात केली. He woke up या मुख्य वाक्यखंडापूर्वी than हे conjunction वापरले.

II) as soon as = hardly had ... when
scarcely ... when

As soon as the smoke cleared, Aladdin saw a large stone in the ground.

Hardly *had* the smoke *cleared* when Aladdin saw a large stone in the ground.

Scarcely *had* the smoke *cleared* when Aladdin saw a large stone in the ground.

Exercise No. 39. Elementary/Intermediate

Rewrite the following sentences, using 'no sooner ...than'.

1) As soon as there was a storm, the lights went out.
2) The wounded bird fell dead as soon as it reached its nest.
3) As soon as Sita heard Rama's cry, she urged Lakshmana to rush to his help.

Exercise No. 40. Advanced

Begin with No sooner, Hardly, Scarcely and rewrite the following sentences.

i) As soon as the lightning struck the tree, it was burnt up completely.
ii) Sleep overtook her as soon as she finished reading the first page.
iii) As soon as Aladdin began rubbing the lamp, a tall spirit appeared before him.

iv) Contact the headquarters as soon as you complete the report.

v) The scouts heard a roar as soon as they started to cross the valley.

11) had better: अधिक योग्य :

Had better = More suitable or more advantageous

I had better take a rest.

विशेष : i) Had better पुढे to लुप्त रूप (infinitive without 'to') येते.

ii) Hadच्या पुढे क्रियापदाचे तिसरे रूप येते; तेव्हा तो Past Perfect Tense असतो. उदा. She had gone.

iii) had better ही रचना वर्तमानकाळी अर्थ व्यक्त करते.

Example 1

It would be wise for him to take medicines regularly.

a) It would be wise = had better

b) (for) himचा कर्ता होणार असल्याने he हे प्रथमेचे रूप वापरावे लागेल.

c) had better पुढे to लुप्त रूप येत असल्याने to take मधील to गाळावे लागेल.

He had better take medicines regularly.

12) would rather: -च्यापेक्षा अधिक पसंती :

would rather = by preference

would rather = had rather (अर्थ सारखाच)

Examples

I would rather keep quiet.

I had rather keep quiet.

तसेच would rather .... than आणि had rather .... than या रचनादेखील अर्थाच्या दृष्टीने सारख्याच आहेत.

Example:

She would rather buy the small refrigerator than the large one.

OR: She had rather buy the small refrigerator than the large one.

More examples:

1) There are grapes and oranges.

(It would be better for me to take oranges.)

I had rather take oranges than grapes.

I would rather take oranges than grapes.

2) He can go by sea. He can go by air.

(It would be better for him to go by air.)

He would better go by air than by sea.

3) There is the icecream and the ball.

(It would better for you to choose the ball.)

You would rather choose the ball than the icecream.

13) so ... that

14) such ... that

So हे adverb क्रियाविशेषण आहे.

Such हे adjective विशेषण आहे.

हा भेद वगळता अर्थाच्या दृष्टीने वरील दोन्ही रचना सारख्या आहेत. such + noun व so + adverb किंवा adjective अशा रचना असतात.

एखाद्या क्रियेचा होणारा किंवा झालेला परिणाम सांगताना वरील रचना वापरतात. दोन्ही रचनांमुळे Adverb Clause of Result होतो. (प्रकरण १५/५ पाहा.)

Example 1

I was very tired. I decided to lie down.

पहिल्या वाक्यातील very या क्रियाविशेषणाच्या जागी so वापरायचे व दोन वाक्ये that या उभयान्वयी अव्ययाने जोडावयाची.

I was so tired that I decided to lie down.

Example 2

The storm was very terrible. The roofs of the houses ripped off.

The storm was so terrible that the roofs of the houses ripped off.

हे वाक्य soने सुरुवात करून असेही करता येईल.

So terrible was the storm that the roofs of the houses ripped off.

14) such ... that

This was his generosity. Everybody received some help from him.

His generosity was such that everybody received some help from him.

हेच वाक्य suchने सुरुवात करून लिहिता येईल.

Such was his generosity that everybody received some help from him.

आता so ... that व such ... that मधील फरक पाहू.

i) The explosion was forceful. All the windows were broken.

ii) The explosion had a great force. All the windows were broken.

वाक्य (i)मध्ये अधोरेखित शब्द विशेषण आहे. तेव्हा त्या वाक्यात so .... that ही रचना वापरावी.

The explosion was so forceful that all the windows were broken.

वाक्य (ii)मध्ये अधोरेखित शब्द नाम आहे. सबब त्या वाक्यात such .... that ही रचना वापरता येईल.

The explosion had such a force that all the windows were broken.

Exercise No. 41.

Join the following pairs of sentences, using 'so ... that' or 'such ... that' as the case may be.

1) He spoke for a long time. People began to fall asleep.
2) She is very poor. She cannot educate her children properly.
3) It was her behaviour. Everyone disliked her.
4) Cold winds were blowing severely. The voyagers had to move further down to a mountain.
5) People are fond of Lata Mangeshkar's singing. They listen to her songs many times a day.

२४३ **II) Constructions – Phrase prepositions:**

i) On account of: -च्यामुळे :

Examples:

1) 1) There was heavy rain. The crops were damaged.

On account of heavy rain, the crops were damaged.

2) Bela was ill. She could not appear for the examination.

On account of her illness, Bela could not appear for the examination.

3) He suffered heavy losses. He was negligent.

On account of his negligence, he suffered heavy losses.

निरीक्षण : 1) On account of ने वाक्य शुद्ध simple होते.

2) of या prepositionपुढे नाम येते. पुष्कळ वेळा of + possessive + noun असे स्वरूप असते. वाक्य १मध्ये rain हे नाम आहे. वाक्ये २ व ३मध्ये her व his ही possessives आली असून पुढे अनुक्रमे illness व negligence ही नामे आली आहेत. वाक्ये २ व ३मध्ये मुळात नामे नव्हती; पण on account of ही रचना वापरताना illness व negligence ही नामे तयार करून घेतली.

on account of = because of

वाक्य ३ असे होईल –

Because of his negligence, he suffered heavy losses.

ii) in front of: -च्या समोर :

Examples:

1) There is a big mango tree. There is his house.

   There is a big mango tree in front of his house.

2) All the students gathered. They were standing before the school gate.

   All the students gathered in front of the school gate.

iii) in spite of = notwithstanding = असे असले, तरी :

Examples:

1) The weather was bad but they succeeded in scaling Mount Everest.

   In spite of bad weather, they succeeded in scaling Mount Everest.

2) It was raining heavily yet the boys went out.

   In spite of heavy rain, the boys went out.

टीप : *in spite of = but, yet = though, although*

i) in spite ofचे वाक्य simple शुद्ध होते.

ii) but व yetचे वाक्य compound संयुक्त होते.

iii) though व althoughचे वाक्य complex मिश्र होते.

iv) in order to = -च्यासाठी :

Examples:

1) Father gave his son nutritious food. He wanted to make him strong.

Father gave his son nutritious food <u>in order to</u> make him strong.

2) She opened the safe. She wanted to take out her necklace.

She opened the safe <u>in order to</u> take out her neckface.

विशेष : in order that व in order to या भिन्न रचना आहेत. in order thatने वाक्य मिश्र complex होते. In order toने वाक्य शुद्ध simple होते.

Mother advised Sunita to go to market immediately <u>in order that</u> she might come back in time.

v) by means of - च्या साहाय्याने :

Examples:

1) The firemen went up the building. They used a ladder for the purpose.

The firemen went up the building <u>by means of</u> the ladder.

2) Big and heavy machines are lifted <u>by means of</u> a crane.

vi) in view of: - चा विचार करता :

Examples:

1) The circumstances are bad. I do not wish to continue to work here.

<u>In view of</u> the bad circumstances, I do not wish to continue to work here.

2) There was a new suggestion. The Chairman decided to postpone the meeting.

<u>In view of</u> a new suggestion, the Chairman decided to postpone the meeting.

Exercise No. 42.

Reconstruct the following sentences, using 'on account of', 'in front of', 'in spite of', 'in order to', 'by means of', 'in view of':

1) He is a non-Maharashtrian. But he speaks Marathi fluently.
2) There were new restrictions. They decided to change their plan.
3) We express our thoughts. We use words.
4) The girl was standing amazed. The artist drew her sketch.

5) The boy got up early in the morning. He wanted to reach in time for the interview.

6) The match was cancelled. There was a heavy downpour.

7) He was poor. He became a doctor.

२४४ **III) Miscellaneous exercises: मिश्र रचना :**

1) Due to = caused by

2) Owing to = because of, on account of

Due to व owing to या रचना सारख्या वाटतात; पण अर्थाच्या दृष्टीने त्यामध्ये सूक्ष्म भेद आहे. या प्रकारच्या रचनांमध्ये due हे विशेषण adjective असून, त्याचा संबंध नामाशी असतो. या उलट owing to हे on account ofप्रमाणे phrase prepositionसारखे वापरतात. हा फरक समजण्यासाठी पुढील उदाहरण लक्षात ठेवा.

Due to – The accident was <u>due to</u> careless driving.

Owing to – <u>Owing to</u> his careless driving, we had a bad accident.

विशेष : Due toचा phrase prepositionसारखा उपयोग करू नये. Dueचा विशेषण म्हणूनच उपयोग करावा, म्हणून –

i) He came late due to an accident. – हे चूक आहे.

ii) His delay was due to an accident. – हे बरोबर आहे.

More examples:

1) Half of the deaths in the world are <u>due to</u> starvation.

2) He suffered a few days' absence of mind <u>due to</u> sunstroke.

i) <u>Owing to</u> the flood, we could not cross the river.

ii) <u>Owing to</u> his ill-health, he was unable to work.

Exercise No. 43.

Insert 'due to' or 'owing to' in the following sentences:

a) ..... his old age, he is unable to take part in the competition.

b) ..... the rain, they could not come.

c) What are earthquakes .....?

3) because of = by reason of: -च्या कारणामुळे :

Examples:

1) His foot was injured. He could not walk fast.

   <u>Because of</u> his injured foot, he could not walk fast.

2) I said nothing about it. His father was there.

   I said nothing about it <u>because of</u> his father being there.

4) instead of = in place of: -च्या ऐवजी :

Examples:

1) I will go in place of you.

   I will go <u>instead of</u> you.

2) Shall we have fish or mutton today?

   (Fish is a good alternative)

   Shall we have fish <u>instead of</u> mutton today?

5) consequent upon = following as a consequence: -चा परिणाम म्हणून:

Examples:

1) The crops have failed. The Government has decided to raise the prices of food grains.

   <u>Consequent upon</u> the failure of the crops, the Government has decided to raise the prices of food grains.

2) The promotion rules were changed. Ninety-seven students were promoted to the upper classes.

   <u>Consequent upon</u> the changes in the promotion rules, ninety-seven students were promoted to the upper classes.

6) notwithstanding = in spite of: असे असले तरी :

Examples:

1) The cat made many efforts to catch a mouse. But it failed.

   <u>Notwithstanding</u> many efforts to catch a mouse, the cat failed.

   OR: <u>Notwithstanding</u> many efforts, the cat failed to catch a mouse.

2) Acharya Atre had some weaknesses. Yet people loved him.

<u>Notwithstanding</u> Acharya Atre's weaknesses, people loved him.

7) but for = if it were not for: नसता तर :

Examples:

1) They received the timely medical help. Else they would have lost their son.

   They would have lost their son <u>but for</u> the timely medical help.

2) She received the proper guidance. She would have failed.

   She would have failed <u>but for</u> the proper guidance.

8) Fairly: पुष्कळ अंशी :

9) Rather: काहीसा :

fairly आणि rather यांच्यांतील फरक काळजीपूर्वक लक्षात घ्या.

Rairly = अनुकूल, समाधानकारक व आदर्श गोष्टींच्या बाबतीत fairly वापरतात.

Rather = नकारात्मक, असमाधानकारक व आदर्श गोष्टींपासून दूर असल्याने नापसंती व्यक्त करताना rather वापरतात.

(i) Milind is <u>fairly</u> tall for his age.

(ii) Meenakshi is <u>rather</u> tall for her age.

वाक्य (i) मिलिंदचे वय लक्षात घेता त्याची उंची समाधानकारक आहे.

वाक्य (ii) मीनाक्षी मात्र वयाच्या मानाने खूपच उंच झाली आहे. येथे नापसंतीचा सूर आहे. तिचे वय व तिची उंची यांचे प्रमाण राहिले नसून, ती खूपच उंच झाली आहे, हे दर्शवायचे आहे.

Example 1

a) The boy is <u>fairly</u> well.

b) The girl is <u>rather</u> ill.

वाक्य a)मध्ये सुदृढता ही आदर्श स्थिती असल्याने समाधान व्यक्त केले आहे; तर b)मध्ये सुदृढता या आदर्श स्थितीपासून आरोग्य दूर जात आहे. त्यामुळे नापसंतीचा सूर आहे.

Exercise No. 44.

Put either 'fairly' or 'rather' in the blank spaces.

1) His hands look .... dirty.
2) This room is .... clean.
3) The house is .... big.

4) My brother is .... better today.

विशेष : fairly हे comparatives बरोबर योजीत नाहीत; मात्र rather वापरतात. उदा. He did it <u>rather</u> better last time.

10) Either: दोन्हीपैकी एक :

11) Neither: दोन्हीपैकी एकही नाही :

विशेष : फक्त दोन व्यक्ती/वस्तूंच्या संदर्भात either/neither वापरतात.

Example 1

I will take either. (दोन गोड आंबे आहेत. मी एक घेईन.)

I will take neither. (दोन आंबट संत्री आहेत. मला नको.)

विशेष : i) Either वाक्याच्या मध्ये किंवा शेवटी येते. सुरुवातीला येत नाही; अपवादात्मकरीत्या सुरुवातीला येते.

ii) सामान्यपणे neither वाक्याच्या सुरुवातीला येते.

10) either

Examples:

1) Take <u>either</u> half.
2) There were tall trees on the <u>either</u> bank of the river. (अर्थ : प्रत्येक काठावर म्हणजे दोन्ही काठांवर. येथे either = both असा अर्थ आहे.)
3) <u>Either</u> of them will help you.

Eitherचा विशेष उपयोग :

नियम : दोन नकारार्थी वाक्यांत क्रियापदाची पुनरावृत्ती झालेली असते; पण दोन्ही कर्ते भिन्न असतात, तेव्हा दुसऱ्या वाक्याच्या शेवटी either वापरतात.

He did not take food. She did not take food, <u>either</u>.

11) Neither

Examples:

1) <u>Neither</u> description is correct.
   पळून गेलेल्या चोराचे वर्णन दोघांनी केले; पण दोन्हीही वर्णने बरोबर नाहीत.
2) My father hasn't much spare time and <u>neither</u> have I.
3) I like <u>neither</u> of the two.

Exercise: No. 45.

Fill in the blank spaces with 'either' or 'neither.'

i) If you don't take part, ... shall I.

ii) Have you seen .... of them?

iii) The houses on .... side were tall and big.

iv) Mandar did not keep quiet, Manda did not keep quiet .....

12) Otherwise:

येथे otherwiseचा conjunction म्हणूनच विचार केला आहे.

otherwise = or

Otherwiseच्या निमित्ताने or, if, unless या उभयान्वयांचा एकमेकांशी अर्थाच्या दृष्टीने असलेला संबंध पाहू या. अत्यंत महत्त्वाचे –

सूत्रे : otherwise = or किंवा otherwise = or else

otherwise = unless

or = unless

otherwise = if + not

or = if + not

unless = if + not

unless + not = if

otherwise + not = if

Example 1

1) Hurry up. Otherwise we shall be late.

2) Hurry up or we shall be late.

3) Unless you hurry up, we shall be late.

4) If you do not hurry up, we shall be late.

(विशेष : येथे will be चालणार नाही.)

Example 2

i) He must sign the papers. Otherwise I will not grant him the loan.

ii) He must sign the papers or else I will not grant him the loan.

iii) Unless he signs the papers, I will not grant him the loan.

iv) If he does not sign the papers, I will not grant him the loan.

नियम : मुख्य वाक्यखंडात भविष्यकाळ असताना if/unless/when/as soon as पुढे Simple Present Tense येतो.

Example 3

a) Do not spoil the picture otherwise you will not get a prize.

b) Do not spoil the picture <u>or</u> else you will not get a prize.

c) <u>Unless</u> you spoil the picture, you will get a prize.

d) <u>If</u> you spoil the picture, you will not get a prize.

OR: <u>If</u> you do not spoil the picture, you will get a prize.

13) despite = in spite of = असे असूनसुद्धा :

Examples:

i) <u>Despite</u> the strict warning, people try to give their leftover food to the animals in the zoo.

ii) He failed to pass in the examination <u>despite</u> the best of facilities.

14) else = besides = in addition: दुसरा –री– रे :

Examples:

i) We went nowhere <u>else</u>.

ii) Ask <u>else</u> one.

iii) Have you contacted anybody <u>else</u>?

iv) How <u>else</u> can you do it?

(टीप : else हे उभयान्वयी अव्यय आहे. पण त्याचा येथे विचार केला नाही.)

15) a lot of = a number of: पुष्कळ :

lots of, lots and lots ही रूपे a lot of ची आहेत.

A lot of = a great deal of = plenty of

१) गणनीय countable व अगणनीय uncountable नामाला a lot of ही रचना लावतात. २) तसेच, एकवचनी व अनेकवचनी नामाला a lot of लावतात.

Examples:

1) There are <u>a lot of</u> birds. (गणनीय)

2) She takes <u>a lot of</u> time to dress herself. (अगणनीय)

3) She spends <u>a lot of</u> money on clothes.

4) <u>Lots of</u> people were in the hall.

5) <u>Lots and lots</u> athletes will arrive.

6) <u>A lot of</u> work has to be done. (एकवचन)

7) <u>A lot of</u> children have come. (अनेकवचन)

16) plenty of = a large quantity = पुष्कळ :

१) गणनीय व अगणनीय नामापूर्वी plenty of योजतात.

२) एकवचनी, तसेच, अनेकवचनी नामाला plenty of लागते.

Examples:

i) There is plenty of time.

ii) There are plenty of books on the shelf.

iii) ... "How many lemons do you want?" ..."Four will be plenty."

iv) There is plenty of room on the back row.

17) a great deal of = पुष्कळ :

a great deal of = a good deal of (दोन्ही रचना सारख्याच आहेत.)

Examples:

1) The family had to spend a good deal of money on medicines.

2) I have spent a great deal of trouble over the work.

18) Some of: - च्यापैकी काही :

some of व any of अर्थाच्या दृष्टीने सारख्या रचना आहेत.

Examples:

1) Some of these mangoes are ripe.

2) Kashmir has some of the finest scenery in the world.

(विशेष : scenery हे एकवचनी नाम असून, त्याला अनेकवचन नाही.)

19) Most of = the majority of: पुष्कळसे :

most of च्यामागे the हे उपपद लावू नये.

Examples:

i) Most of my students have great love for English.

ii) He was ill most of the month.

20) One of = अनेकांपैकी एक : Indefinite Pronoun:

विशेष : one एकवचनी

of च्यापुढे अनेकवचनी नाम.

one कर्ता असल्याने क्रियापदही एकवचनी पाहिजे.

Examples:

One of my friends = माझ्या (अनेक) मित्रांपैकी एक

One of the houses = घरांपैकी एक घर

1) One of my friends is in the U.S.A.
2) One of the houses in the market area has the roof covered with tiles.
3) One of the pages of the book is torn.
4) One of the bulls was sold.

21) each of: अनेकांपैकी प्रत्येक :

one of = अनेकांपैकी एक

फरक : अनेकांच्या संबंधात one of चा उपयोग करतात. दोघांपैकी प्रत्येक तसेच अनेकांपैकी प्रत्येक असे म्हणावयाचे असताना each of वापरतात. कधी कधी each of च्याऐवजी everyone वापरतात. पण दोन व्यक्ती वा वस्तू तसेच अनेक व्यक्ती किंवा वस्तू असताना each वापरता येते. मात्र every तीन किंवा अधिक व्यक्ती अथवा वस्तू असतानाच वापरतात. everyone of वाक्याच्या शेवटी वापरतात.

Examples:

1) Each of the boy scouts has a torch.
2) Each of the polythene bags bears the name of our shop.
3) Each of the boys had a try.

22) Everyone of = each of: –च्यापैकी प्रत्येकजण :

each of व everyone of मधील फरक वर सांगितला आहेच. everyone of (us/you/them) वाक्याच्या शेवटी योजतात.

Examples:

i) You deserve to be punished, everyone of you.

ii) The Manager blamed the players for the defeat, everyone of them.

23) little, a little:

24) few, a few:

little = (जवळ जवळ) नाही	few = (जवळ जवळ) नाही
a little = थोडे	a few = थोडे

little, a little = अगणनीय नामांपूर्वी वापरतात

few, a few = गणनीय नामांपूर्वी वापरतात

Examples:

little milk (suppressed negation) few pins (suppressed negation)

a little water (positive) a few flowers (positive)

1) There is little milk in the cup.
2) There is a little tea in the kettle.
3) Few people live to be hundred.
4) A few people in India are millionaire.

परंतु a few litres of milk, a few litres of water (मोजमाप (litre) असल्याने a few योजता येते)

More examples:

i) She has very little time for reading.
ii) A little care would have prevented the accident.
iii) She is a girl of few words. (अबोल)
iv) I would like to buy a few more dishes.
v) Now there are a few gallons of petrol left.

25) much, many

much = एकवचनी अगणनीय नामापूर्वी योजावे

many = अनेकवचनी गणनीय नामापूर्वी योजावे

much = मोठे प्रमाण सांगताना वापरावे

many = मोठी संख्या सांगताना वापरावे

Examples:

much food much money much breakfast

many students many mistakes many trees

1) Much of the furniture in the house is old-fashioned.
2) Much of the countryside was under water last year.
3) Did you have much difficulty in finding my house?
4) Many boys have already left.
5) Many of the flowers are still fresh.

Many चे विशेष उपयोग –

Many अनेकवचनी आहे. पण many a ... अशी रचना असेल, तर many a एकवचनी समजतात. अर्थात क्रियापद एकवचनी नामाप्रमाणे असते; परंतू अर्थ अनेकवचनी असतो.

Many a man <u>is</u> happy.

येथे many a man = many men असा अर्थ आहे. पण पुढील उदाहरणे पाहा:

i) Many a man has died at sea. (निरनिराळ्या प्रसंगी)

ii) Many men have died at sea. (एकाच अपघातात)

खुलासा : वरील दोन्ही वाक्यांचा कर्ता Many men हाच आहे. Many a man हा कर्ता एकवचनी असल्याने क्रियापद एकवचनी (has) वापरले आहे.

Exercise No. 46.

Fill in the blank space in the following sentences, selecting 'much' or 'many':

1) Were there .... people at the meeting?

2) There is not .... food in the house.

3) .... of what you say is true.

4) Do you need so .... stamps?

■

14. Transformation of Sentences

वाक्यरूपान्तर

२४५ Transformation of Sentences म्हणजे व्याकरणाच्या दृष्टीने वाक्याच्या एका रचनेचे दुसऱ्या रचनेत रूपांतर करणे होय.

इंग्रजीमध्ये वाक्याचे रूपान्तर करताना दोन मूलभूत नियम पक्के लक्षात ठेवायला हवेत.

नियम : Transformation of Sentences करताना –

१) मूळ वाक्यातील अर्थाला बाधा न आणणे

२) मूळ वाक्यातील काळ न बदलणे

Transformation of Sentenceचे जेवढे म्हणून प्रकार आहेत, त्या सर्वांना वरील दोन मूलभूत नियम लागू आहेत. इंग्रजीमध्ये होकारार्थी वाक्याचे नकारार्थी वाक्यात रूपांतर करतानाही वरील दोन नियम कटाक्षाने पाळावे लागतात.

२४६ **1) Interchanging Affirmative and Negative Sentences:**
होकारार्थी व नकारार्थी वाक्यांचे रूपान्तर :

Affirmative sentences: होकारार्थी वाक्ये :

i) A girl runs.

ii) The boy is honest.

iii) They have a house.

iv) We were present.

v) The children will watch the match.

Negative sentences: नकारार्थी वाक्ये :

A) The bridge is <u>not</u> strong.

B) The boy has <u>no</u> money.

C) None has forgotten it.

D) Nothing was done.

E) Neither is right.

विशेष : i) no, not च्या साह्याने वाक्य नकारार्थी करता येते.

ii) never, none, nothing, neither यांच्या मदतीनेही वाक्य नकारार्थी करता येते.

a) No हे विशेषण आहे.

b) Not हे क्रियाविशेषण आहे.

A) पुढील वाक्यांत no आले पाहिजे –

i) The poor boy has no money.

ii) He is no friend of mine.

खुलासा : वरील वाक्यांत money व friend ही नामे असल्याने त्यांच्यापूर्वी no हे विशेषण आले. वरील वाक्यांत not येऊ शकणार नाही.

B) पुढील वाक्यांत not येते –

i) The poor boy has not got money.

ii) He is not my friend.

वरील वाक्यांत no वापरता येणार नाही.

no असलेली आणखी काही वाक्ये :

It is no joke.

There was no time.

No smoking.

With no regrets.

No one spoke for a while.

Affirmative $\rightleftarrows$ Negative

आता Affirmative चे Negative व Negative चे Affirmative करण्याच्या पद्धतींचा अभ्यास करू.

Affirmative – He is a good boy.

Negative – He is not a bad boy.

स्पष्टीकरण : दिलेल्या वाक्यात केवळ not घातल्याने वाक्य नकारार्थी होईल, पण मुळातल्या वाक्याचा अर्थ बदलेल. He is not a good boy असे वाक्य चालणार नाही. Goodच्या उलट अर्थाचा bad शब्द घेतला व good = not + bad असे समीकरण स्वीकारल्याने मुळातील अर्थ कायम राखला जातो.

Affirmative चे Negative sentence करण्याच्या पद्धती –

A) प्रकार१ : Affirmative (होकारार्थी) वाक्यातील क्रियापद (verb), विशेषण (adjective) व क्रियाविशेषण (adverb) यांच्या उलट अर्थाचा शब्द घेऊन नंतर not वापरायचे, म्हणजे वाक्य नकारार्थी होते. रूपान्तरित वाक्यात नाम आल्यास no वापरावे लागते.

Examples:

1) Affirmative: The light is bright.
   Negative: The light is not dim.
2) Affirmative: It is a new building.
   Negative: It is not an old building.
3) Affirmative: She was without sandals.
   Negative: She had no sandals.

B) प्रकार २ : इंग्रजी भाषेत सर्व शब्दांना उलट अर्थी शब्द नाहीत. पुष्कळशा शब्दांना उपसर्ग prefix व suffix लागून उलट अर्थी शब्द तयार केले जातात.

a) Prefix (= पूर्वप्रत्यय) –

a-	amoral	ig-	ignoble
ab-	abnormal	il-	illiterate
anti-	anti-social	im-	impossible
contra-	contraband	in-	incomplete
counter-	counter-attack	ir-	irregular
de-	derail	mal-	malpractice
dif-	diffident	mis-	misfortune
dis-	dislike	non-	non-conductor
ex-	external	un-	unequal
extra-	extraordinary	under-	undervalue

anti, contra, counter = against   ex, extra = out, beyond

ab, de = off, away   under = not enough

mal, mis = bad, wrong   बाकीच्या पूर्वप्रत्ययांचा अर्थ not होतो.

b) Suffix (उत्तरप्रत्यय) –

-less – useless [less = without]

– worthless (परंतू worthy × unworthy)

Examples:

1) **Affirmative:** The child is normal.

   Negative: The child is not abnormal.

2) **Affirmative:** She is regular.

   Negative: She is not irregular.

3) **Affirmative:** It will be useful.

   Negative: It will not be useless.

C) प्रकार ३ रा

या प्रकारात होकारार्थी वाक्यात गर्भित नकारार्थी शब्द आले असता त्या शब्दांऐवजी not वापरून वाक्य नकारार्थी करावे. (barely, hardly, scarcely, rarely, nearly, almost, few, little, etc. हे शब्द गर्भित/सुप्त नकारार्थी शब्द आहेत.)

Examples:

1) **Affirmative:** We are few.

   Negative: We are not many.

2) **Affirmative**: There was little honey.

   Negative: There was not much honey.

3) **Affirmative:** P. T. Usha almost won the bronze medal at the Los Angeles Olympic Games.

   Negative: P. T. Usha did not win the bronze medal at the Los Angeles Olympic Games. (almost = nearly)

4) **Affirmative:** He hardly ever goes to bed before midnight.

   Negative: He never goes to bed before midnight.

D) प्रकार ४ था

या प्रकारात होकारार्थी वाक्यात only व except हे शब्द येतात. अशा होकारार्थी वाक्यांचे नकारार्थी वाक्यात रूपान्तर करण्याची विशिष्ट पद्धती अवलंबावी लागते.

Affirmative: Only he can do it.

Negative: None but he can do it.

वरील उदाहरणात Negative वाक्य करताना only गाळून none but हे शब्द वापरले आहेत.

I) only = none but = none except	सजीव व्यक्तीसंबंधी/प्राण्यासंबंधी (animate)

II) only = nothing but | निर्जीव वस्तूसंबंधी
= nothing except | (inanimate)

III) only = not more but | अंकात मोजता येणाऱ्या व्यक्ती/
= not more than | वस्तूंसंबंधी
(countable)

Examples:

1) **Affirmative:** Only this thing is useful.

Negative: Nothing but this thing is useful.

2) **Affirmative:** There are only two flowers.

Negative: There are not more than two flowers.

except = not including

except for = not included

Examples:

a) **Affirmative:** Everybody was present except Swapna.

Negative: Swapna was not present.

b) **Affirmative:** Her essay was good except for the spelling.

Negative: Her spelling in the essay was not good.

E) प्रकार ५ वा संमिश्र : Miscellaneous:

संमिश्र प्रकारांची होकारार्थी वाक्ये सोडवून दाखविली आहेत. त्यांचे मनन करा.

Examples:

1) **Affirmative**: Everybody agreed to play a game.

Negative: Nobody disagreed to play a game.

2) **Affirmative**: He is sometimes foolish.

Negative: He is not always foolish.

3) **Affirmative**: The child is far from healthy.

Negative: The child is not healthy.

4) **Affirmative**: Every dark cloud has a silver lining.

Negative: There is no dark cloud without a silver lining.

5) **Affirmative**: We tried every possibility.

Negative: We left no possibility untried.

6) **Affirmative**: Lakshmana loved Rama.

Negative: Lakshmana was not without love for Rama.

7) **Affirmative**: He was without money.

Negative: He had no money.

8) **Affirmative**: It always pours when it rains.

Negative: It never rains but pours.

9) **Affirmative**: Ninety per cent of the work is finished.

Negative: A hundred per cent of the work is not finished.

10) **Affirmative**: They could hardly help it.

Negative: They could not help it.

11) **Affirmative**: I am too tired to work.

Negative: I am so tired that I cannot work.

(टीप: Adverb 'Too' भाग ६/२६८ पाहा.)

12) **Affirmative**: This tree is as tall as that.

Negative: That tree is not so tall as this.

13) **Affirmative:** Hema is wiser than Hemant.

Negative: Hemant is not as wise as Hema.

(टीप : Transformationमधील Degree वरील भाग ५ वा पाहा.)

14) **Affirmative:** As soon as the rain started, the children ran towards a shelter.

Negative: No sooner did the rain start than the children ran towards a shelter.

15) **Affirmative:** It is very cold.

Negative: It is not hot at all.

खुलासा : या वाक्यातील very हे क्रियाविशेषण पाहा. Negative करताना very बद्दल at all वापरले आहे. तुलनेसाठी पुढील उदाहरण पाहा.

Affirmative: It is cold.

Negative: It is not hot.

Exercise No. 47. Elementary

Rewrite the following sentences in the Negative:

i) The bridge was narrow.

ii) Savita will be happy.

iii) Ants hate kerosene.

iv) The grass was thin.

v) He was unlucky.

vi) She will continue her study.

Exercise No. 48. Intermediate

Make Negative sentences:

a) The serpent is alive.

b) He was good-tempered.

c) The two angles of the triangle are equal.

d) It had many advantages.

e) He little cares what happens tomorrow.

f) Earthquakes are very common in Japan.

g) Naresh alone knows French.

Exercise No. 49. Advanced

1) It is unsafe to change horses in the midstream.

2) This reply is far from satisfactory.

3) I can concentrate my mind only on painting.

4) A jockey mounted the horse.

5) The incident was extraordinary.

6) But for his laziness he would have won a prize.

7) The teacher was too lenient to control the class.

8) There are limits to our patience.

२४७ Negative to Affirmative: नकारार्थी वाक्यांचे होकारार्थी :

होकारार्थी Affirmativeचे नकारार्थी Negative sentenceमध्ये रूपान्तर करण्याच्या पद्धतींचे सविस्तर वर्णन केले आहे. त्या शिदोरीवर Negativeचे Affirmative करणे सहज जमेल. आता नकारार्थी वाक्यांचे होकारार्थी वाक्यांमध्ये रूपान्तर केलेली वाक्ये देत आहे.

1) **Negative:** Almost no one believed him.

Affirmative: Hardly any one believed him.

नियम : नकारार्थी वाक्यात no, none, nothing, never आले असता, वाक्य

होकारार्थी करताना hardly किंवा scarcely वापरावे.

2) **Negative:** She did not win a prize.

Affirmative: She failed to win a prize.

3) **Negative:** There are no roads in the village.

Affirmative: The village is without roads.

4) **Negative:** His mother's joy knew no bounds.

Affirmative: His mother's joy was boundless.

5) **Negative:** I never refuse any passenger.

Affirmative: I ever allow all passengers.

(टीप : नकारार्थी वाक्यात never असेल, तर होकारार्थी वाक्यात ever किंवा always योजावे.)

6) **Negative:** Do not be too long.

Affirmative: Come soon.

7) **Negative:** Do not spit in public places.

Affirmative: Refrain from spitting in public places.

8) **Negative:** Do not make mischief.

Affirmative: Stay away from mischief.

9) **Negative:** The fox could not reach the grapes.

Affirmative: The grapes were beyond the reach of the fox.

10) **Negative:** Water pollution is not the only serious problem facing mankind. [pollution (p 'lu: n, p 'lu: n,) पलूशन – पल्यूशन]

Affirmative: Other pollutions besides water pollution are a serious problem facing mankind.

OR: Mankind is faced with many other pollutions besides water pollution.

11) **Negative:** Nothing matters.

Affirmative: Anything hardly matters.

12) **Negative:** There is no smoke without fire.

Affirmative: Where there is smoke, there is sure to be fire.

13) **Negative:** There is nobody who does not know Mahatma Gandhi.

Affirmative: Everybody knows Mahatma Gandhi.

Exercise No. 50. Elementary

Change the following Negative sentences into Affirmative ones:

a) She was not bold.

b) The room was not tidy.

c) The mangoes are not ripe.

d) My parents were not rich.

e) Sharad had no home.

Exercise No. 51. Intermediate

Turn the following Negative sentences into Affirmative ones:

i) Nothing went wrong.

ii) The rain did not stop.

iii) The village well is not far at all.

iv) The huts were not permanent.

v) Our food was not sufficient.

Exercise No. 52. Advanced

Convert the following Negative sentences into Affirmative ones:

1) There was no trace of fingerprints of the thief.

2) No one except an honest man will return your lost bag.

3) They had no child.

4) Don't be silly.

5) There was no light except the light from the ship.

6) There is not much room for furniture in this small room.

7) There is not a day when I do not miss my friend.

8) The roses were too beautiful not to attract girls.

२४८

2) Interchanging Assertive and Interrogative Sentences:

विधानार्थी व प्रश्नार्थी वाक्यांचे रूपान्तर :

Sentence

१	२	३	४
Assertive	Interrogative	Imperative	Exclamatory
विधानार्थी	प्रश्नार्थी	आज्ञार्थी	उद्‌गारार्थी

२४९ **1) Assertive sentence: विधानार्थी वाक्य :**

ज्या वाक्यात विधान म्हणजे statement किंवा assertion असते, त्याला Assertive sentence म्हणतात. विधान होकारार्थी किंवा नकारार्थी असू शकते.

Examples:

1) An old man walks slowly.
2) We shall meet again.
3) I never smoke.

२५० **2) Interrogative sentence: प्रश्नार्थी वाक्य :**

Interrogative sentence, question, question tag यांतील भेद समजून घेऊ या.

Question म्हणजे प्रश्न. विचारलेल्या questionला answerची अपेक्षा असते. व्यवहारात, परीक्षेत प्रश्न विचारतात. या उलट, Interrogative sentence व Question Tag यात शेवटी प्रश्नचिह्न असले, तरी त्यात उत्तराची अपेक्षा नसते. आपले विधान ठामपणे करण्यासाठी Interrogative sentence उपयोगात आणतात. Tag Question किंवा Question Tag लिखित भाषेत येतो, पण संभाषणात त्याचा वापर अधिक होतो. विधान करून वाचकाची/ऐकणाऱ्याची सहमती मिळविण्यासाठी Question Tag उपयोगी पडतो.

Examples:

i) Questions: i) Will you keep quiet?
ii) What did you do yesterday?
iii) Did she not cancel the tickets?

ii) Question Tag: You have forgotten it totally, haven't you?

*(**टीप** : Question Tag भाग ७/२६९ पाहा.)*

iii) Interrogative sentence:

a) Is life free from worries?

b) What has he not done for his children?

c) Mustn't everyone love his country?

२५१ **3) Imperative sentence: आज्ञार्थी वाक्य :**

आज्ञा, आदेश देताना Imperative sentenceचा उपयोग करतात.

Examples:

i) Keep quiet.

ii) Please take care.

iii) Don't worry about me.

२५२ 4) Exclamatory sentence: उद्‌गारार्थी वाक्य :

आनंदाच्या व दु:खाच्या भावनांचा उद्रेक होताना Exclamatory sentenceचा आधार घेतला जातो.

Examples:

1) What a pleasant surprise!

2) Hurrah, we have won!

3) Alas, what a tragic accident it is!

[Exclamatory sentenceबद्दलची माहिती पुढे दिली आहे.]

२५३ **Assertive sentence → Interrogatory sentence**

←

आता assertiveचे interrogativeमध्ये रूपान्तर कसे करतात, याचा विचार करू.

Examples:

1) **Assertive:** Everyone likes good qualities.

Interrogative: Does everyone not like good qualities?

महत्त्वाचा नियम: Assertiveचे Interrogative वाक्यात रूपान्तर करताना Assertiveचे वाक्य होकारार्थी असेल, तर Interrogative नकारार्थी होते; व Assertive sentence नकारार्थी असेल, तर Interrogative sentence होकारार्थी होते.

2) **Assertive:** I am not wasting time.

Interrogative: Am I wasting time?

3) **Assertive:** None spoke about it.

Interrogative: Did anyone speak about it?

4) **Assertive:** She will certainly get a first class.

Interrogative: Will she not get a first class?

टीप : *Assertive* चे *Interrogative sentence* करताना *Assertive* मधील *certainly, surely, really, very, greatly, exceedingly, indeed, etc,* आधिक्य दाखविणारे शब्द *Interrogative* करताना गाळावेत व *Interrogative sentence* चे *Assertive sentence* करताना ते योजावेत.

5) **Assertive**: I must buy a new bag.

Interrogative: Must I not buy a new bag?

OR: Mustn't I buy a new bag?

२५४ आता Interrogative sentenceचे Assertive sentenceमध्ये रूपान्तर करण्याच्या पद्धती पाहू.

Examples:

1) **Interrogative:** Was the child anywhere on the platform?

Assertive: The child was nowhere on the platform.

2) **Interrogative:** Would it not spoil his career?

Assertive: It would certainly spoil his career.

3) **Interrogative:** Who does not know the owl?

Assertive: Everyone surely knows the owl.

4) **Interrogative:** Didn't I say a silent prayer?

Assertive: I did say a silent prayer.

5) **Interrogative:** Aren't the birds heavier than air?

Assertive: The birds are undoubtedly heavier than air.

(undoubtedly = certainly= surely)

Exercise No. 53. Intermediate

Convert the following sentences into the Interrogative ones:

i) I shall borrow his bicycle.

ii) The naughty boy deserves no sympathy.

iii) Weightlessness is a strange experience.

iv) The diversity of India is tremendous.

v) You never noticed it.

Exercise No. 54. Advanced

1) There is nothing sadder than to lose such a friend.
2) Nowhere will you find a beautiful building like the Taj Mahal.
3) Brick is nothing but baked mud.
4) I have had some miserable days.
5) It is useless to give bread to a man who is dying from thirst.
6) The sun is the nearest star.
7) Robinson Crusoe could not trust to his memory.
8) Power is of no value without wisdom.

Exercise No. 55. Intermediate

Transform the following Interrogative sentences into Assertive ones:

a) Was the sun not shining?
b) Can anyone interfere with a General's command?
c) Are there balances here to weigh grapes?
d) How can you hope for mercy if you show none?
e) Am I not still reaping the benefits of walking?

Exercise No. 56. Advance

Transform the following Interrogative sentences into Assertive ones:

1) Must simple people suffer because of the whims of politicians?
2) Isn't the passing of one's father a dreadful loss?
3) Did she have anything to cover her head with?
4) Won't Shivaji's name be an inspiration to the people of India?
5) Was my knowledge of English not good enough?
6) Didn't Jim Corbett spend the major part of his life in India?
7) Are sounds not difficult to translate into words?

३) Interchanging Assertive and Exclamatory Sentences: विधानार्थी व उद्‌गारार्थी वाक्यांचे रूपान्तर :

२५५ आपण वाक्यांचे चार प्रकार पाहिले. आता Assertive sentence आणि Exclamatory sentence यांच्या रूपान्तराचा विचार करू.

प्रथम Exclamatory sentenceबद्दल थोडेसे :

१) सर्वसामान्यपणे क्रियापद वाक्याच्या शेवटी येते. वाक्याच्या शेवटी उद्‌गारवाचक चिह्न असते. मोठ्या वाक्यात क्वचित उद्‌गारवाचक चिह्न वाक्याच्या मध्ये येते.

२) वाक्याच्या सुरुवातीस Oh, Hurrah, Alas यांच्यासारखे आनंद-दुःख व्यक्त करणारे शब्द आल्यास, त्यांच्या नंतर उद्‌गारवाचक चिह्न देतात. अशा वेळी वाक्याच्या अंती पूर्णविराम दिला जातो. उद्‌गारवाचक वाक्यात एकच उद्‌गारचिह्न येते.

३) बहुतांशी वाक्यांची सुरुवात How, What a ..., What an ... ने होते. वाक्यातील विशेषणाला महत्त्व असेल, तर Howने सुरुवात करावी. जेव्हा नामाला महत्त्व असते, तेव्हा वाक्याचा प्रारंभ What a ... किंवा What an ... ने करावा.

Examples:

1) How beautiful the rainbow is!
2) What a piece of work man is!
3) Hurrah! We have won the match.

२५६ **Assertive → Exclamatory**

Assertive: It is really a strange bird.

Exclamatory: What a strange bird it is!

टीप: *Assertive वाक्यातील really, certainly, surely, indeed, greatly, very, exceedingly, extremely, etc. सारखे आधिक्य दाखविणारे शब्द गाळावेत. उद्‌गारातील तीव्रतेत ते शब्द सामावले जातात. उद्‌गारार्थी वाक्यांचे विधानार्थी वाक्यांत रूपान्तर करताना उद्‌गारातील तीव्रता वाक्यात आणण्यासाठी वरील शब्द योजावेत.*

More Examples:

1) **Assertive:** The baby is very lovely.

   Exclamatory: How lovely the baby is!

2) **Assertive:** He is really an ignorant man.

   Exclamatory: What an ignorant man he is!

3) **Assertive:** It is really a great shame.

Exclamatory: What a shame!

4) **Assertive:** A girl is indeed tall.

Exclamatory: What a tall girl she is! (नामाला महत्त्व)

How tall a girl is! (विशेषणाला महत्त्व)

२५७ आता Exclamatory वाक्यांचे Assertive sentenceची काही उदाहरणे.

Examples:

i) **Exclamatory:** What a pleasant surprise!

Assertive: It is really a great pleasant surprise.

टीप: *मूळ वाक्यात क्रियापद नाही. Assertive मध्ये क्रियापद आलेच पाहिजे. वरील उदाहरण २५६(३) पाहा.*

ii) **Exclamatory:** How strange is life!

Assertive: Life is certainly strange.

iii) **Exclamatory:** Oh, that I were young again!

Assertive: I wish I were young again.

iv) **Exclamatory:** Alas! What a tragic accident it is.

Assertive: It is sad that the accident is really tragic.

Exercise No. 57. Elementary

Change the Assertive sentences into the Exclamatory sentences:

i) The roses are very beautiful.

ii) It was dreadfully cold.

iii) You boys are really silly.

iv) A tower is very high.

v) This is very strange.

Exercise No. 58. Intermediate

a) Babasaheb Ambedkar was indeed a great man.

b) It was really a very long journey.

c) It is a great bit of luck meeting you.

d) It was certainly a great discovery.

e) The sea was extremely rough.

Exercise No. 59. Advanced

1) It was a glorious morning.
2) Computers are extremely useful for space studies.
3) I was highly suspicious.
4) That is a magnificent job you men have done.
5) He is the perfect specimen of a balanced individual.
6) India in 1925 was a very different country.
7) These Adivasis are very simple indeed.

Exercise No. 60. Elementary

Change the following Exclamatory sentences into Assertive ones:

i) What a lovely colour!
ii) What grand ideas you have!
iii) How well he looks!
iv) What a wonderful creature an elephant is!
v) How easy to make friends with animals!

Exercise No. 61. Intermediate

a) How stupid of me to forget your name!
b) How interesting!
c) What a fun that is!
d) What an unusual woman her mother was!
e) How annoyed he was at all this!

Exercise No. 62. Advanced

1) What an excellent father you have!
2) O how she must have trembled in terror!
3) Wow! What a fantastic idea.
4) How heartbroken she was at the parting!
5) What a bad luck!
6) What a forgetful creature I am!
7) Fie upon such a traitor!

4) Interchanging Active Voice and Passive Voice:
कर्तरी व कर्मणी प्रयोग :

२५८ **Active Voice: कर्तरी प्रयोग :**

He <u>eats</u> mangoes.

वरील वाक्यात खाण्याची क्रिया He करतो. तो doer of the action आहे. म्हणजे कर्ता क्रियाशील active आहे. म्हणून ते वाक्य Active Voiceचे आहे.

Mangoes are eaten by him.

खाण्याची क्रिया करणारा (he) कर्ता नसून, mangoes या कर्माला महत्त्व दिले आहे. म्हणजे कर्ता उदासीन passive आहे. म्हणजेच वरील वाक्य Passive Voiceचे आहे.

Passive Voice करण्याची सूत्रे (Formulas):

१) Active Voiceचे वाक्य Simple Present Tenseमध्ये असेल, तर –

सूत्र : am/is/are + past participle

Examples:

1) **Active:** He <u>speaks</u> English.

S + V + O

(o)S + is + p.p. + (s)O

Passive: English <u>is spoken</u> by him.

स्पष्टीकरण: Active Voiceमधील English हे कर्म कर्त्याच्या जागी आले. त्याला अनुरूप is हे Anomalous Finite निवडले. नंतर सूत्राप्रमाणे मूळ क्रियापदाचे तिसरे रूप घेतले. कर्ता कर्माच्या जागी गेला. त्याच्यापूर्वी preposition 'by' आले. त्याला adjunct म्हणतात. Heची द्वितीया him घेतली.

More Examples:

2) **Active Voice:** She <u>buys</u> books.

Passive Voice: Books <u>are bought</u> by her.

3) **Active Voice:** They <u>call</u> me.

Passive Voice: I <u>am called</u> by them.

२) Active Voiceचे वाक्य Simple Past Tenseमध्ये असल्यास –

सूत्र : was/were + past participle

i) **Active:** He spoke English.

Passive: English was spoken by him.

ii) **Active:** We drew circles.

Passive: Circles were drawn by us.

२५९ **1) (A) Negative Sentence: नकारार्थी वाक्य:**

Examples:

1) **Active:** He does not throw a stone.

Passive: A stone is not thrown by him.

खुलासा: Simple Present Tenseमध्ये असलेल्या वाक्याला लावलेले सूत्र am/is/are + p.p. येथे लागू पडते. Activeमध्ये do/does असताना हेच सूत्र वापरावे.

2) **Active:** They do not blame me.

Passive: I am not blamed by them.

2) (A) Negative Sentence:

Active: We did not spoil our clothes.

Passive: Our clothes were not spoilt.

खुलासा : Active Voiceमधील वाक्यात did असताना was/were + p.p. हे सूत्र वापरून Passive Voice करावा. वरील वाक्य Simple Past Tenseमध्ये आहे.

२६० **Active Voice – Preposition**

Examples:

1) **Active Voice:** Mother looks after her children.

Passive Voice: Her children are looked after by Mother.

2) **Active Voice:** The boy looked at a bird.

Passive Voice: A bird was looked at by the boy.

सूचना : वरील वाक्यातील look after व look at यातील क्रियापदांना after आणि at या prepositionमुळे विशिष्ट अर्थ प्राप्त होतो. Preposition गाळल्यास वाक्याचा अर्थ बदलतो. सबब Voice बदलताना preposition गाळू नये.

२६१ The Agent in the Passive Voice:

Active Voiceमधील doer of the action म्हणजे क्रियाशील कर्ता Passive Voiceमध्ये अक्रियाशील होतो. तो द्वितीया विभक्तीत असतो. त्याला agent म्हणतात. agent पूर्वी by हे preposition वापरतात. त्याला adjunct म्हणतात. सर्वच Passive Voiceमध्ये agent लिहिले पाहिजे, असे नाही. बहुतांशी इंग्लिश व्याकरणकार Passive Voiceमध्ये अपरिहार्य कारणाविना agentचा उल्लेख करू नये, असे म्हणतात.

Passive Voiceमध्ये agent न वापरण्याची प्रमुख चार कारणे संभवतात –

१) कर्माला महत्त्व द्यावयाचे असल्यास Passive Voice योजतात. अशा वेळी कृती करणाऱ्या कर्त्याला गौण महत्त्व असते.

The old building was pulled down.

२) क्रिया करणारा कर्ता सर्वपरिचित असतो.

Sugar is sold here.

३) क्रिया करणारा कर्ता मुळीच माहीत नसतो.

My pen was stolen.

४) क्रिया करणारा कर्ता जाणून घेण्याची जरुरी नसते.

His door was locked.

***टीप** : Active Voiceमधील one, somebody, everyone, nobody, people, you, etc. कर्त्यांचा उल्लेख Passive Voiceमध्ये करू नये.*

याउलट क्रिया करणारे कर्ते अतिशय महत्त्वाचे असतात.

१) अपरिहार्य agent:

Accidents are caused by <u>carelessness.</u>

२) माहिती अपूर्ण राहते.

I was taught English by <u>K. A. Kachare.</u>

२६२ Active Voice – Two objects:

He gave <u>me</u> a <u>book.</u>

या वाक्यात me आणि book ही दोन कर्मे आहेत. क्रियापदाला what? असा प्रश्न विचारल्यास मिळणारे उत्तर म्हणजे मुख्य कर्म (Direct Object) व whom? प्रश्न विचारल्यास मिळणारे उत्तर गौण कर्म (Indirect Object) तेव्हा book हे Direct Object व me हे Indirect Object आहे. नियमानुसार मुख्य कर्माला Passive Voiceमध्ये कर्ता करतात; पण गौण कर्म जर pronoun असेल – म्हणजे me, us, you, him, her, it, them, तर गौण कर्माला Passive Voiceमध्ये कर्ता करावा, असा

नियम आहे. या नियमानुसार Passive Voice असा होईल.

Active Voice: He gave me a book.

S + V + I-O + D-O

Passive Voice: I was given a book by him.

परंतु me, us, you, him, her, it, them यांच्यापूर्वी to किंवा for हे preposition आल्यास मात्र Direct Objectला Passive Voiceमध्ये कर्ता करावा. [me, us ... यांना personal object म्हणतात.]

Active Voice: He gave a book to me.

Passive Voice: A book was given to me by him.

जर गौण कर्म सर्वनाम नसेल, तर Direct Object हाच Passive Voiceमध्ये कर्ता होईल.

Active Voice: He gave the girl a book.

Passive Voice: A book was given to the girl by him.

3) Active Voice – Present Progressive Tense:

1) **Active Voice:** She is painting a picture.

Passive Voice: A picture is being painted by her

Formula: सूत्र am/is/are + being + p.p.

2) **Active Voice:** He is counting coins.

Passive Voice: Coins arc bcing countcd by him.

4) Active Voice – Past Progressive Tense:

1) **Active Voice:** She was washing the clothes.

Passive Voice: The clothes were being washed by her.

Formula: सूत्र : was/were + being + p.p.

2) **Active Voice:** They were not making a noise.

Passive Voice: A noise was not being made by them.

5) Active Voice: Present Perfect Tense:

1) **Active Voice:** We have seen him.

Passive Voice: He has been seen by us.

Formulas: सूत्रे : i) have + been + p.p.

ii) has + been + p.p.

2) **Active Voice:** She has collected stamps.

Passive Voice: Stamps have been collected by her.

3) **Active Voice:** We have not broken the glass.

Passive Voice: The glass has not been broken by us.

6) **Active Voice: Past Perfect Tense:**

i) **Active Voice:** We had done it.

Passive Voice: It had been done by us.

ii) **Active Voice:** You had not completed your work.

Passive Voice: Your work had not been completed by you.

Formula: सूत्र : had + been + p.p.

टीप *: Present Perfect-Progressive Tense व Past Perfect-Progressive Tense चे Passive Voice होत नाहीत.*

7) Active Voice – Simple Future Tense:

a) **Active Voice:** I shall do my work.

Passive Voice: My work will be done by me.

Formulas: सूत्रे : i) shall + be + p.p.
ii) will + be + p.p.

विशेष : प्रथम पुरुषी सर्वनामे (I/We) कर्ता असल्यास shall वापरावे व द्वितीय पुरुषी (You/You) व तृतीय पुरुषी (He/She/It/They) कर्ता असल्यास will वापरावे.

b) **Active Voice:** He will call me.

Passive Voice: I shall be called by him.

Modal Verbs: Shall, should, will, would, can, could, may, might, must, ought

Active Voiceच्या वाक्यात वरील Modal Verbs आली असता Passive Voice करताना वापरावयाचे सूत्र :

सूत्र : modal verb + be + p.p.

Examples:

1) **Active Voice:** We should do our duty well.

Passive Voice: Our duty should be done well.

2) **Active Voice:** You can take my bicycle.

Passive Voice: My bicycle can be taken by you.

3) **Active Voice:** She may use my dictionary.

Passive Voice: My dictionary may be used by her.

4) **Active Voice:** You must clear up all these papers.

Passive Voice: All these papers must be cleared up by you.

Active Voice – Perfect Conditional Tense:

Formula: modal verb + have + been + p.p.

Examples:

1) **Active Voice:** You should have sold it.

Passive Voice: It should have been sold by you.

2) **Active Voice:** Nobody would have stared at her.

Passive Voice: She would have been stared at by nobody.

3) **Active Voice:** They could have informed me.

Passive Voice: I could have been informed by them.

4) **Active Voice:** They must have tasted them (things).

Passive Voice: They must have been tasted by them.

5) **Active Voice:** We ought to have checked all the items.

Passive Voice: All the items ought to have been checked by us.

6) **Active Voice:** She needn't have purchased it.

Passive Voice: It needn't have been purchased by her.

टीप : *Future Progressive Tense चा Passive Voice होत नाही. Future Perfect Tense चा Passive Voice होऊ शकतो; परंतु Passive Voice ची वाक्ये कृत्रिम होतात. Future Perfect-Progressive चा Passive Voice होत नाही.*

Exercise No. 63. Elementary

Put the following sentences into the Passive Voice:

i) Many students admire this painting.

ii) She bought books.

iii) We shall plant trees.

iv) He wrote an essay.

v) They have closed the gate.

Exercise No. 64. Intermediate

a) He wrote the book beautifully. (p.p. पूर्वी beautifully)

b) They have made my brother captain. (My brother...)

c) No one has beaten my friend at tennis.

d) You must write the answers on one of the papers.

e) They were painting my house.

f) We could solve the problem.

g) She did it well.

Exercise No. 65. Advanced

1) The police gave me a reward.
2) They would have preserved it.
3) Namita should not have spoken such words.
4) They might have read the news.
5) I am cleaning my room.
6) We shall visit the spot soon.
7) She can have reservation.
8) We do not keep rubbish.

२६३ Active Voice – Imperative sentence: आज्ञार्थी वाक्य :

Type I – an ordinary order:

i) **Active Voice:** Open the door.
Passive Voice: Let the door be opened.
Formula: सूत्र : Let + s + be + p.p.

खुलासा : आज्ञार्थी वाक्याचा You हा कर्ता असतो; पण तो अध्याहृत असतो. Passive Voiceमध्ये agent लिहू नये.

ii) **Active Voice:** Watch the dog.
Passive Voice: Let the dog be watched.

iii) **Active Voice:** Do not throw the dirt there.
Passive Voice: Let the dirt not be thrown there.

Type II – a request:

a) **Active Voice:** Please open the door.
Passive Voice: You are requested to open the door.
Formula: सूत्र : You are requested to ...

खुलासा : Please म्हणजे request. Please (you) open... असे वाक्य आहे. म्हणून सूत्र You are requested to ... असे आहे. Active Voiceमधील क्रियापदाचे infinitive with to वापरायचे असते.

Type III – an order from an authority:

स्पष्टीकरण : आदेश दोन प्रकारचे असतात (१) लष्कर, पोलीस, सुरक्षा दल व त्यांसारख्या दलातील व्यक्तीचा हुकूम; (२) वरिष्ठ अधिकाऱ्याचा कनिष्ठाला आदेश. पहिली command व दुसरी order समजतात. तेव्हा अशा प्रकारचे वाक्य Active Voiceमध्ये आल्यास Passive Voice करावयाची सूत्रे :

Formulas: i) You are commanded to...

ii) You are ordered to...

i) **Active Voice:** Attack the enemy.

Passive Voice: You <u>are commanded</u> to attack the enemy.

ii) **Active Voice:** Bring the files.

Passive Voice: You <u>are ordered</u> to bring the files.

खुलासा : संदर्भावरून हे वाक्य पहिल्या प्रकाराचे आहे की दुसऱ्या प्रकाराचे आहे, हे ठरविता येते.

Type IV – वाक्याची Letने सुरुवात :

1) **Active Voice:** Let me count money first.

Passive Voice: <u>Let</u> money <u>be</u> first <u>counted</u> by me.

***टीप** : या प्रकारच्या वाक्यात Passive Voice करताना agent वापरावा. वरील वाक्यात (by) me हा agent आहे.*

2) **Active Voice:** Let's arrange a picnic.

Passive Voice: Let a picnic be arranged by us.

२६४ Active Voice: Interrogative sentence: प्रश्नार्थी वाक्य :

Active Voiceमधील प्रश्नार्थी वाक्य Interrogative sentence हे Passive Voiceमध्ये प्रश्नार्थीच राहिले पाहिजे. बाकी Assertive sentenceचे Passive Voice करण्याचे तेच नियम Interrogative sentenceला लागू आहेत.

1) **Active Voice:** Who broke the plate?

Passive Voice: By whom was the plate broken?

प्रश्नार्थी वाक्याचा Passive Voice करण्याची ज्यांना सोपी रीत हवी आहे,

त्यांच्यासाठी मी एक युक्ती देत आहे. पण हा पांगुळगाडा फक्त काही दिवस वापरावयाचा आहे.

Who च्या जागी * लिहा. * broke the plate. त्याचा Passive Voice होईल – The plate was broken by * आता * च्या जागी Whoची द्वितीया whom घाला. आता त्याचे पुन्हा प्रश्नार्थी वाक्य करा. – By whom was the plate broken?

2) **Active Voice:** Who drove the car last night?
= * drove the car last night.
Passive Voice: The car was driven last night by *.
= By whom was the car driven last night?

3) **Active Voice:** What are you looking at?
Passive Voice: What is being looked at by you?

4) **Active Voice:** Where did you keep my pen?
Passive Voice: Where was my pen kept by you?

5) **Active Voice:** When will you call me?
Passive Voice: When shall I be called by you?

6) **Active Voice:** Why have you disturbed her?
Passive Voice: Why has she been disturbed by you?

निरीक्षण : What, When, Where, Why, How यांनी झालेले प्रश्नार्थी वाक्य असेल, तर Passive Voiceची सुरुवात त्याच शब्दाने करायची असते.

अपवाद : Who. असलेले वाक्य. त्या Passive Voiceची सुरुवात By whomने करावी.

7) **Active Voice:** Do you want my exercise book?
Passive Voice: Is my exercise book wanted by you?

8) **Active Voice:** Did he inform all the officers?
Passive Voice: Were all the officers informed by him?

निरीक्षण : Active Voiceमध्ये प्रश्नार्थी वाक्याची सुरुवात do, doesने झाली असेल, तर Passive Voiceची सुरुवात am, is, areने करावी व प्रश्नार्थी वाक्य didने सुरू झाले असेल, तर Passive Voiceची सुरुवात was, wereने करावी.

9) **Active Voice:** Has he taken his lunch?
Passive Voice: Has his lunch been taken by him?

10) **Active Voice:** Are you reciting a poem?

Passive Voice: Is poem being recited by you?

11) **Active Voice:** Will they cook our food?

Passive Voice: Will our food be cooked by them?

निरीक्षण : Active Voiceमधील वाक्याची सुरुवात Helping Verbने झाली असेल, तर Passive Voiceची सुरुवातही Helping Verbने करावी.

२६५ Active Voice – Infinitive: To युक्त रूप :

Active Infinitive	**Passive Infinitive**
Present Infinitive	
to do	to be done
to have	to be had
to buy	to be bought
Perfect Infinitive	**Passive Infinitive**
to have done	to have been done
to have had	to have been had
to have bought	to have been bought

I) काही infinitiveचे स्वरूप active असते; पण त्याचा अर्थ मात्र passive असतो. अशा active infinitiveचा passive form लिहिला, की Passive Voiceचे वाक्य तयार होते.

1) **Active Voice:** I am to blame.

Passive Voice: I am to be blamed.

II) Infinitiveला स्वत:चे कर्म असते. Passive Voice करताना त्या कर्माला कर्ता करून infinitiveचे passive रूप योजले, की Passive Voice तयार होतो.

2) **Active Voice:** It is now time to start the match.

Passive Voice: It is now time for the match to be started.

3) **Active Voice:** She wants to learn dancing.

Passive Voice: She wants dance to be learnt.

4) **Active Voice:** I want all of you to water the plants.

Passive Voice: I want the plants to be watered by all of you.

5) **Active Voice:** I want to have coffee.

Passive Voice: I want coffee to be had.

III) Active Voiceमध्ये infinitive असता वाक्यात मुख्य क्रियापद have, has, had असेल, तर वाक्यातील कर्माला Passive Voiceमध्ये कर्ता करावा.

6) **Active Voice:** They had to draw the map on cloth.

Passive Voice: The map had to be drawn on cloth by them.

iv) Active Voiceमध्ये Perfect Infinitive असेल, तर त्याचे passive रूप करावे लागते. वाक्यातील कर्म कर्त्याजागी आणायचे असते.

7) **Active Voice:** We should have taken our lunch.

Passive Voice: Our lunch should have been taken by us.

Exercise No. 66. Elementary

Change the following sentences into the Passive Voice:

i) Pluck the flowers.

ii) Crush these oranges.

iii) Dip your foot in the water.

iv) Please stop this fooling.

v) Show your tongue to the doctor.

Exercise No. 67. Intermediate

a) Do it now.

b) Dr. Homi Bhabha wanted to study mathematics.

c) Don't spoil your clothes.

d) Let me give you some advice.

e) Have a cup of tea.

f) Please don't waste your time.

Exercise No. 68. Advanced

1) Light a matchstick.

2) Whom will they appoint the headmaster?

3) Would they leave the gate unbolted?

4) Please greet the monsoon every year.

5) Have they agreed upon the plan?

6) Let's simply mention our flying visit to Pondicherry.

7) Why are you carrying this?

8) Let's make things better.

२६६ Adjunct 'by'

Passive Voiceमध्ये येणाऱ्या agent पूर्वी by हे preposition येते, त्याला adjunct म्हणतात. परंतु काही वाक्यांत byच्या ऐवजी अर्थाला पूरक असे योग्य adjunct वापरावे लागते. येथे काही उदाहरणे दिली आहेत.

Examples:

1) **Active Voice:** I know him well.
   Passive Voice: He is known well to me.

2) **Active Voice:** The sight shocked me.
   Passive Voice: I was shocked at the sight.

3) **Active Voice:** Thirst tormented the child.
   Passive Voice: The child was tormented with thirst.

4) **Active Voice:** Rats infested the old house.
   Passive Voice: The old house was infested with rats.

5) **Active Voice:** Smoke filled the hut.
   Passive Voice: The hut was filled with smoke.

6) **Active Voice:** Fever confined her to bed.
   Passive Voice: She was confined to bed with fever.

7) **Active Voice:** His reply vexed me.
   Passive Voice: I was vexed at his reply.

Exercise No. 69. Intermediate

Change the following sentences from the Active Voice into the Passive Voice and vice versa:

i) You must iron this dress for the function.

ii) People were carrying the chairs out into the garden.

iii) I was lent this book by my friend.

iv) His grandmother brought him up.

v) Did the noise frighten you?

vi) The house of stone and cement has been built.

vii) People speak English all over the world.

viii) Don't give up trying.

ix) Please start the clock going.

x) Tigers are troubled by flies.

xi) The birds pecked at the blossoms.

Exercise No. 70. Advanced

1) Taste and try before you buy. (Two passives)

2) Didn't anybody teach you how to behave?

3) We'll have to examine you again.

4) Avail yourself of every opportunity.

5) Please do not throw dishes.

6) Let the team be introduced to the Chief Guest by me.

7) Glass is made from silica or sand.

8) She was terribly disturbed by the news.

9) Do not misunderstand this letter.

10) Grandmother, please take me with you.

11) The boys are swinging staffs.

12) The clerk could have sent the letters.

13) There is nothing to say.

14) Have a cherry.

15) I was jolted back to reality by my mother's voice.

5) Interchanging the Degrees of Comparison तरतमभाव :

२६७ व्यक्ती व वस्तू यांची तुलना गुणवाचक शब्दाने केली जाते. इंग्रजीत विशेषणांप्रमाणे काही क्रियाविशेषणे गुणवाचक आहेत. अशा तुलनेला संस्कृतमध्ये तरतमभाव म्हणतात. इंग्रजीमध्ये degrees म्हणतात.

Kinds: प्रकार :

Degrees

Positive	**Comparative**	**Superlative**

i) Positive = as ... as
so ... as

ii) Comparative = -er than,
more ... than

iii) Superlative = the -est,
the most ...

I) दोन सजीव किंवा दोन निर्जीव किंवा दोन गटांची एकमेकांशी तुलना केलेली असते; तेव्हा Positive व Comparative Degree होतात.

II) किमान तीन सजीव किंवा तीन निर्जीव यांची आपसांत तुलना होते, तेव्हाच Superlative Degree होते.

Examples:

i) Positive Degree: Meena is as tall as Leena.

ii) Comparative Degree: Akash is wiser than Ankita.

iii) Superlative Degree: Mount Everest is the highest peak.

Degree forms: रूपे :

तीन प्रकारची रूपे असतात.

१) नियमित, २) अनियमित, ३) गुणवाचक शब्दामागे more व most लागून होणारी रूपे.

*(**टीप** : Adjectives: विशेषणे – हे प्रकरण ४-७५ पाहा)*

आता Positive Degreeचे Comparative Degreeमध्ये रूपान्तर करण्याच्या रीतीचा अभ्यास करू :

Type I

1) **Positive:** Meena is as tall as Leena.

Comparative: Leena is not taller than Meena.

खुलासा : येथे दोन वाक्ये आहेत – Meena is tall. व Leena is tall. मीना व लीना यांची उंचीबाबत तुलना आहे. Tall या विशेषणापूर्वी असलेले as तुलना दाखविते, तर tall नंतर आलेले as हे उभयान्वयी अव्यय conjunction आहे. म्हणजेच as Leena (is) हा गौण वाक्यखंड आहे. (१) तेव्हा Positive Degreeमधील गौण वाक्यखंडांचा कर्ता Comparative Degreeमध्ये मुख्य वाक्यखंडाचा कर्ता झाला. (२) as tall as ही Positive Degreeची लक्षणे बदलून Comparative Degreeची लक्षणे taller than घेतली. (३) मुख्य वाक्यखंड Comparativeमध्ये गौण वाक्यखंड झाला. (४) Positive Degreeचे होकारार्थी वाक्य होते. पण Comparativeचे not घालून वाक्य नकारार्थी केले.

2) **Positive:** I am not as rich as you are.

Comparative: You are richer than I am.

खुलासा : १) Positiveचे वाक्य नकारार्थी आहे. Comparativeचे वाक्य होकारार्थी झाले. २) दोन भिन्न क्रियापदे am, are असल्याने दोन्ही क्रियापदे लिहिणे आवश्यक आहे.

Type II

Comparative → Positive

1) **Comparative:** Mud is more valuable than gold.

Positive: Gold is not as valuable as mud.

खुलासा : १) Comparativeची Positive Degree करताना गौण वाक्यखंडाचा कर्ता (than नंतरचा कर्ता) मुख्य वाक्यखंडाचा कर्ता झाला. २) मुळातले वाक्य होकारार्थी आहे, ते नकारार्थी झाले.

2) **Comparative:** My bag was not heavier than her bag.

Positive: Her bag was as heavy as my bag.

Type III

One subject with two qualities: एकाचे दोन गुणधर्म :

1) **Positive:** He was as kind as he was clever.

Comparative: He was not cleverer than he was kind.

खुलासा : १) Positiveमधील as या उभयान्वयी अव्ययानंतरचा कर्ता मुख्य वाक्यखंडाचा कर्ता झाला. २) as kind as clever हे Positiveचे स्वरूप बदलून cleverer than हे comparativeचे स्वरूप स्वीकारले. ३) मूळचे वाक्य होकारार्थी होते, ते बदलून वाक्य नकारार्थी केले.

Positive चे वाक्य अशा प्रकारेही लिहिता येईल –

Positive: He was as kind as clever.

Comparative: He was not cleverer than kind.

विशेष : वरील प्रकारच्या वाक्यात मुख्य वाक्यखंड तसाच राहतो. व्यक्तीच्या दोन गुणविशेषांची अदलाबदल केली जाते.

2) **Positive:** She ran as fast as she could.

Comparative: She could not run faster than she did.

Superlative Degree:

कमीत कमी तीन गोष्टी असल्या, तरच Superlative Degreeची योजना करता येते.

Positive: My right hand is as dirty as my left.

Comparative: My left hand is not dirtier than my right.

दोन हातांची तुलना असल्याने अशा वाक्याची Superlative Degree कदापी होणार नाही.

Two types:

a) एकाची – अनेकांशी तुलना = of all

b) (काहींपैकी) एकाची – इतरांशी तुलना = one of

Examples:

a) The elephant is the largest of all land animals.

b) Mumbai is one of the largest cities in India.

वरील a) व b) या दोन प्रकारांच्या Comparative व Positive Degrees करण्याच्या दोन भिन्न पद्धती आहेत.

Type I

Superlative: The elephant is the largest of all land animals.

Comparative: The elephant is larger than any other land animal.

Positive: No other land animal is as large as the elephant.

खुलासा : १) Superlative ची Comparative Degree करताना कर्ता व क्रियापद तसेच राहतात. २) मुळातले वाक्य होकारार्थी होते, ते Comparativeमध्ये होकारार्थीच राहिले. ३) the largest हे Superlativeचे स्वरूप बदलून larger than हे Comparativeचे स्वरूप स्वीकारले.

Comparativeची Positive करताना मागील रीत वापरली.

लक्षात ठेवा : एकाची तुलना अनेकांशी

Superlative: of all

Comparative: than any other

Positive: No other किंवा Nothing else...

Type II

मुंबई, दिल्ली, कलकत्ता व चेन्नई या चार महानगरांपैकी मुंबईची (बाकीची तीन शहरे वगळता) भारतातील इतर शहरांबरोबर तुलना केली आहे. (ही चारही महानगरे सारखी आहेत, असे गृहीत धरले आहे.)

Superlative: Mumbai is one of the largest cities in India.

Comparative: Mumbai is larger than most other cities in India.

Positive: Very few cities in India are as large as Mumbai (is).

लक्षात ठेवा : (काहींपैकी) एकाची तुलना (इतर) अनेकांशी

Superlative: One of

Comparative: than most other

Positive: Very few...

i) **Superlative:** Barrister Nath Pai was the best orator in the Loksabha.

Comparative: Barrister Nath Pai was better than any other orator in the Loksabha.

Positive: No other orator in the Loksabha was as good as Barrister Nath Pai.

(***टीप** : Superlative चे वाक्य of all शिवाय असू शकते; पण one of शिवाय Superlative चे वाक्य असू शकत नाही.*)

ii) **Superlative:** Charlie Chaplin was one of the greatest comedians.

Comparative: Charlie Chaplin was greater than most other comedians.

Positive: Very few comedians were as great as Charlie Chaplin was.

Exercise No. 71. Elementary

Rewrite the following sentences changing the degree of comparison:

i) She was as old as he.

ii) Oranges are costlier than apples.

iii) The first exercise is as easy as the last one.

iv) Coffee is not as harmful as tea.

v) The sun looks brighter than stars.

Exercise No. 72. Intermediate

a) Snow is not whiter than cream.

b) A nut is harder than a brick.

c) The land is not so extensive as the sea.

d) Parachute jumping is the most exciting of all sports.

e) They searched the forest as carefully as they could.

f) Glass would still be one of our most important discoveries.

g) To me, Lakshmana is dearer than Seeta and my kingdom.

Exercise No. 73. Advanced

1) I have better news for you than you expect.

2) Sarojini Naidu was one of the greatest women of India.

3) I will try as hard as I can.

4) Mud is the most valuable mineral in the world.

5) Cotton is not so durable as terylene.

6) Very few men are as generous as he is.

7) She is not as much interested in painting as she is in dancing.

8) Nothing else is as important as this.

9) That was one of the best dinners that I have ever had.

10) The most popular puppets are the Rajastani Katputli.

6) Sentences with or without 'Too'

२६८ इंग्रजीमध्ये too हे क्रियाविशेषण चार-पाच प्रकारे वापरतात.

1) Too = also, as well

= सुद्धा, शिवाय, खेरीज

या प्रकारात too हे सामान्यपणे वाक्याच्या शेवटी येते. पण अर्थ स्पष्ट होत नसेल, तर मात्र too चा संबंध ज्या शब्दाशी असेल, त्यांच्या जवळ too लिहावे लागते.

a) I have a pen and a ballpoint pen too.

b) i) She sings too.

ii) She, too, sings.

i) (तिला नाचता येते) व ती गाते सुद्धा.

ii) (दुसऱ्या मुलीप्रमाणे) तीसुद्धा गाते.

दुसऱ्या वाक्यात she जवळ too लिहिले नाही, तर अर्थ स्पष्ट होणार नाही.

2) Too = moreover, nevertheless

= शिवाय

There was heavy rain yesterday, and on last Sunday too!

3) Too = all too quickly

All too quickly या phraseमध्ये 'अपेक्षेपेक्षा लवकर' असा अर्थ व्यक्त करता येतो.

The holidays ended all too soon.

4) 'Too' हे Adverb of Degree या अर्थाने वाक्यात वापरतात. त्याची रचना 'too ... to' अशी असते.

या रचनेमध्ये too हे क्रियाविशेषण नकारार्थ व्यक्त करते. Too = so + not अशा अर्थाने वाक्यात too या क्रियाविशेषणाचा उपयोग करतात. सारांश tooमध्ये गर्भित नकारार्थ असतो.

i) The man is too old to run fast.

ii) The man is so old that he cannot run fast.

विशेष :

१) वाक्य क्र. (ii) मध्ये too गाळून tooबद्दल so व not घातले.

२) वाक्य (i) हे Simple sentence आहे. Too काढल्यावर वाक्य Complex sentence होते. म्हणून that हे conjunction आले आहे.

३) That या उभयाव्ययी अव्ययानंतर the manबद्दल he हा कर्ता योजला व

मुळातल्या वाक्यातील to run या infinitive with toचे क्रियापद वापरले.

४) मुळातल्या वाक्याचा काळ वर्तमानकाळ असल्याने can हे Helping Verb वापरले. मात्र मुळातल्या वाक्यात भूतकाळ असेल, तर could वापरावे.

2) The boy was too young to lift the heavy box.

The boy was *so* young that he could *not* lift the heavy box.

How to use 'too' ?

वरील उदाहरण क्र. २ मध्ये दोन वाक्ये आहेत.

i) The boy was too young. ii) He could not lift the heavy box.

खुलासा : Too वापरताना वाक्य क्र. (ii) मधील क्रियापदाच्या मागे to लावून infinitive करून घ्यावे व वाक्याचा बाकीचा भाग घ्यावा.

Jyoti is very young. She cannot go to school.

Jyoti is too young * * to go to school.

Type I दोन्ही वाक्यांचा कर्ता एकच

I am very tired. I cannot work.

I am too tired to work.

I am so tired that I cannot work.

Type II दोन वाक्यांचे भिन्न कर्ते

i) The milk is very hot. The child cannot drink it.
The milk is too hot for the child to drink.
The milk is so hot that the child cannot drink it.

ii) It was very hot. One could not go out.
It was too hot to go out.
It was *so* hot that *no* one could go out.

खुलासा : वाक्य (i) मध्ये The milk व The child हे दोन वाक्यांचे कर्ते आहेत. Too योजताना for the child हा शब्दसमूह The child या कर्त्याबद्दल वापरला. Too काढताना the child हाच कर्ता वापरण्याचे बंधन राहिले. वाक्य (ii) मध्ये It व One हे कर्ते आहेत. Too वापरताना one हे personal pronoun विशिष्ट कर्त्याचा निर्देश करीत नाही. त्यामुळे too काढताना oneच्या ऐवजी they/we/people असा कोणताही कर्ता चालू शकतो. तेच वाक्य अशा प्रकारे लिहिता येईल.

i) It was so hot that people could not go out.

ii) It was *so* hot that we could not go out.

Type III – too + negative: too + नकारार्थ :

He is too kind not to help the poor.

He is so kind that he helps the poor.

खुलासा : too + not असल्याने दोन नकारांचा एक होकार झाला. (too = so + not) त्यामुळे too काढलेले वाक्य होकारार्थी झाले.

Type IV

He was so worried that he could not concentrate his mind.

He was too worried * * * to concentrate his mind.

खुलासा : so + notबद्दल too वापरले. That हे उभयान्वयी अव्यय काढले. कर्ता काढला. क्रियापदाबद्दल to युक्त रूप वापरले.

He was too worried to concentrate his mind.

विशेष : १) वाक्यात too वापरणे म्हणजेच वाक्य –

(i) simple करणे; (ii) वाक्य होकारार्थी करणे.

२) वाक्यातील too ... (to) काढणे म्हणजे –

(i) वाक्य complex करणे; (ii) negative (नकारार्थी) करणे.

Exercise No. 74. Elementary & Intermediate

Use 'too' in the following sentences:

i) He is very honest. He will not cheat anybody.

ii) The man was very old. He could not learn any more.

iii) The child was very frightened. It could not speak a word.

iv) The villager is very ignorant. He does not know anything.

v) Kedar was very busy. He could not spare time.

Exercise No. 75. Advanced

1) All that was very long ago. She could not remember it well.

2) The water in the well is very deep. The boy is unable to touch the bottom of it.

3) The novel was very interesting. She could not lay it aside.

4) There were so many stars. The children could not count them.

5) It was extremely cold. One could not go out.

6) The boy was very small. Yet he could read the book.

7) I am so poor that I cannot offer you help.

8) These apples are so rotten that no one can eat them.

Exercise No. 76. Elementary

Rewrite the following sentences without 'too':

i) She is too ill to go out.

ii) Chetan was too lazy to take part in the competition.

iii) He ran too fast to be overtaken.

iv) Our teacher is too lenient to punish us.

v) The woman was too proud to beg.

Exercise No. 77. Intermediate

a) She is too emotional to get disturbed.

b) The players were too exhausted to continue playing the game.

c) The sight was too dreadful for the girls to see.

d) He is too great a person for anyone to approach.

e) The sum is too difficult to solve.

Exercise No. 78. Advanced

1) It is too late to do anything this evening.

2) The news is too good to be true.

3) My heart was too full for words.

4) It is dangerous to be too good.

5) The bag is too small to hold all the things.

6) It was too dark for us to find the way.

7) The dress is too short not to wear.

8) The servant was too scared to confess.

9) The patient was too peaceful for the doctor to disturb him.

10) No man is too old to learn.

7) Question Tags: प्रश्नसूचक शब्द:

२६९ 1) He is a good boy, isn't he?

2) They have not finished it, have they?

वरील प्रत्येक विधानाच्या शेवटी स्वल्पविराम आहे. त्यानंतर असलेल्या भागाला अधोरेखित केले आहे. त्याला Question Tag म्हणतात. विधानाला तो भाग जोडलेला असतो, म्हणून त्याला Appended Question असेही म्हणतात.

प्रामुख्याने Question Tag संवादात येतात. पण लिखित भाषेतही Question Tags वापरले जातात.

i) आपण केलेल्या विधानाची दुसऱ्या व्यक्तीकडून खात्री करून घेणे.

ii) आपण केलेल्या विधानावर दुसऱ्याची प्रतिक्रिया अजमावणे, यासाठी Question Tagचा उपयोग करतात.

२७० **Question Tag बद्दल नियम :**

नियम १ : विधान होकारार्थी असेल, तर Question Tag नकारार्थी असतो.

नियम २ : विधान नकारार्थी असेल, तर Question Tag होकारार्थी असतो.

नियम ३ : विधानाचा कर्ता नाम/विशेषनाम असेल, तर Question Tagमध्ये त्याबद्दल सर्वनाम येते.

नियम ४ : Question Tag मध्ये प्रथम Anomalous Finite व नंतर सर्वनाम येते.

नियम ५ : काही वाक्यांची सुरुवात that/thereने झालेली असेल, तर Question Tag मध्ये that किंवा there येते.

नियम ६ : Question Tag मध्ये केवळ n't रूप वापरतात. (Notच्या संकोच पावलेल्या रूपांसाठी Verbs ५-८७ हे प्रकरण पाहा.)

Formulas: सूत्रे :

i) S T A T E M E N T, A.F. + not + Pronoun?

ii) S T A T E M E N T (Negative), A.F. + Pronoun?

Examples:

1) He is playing.
He is playing, isn't he?

2) She was not sleeping.
She was not sleeping, was she?

3) The boys have done it.
The boys have done it, haven't they?

4) A woman buys a purse.

A woman buys a purse, <u>doesn't she</u>?

खुलासा : वरील वाक्य ४मध्ये A.F. नाही. म्हणून buysचा विस्तार केला – buys = does + buy. Question Tagमध्ये buy हे Full Verb येत नाही. विधान होकारार्थी असल्याने Question Tag नकारार्थी झाला पाहिजे. Does + not = doesn't हे संकोच पावलेले रूप घेतले. Question Tagमध्ये कर्त्याच्या अगोदर A.F. येते म्हणून doesn't she? असा Question Tag केला.

5) The family will arrive.

The family will arrive, <u>won't it</u>?

6) We shall return soon.

We shall retun soon, <u>shan't we</u>?

२७१ Some peculiar Question Tags: काही वैशिष्ट्यपूर्ण प्रश्नसूचक शब्दः

1) He never smokes.

He never smokes, <u>does he?</u> (मूळ विधान नकारार्थी आहे.)

2) Nobody will come now.

Nobody will come now, <u>will anybody</u>?

3) Nowhere it is possible.

Nowhere it is possible, <u>is it</u>?

4) Nothing is ready yet.

Nothing is ready yet, <u>is anything</u>?

5) One ought not to forget one's duty.

One ought not to forget one's duty, <u>ought one</u>?

6) You had better take rest.

You had better take rest, <u>hadn't you</u>?

7) She would rather keep quiet.

She would rather keep quiet, <u>wouldn't she</u>?

8) There are no mangoes.

There are no mangoes, <u>are there</u>?

Exceptions: अपवाद :

i) I am not hungry.

I am not hungry, <u>am I</u>?

परंतु

I am rather late.

I am rather late, <u>aren't I</u>?

खुलासा : am + not याचे संकोच पावलेले रूप होत नाही. म्हणून अपवादात्मक रूप म्हणून aren't हे रूप वापरण्याचा प्रघात आहे.

ii) This picture is attractive.

<u>This</u> picture is attractive, <u>isn't it</u>?

खुलासा : Thisबद्दल Question Tag मध्ये it वापरतात.

iii) She used to visit her uncle.

She used to visit her uncle, <u>usedn't she</u>?

किंवा She used to visit her uncle, <u>didn't she</u>?

खुलासा : usedn't किंवा didn't पैकी कोणतेही रूप चालेल; पण used बद्दल did घेण्याचा प्रघात आहे.

iv) She needn't work so late.

She needn't work so late, <u>need she</u>?

विशेष : तृतीय पुरुषी एकवचनी कर्त्यासमोर केवळ need हे Anomalous Finite येते. त्याला -s प्रत्यय लागत नाही.

v) Stop that noise.

Stop that noise, <u>will you</u>?

खुलासा : आज्ञार्थी वाक्याचा कर्ता You अध्याहृत असतो. आज्ञार्थी वाक्याचा Question Tag मुळातले विधान होकारार्थी असले, तरी Question Tag होकारार्थीच असतो.

vi) Now do it as I tell you, <u>will you</u>?

vii) Let's go home now.

Let's go home now, <u>shall we</u>?

viii) I have a camera.

I have a camera, <u>don't I</u>?

तसेच I had my binoculars.

I had my binoculars, <u>didn't I</u>?

खुलासा : वरील वाक्यात have, had ही Full Verbs आहेत. म्हणून त्यांचा विस्तार have = do + have, (तसेच has = does + have), had = did + have असा केला. तुलना करा :

i) I have thrown out the broken plate.

I have thrown out the broken plate, <u>haven't I</u>?

ii) I had sold it.

I had sold it, <u>hadn't I</u>?

iii) I had had a bath.

I had had a bath, <u>hadn't I</u>?

Exercise No. 79. Elementary

Rewrite the following statements, adding the appropriate Question Tag:

a) We are ready.

b) She has taken your box.

c) We were pleased with it.

d) It will not spoil our programme.

e) He must do it.

f) They are not playing now.

Exercise No. 80. Intermediate

i) It does not matter.

ii) They can join the organization.

iii) The girls won't join the picnic.

iv) Anything will be possible.

v) Catch it.

vi) She never tells a lie.

vii) A boy fell down.

viii) They could finish their work.

ix) The children do not have to go to school on Sundays.

Exercise No. 81. Advanced

1) Have a good breakfast.

2) I have two dictionaries.

3) I have lost my ballpoint pen.

4) We went no farther than the bridge.

5) One ought to be smart.

6) I am interested in it.

7) They could do nothing.

8) Let's have a meeting.

9) Take a coupon.

10) None was happy about the incident.

11) He used to practise daily.

12) You need to come early.

(सूचना : वाक्य १२ मधील need हे Full Verb आहे.)

Conversion of sentences: वाक्यपरिवर्तन:

२७२ **8) A) Conversion of simple Sentences into Complex sentences: शुद्ध वाक्यांचे मिश्र वाक्यात परिवर्तन:**

I) A) Simple sentenceचे Complex sentenceमध्ये रूपान्तर करण्याच्या पद्धतींचा विचार करू :

By expanding a word or phrase into a subordinate clause (Noun Clause/Adjective Clause/Adverb Clause).

शुद्ध वाक्यात नाम वाक्यखंड, विशेषण वाक्यखंड किंवा क्रियाविशेषण वाक्यखंड वापरून मिश्र वाक्य तयार करणे.

(a) By expanding a word or a phrase into a noun clause:

Examples:

1) **Simple:** I saw a wounded bird.

Complex: I saw that a bird was wounded.

2) **Simple:** She wanted to know the method of the solution to the problem.

Complex: She wanted to know how the problem was solved.

(b) By expanding a word or a phrase into an adjective clause:

1) **Simple:** I saw a wounded bird.

Complex: I saw a bird that was wounded.

2) **Simple:** That is not the way to behave with the elders.

Complex: That is not the way in which you should behave with the elders.

(टीप : या विषयाशी Clauses व Synthesis ही १५ व १६ प्रकरणे पूरक आहेत.)

3) **Simple:** My friend, the Chairman of the Mandal, has gone out.

Complex: My friend, who is the Chairman of the Mandal, has gone out.

(c) By expanding a word or a phrase into an adverb clause:

(i) Adverb Clause of Time:

Examples:

1) **Simple:** It was done in my absence.
   Complex: It was done when I was absent.
2) **Simple:** She left for Pune immediately on receiving the telegram.
   Complex: As soon as she received the telegram, she left for Pune.

ii) Adverb Clause of Reason:

1) **Simple:** Being rich he could send his son to England.
   Complex: He could send his son to England because he was rich.
2) **Simple:** In the absence of money, she could not buy a cupboard.
   Complex: As she had no money, she could not buy a cupboard.

iii) Adverb Clause of Condition:

1) **Simple:** Nobody will be allowed to enter without an identity card.
   Complex: Nobody will be allowed to enter unless he/she has an identity card.
2) **Simple:** Only girls will be invited.
   Complex: If you are a girl, you will be invited.

iv) Adverb Clause of Result:

1) **Simple:** He studied hard to pass the examination.
   Complex: He studied so hard that he passed the examination.
   OR: He studied hard so that he might pass the examination (Adverb Clause of Purpose)
2) **Simple:** He is too poor to buy a room in Delhi.
   Complex: He is so poor that he cannot buy a room in Delhi.

v) Adverb Clause of Purpose:

1) **Simple:** He ran fast to reach on time.

   Complex: He ran fast so that he might reach on time.

2) **Simple:** We eat to live.

   Complex: We eat that we may live.

vi) Adverb Clause of Concession:

1) **Simple:** In spite of the heat, they continued to work.

   Complex: Though there was heat, they continued to work.

2) **Simple:** Notwithstanding my warnings, he jumped into the flooded river.

   Complex: Although I warned him, he jumped into the flooded river.

vii) Adverb Clause of Comparison of Degree:

1) **Simple:** It becomes cooler in proportion to the height.

   Complex: The higher you go, the cooler it is.

2) **Simple:** His desire increases with his earnings.

   Complex: The more he earns, the more he desires.

viii) Adverb Clause of Comparison of Manner:

1) **Simple:** The result was according to my expectation.

   Complex: The result was as I expected.

2) **Simple:** The boy behaved like a matured man.

   Complex: The boy behaved as he was a matured man.

Exercise No. 82. Intermediate

Transform the following Simple sentences into Complex sentences:

i) They lived in a house near the market.

ii) I acted according to his instructions.

iii) The Headmaster is certain to punish him.

iv) The boy was too lazy to succeed.

v) I am glad to know about his success.

Exercise No. 83. Advanced

1) The things were stolen during the lunch.
2) I shall be glad of your advice in the matter.
3) Do not go out without my permisson.
4) People living in glass houses should not throw stones at others.
5) She stayed at home on account of her illness.
6) They rushed to the village to help the villagers.
7) The news of his election has been published in the newspaper.

२७३ B) Conversion of Complex sentences into Simple sentences:

मिश्र वाक्यांचे शुद्ध वाक्यात रूपान्तर करताना गौण वाक्यखंडांबद्दल शब्द किंवा शब्दसमूह वापरावेत. खालील उदाहरणांचा काळजीपूर्वक अभ्यास करावा.

a) By converting a noun clause into a word or a phrase:

1) **Complex:** I asked him why he came.
   Simple: I asked the reason for his coming.
2) **Complex:** Tell me where you live.
   Simple: Tell me your address.
3) **Complex:** The report that he stole a camera shocked me.
   Simple: The report of his stealing a camera shocked me.
4) **Complex:** How long I shall stay here is doubtful.
   Simple: The duration of my stay here is doubtful.

b) By converting an adjective clause into a word or a phrase:

1) **Complex:** I have nothing that I can offer you.
   Simple: I have nothing to offer to you.
2) **Complex:** All that glitters is not gold.
   Simple: All glittering things are not gold.
3) **Complex:** This is the place where we stay.
   Simple: This is the place of our stay.
4) **Complex:** That is the house which belongs to my aunt.
   Simple: That is the house belonging to my aunt.

c) By converting an adverb clause into a word or a phrase:

1) **Complex:** I was surprised when I heard the news.

Simple: I was surprised to hear the news.

2) **Complex:** Where there is smoke, there is fire.

Simple: There is no smoke without fire.

3) **Complex:** Though she was late, she finished her work in time.

Simple: In spite of being late, she finished her work in time.

4) **Complex:** As he was ill, he did not go to school.

Simple: He did not go to school on account of his illness.

5) **Complex:** He ran as fast as he could.

Simple: He ran to the best of his ability.

6) **Complex:** She was so weak that she was not able to walk.

Simple: She was too weak to walk.

7) **Complex:** He will not return the book unless he is compelled to.

Simple: He will return the book only under compulsion.

8) **Complex:** If you spend money extravagantly, you will suffer in future.

Simple: Spend money extravagantly to invite suffering in future.

OR: Spend money frugally to avoid suffering in future.

Exercise No. 84. Intermediate

Transform the following Complex sentences into Simple ones:

i) I was happy when I found the boy safe.

ii) The doctor confessed that he was helpless.

iii) He cannot do it unless I permit him to do so.

iv) The dog jumped when he saw the cat.

v) We have come here so that we may help you.

Exercise No. 85. Advanced

1) His offence was not such as could be pardoned.

2) No sooner did he see us than he ran away.

3) You will pass if you study hard.

4) I will look after my grandfather as long as he lives.

5) He cannot see clearly unless he wears glasses.

6) He begged some money from his aunt so that he might complete his education.

9) A) Conversion of Simple sentences into Compound sentences: शुद्ध वाक्यांची संयुक्त वाक्ये:

२७४ शुद्ध वाक्यातील शब्द अथवा शब्दसमुच्चयाचा संयुक्त वाक्यखंड (Coordinate Clasue) करून संयुक्त वाक्य करणे.

a) By using Cumulative conjunctions such as 'and', 'not only ... but also', etc.

Examples:

1) **Simple:** Opening the door he welcomed the guest.

Compound: He opened the door and welcomed the guest.

खुलासा : वाक्याची सुरुवात verb -ingने झालेली असते, तेव्हा मुख्य वाक्याचा कर्ता (he) हाच verb -ingने सुरू झालेल्या वाक्याच्या भागाचा कर्ता असतो. वाक्य compound करताना तो कर्ता सुरुवातीस आणून मुख्य वाक्याचे क्रियापद ज्या काळात आहे, (welcomed) त्याच काळात verb -ingचे क्रियापद लिहिले. मुख्य वाक्याच्या कर्त्याच्या जागी and हे उभयान्वयी अव्यय लिहिले. And नंतरचा तोच कर्ता (he) असल्याने कर्ता अध्याहृत ठेवला.

2) **Simple:** In addition to useful advice, he gave me money.

Compound: He gave me not only advice but also money.

b) By using Adversative conjunctions like 'but', 'still', 'yet', etc.

1) **Simple:** In spite of being wounded, the tiger ran off.

Compound: The tiger was wounded but he ran off.

2) **Simple:** Notwithstanding the bad weather, the Jawans marched towards Poonch.

Compound: The weather was bad yet the Jawans marched towards Poonch.

c) **By using Alternative conjunctions like 'or', 'otherwise', 'else', etc.**

1) **Simple:** Study regularly to get good marks.

Compound: Study regularly or you will not get good marks.

2) **Simple:** We must work sincerely to avoid the supervisor's anger.

Compound: We must work sincerely otherwise the supervisor will get angry.

d) **By using Illative conjunctions such as 'so', 'for', 'therefore', etc.**

1) **Simple:** She lost the match because of her inexperience.

Compound: She was inexperienced so she lost the match.

Exercise No. 86. Elementary

Transform the following Simple sentences into Compound ones:

a) Give me a book to read.
b) Either of us must go away.
c) Follow me not to lose your way.
d) On seeing the danger, they stopped.
e) Sitting under a tree, the children watched the match.

Exercise No. 87. Intermediate

i) In spite of running to the station, he missed the train.
ii) Besides my friend, I searched for the lost book.
iii) I was satisfied with his intelligence.
iv) To avoid punishment, he ran away.
v) Owing to heavy rain, we decided not to go out.

Exercise No. 88. Advanced

1) We must eat to live.
2) Against the wishes of his parents he left the school.
3) Having finished her homework, she put aside her books.

4) Besides his father, his mother gave him money.

5) To add to their troubles, a tyre burst on the way.

२७५ B) Conversion of Compound sentences into Simple sentences:
संयुक्त वाक्यांचे शुद्ध वाक्यांत परिवर्तन :

Compound sentence (संयुक्त वाक्य) मधील Coordinate Clauseचे participle, a prepositional phrase किंवा an infinitiveमध्ये परिवर्तन करून शुद्ध वाक्यात परिवर्तन करता येते.

a) By using a participle:

1) **Compound:** He sat at the table and wrote a letter.

Simple: Sitting at the table, he wrote a letter.

खुलासा : वरील उदाहरणात दोन वाक्ये आहेत. He sat at the table. He wrote a letter. दोन्ही वाक्यांचे कर्ते एकच आहेत. जेव्हा दोन वाक्यांचा कर्ता एकच असेल व अशी वाक्ये andने जोडल्यास and नंतरचा कर्ता अध्याहृत असतो. अशा प्रकारचे Compound sentenceचे परिवर्तन Simple sentenceमध्ये करतानाच वरील पद्धती उपयोगात आणतात. जर दोन वाक्यांचे कर्ते भिन्न असतील, तर वरील पद्धतीचा अवलंब करू नये.

पद्धती : मुख्य वाक्यातील कर्ता, and काढून त्या जागी न्यावा. मुख्य वाक्यातील क्रियापदाचा base form (मूळ रूप) घ्यावे. क्रियापदाच्या मूळ रूपाला -ing लावावे. त्यालाच participle म्हणतात. दोन क्रिया लागोपाठ व त्वरित झाल्या असतील, तर present participle वापरतात.

2) **Compound:** He finished exercises. He took a bath.

Simple: Having finished exercises, he took a bath.

खुलासा : Finished व took या दोन क्रियेमध्ये काही वेळ गेल्याने perfect participle वापरले आहे.

3) **Compound:** He was a boy of few words; and did not tell me much.

Simple: Being a boy of few words, he did not tell me much.

खुलासा : was हे beचे रूप आहे. Be हा base form असल्याने being हे participle वापरले. am, is, are, was, were ही beची रूपे होत.

4) **Compound:** They were explained everything; and they accepted

the proposal.

Simple: They, having been explained everything, accepted the proposal.

OR: Having been explained everything, they accepted the proposal.

खुलासा : were explained हे क्रियापद Passive Voiceमध्ये असल्याने participleचा passive form वापरला.

***टीप** : And असलेल्या वाक्याचा अर्थ पाहूनच शुद्ध वाक्यात परिवर्तन करावे. काही वेळा कारण, विरोध (contrast) असताना वरील पद्धती वापरू नये.*

(b) By using prepositional phrase:

1) **Compound:** They are rich but they are not contented.

Simple: In spite of being rich, they are not contented.

2) **Compound:** She is not only intelligent but also sweet-tempered.

Simple: Besides being intelligent, she is sweet-tempered.

3) **Compound:** He possesses many qualifications yet he appears to be an average man.

Simple: Notwithstanding possessing many qualifications, he appears to be an average man.

4) **Compound:** We heard the news and rushed back to our village.

Simple: On hearing the news, we rushed back to our village.

5) **Compound:** He must not neglect his health else he will fall sick.

Simple: In the event of his neglect of health, he will fall sick.

c) By using an infinitive:

1) **Compound:** We must eat or we cannot live.

Simple: We must eat to live.

2) **Compound:** They saved money, otherwise they would not have bought a house.

Simple: They saved money to buy a house.

Exercise No. 89. Elementary

Convert the following sentences into Simple ones:

a) He opened the bag and kept the key in it.

b) The tiger roared with pain and darted to the tree.

c) The man was tired and decided to lie down.

d) She left my office and told me to remember the message.

Exercise No. 90. Intermediate

i) They heard my voice and came running.

ii) The police went to the spot and examined the papers.

iii) I called him but he did not respond.

iv) The boy dusted the shoe quickly and applied some polish to it.

v) He finished high school and spent two years teaching in a school for the blind.

Exercise No. 91. Advanced

1) He was disappointed and returned home.

2) We were late and we took a taxi to reach on time.

3) They were not aware of this and came back leisurely.

4) The judge found him guilty and sentenced him to four years' imprisonment.

5) Her husband died and she was alone.

6) I will stay with you today and discuss the plan.

7) He raised the window and crawled inside.

10) A) Conversion of Compound sentences into Complex sentences: संयुक्त वाक्यांची मिश्र वाक्ये :

२७६ संयुक्त वाक्याचे मिश्र वाक्यात रूपान्तर करताना Coordinate Clause (संयुक्त वाक्यखंड) बदलून त्याचे रूपान्तर Subordinate Clause (गौण वाक्यखंड) मध्ये करणे.

a) Compound sentences with Cumulative conjunction like – 'and'

1) **Compound:** He saw the danger and raised a cry.

Complex: When he saw the danger, he raised a cry.

b) Compound sentences with Adversative conjunctions such as 'but', 'still', etc.

1) **Compound:** My father was poor but he gave me the best possible education.

Complex: Though my father was poor, he gave me the best possible education.

c) Compound sentences with Alternative conjunctions like 'or', 'otherwise', 'else', etc.

1) **Compound:** Give the child some nourishing food or it will become weak.

Complex: If you don't give the child some nourishing food, it will become weak.

OR: Unless you give the child some nourishing food, it will become weak.

2) **Compound:** Water the plants regularly, otherwise they will die.

Complex: If you do not water the plants regularly, they will die.

OR: The plants will die unless you water them regularly.

d) Compound sentences with Illative conjunctions like 'so', 'therefore', etc.

1) **Compound:** The poor boy is unable to buy the textbooks so he usually studies in the library.

Complex: The poor boy usually studies in the library because he is unable to buy the textbooks.

Exercise No. 92. Intermediate

Transform the following Compound sentences into Complex ones:

i) The shopkeeper should either exchange the watch or refund the amount paid.

ii) Get your T.V. set repaired urgently otherwise it will get spoilt more.

iii) The P.T. teacher whistled and just then all the pupils stood in a line.

iv) He wished to win a prize and worked hard.

v) The crow stole a piece of cheese and flew with it to a tree.

Exercise No. 93. Advanced

1) We are few but we are determined to succeed.

2) The teacher warned the boys to be quiet but they took no notice of it.

3) Let me come in or I will go away.

4) The old man has lost all his teeth, consequently he cannot eat hard food.

5) The thief escaped otherwise the police would have caught him.

२७७ **B) Conversion of Complex sentences into compound sentences:**

a) By using Cumulative conjunction such as 'and'.

1) **Complex:** I am happy that she has passed the scholarship examination.

Compound: She has passed the scholarship examination and I am happy about it.

b) By using Adversative conjunctions like 'but', still, etc.

1) **Complex:** Although they lost the match, they were not nervous.

Compound: They lost the match but they were not nervous.

c) By using Alternative conjunctions like 'or', 'otherwise', etc.

1) **Complex:** Had he received your message, he would have surely come.

Compound: He must not have received your message otherwise he would have surely come.

d) By using the Illative conjunctions such as 'so', 'therefore', etc.

1) **Complex:** He speaks the truth because he dislikes falsehood.

Compound: He dislikes falsehood therefore he speaks the truth.

2) **Complex:** He was so learned that he seemed to know everything.

Compound: He was learned and so he seemed to know everything.

Exercise No. 94. Intermediate

Transform the following sentences into Compound ones:

i) As soon as he got the news, he sent me a message.

ii) God will help you if you help the poor.

iii) Although there was no hope of her coming, I kept on waiting for her.

iv) We can prove that the earth is round.

v) We selected this bicycle after we had tried it several times.

Exercise No. 95. Advanced

1) We sow that we may reap.

2) Poor as Lincoln was, he rose to be the President of the United States of America.

3) Resign the job yourself before you are dismissed.

4) He finished first though he began late.

5) He lost the match as he was rash.

■

15. Clauses

वाक्यखंड

२७८ 1) He wants a bicycle.

2) He wants to buy a bicycle.

वाक्य क्रमांक १मध्ये He हा कर्ता, wants हे क्रियापद व bicycle हे कर्म आहे. वाक्य क्र. २मध्ये to buy a bicyle हा शब्दसमूह असून त्याला phrase म्हणतात. तेच कर्म आहे.

3) He has decided that he should buy a bicyle. येथे (i) He has decided व (ii) He should buy a bicyle ही दोन वाक्ये असून, ती that या conjunctionने जोडलेली आहेत. वरील वाक्यात has decided व should buy ही दोन क्रियापदे आहेत. That he should buy a bicycle हा वाक्यखंड (clause) आहे.

Clause असलेल्या प्रत्येक वाक्यात एक Main Clause (मुख्य वाक्यखंड) व एक किंवा अधिक Subordinate Clause/s (गौण वाक्यखंड) असतो / असतात.

दोन वाक्ये जेव्हा Subordinating conjunctionने जोडली जातात, तेव्हा गौण वाक्यखंडाला Subordinate Clause म्हणतात. वरील उदाहरण क्र. ३मध्ये that he should buy a bicycle हा Subordinate Clause आहे.

पुढील clause असलेले वाक्य चार प्रकारे लिहून दाखविले आहे.

i) This is the house of which I spoke.

ii) This is the house which I spoke of.

iii) This is the house that I spoke of.

iv) This is the house I spoke of.

या उदाहरणात This is the house व I spoke of अशी दोन वाक्ये असून which व that या Subordinating conjunctionsनी जोडली आहेत. उदा. (iv)मध्ये

conjunction अध्याहृत (understood) आहे. त्यात (that) I spoke of हा Subordinate Clause आहे.

वाक्यात clause हा noun (नाम), adjective (विशेषण) व adverb (क्रियाविशेषण)चे कार्य करतो, यावरून clauseचे तीन प्रकार झाले आहेत – 1) Noun Clause, 2) Adjective Clause, 3) Adverb Clause

वरील clause होण्यास Subordinating conjunctions कारणीभूत होतात. यालाच subordinators म्हणतात. वरील clauseचे ३ प्रकार समजण्यास सुलभ व्हावे, म्हणून subordinators तीन गटांत लिहून दाखविले आहेत.

Subordinators:

1) what, that, how, why, whether, whatever
2) who, whom, whose, which, that
3) i) Time: when, whenever, after, before, while, as, as soon as, since
   ii) Place: where, wherever
   iii) Purpose: that, so that, lest, in order that
   iv) Reason: because, as, since
   v) Result: (so)... that, (such)... that
   vi) Condition: if, unless, in case
   vii) Concession: though, although, even though, even if, however, as if
   viii) (a) Comparison of Degree: (as) ... as, (-er) ... than
   (b) Comparison of Manner: as

विशेष : १) या उभयान्वयी अव्ययांमुळे Noun Clauses होतात.
२) या उभयान्वयी अव्ययांमुळे Adjective Clauses होतात.
३) या उभयान्वयी अव्ययांमुळे Adverb Clauses होतात.

1) Noun Clauses: नामवाक्यखंड :

२७९ Complex मिश्र वाक्यात जो clause नामाचे कार्य करतो, त्याला Noun Clause म्हणतात.

I went to see what had happened.

वरील वाक्यात went व had happened ही दोन क्रियापदे असून I went to see व (something) had happened हे दोन वाक्यखंड what या Subordinating conjunctionने जोडलेले आहेत.

आता Main Clause व Subordinate Clause शोधून काढण्याची रीत पाहू या.

I went to see (*what had happened.)

वरील वाक्यात दोन क्रियापदे आहेत. ती अधोरेखित केली आहेत. What या conjunctionला * खूण केली आहे. तो वाक्यखंड कंसात टाकला आहे. कंसाबाहेर राहिलेला वाक्यखंड मुख्य वाक्यखंड (Main Clause) आहे. Main Clauseला स्वत:चा पूर्ण अर्थ असतो. What had happened हा वाक्यखंड गौण किंवा दुय्यम असून (subordinate) तो मुख्य वाक्यखंडावर अर्थ पूर्ण होण्याच्या दृष्टीने अवलंबून आहे. म्हणजेच तो Main Clause वर dependent आहे. त्याला Dependent Clause असेही म्हणतात. What had happened हा वाक्यखंड वाक्यात नामाचे कार्य करतो, म्हणून त्याला Noun Clause (नामवाक्यखंड) म्हणतात.

वाक्यात नाम निरनिराळे कार्य (function) करते. त्यावरूनच Noun Clauseचे निरनिराळे उपप्रकार पडतात.

Noun Clause:

A) The Subject of a verb

B) The Object of a verb

C) The Object of a preposition

D) The Object of an infinitive

E) The Object of a participle

F) In apposition to a Noun or Pronoun

G) The Complement of a verb of incomplete predication

Conjunctions: उभयान्वयी अव्यये :

what, that, how, why, whatever, whether

आता प्रत्येक प्रकारची उदाहरणे पाहू या –

A) Noun Clause subject of a verb:

Example:

What he told us has come true.

वरील मिश्र (complex) वाक्यात told व has come ही दोन क्रियापदे आहेत. what हे conjunction आहे. आता Main Clause व Subordinate Clause शोधून काढू :

(*What he told us) has come true.

कंसात Dependent Clause आहे. कंसाबाहेर Main Clause असून त्याचा what he told us हा clause कर्ता आहे. What he told us हा clause नामाचे कार्य करीत असल्याने त्याला Noun Clause म्हणतात. या complex sentenceचे analysis (पृथक्करण) असे करता येईल –

1) (What he told us) has come true – Main Clause

2) What he told us – Noun clause subject of the verb phrase 'has come true' in the Main Clause

Some more examples:

i) That the train will be late is certain.

ii) That the earth moves round the sun is an established fact.

B) Noun Clause object of a verb:

He says that he is right.

यातील क्रियापदे व उभयान्वयी अव्यय शोधून काढा. गौण वाक्यखंडाला कंसात टाका. कंसाबाहेर मुख्य वाक्यखंड राहील.

He says (*that he is right).

that he is right हा वाक्यखंड कर्माचे (object) कार्य करीत आहे.

Analysis (वाक्यपृथक्करण) करून वाक्य असे लिहिता येईल –

i) He says – Main Clause

ii) that he is right – Noun Clause object of the verb 'says' in the Main Clause

Examples:

a) I do not know how she lost her purse.

b) Tell me why you have broken the vase.

C) Noun Clause object of a preposition:

There is no truth in what he says.

आपल्या वरील पद्धतीने क्रियापदे, उभयान्वयी अव्यय शोधून काढू व गौण वाक्यखंडाभोवती कंस करू.

There is no truth in (*what he says).

येथे what he says हा Subordinate Clause असून तो in या prepositionच्या

कर्माचे कार्य करीत आहे.

i) There is no truth in – Main Clause

ii) what he says – Noun Clause object of the preposition 'in' in the Main Clause

Examples:

a) We were concerned about whether she was safe.

b) Pay careful attention to what she is going to tell you.

D) Noun clause object of an infinitive:

I was shocked to learn (*that my friend was seriously ill).

i) I was shocked to learn – Main Clause

ii) that my friend was seriously ill – Noun Clause object of the infinitive 'to learn' in the Main Clause

Examples:

i) I went to see what had happened.

ii) Always do everything sincerely and honestly to achieve what others dream of.

E) Noun Clause object of a participle:

The children kept on watching (*how the juggler had been juggling).

a) The children kept on watching – Main Clause

b) How the juggler had been juggling – Noun Clause object of the participle 'watching' in the Main Clause

Other examples:

i) I am all for everyone doing what they want.

ii) She remained wondering why her mother did not return.

F) Noun Clause in apposition to a noun/pronoun:

The fact (*that the poor boy was not a thief) was finally accepted by all.

खुलासा : गौण वाक्यखंड thatपासून सुरू झाला. अर्थाच्या दृष्टीने thiefपर्यंत पूर्ण झाला. म्हणून कंस that पूर्वी सुरू करून thief येथे संपविला. कंसाच्या बाहेर

Main Clause राहिला.

1) The fact was finally accepted by all – Main Clause

2) that the poor boy was not a thief – Noun Clause in apposition to the noun 'fact' in the Main Clause

Examples:

i) He approached me with a request that I should work for the upliftment of the Adivasis.

ii) You must never forget it that honesty is the best policy. (it = ronoun)

G) Noun Clause Complement of a verb of incomplete predication:

काही क्रियापदांना पूरक (शब्द/शब्दसमूह) असल्याशिवाय वाक्याचा अर्थ पूर्ण होत नाही, अशा क्रियापदाला a verb of incomplete predication म्हणतात. ही वाक्ये पाहा –

i) She sleeps. ii) She appears happy.

वाक्य (i)मधील वाक्याचा अर्थ पूर्ण आहे; पण she appears हे वाक्य happy या शब्दाविना अपूर्ण आहे. तेव्हा 'appear' हे क्रियापद incomplete predication असलेले आहे.

The verbs of incomplete predication:

i) am, is, are, was, were, have, has, had, (shall) be, (will) be ही verbs of incomplete predication आहेत.

ii) अकर्मक क्रियापदे : Intransitive Verbs:

appear, seem, become, grow, look, smell, fall, taste, prove, continue, etc.

iii) सकर्मक क्रियापदे : Transitive Verbs:

call, find, make, think, choose, name, consider, etc.

Life is (*what we make).

a) Life is (what we make) – Main Clause

b) what we make – Noun Clause complement of the verb of incomplete predication 'is' in the Main Clause

Examples:

i) Everything will be what Mother decides.

ii) Her constant prayer was that her child might live.

टीप : *Main Clause ला Principal Clause असेही म्हणतात.*

2) Adjective Clause: विशेषण वाक्यखंड :

२७९ **Conjunctions: who, whom, whose, which, that**

i) I met a boy who was very poor.

आपल्या पद्धतीप्रमाणे क्रियापदे, उभयान्वयी अव्यय शोधून काढू. गौण वाक्यखंड कंसात ठेवू.

I met a boy (*who was very poor).

i) I met a boy – Main Clause किंवा Principal Clause

ii) who was very poor – Adjective Clause qualifying the noun 'boy' in the Main Clause

ii) The girl (*who stood first in the class) lived in a hut.

a) The girl lived in a hut – Principal Clause

b) who stood first in the class – Adjective Clause qualifying the noun 'girl' in the Principal Clause

More examples:

1) This table which I purchased last month is made of steel.

2) The Jawan whose both legs were amputated runs a tea stall.

3) Eat all that you can.

Exceptions: अपवाद

पुढील प्रकारची वाक्ये असल्यास ते Adjective Clauses होतात.

i) time when – when पूर्वी time हा शब्द किंवा वेळ सुचविणारा शब्द आल्यास

ii) place where – where पूर्वी place हा शब्द किंवा स्थलवाचक शब्द आल्यास

iii) reason why – why पूर्वी reason हा शब्द आल्यास

iv) manner how – how पूर्वी manner हा शब्द आल्यास

1) It was evening (*when they met again).

   i) It was evening – Principal Clause

ii) when they met again – Adjective Clause qualifying the noun 'evening'in the Principal Clause.

2) It was the <u>house</u> (*where I <u>was</u> born).

a) It was the house – Principal Clause.

b) where I was born – Adjective Clause qualifying the noun 'house' in the Principal Clause

3) Nobody <u>knows</u> the <u>reason</u> (*why she has not come).

i) Nobody knows the reason – Main Clause

ii) why she has not come – Adjective Clause qualifying the noun 'reason' in the Main Clause

4) I <u>do</u> not <u>know</u> the <u>manner</u> (*how he solved the sum).

1) I do not know the manner – Principal Clause

2) how he solved the sum – Adjective Clause qualifying the noun 'manner' in the Principal Clause

Excercise No. 96.

Pick out the Dependent Clauses in the following and name them:

1) I believed that he was my trustworthy friend.
2) The truth is that we have been cheated.
3) The river which runs through Pune is known as Mutha.
4) Do whatever you think right.
5) A blind boy was walking along a lane one night when a young fellow met him.

Exercise No. 97.

Underline the Dependent Clause and box □ the word to which it is related:

i) We cannot rely on what he says.
ii) This is the reason why I kept quiet.
iii) The report that the certificates were lost was not true.
iv) They knew it was spring.
v) The doctor bandaged his wound which was a deep cut.

3) Adverb Clauses: क्रियाविशेषण वाक्यखंड :

२८० ***1) Adverb Clause of Time:***

Conjunctions: when, whenever, while, after, before, since, as, as soon as

When she returns, she will tell us all about it.

क्रियापदे अधोरेखित करू, उभयान्वयी अव्ययाला * खूण करू व गौण वाक्यखंड कंसात घालू.

(*When she <u>returns,</u>) she <u>will tell</u> us all about it.

i) she will tell us all about it – Main Clause

ii) When she returns – Adverb Clause of Time modifying the verb 'will tell' in the Main Clause

Examples:

i) After the customers had gone, the cleaners started their work.

ii) I have not met him since he left school.

2) Adverb Clause of Place:

Conjunctions: where, wherever

I found my books where I had left them.

आपल्या पद्धतीने गौण वाक्यखंड शोधून काढू –

I <u>found</u> my books (*where I <u>had left</u> them).

i) I found my books – Principal Clause

ii) where I had left them – Adverb Clause of Place modifying the verb 'found' in the Principal Clause

Examples:

a) They can stay where they are.

b) Sit wherever you like.

3) Adverb Clause of Purpose:

Conjunctions: so that, that, lest, in order that

They make Rs. 100 notes a different size from Rs. 10 notes so that blind people will be able to tell the difference between them.

क्रियापदे, उभयान्वयी अव्यय यांना खुणा करा. गौण वाक्यखंडाला कंस करा.

They <u>make</u> Rs. 100 notes a different size from Rs. 10 notes (*so that blind people <u>will be able to tell</u> the difference between them).

a) They make Rs. 100 notes ... Rs. 10 notes – Main Clause

b) so that blind people ... the difference between them – Adverb Clause of Purpose modifying the verb 'make' in the Main Clause

Examples:

i) I pinned the note to his pillow so that he would be sure to see it.

ii) Ships carry lifeboats so that the passengers can escape during the emergency.

iii) Note it properly lest you may forget all about it.

4) Adverb Clause of Reason:

Conjunctions: because, as, since

We camped there because it was too dark for us to go on.

गौण वाक्यखंड वेगळा करू.

We <u>camped</u> there (*because it <u>was</u> too dark for us to go on).

i) We camped there – Main Clause

ii) because it was ... to go on – Adverb Clause of Reason modifying the verb 'camped' in the Main Clause

Examples:

a) Since your father was not at home, I delivered the message to your mother.

b) We changed our mind as we had not enough money.

5) Adverb Clause of Result:

Conjunctions: so ... that, such ... that

His speech went on so long that people began to fall asleep.

आपल्या पद्धतीने गौण वाक्यखंड शोधून काढा.

His speech <u>went</u> on <u>so</u> long (*that people <u>began</u> to fall asleep).

i) His speech went on so long – Main Clause

ii) that people began to fall asleep – Adverb Clause of Result modifying the adverb 'so' in the Main Clause

Examples:

i) The Romans built their castles in such a way that their walls are still standing.

ii) So terrible was the storm that the roofs of the houses ripped off.

6) Adverb Clause of Condition:

Conjunctions: if, unless, in case

If it rains, (we shall stay at home).

a) we shall stay at home – Main Clause

b) If it rains – Adverb Clause of Condition modifying the verb 'shall stay' in the Main Clause

Examples:

i) You will fail unless you work harder.

ii) I will do this if I am allowed.

iii) In case you do not take my advice, you should be ready to face the consequences.

विशेष : Adverb Clause of Conditionमध्ये if हे उभयान्वयी गाळण्याचा प्रघात आहे. अशा वेळी had, were, should ही क्रियापदे उभयान्वयी अव्ययाचे कार्य करतात.

Examples:

i) Had he not sent money on time, the poor farmer would have lost his son.

ii) Should each of us make a little sacrifice, our country will be great in the world.

iii) They would win a match were they well-prepared.

iv) Had he been a bit cautious, he would have been safe.

वरील वाक्यातील क्रियापदे, उभयान्वयी अव्यय शोधून काढा व गौण वाक्यखंड कंसात दाखवा.

(*Had he been a bit cautious,) he would have been safe.

i) he would have been safe – Main Clause

ii) Had he been a bit cautious – Adverb Clause of Condition modifying the verb 'would have been' in the Main Clause

7) Adverb Clause of Concession/Contrast:

Conjunctions: though, although, even though, even if, however, as

(*Though she is poor,) she is honest

i) she is honest – Main Clause

ii) Though she is poor – Adverb Clause of Concession modifying the verb phrase 'is honest' in the Main Clause

Examples:

a) Although the Jawans had marched all day, they fought bravely all night.

b) Even if he is old, he is able to do a great deal of work.

c) Patient as he was, he had no intention of waiting for three hours. [as = though (he was patient)]

8) (a) Adverb Clause of Comparison of Degree:

Conjunctions: as, than

1) He is not so clever (*as you think).

i) He is not so clever – Main Clause

ii) as you think – Adverb Clause of Comparison of Degree modifying 'so' in the Main Clause

2) Small cars are easier to park (*than the big ones [are])

a) Small cars are easier to park – Main Clause

b) than the big ones (are) – Adverb Clause of Comparison of Degree modifying 'easier' in the Main Clause

Examples:

i) I am not so stupid as I look.

ii) Skiing is more exciting than skating.

8) (b) Adverb Clause of Comparison of Manner:

Conjunction: as

It all ended (*as I expected).

i) It all ended – Main Clause

ii) as I expected – Adverb Clause of Comparison of Manner modifying the verb 'ended' in the Main Clause

Examples:

a) As he has lived so will he die.

b) He did it as I told him.

Exercise No. 98. Intermediate

Underline the Dependent Clauses:

1) Take those sentences that have been given at the end of each kind of clauses discussed above them.

Exercise No. 99. Advanced

Analyse the sentences given at the end of each kind of clauses discussed above.

OR:

Pick out the Subordinate clauses, name them and show their relation with the Main Clause

Exercise No. 100. Intermediate

Pick out the Dependent Clauses and name them

i) There was nothing left after he had finished his dinner.

ii) I met him as he was coming out.

iii) She has not written since she went away.

iv) I don't care for what she does.

v) We arrived sooner than we thought.

vi) She bought a book so that she might learn English.

vii) It is such a good story that I will never forget it.

Exercise No. 101. Advanced

Pick out the Dependent Clause, name it and show its relation with the Principal Clause.

1) How useful these sentences are is quite clear.
2) Come back as soon as you can.
3) As I am busy these days, I shan't be able to take my usual holidays.
4) He hurried back in order that he might meet his old friend.
5) Well, it is not so bad as I thought.
6) The quicker we walk, the sooner we shall get there.
7) We are sorry you cannot join us.
8) That is the place where the accident took place.
9) They write the notices in many languages that foreign tourists will be able to understand them.
10) Should anyone call, please let me know.
11) If you ask him, he will help yosu.
12) Had they started on time, they would be here shortly.
13) I think that he destroyed the letter which you had sent there. (Two Dependent Clauses)
14) We did not move lest we should wake the baby up.
15) Bad things as they are, we must not give up hope.

■

16. Synthesis of Sentences

वाक्यसंयोग

२८१ Synthesis = संयोग

दोन किंवा अधिक वाक्ये एकत्र जोडून एकसंध वाक्य तयार करणे, याला synthesis of sentences असे म्हणतात.

दोन किंवा अधिक वाक्ये जोडून तयार होणारे वाक्य Simple, Compound किंवा Complex होते.

प्रथम दोन किंवा तीन वाक्यांचे Simple sentence (शुद्ध वाक्य) तयार करण्याच्या पद्धतींचा अभ्यास करू.

२८२ I) Simple sentences = शुद्ध वाक्ये

1) By using a participle:

क्रियापदाच्या मूळ रूपाला -ing लावून वाक्य जोडून Simple sentence करणे.

Example 1

A boy saw an elephant. He jumped with joy.

वरील दोन वाक्यांत He jumped with joy हे मुख्य वाक्य करावे. कारण दोन वाक्यांमधील तो मुख्य अर्थ आहे. तेव्हा गौण वाक्यातील क्रियापदाचे मूळ क्रियापद see घेऊन त्याला ing लावून participle तयार केले. अर्थातच A boy हा कर्ता उचलून मुख्य वाक्यातील क्रियापदाचा कर्ता केला.

Simple – Seeing an elephant, the boy jumped with joy.

Example 2

She switched off the light. She locked the door.

Example 1 व 2 मधील अर्थाचा सूक्ष्म फरक लक्षात घ्या. वाक्य १मध्ये saw व jumped या दोन्ही क्रिया एकदम किंवा एकापाठोपाठ झाल्या. परंतु वाक्य २मधील switched off आणि locked क्रिया तशा त्वरित झाल्या नाहीत. दिवा

मालवून झाल्यावर दाराला कुलूप लावले. हा भेद लक्षात घेता switched offबद्दल Having switched off हे perfect participle योजावे लागेल.

Simple: Having switched off the light, she locked the door.

Example 3

He is a good player. He is included in the team.

Simple: Being a good player, he is included in the team.

खुलासा : am, is, are, was, were ही beची रूपे आहेत. वरील क्रियापदांचे participle – being होते. हे लक्षात घ्या.

Example 4

A thief was caught. He gave out the truth.

Simple: Having been caught, a thief gave out the truth.

खुलासा : A thief was caught हे वाक्य Passive Voiceमध्ये आहे. म्हणून participle चा passive form कर्मणि रूप वापरले पाहिजे. Having been हे passive participle असून त्याच्यापुढे क्रियापदाचे तिसरे रूप (p.p.) येते.

विशेष : दोन किंवा तीन वाक्यांचा कर्ता एकच असेल, तर participle वापरून वाक्य simple (शुद्ध) करता येते.

2) By using the nominative absolute construction:

दोन वाक्यांतील कर्ते भिन्न असताना ही पद्धती वापरतात.

Example 1

The dinner was ready. We sat down to eat.

Simple: The dinner being ready, we sat down to eat.

खुलासा : पहिल्या वाक्याचा कर्ता भिन्न असल्याने तो कर्ता तसाच ठेवून, त्यातील क्रियापदाचे -ing लावलेले रूप म्हणजेच participle त्या कर्त्यानंतर वापरले.

Example 2

The police arrived on the scene. The crowd became quiet.

Simple: The police having arrived on the scene, the crowd became quiet.

Example 3

The images of Ganapati were set up. People worshipped them.

Simple: The images of Ganapati having been set up, people worshipped them.

खुलासा : were set up हा Passive Voice असल्याने having been set up

हा participleचा passive form वापरला आहे.

स्पष्टीकरण : वरील तिन्ही वाक्यांत भिन्न कर्ते असल्याने कर्ता गाळता येत नाही. पण Simple sentence करताना गौण वाक्यातील क्रियापदाबद्दल अनुक्रमे present participle, perfect participle व perfect passive participle वापरली आहेत.

3) By using a preposition with a noun or a gerund:

क्रियापदाच्या मूळ रूपाला -ing लावून होणाऱ्या रूपाला participle म्हणतात.

participle = कृदन्त, धातुसाधित विशेषण

gerund = धातुसाधित नाम

i) verb + ingचा उपयोग क्रियापदाचे कार्य करण्यासाठी केला असता त्या रूपाला participle म्हणतात.

ii) verb + ingचा उपयोग नामाचे कार्य करण्यासाठी केला असता त्या रूपाला gerund म्हणतात.

*(**टीप** : Participle व Gerund ही 10 व 11 प्रकरणे पाहा.)*

i) Preposition with a gerund:

Example 1

She reached home. She started cooking.

Simple: On reaching home, she started cooking.

Example 2

She washed the clothes. Then she scrubbed the utensils.

Simple: After having washed the clothes, she scrubbed the utensils.

OR: She had washed the clothes before scrubbing the utensils.

ii) Preposition with a noun / pronoun / proper noun:

Example 1

He went to Satara. He went by train.

Simple: He went to Satara by train.

Example 2

All joined the school trip. Only she did not join it.

Simple: Except her all joined the school trip.

Example 3

I gave him books. I gave him money.

Simple: Besides books, I gave him money.

iii) Prepositional phrases:

Example 1

I had no money. I could not buy a bag.

Simple: For want of money, I could not buy a bag.

Example 2

He ran fast. But he could not win the race.

Simple: In spite of running fast, he could not win the race.

Example 3

There was heavy rain. The crops were damaged.

Simple: On account of heavy rain, the crops were damaged.

OR: Owing to heavy rain, the crops were damaged.

4) By using an infinitive:

Example 1

The poor boy sold his bicycle. He wanted to pay his school fees.

Simple: The poor boy sold his bicycle to pay his school fees.

Example 2

Everybody knows him. He is very honest.

Simple: Everybody knows him to be very honest.

Example 3

He is very old. He cannot work now.

Simple: He is too old to work now.

5) By using a phrase in apposition:

Example 1

Shivaji was the great king. He founded the Maratha kingdom.

Shivaji, the great king, founded the Maratha kingdom.

खुलासा : पहिल्या वाक्यातील अर्थ गौण असल्याने त्या वाक्याचे phraseमध्ये रूपान्तर केले. ती phrase त्या वाक्याचा कर्ता Shivaji या विषयी माहितीत भर टाकते. (apposition)

Example 2

He is under the treatment of Dr. Vaidya. Dr. Vaidya is the best heart specialist in town.

Simple: He is under the treatment of Dr. Vaidya, the best heart specialist in town.

Example 3

Tukaram was the great saint-poet. He is still famous.

Simple: Tukaram, <u>the great saint poet</u>, is still famous.

6) By using adverbs or adverbial phrases:

Example 1

Be quick. Run to the doctor.

Simple: Run to the doctor <u>quickly</u>. (adverb)

Run to the doctor <u>as quickly as possible</u>. (Adverbial Phrase)

Example 2

I found my ring . I was lucky.

Simple: <u>Luckily</u> I found my ring.

Example 3

I shall come back. I will not be long.

Simple: <u>Before</u> long I shall come back.

Example 4

Mandar beat Manda. There was no reason for that.

Simple: Mandar beat Manda <u>without any</u> reason.

Exercise No. 102. Elementary

Combine each set of sentences into a simple sentence:

a) He was not selected. It was unfortunate.

b) The children sat under a tree. They ate their meals.

c) She was very careful. Yet the glass broke.

d) They went to Mumbai. They saw an exhibition.

e) He went to see a film. He went with his friend.

Exercise No. 103. Intermediate

i) The doctor arrived. He examined the child.

ii) The baby was asleep. The mother began cooking.

iii) Veer Savarkar was a great patriot. He devoted his life to the motherland.

iv) The children grow up. Their growth is gradual.

v) She heard the sad news. She wept bitterly.

Exercise No. 104. Advanced

1) The petrol supply is short. Its prices have gone up.
2) He earns a lot of money. He works hard.
3) They were thirsty. They drank water from the river.
4) He was driving a lorry. He was driving it recklessly.
5) She solved the whole question paper. She did not find any difficulty.
6) They built a hospital. They wanted to help the poor.
7) Shahjahan built the Taj Mahal. The Taj Mahal is one of the greatest wonders of the world.

II) Compound Sentences: संयुक्त वाक्ये :

२८३ दोन किंवा अधिक वाक्यांचे एक संयुक्त वाक्य तयार करणे.

दोन किंवा अधिक वाक्ये and, but, yet, or, for, nor, so, therefore, till, still, otherwise, else, as well as या उभयान्वयी अव्ययांनी जोडली असता त्या वाक्याला संयुक्त वाक्य म्हणतात. वरील उभयान्वयी अव्ययांना coordinating conjunctions किंवा coordinators म्हणतात. Coordinatorsने जोडलेल्या वाक्यखंडाला Coordinating Clause म्हणतात.

वरील coordinatorsचे अर्थाच्या दृष्टीने चार गट होतात -

A) Cumulative Conjunctions: परिणामी उभयान्वयी अव्यये :
Conjunctions: and, both...and, as well as, not only... but also, etc.

B) Adversative Conjunctions: कलाटणी दर्शवणारी उभयान्वयी अव्यये :
Conjunctions: but, yet, still, nevertheless, etc.

C) Alternative Conjunctions: वैकल्पिक उभयान्वयी अव्यये :
Conjunctions: or, (either)...or, (neither) ... nor, otherwise, else, etc.

D) Illative Conjunctions: निष्कर्षदर्शक उभयान्वयी अव्यये :
Conjunctions: for, so, therefore, etc.

वरील सर्व उभयान्वयी अव्ययांमध्ये चार प्रमुख उभयान्वयी अव्यये आहेत : and, but, or, for याचेच चार गट झाले आहेत.

पुढील उदाहरणावरून हा मुद्दा स्पष्ट होईल. And हे Cumulative Conjunction

आहे. त्या गटात as well as, both ... and, not only ... but also, etc. या उभयान्वयी अव्ययांचा समावेश होतो. म्हणजेच एकच वाक्य वरील उभयान्वयी अव्ययांच्या मदतीने वेगवेगळे लिहिता येते.

1) By using Cumulative Conjunctions: and, as well as, both..and, etc.

Example 1

He is clever. He is intelligent.

i) and: He is clever <u>and</u> intelligent.

OR: ii) as well as: He is clever <u>as well as</u> intelligent.

OR: iii) both ... and: He is <u>both</u> clever <u>and</u> intelligent.

OR: iv) not only ... but also: He is <u>not only</u> clever <u>but also</u> intelligent.

(टीप : Constructions हे प्रकरण १३ पाहा.)

Example 2

Ram Ganesh Gadkari was a poet. He was a dramatist also.

Compound: Ram Ganesh Gadkari was <u>not only</u> a poet <u>but also</u> dramatist.

Example 3

She is a good kho-kho player. Other three girls are also good kho-kho players.

Compound: She <u>as well as</u> other three girls is a good kho-kho player.

विशेष : As well asच्या पूर्वीच्या कर्त्याप्रमाणे क्रियापद चालते. (She ... is)

2) By using Adversative Conjunctions: but, yet, still, nevertheless, etc.

Example 1

He is poor. He is honest.

Compound: He is poor <u>but</u> he is honest.

Example 2

I have no money. I will help you.

Compound: I have no money <u>still</u> I will help you.

Example 3

The swimmer was exhausted. He kept on swimming.

Compound: The swimmer was exhausted; nevertheless, he kept on swimming.

3) By using Alternative Conjunctions: or, nor, else, otherwise, etc.

Example 1

Do not form a bad habbit. Your life will be spoilt.

Compound: Do not form a bad habbit or your life will be spoilt.

Example 2

He does not take tea. He does not take coffee.

Compound: He takes neither tea nor coffee.

Example 3

He will get the first prize. She will get the first prize.

Compound: Either he or she will get the first prize.

4) By using Illative Conjunctions: for, so, therefore, etc.

Example 1

I asked him to stay to tea. I had somethig to tell him.

Compound: I asked him to stay to tea, for I had something to tell him.

Example 2

The shops were closed. I could not get anything.

Compound: The shops were closed so I could not get anything.

Exercise No. 105. Elementary

Join each set of sentences into one compound sentence:

i) The old man is weak. He is hungry.

ii) She wanted to join the school picnic. She asked for money from Mother.

iii) Mother was tired. She cooked food.

iv) You can eat the cake. You can have it. (You can't do both.)

Exercise No. 106. Intermediate

a) She was good-looking. She was good-natured.

b) He is short. He plays basketball well.

c) Do not buy tickets in the blackmarket. You may be punished.

d) She is a good artist. She has been selected to take part in the competition.

e) Is he tall? Is he short?

Exercise No. 107. Advanced

1) The log was very heavy. The workers could not carry it.

2) It is heavily raining. The farmers are working in the fields.

3) Our teacher does not scold anyone. He does not punish anyone, either.

4) The crow was thirsty. It flew to a pitcher.

5) I want to watch the Sports Round Up. I shall stay back at home.

III) Complex Sentences: मिश्र वाक्ये :

२८४ मिश्र वाक्यात एक मुख्य वाक्यखंड असून एक किंवा अधिक गौण वाक्यखंड (Subordinate Clauses) असतात.

मिश्र वाक्यात – १) नाम वाक्यखंड – Noun Clause
२) विशेषण वाक्यखंड – Adjective Clause
३) क्रियाविशेषण वाक्यखंड – Adverb Clause
असू शकतात

२८५ **a) Complex sentences with Noun Clauses:**

Conjunctions: what, why, how, that, etc.

Example 1

She said something. I could not hear.

Complex: I could not hear what she said.

खुलासा : Somethingबद्दल what वापरले आहे.

Example 2

I did not know. The boy was weeping.

Complex: I did not know why the boy was weeping.

(टीप : Conversion of sentence प्रकरण 14 व Clauses प्रकरण 15 पाहा.)

Example 3

The boy was innocent. The Judge declared it.

Complex: The Judge declared that the boy was innocent.

***टीप** : it बद्दल that (उभयान्वयी अव्यय) योजले आहे.*

२८६ **B) Complex sentences with Adjective Clauses:**

Conjunctions: who, whom, whose, which, that, etc.

Example 1

We met a boy. He was a scholar.

Complex: We met a boy who was a scholar.

Example 2

Prehistoric man lived in a cave. He killed animals for his food.

Complex: Prehistoric man who lived in a cave killed animals for his food.

Example 3

The soldier started a business. His arms were cut off in the war.

Complex: The soldier whose arms were cut off in the war started a business.

Example 4

There is a cupboard. It is made of steel.

Complex: There is a cupboard which is made of steel.

Example 5

This is the wrist-watch. I have received it as a gift.

Complex: This is the wristwatch which I have received as a gift.

खुलासा : दुसऱ्या वाक्यात it हे wristwatch या नामाबद्दल आले आहे. त्या it बद्दल which वापरून Adjective Clause, wristwatch शी संबंध असल्याने wristwatch च्या जवळ नेला.

C) Complex Sentences with Adverb Clauses:

२८७ **Adverb Clause चे प्रकार :**

Adverb Clause of i) Time, ii) Place, iii) Reason, iv) Condition, v) Purpose, vi) Result, vii) Concession, viii) Comparison of Degree and Manner.

i) By using Adverb Clause of Time:

Conjunctions: when, while, as soon as, after, before, as, etc.

Examples:

1) I reached my friend's home. I found it locked.

   Complex: When I reached my friend's home, I found it locked.

2) Mother was making tea. Naresh showed his album to his friends.

   Complex: While Mother was making tea, Naresh showed his album to his friends.

3) He took off his boots and socks. Then he washed his feet and face.

   Complex: After he had taken off his boots and socks, he washed his feet and face.

खुलासा : 'take off' ही क्रिया 'wash'च्या अगोदर झाली, म्हणून 'had taken off' हा Past Perfect Tense योजला आहे.

4) I saw smoke rising from a window of the house. I immediately rang up the fire brigade.

   Complex: As soon as I saw smoke from a window of the house, I rang up the fire brigade.

ii) By using Adverb Clause of Place:

Conjunctions: where, wherever

Examples:

1) You may go anywhere. I will come with you.

   Complex: I will come with you wherever you go.

2) Living was cheaper there. The poor family went there.

   Complex: The poor family went where living was cheaper.

iii) By using Adverb Clause of Reason:

Conjunctions: because, as, since, etc.

Examples:

1) It was terribly hot outside. The children preferred to stay indoors.

Complex: The children preferred to stay indoors because it was terribly hot outside.

OR: As it was terribly hot outside, the children preferred to stay indoors.

2) We have no money. We cannot go to Chennai.

Complex: Since we have no money, we cannot go to Chennai.

iv) By using Adverb Clause of Condition:

Conjunctions: if, unless, had, should, were

Examples:

1) Keep quiet. You will frighten the fish away.

Complex: If you do not keep quiet, you will frighten the fish away.

OR: Unless you keep quiet, you will frighten the fish away.

2) You must show me your homework. I will punish you.

Complex: Unless you show me your homework, I will punish you.

OR: If you do not show me your homework, I will punish you.

v) By using Adverb Clause of Purpose:

Conjunctions: so that, that, lest

Examples:

1) We hurried. We wanted to catch the bus.

Complex: We hurried so that we might catch the bus.

2) Walk slowly on the slippery ground. You may not fall down.

Complex: Walk slowly on the slippery ground lest you may fall down.

खुलासा : Lestमध्ये गर्भित नकारार्थ असतो, म्हणून not गाळले आहे.

vi) By using Adverb Clause of Result:

Conjunctions: so ... that, such ... that

Examples:

1) The novel was very interesting. I finished it in one sitting.

Complex: The novel was so interesting that I finished it in one sitting.

2) There is lightning and thunder. It can sometimes be frightening.

Complex: There is such lightning and thunder that it can sometimes be frightening.

vii) By using Adverb Clause of Concession:

Conjunctions: though, although, even though, even if, etc.

Examples:

1) They are very poor. They are neatly dressed.

Complex: Though they are very poor, they are neatly dressed.

2) He passed the examination. His illness had prevented him from studying.

Complex: Although his illness had prevented him from studying, he passed the examination.

3) They are very rich. No one is jealous of them.

Complex: Rich as they are, no one is jealous of them.

viii) a) By using Adverb Clause of Comparison of Degree:

Conjunctions: as ... as, so ... as, than

Examples:

1) The stars do not look bright. The sun looks bright.

Complex: The stars do not look so bright as the sun does.

2) This machine is expensive. That machine is not expensive.

Complex: This machine is more expensive than that.

OR: That machine is not so expensive as this.

OR: That machine is less expensive than this.

viii) b) By using Adverb Clause of Comparison of Manner:

Conjunction: as

Examples:

1) He did it. I had told him that way.

Complex: He did it as I had told him.

2) She was running here and there. She was running like a mad girl.

Complex: She was running here and there as she was mad.

Exercise No. 108. Elementary

Combine each pair of Simple sentences into a Complex sentence:

a) It is going to rain. I am sure about it. (Use Noun Clause)

b) The two friends quarrelled. I want to know the reason. (Noun/ Adjective Clause)

c) That woman is my mother. She is in yellow sari. (Adjective Clause)

d) The nurse must be very tired. She had no sleep last night. (Adverb Clause)

e) He was returning from school. He was caught in a shower. (Adverb Clause)

Exercise No. 109. Intermediate

i) She has a son. He has made a name for himself. (Use Adjective Clause)

ii) Columbus made an egg stand on its end. I will show you his method. (Noun Clause)

iii) He could not answer the question. I asked him the question. (Adjective Clause)

iv) The speaker spoke in a very low voice. Nobody could hear him. (Adverb Clause)

v) He is a sincere worker. No one can doubt it. (Noun Clause)

vi) I had left for Ratnagiri. Your letter reached afterwards. (Adverb Clause)

vii) Servants are honest. They are trusted. (Adjective Clause)

viii) He is very old. He enjoys good health. (Adverb Clause)

२८८ **Some more examples: Mixed methods**

1) He was sitting at his desk. He was writing an essay.

Simple: Sitting at his desk he was writing an essay.

Compound: He was sitting at his desk and writing an essay.

Complex: While he was sitting at his desk, he was writing an essay.

2) He was sitting at his desk. He was in his cottage. He was writing an essay.

Simple: While sitting at his desk in his cottage, he was writing an essay.

Compound: He was sitting at his desk in his cottage and was writing an essay.

Complex: He who was sitting at his desk in his cottage was writing an essay.

3) Senapati Bapat was born on November 12, 1880. He was from a poor family of priests. He had his high school education at Pune and Ahmednagar.

Simple: Born on November 12, 1880, in a poor family of priests, Senapati Bapat had his high school education at Pune and Ahmednagar.

Compound: Senapati Bapat was born on November 12, 1880, in a poor family of priests and had his high school education at Pune and Ahmednagar.

Complex: Senapati Bapat, who was born on November 12, 1880, in a poor family of priests, had his high school education at Pune and Ahmednagar.

4) I got home. It was 6 o'clock. I did not know anything about the incident.

Simple: I got home at 6 o'clock without knowing anything about the incident.

Compound: I got home at 6 o'clock but I did not know anything about the incident.

Complex: When I got home at 6 o'clock, I did not know anything about the incident.

5) Go to work. It is the only cure for your case.

Simple: To go to work is the only cure for your case.

Compound: Go to work for it is the only cure for your case.

Complex: Go to work because it is the only cure for your case.

6) He came on Monday. He came to see the plot. He agreed to buy it.

Simple: Coming on Monday to see the plot, he agreed to buy it.

Compound: He came on Monday to see the plot and agreed to buy it.

Complex: When he came on Monday to see the plot, he agreed to buy it.

7) Arun learnt about the freedom struggle from his mother Sharada Chatterjee. He had also read many books on the subject.

Simple: Besides learning about the freedom struggle from his mother Sharada Chatterjee, Arun had also read many books on the subject.

Compound: Arun not only learnt about the freedom struggle from his mother Sharada Chatterjee but he had also read many books on the subject.

Complex: Arun, who learnt about the freedom struggle from his mother Sharada Chatterjee, had also read many books on the subject.

8) I sank into the water. I felt confused. Nothing can describe that confusion.

Simple: After sinking into the water I felt confused beyond description.

Compound: I sank into the water and felt confused but nothing can describe that confusion.

Complex: As I sank into the water, I felt confused beyond description.

9) He wrote a letter. He wrote it to his grandfather. He told me about this.

Simple: He told me about a letter written by him to his grandfather.

Complex: He told me that he had written a letter to his grandfather.

10) The speed of the boat was remarkable. It was going against the current. It was going against the wind.

Simple: The speed of the boat was remarkable despite going against the current and the wind.

Complex: The speed of the boat was remarkable though it was going against the current and the wind.

11) They played the game very skilfully. No one could have played more skilfully. They had been well trained.

Compound: They played the game very skilfully and no one could have played more skilfully for they had been well trained.

Complex: Since they had been well trained, they played the game more skilfully than anyone else.

12) He took the medicine. He then felt better. It cured his headache.

Compound: He felt better after taking medicine for it cured his headache.

Complex: After he had taken the medicine which cured his headache, he felt better.

OR: He felt better after he had taken the medicine which cured his headache.

Exercise No. 110. Intermediate & Advanced

Combine each of the following sets of Simple sentences into one sentence:

1) The teacher consulted the Headmaster. Finally he decided to hold the camp.
2) He must apologize. He will not escape punishment otherwise.
3) I received no answer. I knocked at the door again.
4) A hungry fox saw some bunches of grapes. They were hanging from a vine.
5) He is a big boy. He is strong. He is in the football team.
6) I was returning home. I saw a man. He was lying by the road.
7) The train was late. There was an accident. My friend arrived a day late.
8) A band of burglars entered a village. They were well armed. They entered the village at night.
9) A fox saw a crow. The crow was sitting on a tree. The crow had a piece of cheese in its mouth.
10) I heard the news about the accident. I went to the hospital. I

intended to find the extent of his injuries.

11) My cousin is going to England. He is a lawyer. He wishes to become a barrister.

12) A traveller was thirsty and hungry. He came to the door of a cottage. He begged for food.

13) You may look anywhere. You will see signs of industry. These speak well for the prosperity of the people.

14) The path was rough. My feet were sore. I reached my destination on foot.

15) The monsoon may break this month. Otherwise the wells will run dry.

■

17. Direct and Indirect Speech

प्रत्यक्ष आणि अप्रत्यक्ष कथन

२८९ व्यक्तीचे उद्गार दोन प्रकारे सांगता येतात.

१) व्यक्तीच्या मुखातून बाहेर पडलेले शब्द जसेच्या तसे उद्धृत करणे.

किंवा २) त्या व्यक्तीच्या मनातील आशय आपल्या शब्दांत दुसऱ्याला सांगणे.

पहिल्या प्रकाराला प्रत्यक्ष कथन direct speech म्हणतात, तर दुसऱ्या प्रकाराला अप्रत्यक्ष कथन indirect speech म्हणतात.

एक उदाहरण घेऊ या.

मी तुम्हांला माझ्या मित्राकडे जाण्यास सांगितले व तो काय करीत आहे, ते विचारून या, असे म्हटले.

तुम्ही माझ्या मित्राकडे गेलात, असे समजा.

माझा मित्र म्हणाला, "I am writing a letter."

माझ्याकडे परत येऊन तुम्ही पुढीलप्रमाणे कथन narrate कराल. (माझ्या मित्राचे नाव सुहास आहे.)

a) Suhas said, "I am writing a letter."

किंवा b) Suhas said that he was writing a letter.

वरील दोन्ही पद्धती बरोबर आहेत.

पहिल्या पद्धतीला Direct Narration म्हणतात.

दुसऱ्या पद्धतीला Indirect Narration म्हणतात.

२९० Types: प्रकार : एकूण प्रकार ४

Direct Speech	**Indirect Speech**
I) Raja <u>says</u>, "Sunita <u>has come</u>".	Raja says that Sunita <u>has come</u>.
Swapna says, "Rohit <u>was</u> there".	Swapna says that Rohit <u>was</u> there.

Sonu says, "Ketan will go".　　　Sonu says that Ketan will go.

अवतरण चिह्नाबाहेर says हे वर्तमानकाळी क्रियापद आहे. Saysला reporting verb म्हणतात. Directमध्ये reporting verb वर्तमानकाळी असल्यास Indirectमध्ये काळ बदलत नाहीत. मात्र सर्वनामे बदलतात.

Seema says, "I want tea".　　　Seema says that she wants tea.

२९१ Direct Speech	Indirect Speech
II) Meena will say, "Manoj is clever".	Meena will say that Manoj is clever.
Deepak will say, "Mona was ready".	Deepak will say that Mona was ready.
Ramola will say, "Rahul will agree".	Ramola will say that Rahul will agree.

Reporting verb 'will say' हे भविष्यकाळी असल्याने Indirectमध्ये क्रियापदे बदलली नाहीत; पण सर्वनामे बदलतात.

Arun will say, "I will do it".　　　Arun will say that he will do it.

२९२ Direct Speech	Indirect Speech
III) I said, "I am happy".	I said that I was happy.
I said, "I was hurt".	I said that I had been hurt.
I said, "I will jump".	I said that I would jump.

Reporting verb 'said' भूतकाळी असल्याने अवतरणातील am, was, will jump बदलून Indirectमध्ये अनुक्रमे was, had been, would jump अशी क्रियापदे झाली.

अवतरण चिह्नाबाहेर प्रथम पुरुषी सर्वनामे I/We किंवा द्वितीय पुरुषी You/You असल्यास Indirectमध्ये अवतरण चिह्नातील प्रथम पुरुषी I/We व द्वितीय पुरुषी You/You सर्वनामे व त्यांची रूपे बदलत नाहीत.

२९३ Direct Speech	Indirect Speech
IV) Rekha said, "I want my pen".	Rekha said that she wanted her pen.
Sanjay said, "I ate mangoes".	Sanjay said that he had

	<u>eaten</u> mangoes.
Boys said, "<u>We will come</u> back".	Boys said that <u>they would come</u> back.
He said, "<u>I</u> am satisfied".	He said that <u>he</u> was satisfied.

२१४ वरील प्रकारात अवतरण चिह्नांबाहेर भूतकाळ व तृतीय पुरुषी कर्ता आहे.

Reporting verb भूतकाळी असताना अवतरण चिह्नांतील सर्वनामे, काळ Indirect मध्ये बदलतात. त्याच बरोबर Direct Speechमधील स्थलवाचक व कालवाचक शब्दही Indirect करताना बदलावे लागतात. यासंबंधी सर्व नियम सविस्तरपणे पाहू या.

Type I Indirect करताना काळ बदलत नाहीत. इतर सर्व बदल होतात.

Type II Indirect करताना काळ बदलत नाहीत. इतर सर्व बदल होतात.

Type III Indirect करताना सर्वनामे बदलत नाहीत, परंतु इतर सर्व बदल होतात.

Type IV Indirect करताना सर्वनामे, काळ, स्थलवाचक, कालवाचक शब्द, दर्शक सर्वनामे व इतर गोष्टी बदलतात.

हे बदल कोणकोणते होतात व त्यांविषयीचे नियम यांचा आता अभ्यास करावयाचा आहे. (प्रकार IV)

Direct Speechचे Indirect Speechमध्ये रूपांतर करताना Pronouns, Tenses, Adverbials, Sentences या सर्वांमध्ये बदल करावे लागतात.

हे बदल Indirect speech मध्ये का करावे लागतात, याची कारणे एका उदाहरणाच्या साह्याने स्पष्ट करण्याचा प्रयत्न करतो.

A आणि B या दोघांचे संभाषण चालू आहे. A स्वत:चा उल्लेख I (me, my, mine, myself) व B चा उल्लेख you (you, your, yours, yourself) असा करील. ते दोघे बोलताना present, past, future या tensesमधल्या घटनांबद्दल बोलतील. त्यांच्या संभाषणात स्थलवाचक (here), कालवाचक (now) असे अपरिहार्यपणे उल्लेख येतील. C ही तिसरी व्यक्ती A व Bचे संभाषण ऐकत आहे; पण त्या संभाषणात त्याचा मुळीच सहभाग नाही. काही काळानंतर A व B च्या संभाषणातील गोषवारा C चवथ्या व्यक्तीला Dला सांगत आहे. Cचे काम केवळ निवेदकाचे असेल. A व B च्या संभाषणातील आशय C हा Dला सांगत असताना तो प्रथम पुरुषी व द्वितीय पुरुषी सर्वनामे बदलील, काळ बदलील. कारण घटना भूतकाळात

गेलेल्या आहेत व this, here, today सारखे निकटपणा दाखविणारे शब्दही बदलणे आवश्यक ठरेल. C हा तिऱ्हाईत असल्याने सर्वनामे बदलणार, होऊन गेलेल्या घटना असल्याने काळ बदलणार व स्थल किंवा काल बदलल्याने त्यांविषयीचे शब्दही बदलणार.

२९५ सारांश, आपण Type IV चा विशेषकरून अभ्यास करणार आहोत. प्रकार I, II व III यांतील न होणारे बदल वगळता इतर सर्व बदल त्यांनाही लागू आहेत, हे ध्यानात घ्या. हेच आकृतीच्या मदतीने स्पष्ट करतो.

संभाषण

प्रथमपुरुषी उल्लेख	A ⟶ B	A हा B बद्दल द्वितीय पुरुषी उल्लेख	you, your, yours, yourself
	I, me, my, mine, myself		

		ए. व.	अ. व.
C ↓ D	तृतीय पुरुषी उल्लेख	he/she	they
		him/her	them
		his/her	their
		his/hers	theirs
		himself/herself	themselves

Direct Speechचे Indirect Speech करताना व अवतरण चिह्नांबाहेर नामे तृतीय पुरुषी असताना आणि reporting verb भूतकाळी असताना पाळावयाचे नियम :

Rules: नियम :

1) Directमधील अवतरण चिह्ने जातात.

2) Directमधील प्रथम पुरुषी व द्वितीय पुरुषी कर्ते/कर्मे लिंग-वचन- विभक्तीप्रमाणे Indirect मध्ये तृतीय पुरुषी होतात.

3) Directमधील वर्तमानकाळ, भूतकाळ व भविष्यकाळ Indirectमध्ये बदलतात.

4) Directमध्ये जवळपणा दर्शविणारे स्थलवाचक, कालवाचक व दर्शक

सर्वनामे बदलून त्यांऐवजी दूरपणा दर्शविणारे शब्द येतात.

5) Directमधील प्रश्नार्थी, आज्ञार्थी व उद्‌गारार्थी वाक्ये बदलून Indirect मध्ये त्यांच्याऐवजी विधानार्थी Assertive वाक्ये येतात.

6) काही संकीर्ण बदल होतात.

वरील सर्व नियमांचा खुलासा पुढे देत आहे.

Rule 1: Direct Speechमध्ये संवाद असतो. संवाद अवतरण चिन्हांमध्ये दाखवितात. Indirect Speechमध्ये संवादामधील आशय आणायचा असतो. संवाद राहत नसल्याने अवतरण चिन्हे जातात.

Rule 2: Directमध्ये अवतरण चिह्नांबाहेर असलेले क्रियापद भूतकाळी असते व सर्वनामे प्रथम व द्वितीय पुरुषी अवतरण चिह्नांत असतात. Indirectमध्ये प्रथम पुरुष व द्वितीय पुरुष बदलून तृतीय पुरुषी सर्वनामे येतात. अर्थातच Indirectमध्ये प्रथम आणि द्वितीय पुरुषी सर्वनामे कदापी येत नाहीत.

Examples:

"I want to give my new pen to you," said Rekha to Rakesh.

Indirect: Rekha told Rakesh that she wanted to give her new pen to him.

नियम २प्रमाणे Indirectमध्ये Personal Pronouns कशी बदलतात, याचा तक्ता Table पुढे दिला आहे.

२१६ Personal Pronouns – Persons

पुरुषवाचक सर्वनामे – पुरुष

Direct				Indirect		
First Person प्रथम पुरुष	Masculine पुल्लिंगी	Singular एकवचन	I	he	Third Preson तृतीय पुरुषी	Singular एकवचन
	Feminine स्त्रीलिंगी	Singular	I	she	Third Person	Singular
	All genders लिंगभेद नाही	Plural अनेकवचन	we	they	Third Person	Plural अ. व.

वरील सर्वनामे प्रथमा विभक्तीत (Nominative case) आहेत.

प्रथमा विभक्ती – Nominative case – सर्वनाम/नाम कर्ता असतो.

द्वितीया विभक्ती- Objective case – सर्वनाम/नाम कर्म (मुख्य) असते.

चतुर्थी विभक्ती – Dative case – सर्वनाम/नाम कर्म (गौण) असते.

षष्ठी विभक्ती – Possessive case सर्वनाम/नाम स्वामित्व दाखविते.

Personal Pronouns: Case: विभक्ती :

	Gender	Direct	Indirect
Objective	Masculine		
द्वितीया	पुल्लिंगी	**me**	**him**
Dative = चतुर्थी			
First Person	Feminine	**me**	**her**
प्रथम पुरुष ए.व.	स्त्रीलिंगी		
Possessive षष्ठी	Masculine	**my**	**his**
	Feminine	**my**	**her**
Possessive	Masculine	**mine**	**his**
Pronoun	Feminine	**mine**	**hers**
Reflexive Pronoun	Masculine	**myself**	**himself**
कर्मकर्तृत्ववाचक सर्वनाम	Feminine	**myself**	**herself**
First Person प्रथम पुरुष अनेक वचन	All genders लिंगभेद नाही	**us**	**them**
द्वितीया, चतुर्थी व षष्ठी	All genders	**our**	**their**
Possessive Pronoun	All genders	**ours**	**theirs**
कर्मकर्तृत्ववाचक सर्वनाम	All genders	**ourselves**	**themselves**
Second Person द्वितीया पुरुष ए.व.			

	Gender	Direct	Indirect
द्वितीया व चतुर्थी	Masculine Feminine	**you** **you**	**him** **her**
Possessive षष्ठी	Masculine Feminine	**your** **your**	**his** **her**
Possessive Pronoun	Masculine Feminine	**yours** **yours**	**his** **hers**
Reflexive Pronoun	Masculine पुल्लिंगी	**yourself**	**himself**
कर्मकर्तृत्ववाचक सर्वनाम	Feminine स्त्रीलिंगी	**yourself**	**herself**
Plural अनेकवचन द्वितीया व चतुर्थी	All genders लिंगभेद नाही	**you**	**them**
षष्ठी	लिंगभेद नाही	**your**	**their**
कर्मकर्तृत्ववाचक सर्वनाम	लिंगभेद नाही	**yourselves**	**themselves**

Examples:

1) Direct: Nitin said, "I am well". (Nitin = I)
   Indirect: Nitin said that he was well.
2) Direct: Manisha said, "I am late". (Manisha = I)
   Indirect: Manisha said that she was late.
3) Direct: "We take exercise," said the boys.
   Indirect: The boys said that they took exercise.
4) Direct: "I want my pen," said Vandana to her brother.
   Indirect: Vandana told her brother that she wanted her pen.

"I want your notebook," said Arun to Aruna.
या वाक्यात – 1) Arun ही बोलणारी व्यक्ती आहे. त्याला 'speaker' म्हणतात.

2) वरील वाक्य Aruna ला उद्देशून बोललेले आहे, म्हणून Aruna 'spoken to' आहे.

3) 'said' हे Reporting Verb आहे.

महत्त्वाचे : Directमधील वरील वाक्यात खरे म्हणजे दोन वाक्ये आहेत.

1) Arun said to Aruna.

2) I want your notebook.

ही दोन वाक्ये अवतरण चिह्नांनी विभागली आहेत. Indirectमध्ये अवतरण चिह्ने जातात. म्हणून ती दोन वाक्ये that या conjunction (उभयान्वयी अव्यय)ने जोडावी लागतात.

Indirect Speech: Arun <u>told</u> Aruna <u>that</u> he wanted her notebook.

Directमधील 'said to' या क्रियापदाबद्दल Indirectमध्ये 'told...' हे Reporting verb योजले आहे.

Rule 3 Changes of Tenses:

Direct Speechचे Indirect Speech करताना (i) Present Tenses, (ii) Past Tenses आणि (iii) Future Tenses यांच्यांत बदल होतात.

२९७ **I) Present Tense मध्ये होणारे बदल**

Direct Speech		**Indirect Speech**
a) Simple Present Tense	→	i) Simple Past Tense
b) Present Progressive Tense	→	ii) Past Progressive Tense
c) Present Perfect Tense	→	iii) Past Perfect Tense
d) Present Perfect Progressive	→	iv) Past Perfect-Progressive
1) am, is, are	→	1) was, was, were
2) do, does	→	2) did, did

Examples:

1) Direct: A girl said, "I <u>wish</u> to sing a song".
   Indirect: A girl said that she <u>wished</u> to sing a song.

2) Direct: The teacher said, "The pupils <u>are learning</u> a new lesson".
   Indirect: The teacher said that the pupils <u>were learning</u> a new lesson.

3) Direct: "I <u>have told</u> you everything," said Satish to Sujata.
   Indirect: Satish told Sujata that he <u>had told</u> her everything.

4) Direct: "I have been shopping all the morning," said Meena.
Indirect: Meena said that she had been shopping all the morning.

२९८ Direct → Indirect: Past Tenses

Direct Speech	Indirect Speech
i) Simple Past Tense	→ iii) Past Perfect Tense
ii) Past Progressive Tense	→iv) Past Perfect – Progressive Tense
iii) Past Perfect Tense	→iii) Past Perfect Tense (तोच)
iv) Past Perfect-Progressive	→iv) Past Perfect-Progressive Tense (तोच)
1) was/were	1) had been
2) did	2) had

Examples:

1) Direct: Supriya said, "I bought a purse".
Indirect: Supriya said that she had bought a purse.
2) Direct: The peon said, "I was sharpening a pencil".
Indirect: The peon said that he had been sharpening a pencil.
3) Direct: Saurabh said, "I was present".
Indirect: Saurabh said that he had been present.
4) Direct: Natasha said, "I did my work myself".
Indirect: Natasha said that she had done her work herself.

Exercise No. 111. Elementary

Put the following into Indirect Narration:

i) "I am reading a novel," said an old man to the guest.
ii) The children said, "We have seen the film".
iii) "I was lying in bed," said a boy to his friend.
iv) "I don't know your new friend," said Mother to Navin.
v) "The diver jumped into the water," said Zulfikar to Zeenat.

Exercise No. 112. Intermediate

Put the following sentences into Reported Speech:

a) "You still require coaching," said the coach to the athlete.

b) "It does not taste good," said Maya to Mamta.

c) "I bought a doll for you," said Francis to his sister.

d) "We were passing through a village," said Amod to Amita.

e) "You had been very quick," said the man to the boys.

२९९ Direct → Indirect – Future Tenses:

Directमध्ये Future Tense असेल, तर Indirectमध्ये Conditional Tense योजावा. म्हणजे Directमधील shall व willबद्दल should किंवा would वापरावे.

विशेष सूचना -

i) Directमध्ये फक्त तृतीय पुरुषी सर्वनामे येत असल्याने जरी Directमध्ये shall आले, तरी Indirectमध्ये would वापरावे.

ii) Directमधील वाक्यात कर्तव्य, विनंती असा अर्थ असेल, तेव्हा Directमधील shallबद्दल Indirectमध्ये should वापरावे लागते.

Direct Speech		**Indirect Speech**
i) The Simple Future Tense (shall/will)	→	The Conditional Tense (should/would)
ii) The Future Progressive Tense (shall be/will be)	→	Conditional Progressive Tense (should be/would be)
iii) The Future Perfect Tense (shall have/will have)	→	Conditional Perfect Tense (should have/would have)
iv) The Future Perfect-Progressive Tense (shall have been/will have been)	→	Conditional Perfect-Progressive Tense (should have been/would have been)

Examples:

1) Direct: "We shall leave the place," said the boys to the guide.

Indirect: The boys told the guide that they would leave the place.

खुलासा : Weबद्दल Indirectमध्ये तृ.पु.अ.व. they आल्याने would वापरले आहे.

2) Direct: "I shall be visiting Kolhapur," said Sangeeta to Sangram.
Indirect: Sangeeta told Sangram that she would be visiting Kolhapur.

3) Direct: "I shall have completed the course," said Abdul to his father.
Indirect: Abdul told his father that he would have completed the course.

4) Direct: "I will have been meeting my old friends," said Samidha to Samar.
Indirect: Samidha told Samar that she would have been meeting her old friends.

३०० Direct → Indirect: Modal Auxiliary Verbs:

Direct Speech	**Indirect Speech**
Present form	**Past form**
shall	should
will	would
can	could
may	might
must (= have to)	must - (काही वेळा) / had to
ought	–
need	–
dare	–
–	used (to)

वरील Modalsपैकी shall/willचा काळ तयार करण्यास मदत होते. त्यांना Helping verbs म्हणतात. Indirect करताना आपण Helping Verbsचा विचार केला. आता shall/will वगळता उरलेल्या Modalsचा विचार करू.

Directमध्ये Modalsचे present forms आले, तर Indirect करताना past forms वापरावेत व Directमध्ये past forms आले, तर ते तसेच ठेवावेत. Indirectच्या संदर्भात must या Modalचा वेगळा विचार करावा लागतो. पुढील उदाहरणे अभ्यासा.

Examples:

1) "You should not play with matches," said Mother to her son.

Mother told her son that he should not play with matches.

2) "Vinay would not do it," said Haroon to Hasinabanu.

Haroon told Hasinabanu that Vinay would not do it.

3) "You can carry the table into the kitchen," Father said to his son.

Father told his son that he could carry the table into the kitchen.

4) "I could smell something burning," said Joan to Mother.

Joan told Mother that she could smell something burning.

5) The old woman said, "It may rain because it is very hot".

The old woman said that it might rain because it was very hot.

6) The Commander said, "Many Jawans laid their lives that we might live."

The Commander said that many Jawans had laid their lives that we (Indians) might live.

7) "You must study hard," said the teacher to the students.

The teacher told the students that they had to study hard.

8) "We must celebrate our victory," said the players to the coach.

The players told the coach that they must celebrate their victory.

9) "You needn't wait," said the Headmaster to the clerk.

The Headmaster told the clerk that he needn't wait.

३०१ Directमध्ये जवळपणा दाखविणारे दर्शक विशेषणे, स्थलवाचक व कालवाचक शब्द (निकटवर्ती) असतील, तर Indirectमध्ये दूरपणा दर्शविणारे अनुरूप दर्शक विशेषणे, स्थलवाचक आणि कालवाचक शब्द वापरावेत.

Direct	Indirect
this	that/the/it
these	those/they/them
here	there
now	then
today	that day
tonight	that night
tomorrow	the next day/the following day/

	the day after
yesterday	the day before/the previous day
last night	the night before/the previous night
next week	the following week
thus	so
ago	before
Direct	**Indirect**
lately	recently
the day before yesterday	two days before
the day after tomorrow	two days after.
come	go (स्थळ बदलल्यास)

विशेष :

this सर्वनाम (कर्ता)	it (प्रथमा)
this सर्वनाम (कर्म)	it (द्वितीया)
these सर्वनाम (कर्ता)	they (प्रथमा)
these सर्वनाम (कर्म)	them (द्वितीया)
this/these विशेषण	the

Examples:

1) Direct: "The meeting will be held this month," said Nikhil to Akhil.

Indirect: Nikhil told Akhil that the meeting would be held that month.

खुलासा : कालवाचक month या शब्दाच्या संदर्भात this वापरले असल्याने thisबद्दल Indirectमध्ये that योजले.

this/theseबद्दलचे नियम :

i) कालवाचक शब्दापूर्वी this/these आल्यास Indirectमध्ये that/those योजावे.

ii) इतर वेळी this/these विशेषण असेल, तर Indirectमध्ये this/theseबद्दल the वापरावे.

iii) this/these pronoun सर्वनाम म्हणून वापरले असेल, तर Indirectमध्ये it/they/them वापरावे.

2) Direct: Mihir said, "I have bought this bag".

Indirect: Mihir said that he had bought the bag.

3) Direct: "I will discuss this tomorrow," said the manager to the secretary.

Indirect: The manager told the secretary that he would discuss it the next day.

4) Direct: "We have found these in the old cupboard," said the children to Aunt.

Indirect: The children told Aunt that they had found them in the old cupboard.

5) Direct: A stranger said, "I have never been here before".

Indirect: A stranger said that he had never been there before.

6) Direct: The girls said, "We are tired now".

Indirect: The girls said that they were tired then.

7) Direct: "The Mayor is coming today," said the secretary to the members.

Indirect: The secretary told the members that the Mayor was coming that day.

8) Direct: "We shall meet again tomorrow," said Fazal to Farida.

Indirect: Fazal told Farida that they would meet again the next day.

9) Direct: "I met my friend yesterday," said Alfred to Anna.

Indirect: Alfred told Anna that he had met his friend the day before.

10) Direct: "My grandfather has been staying at Lonavla lately," said Namrata to Nirmala.

Indirect: Namrata told Nirmala that her grandfather had been staying at Lonavla recently.

11) Direct: "Anyhow we will come together the day after tomorrow," said Pushkar to Piroj and Parag.

Indirect: Pushkar told Piroj and Parag that anyhow they would come together two days after.

12) Direct: "They may come to my village," said Akash to Kamini.

Indirect: Akash told Kamini that they might <u>go</u> to his village.

Exercise No. 113. Elementary stage

Put the following sentences into Indirect Speech:

1) Babita said, "I will leave it on the table".
2) "You may have to stay in bed for a week," said the doctor to Deepa.
3) "I would do the same myself," said Rohan to Ramola.
4) "We can't do it now," said the workers to the supervisor.
5) "They will be here soon," said the neighbour to Omkar.

Exercise No. 114. Intermediate

Change the following sentences into Indirect Narration:

i) "You must leave the hall at once," said the manager to the people.
ii) "I will wait for you tomorrow till ten o'clock," said Iqbal to Indira.
iii) "You mustn't fish in this lake," said the guard to the boys.
iv) "The crop will be nice this year," said the Gramsevak to the farmers.
v) "You should buy these apples," said Ankita to her friend.
vi) "I am happy to be here among you this fine evening," said the Guest to the people.

३०२ Directमध्ये येणाऱ्या बारा काळांमधील वाक्यांमध्ये Indirect करताना कोणकोणते बदल करावे लागतात, याचा आपण विचार केला. आता त्या नियमांना असलेल्या अपवादांचा विचार करू.

Exceptions: अपवाद :

1.Directमधील वाक्यात शास्त्रीय सिद्धान्त scientific truth, भौगोलिक सत्य geographical truth, नित्य गोष्टी habitual facts आल्यास Indirect करताना Directमधील Simple Present Tense बदलत नाही. यालाच त्रिकालाबाधित सत्य universal truths म्हणतात.

Examples:

a) The professor said, "Water <u>finds</u> its own level".

The professor said that water <u>finds</u> its own level.

b) The teacher said, "The earth <u>revolves</u> round the sun".

The teacher said that the earth <u>revolves</u> round the sun.

c) She said, "Girls <u>are</u> usually more sincere than boys".

She said that girls <u>are</u> usually more sincere than boys.

2. Directमधील एकाच वाक्यात Simple Past Tense व Past Perfect Tense असतील, तर ते काळ Indirectमध्ये बदलत नाहीत.

Example:

"I had met her before you introduced her," said Bankim to Pinakin.

Bankim told Pinakin that he had met her before he (Pinakin) introduced her.

Exercise No. 115. Advanced

Turn the following sentences into Indirect Speech:

i) The scientist said, "Cold contracts, heat expands".

ii) "The tides are caused by the gravitational pull of the moon," said the fisherman to a boy.

iii) The police said, "The girl died because her clothes had caught fire while cooking".

iv) The doctor said, "Girls grow faster than boys".

v) "Water evaporates when it is heated," said Mother to her children.

३०३ Direct – must, could, need

Mustला सामान्यपणे तीन अर्थ असतात. Indirectमध्ये रूपांतर करताना तीन वेगळ्या पद्धती अवलंबाव्या लागतात.

1) Mustला वर्तमानकाळी अर्थ असताना वाक्यामध्ये आवश्यकता किंवा अनिवार्यता दर्शविलेली असते.

Example:

Direct: "I <u>must</u> go home," said Sonali.

Indirect: Sonali said that she <u>had to</u> go home.

2) Must ला भविष्यकाळी अर्थ असून आवश्यकता व अनिवार्यता दर्शविलेली असते. अशा वेळी must = shall have to असा अर्थ असतो.

Example:

Direct: "I must go next week," said Saket.

Indirect: Saket said that he would have to go the following week.

3) Must नैसर्गिक नियम व शाश्वत सत्य सांगणाऱ्या वाक्यात आले असता – अशा वेळी कायमचा आदेश किंवा प्रतिबंध असतो.

Example:

Direct: "You mustn't cross the road against the red light," said the police to the pupils.

Indirect: The police told the pupils that they mustn't cross the road against the red light.

4) Must have taken सारख्या perfect modalsमध्ये Indirect करताना काहीच बदल होत नाही.

Could:

a) Couldचा समर्थता ability अर्थ असताना Indirectमध्ये could राहते.

Direct: "I could swim when I was five," said Raghav to Raja.

Indirect: Raghav told Raja that he could swim when he was five.

b) Could वर्तमानकाळी असून 'परवानगी' असा अर्थ असताना –

Direct: "You could use my bicycle," said Charu to Guru.

Indirect: Charu told Guru that he could use his bicycle.

टीप : *भूतकाळी अर्थ असतानाही Indirectमध्ये could कायम राहते.*

c) Could प्रश्नार्थी वाक्यात वापरल्यास परवानगी मागणे किंवा निमंत्रण देणे असा अर्थ असताना Indirectमध्ये could गाळतात.

1) Direct: "Could you get vegetables for me?" said Swapnali to her neighbour.

Indirect: Swapnali asked her neighbour to get vegetables.

2) Direct: "Could you come to my birthday party?" said Ameya to Ajeya.

Indirect: Ameya asked Ajeya to come to his birthday party.

OR: Ameya invited Ajeya to his birthday party.

5) needn't:

Directमधील needn't Indirectमध्ये needn't राहते किंवा त्याबद्दल didn't have to अथवा wouldn't have to वापरतात.

1) Direct: "If I get the textbook, I <u>needn't</u> go to library," said Viraj to Suraj.

Indirect: Viraj told Suraj that if he got the textbook, he <u>needn't</u> go to library.

2) Direct: "<u>Need</u> I help Girish?" said Snehal to Sudha.

Indirect: Snehal asked Sudha if she <u>had to</u> help Girish.

आतापर्यंत आपण Indirect करताना विधानार्थी Assertive वाक्यांसंबंधीच्या पद्धतींचा विचार केला. Directमधील Interrogative sentences (प्रश्नार्थी वाक्ये), Exclamatory sentences (उद्‌गारार्थी वाक्ये) व Imperative sentences (आज्ञार्थी वाक्ये) यांचे Indirect Narration करताना कोणकोणते बदल होतात, त्या पद्धतींचा व नियमांचा आता अभ्यास करावयाचा आहे.

आतापर्यंत आपण Indirect speech करताना said to (someone) व told (someone) ही Reporting Verbs वापरली. Indirect Narration करताना समर्पक Reporting Verbs वापरणे अतिशय महत्त्वाचे असते. अन्वर्थक Reporting Verbsचा पुढे स्वतंत्रपणे विचार केला आहे. Directमधील Interrogative sentenceचे Indirectमध्ये रूपांतर करताना asked हे Reporting Verb वापरावे, एवढेच येथे सांगतो.

३०४ Direct – Interrogative sentence (प्रश्नार्थी वाक्य) :

Interrogative sentenceमध्ये interrogative form असतो. Indirect Narration मध्ये Interrogative sentence येऊ शकत नाही. तेव्हा interrogative formबद्दल Indirect Narrationमध्ये assertive form येतो म्हणजेच Indirect question येतो.

Interrogative sentenceमधील प्रश्नाच्या स्वरूपाचे ढोबळ मानाने दोन गट करता येतात. (i) 24 Anomalous Finitesने सुरू होणारे प्रश्न, (ii) who, whom, whose, which, what, why, when, where आणि how यांनी सुरू होणारे प्रश्न यांनाच Interrogative Pronouns, Interrogative Adjectives, Interrogative Adverbs म्हणतात.

अ) पहिल्या प्रकारच्या प्रश्नाचे उत्तर एका शब्दात (yes/no) देता येते.

आ) दुसऱ्या प्रकारच्या प्रश्नाचे उत्तर एकापेक्षा अधिक शब्दांत द्यावे लागते.

Rules: नियम :

1) Direct questionबद्दल Indirect question येतो. म्हणजेच प्रश्नचिह्न राहत नाही.

2) Tenses, pronouns, possessive adjectives, adverbs of time and place यांबद्दलचे Indirect Narration करताना वर सांगितलेले बदल येथेही होतात.

3) Ask, enquire, demand, wanted to know यांपैकी योग्य ते reporting verb येते.

(विशेष : Enquire/demand क्रियापदांनंतर of हे preposition येते.)

4) Conjunctions – i) if/whether, ii) wh-word.

अ) Anomalous Finiteने प्रश्नाची सुरुवात झाली असेल, तर if/whether हे conjunction योजावे.

आ) जर प्रश्नाची सुरुवात wh शब्दाने (who, whom, whose, what, which, when, where, why, how) झाली असेल, तर तोच प्रश्नवाचक शब्द उभयान्वयी अव्यय (conjunction) म्हणून वापरावा.

***(टीप :** प्रश्नार्थी वाक्यातील how ला व्याकरणाच्या सोयीसाठी wh-question म्हणतात.)*

Examples:

1) Direct: "Is it raining?" said Mother to Mona.

("Yes," said Mona to Mother.)

Indirect: Mother asked Mona <u>if</u> it was raining.

2) Direct: "Do you smoke?" said Father to Son.

("No," said Son to Father.)

Indirect: Father asked Son <u>whether</u> he smoked.

खुलासा : वाक्य १मध्ये प्रश्नाचे उत्तर 'yes' असल्याने if हे conjunction वापरले. वाक्य २मध्ये प्रश्नाचे उत्तर 'no' असल्याने whether हे conjunction वापरले. सर्वनाम व काळांचे नियम पाळले. Asked हे reporting verb वापरले आहे.

नियम : Direct Speechमधील प्रश्नाचे उत्तर yes असेल किंवा प्रश्नाचे अपेक्षित उत्तर yes असेल, तर if हे conjunction वापरावे. तसेच, प्रश्नाचे प्रत्यक्ष उत्तर 'no' असेल किंवा प्रश्नकर्त्याची उत्तराची अपेक्षा no असेल, तर whether हे conjunction योजावे.

3) Direct: "<u>What</u> is your name?" said the guest to a girl.

Indirect: The guest asked a girl <u>what</u> her name was.

खुलासा : वरील वाक्यात what हा wh प्रश्न असल्याने Indirectमध्ये what हेच conjunction वापरले.

4) Direct: "<u>Does</u> she want more money?" said Trupti to Shruti.

Indirect: Trupti asked Shruti <u>whether</u> she <u>wanted</u> more money.

खुलासा : i) प्रश्नाचे उत्तर yes/no माहीत नसल्याने whether हे conjunction वापरले. Doesचे मनात did केले व did + want = wanted घेतले. Directमध्ये do/does आल्यास did करून घेऊन Indirectमध्ये Simple Past Tense वापरावा. (मागे नियम दिला आहे.)

5) Direct: "<u>Did</u> you see my friend?" said Vijaya to Vijay.

Indirect: Vijaya asked Vijay whether he <u>had</u> <u>seen</u> her friend.

खुलासा : Directमध्ये did आल्याने Indirectमध्ये Past Perfect Tense योजला आहे.

(Indirect: Past Tenses प्रकरणे ६ व ७ पाहा.)

Exercise No. 116. Elementary

Turn the following sentences into Reported Speech:

i) "What is it?" said Ashwini to Ashok.

ii) "When do you want it?" said Shree to Shreya.

iii) "Why are you waiting?" said Yamini to Yashpal.

iv) "Which is a better thing?" said Narendra to Neera.

v) "How did you solve the sum?" Kalpana said to Kalpesh.

Exercise No. 117. Intermediate

Change into Indirect Speech:

1) "Have you been to market?" said Kapil to his sister. (Answer – 'Yes')

2) "Did you check the list?" said the officer to the police. (Answer – 'Yes')

3) "Do you always wear shoes?" said Ulka to Uday. (Answer – 'No')

4) "Will it rain today?" said a man to a farmer.

5) "We young children could cross the valley," said the boys to an old man.

Exercise No. 118. Advanced

Put the following sentences into Indirect Narration:

a) "May I use your telephone?" said the patient to the doctor. (Answer – 'Yes')

b) "Can you hear some noise?" said a boy to the beggar. (Answer – 'Yes')

c) "Shall I thread your needle?" said Prema to her grandmother. (Answer – 'No')

d) "Was the Mayor present at the ceremony?" said the teacher to the Headmaster. (Answer – 'No')

e) "Ought the light to be on?" said the worker to the watchman. (Answer – 'Yes')

३०५ Direct – 'Yes' and 'No':

Examples:

1) **Direct**: "Can you lend me your dictionary?" said Deepti to Deepak. Deepak said, "Yes".

Indirect: Deepti asked Deepak if he could lend her his dictionary. Deepak replied that he could.

2) **Direct**: "Are you willing to surrender it?" said Navin to Neha. Neha said, "No".

Indirect: Navin asked Neha if she was willing to surrender it. Neha replied that she wasn't.

खुलासा : वाक्य १मध्ये yes म्हणजेच 'Yes, I can' असा अर्थ होतो. Yes, I can lend my dictionary to you असे पूर्ण उत्तर अनावश्यक आहे. पण yes किंवा no बद्दल short answer देणे आवश्यक असते. म्हणून वरील yes व no यांबद्दल he could व she wasn't अशी short answers दिली आहेत. She wasn'tचा अर्थ She wasn't willing असा आहे.

३०६ Direct – Interrogative with 'shall':

Directमध्ये shall आल्यास त्याचे Indirectमध्ये सामान्यपणे would होते. पण 'कर्तव्य', 'नम्र विनंती' असा अर्थ असेल, तर मात्र shall चे Indirectमध्ये 'should' करावे.

Examples:

1) **Direct**: "Shall I post these letters?" said the peon to the head clerk.

Indirect: The peon asked the head clerk if he should post the letters.

खुलासा : वरील वाक्यात विनंती असल्याने shallबद्दल Indirectमध्ये should योजले. These हे विशेषण असल्याने त्याबद्दल the वापरले.

३०७ Direct: Rhetorical question:

उत्तराची अपेक्षा न करता केवळ परिणाम साधण्यासाठी प्रश्नावर जोर देतात, अशा प्रश्नाला Rhetorical question म्हणतात. असा प्रश्न कोणीही नसताना जणू काय स्वत:लाच विचारलेला असतो.

Examples:

i) Who knows the age of the Earth?

ii) What have I done?

वरील प्रश्नांना Rhetorical questions म्हणतात. असे Rhetorical questions Direct Speechमध्ये आल्यास reporting verb 'wondered' वापरावे.

Examples:

1) **Direct**: Paras said to himself, " Where have I kept my wrist watch?"

Indirect: Paras wondered where he had kept his wrist watch.

विशेष : Rhetorical question होकारार्थी असेल, तर त्यात नकारार्थ ध्वनित असतो व Rhetorical question नकारार्थी असेल, तर त्यात होकारार्थ ध्वनित असतो. "Am I a fool?" यात certainly not असा अर्थ ध्वनित आहे.

३०८ Direct: Imperative sentence: आज्ञार्थी वाक्य :

विशेष : आज्ञार्थी वाक्य असलेले Direct Speechचे

१) Indirect Speech करताना वाक्य शुद्ध (Simple) होते, त्यामुळे कोणतेही उभयान्वयी अव्यय conjunction वापरण्याची आवश्यकता नसते.

२) अवतरण चिह्नातील क्रियापदाचे infinitive होते; म्हणजे क्रियापदापूर्वी to लागते.

३) सर्वनामे, काळ, स्वार्थविशेषणे, स्थलवाचक, कालवाचक या संबंधीचे सांगितलेले नियम येथेही लागू आहेत.

आज्ञार्थी वाक्यांचे चार प्रकार आहेत. तेव्हा Indirect करताना साहजिकच चार भिन्न reporting verbs वापरावी लागतात. उदाहरणार्थ, ask (सांगणे) tell, order, command, advise, remind, recommend, warn, invite, urge, request, beg, propose, suggest, forbid, persuade, dissuade, etc.

*(**टीप** : सर्व reporting verbs ची यादी पुढे दिली आहे. क्र. ३१५, पृ.३१६)*

आज्ञार्थी नकारार्थी वाक्य असेल, तर infinitiveच्या अगोदर म्हणजे toपूर्वी not येते.

Exampls:

I) 1) **Direct:** "Eat it up," Mother said to Peter.

Indirect: Mother told Peter to eat it up.

2) **Direct:** "Don't do it again," said Maithili to Anup.

Indirect: Maithili asked Anup not to do it again.

II) Request: विनंती :

Direct: "Please leave it on the table," said Sheekha to Shekhar.

Indirect: Sheekha requested Shekhar to leave it on the table.

खुलासा : Please असल्याने त्याबद्दल requested हे reporting verb वापरले.

III) Order/Command: आदेश/हुकूम :

1) **Direct:** "Bring the file to me," said the officer to the clerk.

Indirect: The officer ordered the clerk to bring the file to him.

खुलासा : अधिकारी व्यक्ती आपल्या हातांखालील व्यक्तीला आदेश देते. अशा वेळी ordered वापरावे. पण लष्कर, पोलीस, कस्टमसारख्या कडक शिस्तीची व कठोर कर्तव्याची अपेक्षा असलेल्या पेशातील वरिष्ठ अधिकारी व्यक्तींचा प्रत्येक शब्द हातांखालील लोकांना हुकूम असतो. तेव्हा अशा वेळी commanded वापरणे जास्त चांगले.

2) **Direct:** "Get your hair cut," said the Commander to the Jawan.

Indirect: The Commander commanded the Jawan to get his hair cut.

3) **Direct:** "Don't put your elbow on the table," said the Inspector of Police to the orderly.

Indirect: The Inspector of Police commanded the orderly not to put his elbow on the table.

iv) Let's

i) **Direct:** "Let's sell the car," said Kailas to Kairavi.

Indirect: Kailas proposed Kairavi that they should sell the car.

ii) **Direct:** "Let the boys play on," said the Principal to the coach.

Indirect: The Principal suggested that the boys should play on.

स्पष्टीकरण : वाक्य (i)मध्ये बोलणारी व्यक्ती (कैलास) क्रियेमध्ये (sell) सहभागी असल्याने proposed हे reporting verb योजले. Letबद्दल Indirectमध्ये should वापरले. वाक्य (ii)मध्ये बोलणारी व्यक्ती खेळण्याच्या क्रियेमध्ये सहभागी नाही. म्हणून suggested हे reporting verb वापरले व let काढून त्याबद्दल shouldचा उपयोग केला. या प्रकारात वाक्य complex होते, म्हणून that हे conjunction घातले आहे.

Let हे Ordinary Verb देखील आहे. Directमध्ये let क्रियापद असते, तेव्हा Indirect Speechमध्ये letचे infinitive म्हणजे to let केले जाते.

Direct: "Let me go home," said Advait to Vaidehi.

Indirect: Advait asked Vaidehi to let him go home.

टीप *: हे वाक्य प्रकार (i) प्रमाणेच आहे. म्हणून asked किंवा told वापरून पुढे to युक्त रूप (to let) वापरले आहे.*

३०९ Direct: Exclamatory sentence: उद्गारवाचक वाक्य :

Directमध्ये Exclamatory sentence आले असता Indirect करताना पुढील नियम लक्षात ठेवावेत.

नियम : i) Exclamatory sentenceचे Assertive sentence (विधानार्थी वाक्य) होते.

ii) That हे conjunction (उभयान्वयी अव्यय) येते.

iii) भावनात्मक उद्गार गाळून, त्याऐवजी त्या भावना व्यक्त करणारे अन्वर्थक शब्द वापरावेत.

iv) Reporting verbs – exclaim, exclaim with delight/joy/sorrow/grief/ fear/anger/disgust/ regret/applaud, वगैरे. तसेच, wish, pray, earnestly desire, इत्यादी.

v) सर्वनाम- काळ- स्थल- काल- वाचक शब्द यांच्यासंबंधीचे नियम पाळावेत.

vi) उद्गारवाचक वाक्यातील भाव विधानार्थी वाक्यात प्रभावीपणे आणण्यासाठी

very, very much, really, greatly, indeed, certainly, exceedingly, इत्यादी शब्दांचा वापर करावा.

Examples:

1) **Direct:** A girl said, "What a lovely flower it is!"

Indirect: A girl exclaimed that it was really a lovely flower.

2) **Direct:** Amod said, "Hurrah ! I have won".

Indirect: Amod exclaimed with joy that he had won.

3) **Direct:** Duncan said, "What a surprise!"

Indirect: Duncan exclaimed that it was a great surprise.

4) **Direct:** An old lady said, "What a terrible accident it is!"

Indirect: An old lady exclaimed sorrowfully that it was indeed a terrible accident.

5) **Direct:** She said ,"Alas, my husband is dead!"

Indirect: She exclaimed with grief that her husband was dead.

6) **Direct:** Pravin said, "Alas, what a silly mistake I have made!"

Indirect: Pravin exclaimed with regret that he had made a very silly mistake.

7) **Direct:** Pankaj said ,"Ugh, how selfish he is!"

Indirect: Pankaj exclaimed with disgust that he was very selfish.

8) **Direct:** "Hush! The baby is asleep," said the mother to the children.

Indirect: The mother exclaimed and cautioned the children to be silent because the baby was asleep.

9) **Direct:** "Bravo! Well done," said the coach to the goalkeeper.

Indirect: The coach applauded the goalkeeper.

10) **Direct:** A girl said, "Oh! The snake is creeping towards the baby."

Indirect: A girl exclaimed with fear that the snake was creeping towards the baby.

३१० Specific Expressions:

Direct Speechमध्ये येणारे विशिष्ट उद्गार Indirect Speechमध्ये वापरता येत नाहीत. परंतु त्या उद्गाराने व्यक्त झालेली भावना दुसऱ्या शब्दांच्या मदतीने Indirect Speechमध्ये आणता येते. काही वैशिष्ट्यपूर्ण उद्गार पुढे दिले असून

त्यांना Indirectमध्ये वापरण्यास पर्याय दिले आहेत.

Direct	**Indirect**
1) 'Be careful!'	... warned.....
2) 'Excuse me'	... interrupted...
3) 'Bad luck!'	... expressed sympathy...
	OR ... sympathised...
4) 'Help!'	... called for help...
5) 'When!'	... gasped...
6) 'Please!'	.. begged/requested...
7) 'Good Gracious!'	... was astonished...
8) 'Hellow!', 'Hi!'	... greeted...
9) 'Hulloa...!'	... called out...
10) 'Ha ha!'	... laughed...
11) 'Nonsense!'	... exclaimed scornfully...
12) ' O God, help (me)!'	... prayed to God to help...
13) 'Good heavens!'	... exclaimed with surprise...
14) 'Indeed!'	... expressed surprise...
15) 'Liar!'	... called (one) liar...
16) 'Congratulations'	... congratulated...
17) 'Alas!'	... exclaimed sorrowfully...
18) 'Hurrah!'	... shouted joyfully...
19) 'Hey!', 'Hi!'	... called for attention...
20) 'Mm!'	... casual 'yes'
21) 'Oh!'	... expressed surprise
22) 'Oho!'	... jubilant surprise...
23) 'Ow!'	... pain...
24) 'Ooh!'	... pleasure
25) 'Tut-tut!'	... expressed mild regret...
–	... disapproval
26) 'Ugh!'	... expressed disgust
27) 'Uh-huh!'	... 'yes'
28) 'Wow!' , 'Whew!'	... expressed great surprise
29) 'Yeah'	... 'yes'

30) 'O.K.' ... agreed...
31) 'Good!' / 'Excellent!' ... appreciated...
32) 'What a shame!'/ 'What a pity!' ... showed pity...
33) 'Damn it!'/ 'Damn you!'/ 'Go to hell!' ... cursed...
34) 'Sorry' / 'pardon' ... apologized...
35) 'Look out!'/ "Be careful'/ 'Mind it!' ... warned...
36) 'Oh dear!' ... exclaimed bitterly... OR ... sighed and said...

३११ Direct – Miscellaneous: संमिश्र :

आता Direct Speechमध्ये येणाऱ्या विशिष्ट शब्दांचा व शब्दसमुच्चयांचा विचार करू. संवादामध्ये 'Thank you' सारखे शब्दसमुच्चय येतात. असे शब्दसमुच्चय Indirect करताना विशिष्ट पद्धतीनेच आणावे लागतात. तसेच, बऱ्याच वेळा बोलणारी व्यक्ती व्याकरणदृष्ट्या पूर्ण वाक्य बोलत नाही. कारण काही वेळा एका शब्दाने वा शब्दसमुच्चयाने कार्यभाग साधला जातो. मात्र Indirect करताना त्या बोलणाऱ्या व्यक्तीच्या मनातील भावांची पूर्ती करावी लागते.

Examples:

1) **Direct:** "Thank you", said Bhavna to Bhavesh.
   Indirect: Bhavna thanked Bhavesh.
2) **Direct:** "Good morning," said Swaroop to Anoop.
   Indirect: Swaroop wished Anoop a good morning.
   (wished or greeted)
3) **Direct:** "How do you do?" said Utpal to Uttam.
   Indirect: Utpal greeted Uttam.
4) **Direct:** "Welcome," said Sushant to Prashant, "be seated."
   Indirect: Sushant welcomed Prashant and told him to be seated.
5) **Direct:** Mother said, "Dear Mukul, take it".

Indirect: Mother <u>affectionately</u> asked Mukul to take it.
(affectionately किंवा fondly)

6) **Direct:** "<u>Sir</u>, I want this book," said Pradeep to the liabrarian,
Indirect: Pradeep <u>respectfully</u> told the librarian that he wanted the book.

7) **Direct:** "<u>Madam</u>, may I go home?" said Anis to the professor.
Indirect: Anis <u>politely</u> asked the professor if he might go home.

खुलासा : Directमध्ये sir, madam, sahib, इ. आदर व्यक्त करणारे शब्द आल्यास Indirectमध्ये politely किंवा respectfully शब्द योजावा. प्रतिष्ठित व्यक्ती असेल, तर respectfully व सामान्यपणे समान दर्जाच्या व्यक्तीला आदर दाखविण्यास politely शब्द वापरावा.

३१२ अपवाद : पुढील वाक्ये पाहा :

i) **Direct:** "<u>Sir</u>, your clothes are ready," said the servant to Harshadrai.
Indirect: The servant informed his <u>master</u> Harshadrai that his clothes were ready.

ii) **Direct:** The maid said, "<u>Madam</u>, can I grind the groundnuts?"
Indirect: The maid asked her <u>mistress</u> if she could grind the groundnuts.

8) **Direct:** "Has your brother conveyed my message to your father?" said Jayprakash to Jaya.
"Yes, I think," said Jaya.
Indirect: Jayprakash asked Jaya whether her brother had conveyed his message to her father. Jaya replied that her brother possibly conveyed it.

(अपूर्ण वाक्याची पूर्तता करावी लागली.)

३१३ Direct & Indirect: Reporting Verb: निवेदक क्रियापद :

Direct Speechमधील संभाषणाचा अर्थ जास्तीत जास्त प्रभावीपणे Indirect Narrationमध्ये आणावयाचा असतो.

आपण आपल्या मनातील भावना वा विचार शब्दांच्या साहाय्याने व्यक्त करतो. शब्द हे माध्यम तरल आहे. काही वेळा आपल्या मनातील भाव शब्दांच्या साहाय्याने व्यक्त करता येत नाहीत. शिवाय संभाषणात आपण व्याकरणाचे नियम जागृतपणे

मनात ठेवीत नाही. काही वाक्ये अर्धवट सोडलेली असतात. परंतु आपल्याला तर बोलणाऱ्या व्यक्तींच्या मनांतील भाव चवथ्या व्यक्तीपर्यंत पोचवायचे असतात. या प्रसंगी आपणांस Reporting verbsची अतिशय मदत होते. अचूक Reporting verb निवडल्यास आपले अर्धे अधिक काम होते. सारांश, Reporting verbला Indirect Narrationमध्ये अनन्यसाधारण महत्त्व आहे.

पुढे Indirect Narrationची निरनिराळी उदाहरणे दिली आहेत. त्यांतील अधोरेखित Reporting verbs काळजीपूर्वक पाहा. सरावाने तुम्हांला योग्य Reporting verbs निवडता येतील.

Directमध्ये said असेल, तर Indirectमध्येही said हेच Reporting verb वापरतात. पण said to (someone) असेल, तर Indirectमध्ये told (someone) वापरले पाहिजे.

Examples:

1) **Direct:** "I will help you in your need," said Tapan to Tarang.
Indirect: Tapan promised Tarang to help him in his need.

2) **Direct:** "The bridge is not safe for the lorries," said the police to a lorry driver.
Indirect: The police warned a lorry driver that the bridge was not safe for the lorries.

3) **Direct:** "Don't forget to book the tickets to Devrukh," Father said to his son.
Indirect: Father reminded his son to book the tickets to Devrukh.

4) **Direct:** "Ketaki did not do her work properly," said Zelam to Jwala.
Indirect: Zelam complained to Jwala that Ketki had not done her work properly.

5) **Direct:** "Hurry or we shall miss the train," said Jagruti to her friends.
Indirect: Jagruti urged her friends to hurry or they would miss the train.

6) **Direct:** "I will kill you if you shout out for help," said the robber to the old lady.
Indirect: The robber threatened to kill the old lady if she shouted out for help.

7) **Direct:** "Yes, sir, I have delivered your message," said the peon to the Headmaster.

Indirect: The peon respectfully affirmed that he had delivered the Headmaster's message.

8) **Direct:** "Yes, the necklace is missing," said the woman to the police officer.

Indirect: The woman confirmed that the necklace was missing.

9) **Direct:** "Your aunt reached Nashik," said the neighbour to Vivek.

Indirect: The neighbour informed Vivek that his aunt had reached Nashik.

10) **Direct:** "Where are you going?" said Namita to Sunita.

Indirect: Namita inquired of Sunita where she was going.

11) **Direct:** " I do not want to disturb you," said Akash to Akshaya.

Indirect: Akash assured Akshaya that he did not want to disturb her.

12) **Direct:** "I can't do this," said Ankur to Ankita.

Indirect: Ankur asserted that he could not do it.

13) **Direct:** "This is a beautiful piece of art," said Rasik to Rasika.

Indirect: Rasik observed that it was a beautiful piece of art.

14) **Direct:** "I have already read this book" said Chaitanya to Chinmaya.

Indirect: Chaitanya remarked that he had already read the book.

15) **Direct:** "Here is the book," said Pramada to Pratima.

Indirect: Pramada pointed to the book to Pratima.

16) **Direct:** "Oh, your remark has hurt my mind," said Gaurav to Gauri.

Indirect: Gaurav painfully told Gauri that her remark had hurt his mind.

17) **Direct:** "Help the Adivasi children," said Prerna to the women.

Indirect: Prerna appealed to the women to help the Adivasi children.

18) **Direct:** "My ill-luck will not favour me," said Upendra to Uma.

Indirect: Upendra feared that his ill-luck would not favour him.

19) **Direct:** "O God, help me!" murmured a frightened woman.

Indirect: A frightened woman prayed to God to help her.

20) **Direct:** "For God's sake, please do not beat my son," said a villager to the police.

Indirect: The villager begged the police not to beat his son.

21) **Direct:** "Well, goodbye," said Tanmaya to Tanvi.

Indirect: Tanmaya bade goodbye to Tanvi.

खुलासा : वाक्याच्या सुरुवातीला येणाऱ्या well, but, and, इ. शब्दांना वाक्यात अर्थ नसतो. असे शब्द Indirect करताना दुर्लक्षावेत.

22) **Direct:** "Don't decide too hastily, Pallavi," said Pranav.

Indirect: Pranav entreated Pallavi not to decide too hastily.

23) **Direct:** A traveller said, "O for a glass of water!"

Indirect: A traveller cried out for a glass of water.

24) **Direct:** Martha said, "Poor man! He is badly hurt, God help him".

Indirect: Martha sympathised with the man and prayed to God to help him for he was badly hurt.

25) **Direct:** "I will give you a lift in my car," said Tom to Paras.

Indirect: Tom offered to give a lift to Paras in his car.

26) **Direct:** "I could not come yesterday because I was ill," said Vibhas to Jamal.

Indirect: Vibhas explained that he could not come the day before because he had been ill.

27) **Direct:** "My dear friend, welcome," said Girish to his old friend.

Indirect: Girish affectionately welcomed his old friend.

28) **Direct:** "My child, I am sorry, you have to do all things today," said Father to Komal.

Indirect: Father regretted and tenderly told Komal that she had to do all things that day.

29) **Direct:** "May God bless you, my boy," said the old beggar to Raunak.

Indirect: Affectionately calling Raunak his son, the old beggar prayed that God might bless him.

30) **Direct:** "No, no, the scooter should not be sold," said Kumar to his elder brother.

Indirect: Kumar emphatically and repeatedly told his elder brother that the scooter should not be sold.

31) **Direct:** "You seem to be a very clever thief," said the Inspector of Police to the man.

Indirect: The Inspector of Police retorted that the man seemed to be a very clever thief.

32) **Direct:** "I won't leave this seat," said Kshemendra.

Indirect: Kshemendra refused to leave the seat.

33) **Direct:** Poorvi said, " I did not abuse Poonam".

Indirect: Poorvi denied to have abused Poonam.

34) **Direct:** "No one has gone out" said the Inspector to the A.C.P.

Indirect: The Inspector declared that no one had gone out.

35) **Direct:** "Think of my heart, dear Anuja," said Mother.

Indirect: Mother appealed to Anuja to think of her heart (of her life).

36) **Direct:** "You mustn't go without having a cup of tea," said Pushkar to Piyush.

Indirect: Pushkar insisted that Piyush must not go without having a cup of tea.

37) **Direct:** "I won't tolerate teasing at all," said Jyoti to Jagan.

Indirect: Jyoti protested and told Jagan that she would not tolerate teasing at all.

38) **Direct:** "Give up smoking," the doctor said to his patient.

Indirect: The doctor advised his patient to give up smoking.

39) **Direct:** "Boys, do not quarrel over petty matters," said the elderly man.

Indirect: The elderly man forbade the boys to quarrel over petty matters.

40) **Direct:** Kishor said, "I used to steal sweets from the box when

Mother was away."

Indirect: Kishor confessed that he used to steal sweets from the box when Mother had been away.

41) **Direct:** "Have mercy on me," said an old man to the rich merchant, "I am old, poor and helpless".

Indirect: An old man begged the rich merchant for mercy and pleaded that he was old, poor and helpless.

42) **Direct:** "Well, goodbye," said Tejas to Tejashree.

Indirect: Tejas bade Tejashree goodbye.

३१४ A list of important Reporting Verbs:

admit	command	hint
advise	complain	implore
affirm	confess	indicate
agree	confirm	inform
allege	convince	inquire (of)
announce	cry out	insist
answer	cursed	invite
applaud	debate	maintain
argue	declare	observe
ask	demand (of)	opine
assert	deny	order
assure	desire	persuade
beg	disagree	pray
believe	dissuade	predict
beseech	entreat	proclaim
boast	exclaim	profess
caution	explain	promise
charge	forbid	propose
claim	greet	protest
comfort	grumble	recommend

regret	solicit	urge
remark	state	warn
remind	suggest	wanted to know
reply	suspect	welcome
report	swear	wish
request	tell	wonder
retort	threaten	yearn
say		

Exercise No. 119. Elementary

Put the following sentences into Indirect Narration:

1) "What's the matter?" said Mohan to his neighbour.
2) "How grateful I am!" exclaimed Chitra.
3) "Wait here till I come back," said Pradnya to Pramod.
4) Meenal said, "How ugly I look in this dress!"
5) "Who are you?" said the police to the stranger.

Exercise No. 120. Intermediate

Change the following sentences into Indirect Narration:

i) "Waiter", said the customer, "what is this that you have brought me?"
ii) "My dear Chintu, do not say so" said Mother.
iii) "Do I look very pale?" said the patient to the doctor.
iv) "What message have you brought for me? " said Zankruti to Ninad.
v) Amruta exclaimed, "What a curious plan!"
vi) "Let me go home now," said the clerk to the officer.

Exercise No. 121. Advanced

Put these sentences into Indirect Speech:

1) "Do not provoke me unnecessarily," said the passenger to the T.T.E.
2) "Have pity on me, Madam, and help me," said the beggar.
3) "What presents shall I bring you when I come back here?" said

the father to his daughter.

4) "What have you got there, Porus? "A cricket bat, Father."

5) "Can you not sit still and do your homework?" said the teacher to the students.

6) The woman said, "What a terrible thing!"

7) "Lay down your rifles and surrender," the Inspector of Police shouted to the robbers.

8) "The guests have arrived," said the servant to the host.

9) Amit said to himself, "Shall I ever reach my destination?"

10) "Let's invite some friends to our son's birthday," said the mother. "Let's not", said the father.

Exercise No. 122. Advanced:

Put the following sentences into Direct Speech:

i) Bharat told Bhairavi that he could not open the box and suggested that Shridhar should have a try.

ii) Akash requested his parents to forgive him that time and promised that he would not repeat his mistake. To it, his parents agreed.

iii) Shylock retorted and asked the Duke why he should be merciful because he did not love Antonio. Then Bassanio angrily asked the Jew if all men killed the things they did not love. Shylock shot back and forcefully asked him whether all men did not kill the things they hated. Then Bassanio promised him that he would give him twice as much Antonio owed him, if he would let him go free. The Jew insisted that he should still ask for his pound of flesh.

iv) Uncle asked Umesh when he intended to leave for Pune. Umesh told him that as it was the day of examination, he could not leave then but he hoped to do so the next day.

v) The traveller asked the peasant if he could tell him the way to the nearest inn. The peasant replied that he could.

■

18. Figures Of Speech

भाषालंकार

३१५ मराठीमध्ये 'उपमा', 'उत्प्रेक्षा' आणि 'रूपक' हे भाषालंकार आहेत. त्यांचा आपला परिचय आहे. भाषालंकार प्रामुख्याने पद्यात असले तरी गद्यातही भाषालंकार असतात.

इंग्लिश भाषेत Figures Of Speech आहेत. आपण त्यांचा परिचय करून घेऊ.

A Figure Of Speech is a departure or deviation from the ordinary expression for the sake of emphasis, novelty or a greater effect.

आपण काही शब्द, वाक्प्रचार वारंवार वापरतो. सर्वसामान्य बोलण्याची धाटणी ठरलेली असते. पण मानवाला नावीन्याचा हव्यास असतो.

बालकांमध्ये निष्पापपणा असतो. हाच गुण कोण्या मोठ्या व्यक्तीच्या अंगी असेल, तर 'ती व्यक्ती निष्पाप आहे' असे म्हणण्याऐवजी 'ती व्यक्ती बालकाप्रमाणे निष्पाप आहे' असे म्हटल्याने त्या वाक्यात वेगळेपणा आला, सौंदर्य आले व ते म्हणणे परिणामकारक झाले.

He is as innocent as a new-born baby हा अलंकार झाला. यालाच Figure of Speech म्हणतात. A figure of speech, therefore, may be defined as "a deviation from the plain and ordinary mode of speaking for the sake of greater effect" – Bain.

३१६ **Classification of the Figures of Speech:**

The Figures of Speech can be grouped under the eight main heads as given below:

I Based on Resemblance or Similarity: साधर्म्यावर आधारित अलंकार

1. Simile 2. Metaphor

II Based on Contrast: विरोधावर आधारित अलंकार

3. Antithesis 4. Epigram 5. Pun 6. Oxymoron 7. Paradox

III Based on Association of Ideas : संगतीवर आधारित अलंकार

8. Metonymy 9. Senecdoche 10. Transferred Epithet 11. Inversion

IV Based on Imagination : कल्पकतेवर आधारलेले अलंकार

12. Hyperbole 13. Personification 14. Apostrophe

V Based on Indirectness of Speech or Suggestion : वक्रतेवर आधारित अलंकार

15. Euphemism 16. Irony 17. Exclamation 18. Interrogation 19. Litotes 20. Sarcasm 21. Circumlocution or Periphrasis

VI Based on Sound : ध्वनीवर आधारित अलंकार

22. Onomatopoiea 23. Rhyme

VII Based on Construction : रचनेवर आधारित अलंकार

24. Climax 25 Anticlimax or Bathos

VIII Based on Repetition : पुनरुक्तीवर आधारित अलंकार

26. Repetition 27. Alliteration 28. Tautology or Pleonasm

३१७ I Based on Resemblance or Similatity:

३१८ 1 Simile: उपमा अलंकार

दोन वेगळ्या गोष्टींमध्ये किमान एक समान गुण असल्यास त्यांची तुलना करतात तेव्हा उपमा अलंकार (Simile) साधला जातो. तुलना दाखविणारे शब्द – as, like इ.

In a Simile a comparison is made between two objects of different kinds which have at least one point in common.

The Simile is normally introduced by such words – as, like, etc.

Example: Swift as *rage* the little *mouse* – Vikram Seth.

वरील ओळीत mouse व rage (=anger) या भिन्न बाबींची तुलना केली आहे. दोघांमधील समान गुणधर्म swift (= द्रुत गती) आहे. तुलना दाखविणारा शब्द आहे 'as'.

1 Swift as rage the little mouse

Figur: Simile

Explanation: There is a comparison between two different objects 'mouse' and 'rage'. The common point between them is 'swiftness'.

The word that is used to compare the two objects is 'as'.

2 A poem lovely as a tree – Kilmer

Figure: Simile

Explanation: There is a comparison between two different objects 'poem' and 'tree'. The common quality between them is 'loveliness'.

The word that is used to compare the two objects is 'as'.

Other examples:

1 His face is like the tan – H.W. Longfellow

2 The Deepak Rag, and burning like a pyre - Inayat Khan

3 Then if you feel as stupid as an ape.

4 His head; but this time all the blade, like grass – Mathew Arnold

5 Birds greet her with their cooing glad
Like bracelet's tinkling song – Kalidasa

6 And sparkling eyes and teeth like pearls

7 Thou shalt love thy neighbour as thyself – The Bible

8 Then felt I like a child that hold
A trumpet that he must not blow – W. H. Davies

9 Why do you weave a garment so bright?
Like the plumes of a peacock – Sarojini Naidu

10 The mighty pyramids of stone
That wedge-like cleave the desert airs – H.W. Longfellow

३११ 2 Metaphor = रूपक

A Metaphor is an implied Simile. It takes for granted that the two things are one. There is, therefore, no word of comparison.

Example: 1. The camel is the ship of the desert.

Figure: Metaphor

Explanation: The 'camel' is indirectly compared to the 'ship'. It takes for granted that the 'ship' at the ocean and the 'camel' in the desert are one.

2. Perseverence is the very hinge of all virtues.

Figure: Metaphor:

Explanation: Here 'perseverence' has been implicitly compared with 'hinge'. 'Perseverence' and 'hinge' are as if one.

Some more examples:

1 The news of her son's death was a dagger to her heart.

2 Procrastination is the thief of time – W. B. Yeats

3 Dr. B. R. Ambedkar was a jewel in the Jawahar Lal Nehru cabinet.

4 Her fortress is her faithful heart.

5 Thus at the flaming forge of life – H. W. Longfellow.

6 What care I if queenly treasure is not in her store – Rabindranath Tagore

7 Her silken robe is white moonlight – Kalidasa

३२० II Based on Contrast: विरोधावर आधारित अलंकार

३२१ Antithesis:

Antithesis मध्ये शब्दाला विरोधी शब्द अथवा कल्पनेला विरोधी कल्पना योजलेली असते.

Example: 1 United we stand; divided we fall.

एकी असेल तर यश मिळते आणि फुटिरता असेल तर अपयश येते. वरील वाक्यात stand आणि fall हे शब्द परस्परातील विरोध दाखवितात.

Figure of Speech: Antithesis

Explanation: In the above example, 'stand' and 'fall' are two opposite acts set together.

2 Like her bridal laughter and bridal tear – Sarojini Naidu

Figure: Antithesis.

Explanation: Here 'laughter' and 'tear' are two opposite words set together.

Other examples:

a) One from the east, one from the west – Mathew Arnold

b) So little they rose, so little they fell. – Robert Southey

c) Man proposes, God disposes.

d) Speech is slilver, silence is golden.

e) One man's food may be another man's poison.

f) Let him be rich and weary; that, at least. – George Herbert.

i) rich = comfort सुखसमाधान ii) weary = lack of comfort क्लेश

३२२ **4 Epigram:**

Epigram मध्ये वरवर आंतर्विरोधी भाषा असून ती वाचकांना धक्का देते, पण त्या शब्दांतील महत्त्वाच्या, खोल गर्भित अर्थाकडे वाचकांचे लक्ष वेधले जाते.

उदा. The child is father of the man – W. Wordsworth

Example: Defend me from my friends.

'माझ्या मित्रांपासून माझे रक्षण कर' असे म्हणणे आपणास फारच धक्कादायक वाटते. पण काही मित्र किती त्रासदायक असतात याचा अनुभव येतो, तेव्हा आपल्यास वरील उक्तीचे महत्त्व कळून येते.

Figure: Epigram

Explanation: The above line is remarkable for brevity and point. Apparently it may suggest contradiction between the literal meaning suggested by it and the real meaning intended.

Other examples:

1 The child is father of the man – W. Wordsworth

2 Conspicuous by his absence – Benjamin Disraeli

3 Art lies in concealing art – Latin Proverb

4 He lived a life of active idleness.

5 We all have sufficient strength to endure the misfortunes of others. – La Rochefoucauld

6 Experience keeps a dear school, but fools will learn in no other. – Benjamin Franklin

३२३ **5 Pun = श्लेष**

शब्दावर कोटी असून तो शब्द दोन भिन्न अर्थ व्यक्त करतो, तेव्हा Pun अलंकार होतो.

A Pun is a play upon words.

Example:

Is life worth living? That depends upon the *liver.*

Figure: Pun

Explanation: The word 'liver' suggests two different meanings: 1) one who lives and ii) a large organ in the body that produces bile and cleanses the blood.

Meaning: If the function of the 'liver' becomes defective, it is very difficult to have a healthy life.

Other examples:

1 The leopard changes his spots as often as he goes from one *spot* to another.

[spot = (i) a mark on the skin; (ii) a particular place]

2 An ambassador is a man who *lies* abroad for the good of his country

[lies = (i) lives; (ii) speaks lies]

3 You say that you are studying trees. What *branch* of this subject are you specialized in?

[branch = i) a tree part that grows out from the main stem; ii) a division of an area of knowledge or a subject (ज्ञानाची शाखा)

३२४ 6 Oxymoron:

Oxymoron हा अलंकार थोडाफार Antithesis सारखा आहे. Antithesis मध्ये विरोधार्थाचे दोन शब्द किंवा दोन कल्पना असतात, तर Oxymoron मध्ये पाठोपाठ दोन विसंगत वा उलट अर्थाचे शब्द येतात.

Example: She accepted it as the *kind cruelty* of the surgeon's knife.

Figure: Oxymoron

Explanation: Here the words *'kind'* and *'cruelty'* have conflicting meanings.

Other examples:

i) A little *noiseless noise* among the leaves
Born of the very *sigh* that silence *heaves* – John Keats

ii) His *honour* rooted in *dishonour* stood
And *faith unfaithful* falsely true – Lord Tennyson

३२५ 7 Paradox = विरोधाभास

A Paradox is a statement which outwardly appears contradictory but on deeper thinking seems to be well-founded

Paradox मधील विधान प्रचलित विचाराला धक्का देणारे व हास्यास्पद असले, तरी खोल विचार करता ते विधान सुसंगत (well-founded) असते.

सूचना: Epigram व Paradox मधील फरक लक्षात घ्या.

Example: There is no one so poor as a wealthy miser.

Figure: Paradox

Explanation: Outwardly the above statement appears absurd because a wealthy person cannot be poor. But on deep thinking, the contradictory meaning disappears because a stingy person, though he has wealth, hardly uses his money even for himself. In that way, he is as poor as a real poor man. So it is well-founded.

Some more examples:

1 Death, thou shalt die – John Donne

2 When he himself is not his own – A.P. Edmunds

3 The more things a man is ashamed of, the more respectable he is.

4 Poor death, nor yet canst thou kill me – John Donne

5 I knew no joy till I went poor – W.H. Davies

6 But the fool who thinks himself a pandit,
He is called a fool indeed – A.P. Edmunds

३२६ **III Based on Association of Ideas: संगतीवर आधारित अलंकार**

३२७ **8 Metonymy / mi't ɔnimi / मिटॉनिमि**

मिटॉनिमिमध्ये एकमेकांशी संबंध असलेल्या एका गोष्टीला दुसऱ्या नावाने ओळखले जाते.

पिकलेले केस व म्हातारपण यांचा एकमेकांशी संबंध असतो.

Example: 1 Gray hairs should be respected

Gray hairs = केस पिकलेले म्हणजे ज्येष्ठ लोक

Figure: Metonymy

Explanation: Here 'Gray hair' denotes matured and experienced person.

People should show respect and reverence for the aged.

Example: 2 I am exceedingly fond of Skakespeare.

Figure: Metonymy

Explanation: Here 'Shakespeare' suggests his plays and his immortal sonnets. It means that I am very much fond of Shakespear's works.

Some more examples:

1 The *gallery* applauded loudly. (gallery = spectators in the gallery)

2 He is a good *hand.* (hand = worker)

3 Give every man thine *ear*, but few thy *voice.* (ear = pay attention to, voice = say little yourself)

4 The *pen* is mightier than the *sword.* (pen = writer, sword = warrior)

5 From the *cradle* to the *grave* (from childhood to death)

6 The conquerors smote the *city.* (city = the inhabitants of the city)

7 A smooth *tongue* wins favour (tongue = sweet words)

8 *Sceptre* and *crown*
Must tumble down – James Shirley
(sceptre and crown (= kings and emperors)

9 I have never read *Homer.* (= the works of Homer)

10 A full *purse* never lacks friends. (purse = money or wealth)

३२८ 1 Synecdoche / sinekdəki / सिनेकडकि

Synecdoche / Metonymy मध्ये सारखेपणा खूपच आहे. मिटॉनिमिमध्ये दुसऱ्यासाठी एका नावाचा वापर केला जातो पण त्या दोन्ही गोष्टी पूर्णपणे भिन्न असतात. (Mytonymy चे वर्णन पाहा) मात्र Synecdoche मध्ये पुष्कळ प्रमाणात समान असलेला एक शब्द दुसऱ्यासाठी योजलेला असतो. दोन्ही अलंकाराची तुलना बारकाईने करा.

Example: 1 The *vessel* carried fifty sailors. (vessel = ship)

Figure: Synecdoche

Explanation: Here 'vessel' means a ship which carried sailors. The word 'vessel' stands for a 'ship' and vessel and sailors are closely related.

Example: 2 I saw the dawn break on thy marvellous *brow* – G. K. Chettur

Figure: Synecdoche

Explanation: Here the word 'brow' is a part of and stands for the statue.

More examples:

1 He is a poor *creature* (creature = man)

2 Kalidas is the *Shakespeare* of India (Here Shakespeare = the great dramatist)

3 All *rank* and *file* came out to see the sight (rank and file = the ordinary soldiers)

4 She manages to earn her *bread* (bread = the necessaries of life)

5 The son left his father's *roof* (roof = home)

6 He is no *Demosthenes.* (Demosthenes = the greatest orator)

7 There is no *armour* against fate (armour = protection) – James Shirley

8 A *Daniel* came to judgment. (daniel = the wise judge) – W. Shakespeare

9 When swollen *eye* meets gnarled *fist* (eye and fist = two boxers) – Ogden Nash

10 The rich woman gave the beggar a few *coppers* to get rid of him.

(coppers = coins made of coppers = money)

३२९ **10 Transferred Epithet:**

(epithet = adjective)

In Transferred Epithet, an epithet (=adjective) is transferred from a right word to which it is related to some other word.

Example: 1 He lay all night on his *sleepless* pillow.

Figure: Transferred Epithet

Explanation: The epithet (adjective) 'sleepless' actually meant for the 'person' has been transferred to 'pillow'.

Example: 2

And cradled fair sons on her *faithful* breast – Sarojini Naidu

Figure: Transferred Epithet

Explanation: The epithet 'faithful' which is really meant for 'sons' has been shifted to 'breast'.

Some more examples:

1 A pilgrim, going a *lone* high way.

2 He let the air of the *free* heaven into his room. – J. Hay

3 Let him make his *lonely* journey strong

4 The ploughman homeword plods his *weary* way – Thomas Gray

5 The prisoner was placed in the *condemned* cell.

6 The *cloudy* summits of our time – H.W. Longfellow

7 My Little son, who look'd from *thoughtful* eyes – Coventry Patmore

8 Steadily cantering through
The *misty* solitudes – Rudyard Kipling

9 Her *young* heart happy and well content – Mary Dow Brine

10 Then the mouse came up, and cried
Bitter tears for her who'd died – Vikram Seth

३३० **II Inversion:** In this, the order of words is changed to suit a particular rhyme scheme.

Example 1

Then Sohrab with his sword smote Rustum's helm – Mathew Arnold

Figure: Inversion

Explanation: The words are not in the proper prose order. The correct order should be– "Then Soharab smote Rustum's helm with his sword."

Example 2

Home they brought her warrior dead – Lord Alfred Tennyson

Figure: Inversion

Explanation: The words are not in the proper prose order. The word order should be – They brought her dead warrior home.

Other examples:

a) Wealth I seek not, hope nor love – R. L. Stevenson

b) As home his footsteps he hath turned – Sir Walter Scott.

c) In halls of learning have I toiled these years – P. Seshadri

d) Then back again to his friends he went – Mary Dow Brine

e) Toiling– rejoicing – sorrowing

Onward through life he goes – H.W. Longfellow

f) Till their blood with horror froze – Vikram Seth

g) Of joy's too scanty sum a little more – Ella Wheeler Wilcox

h) Under a spreading chestnut tree

The village smithy stands – H.W. Longfellow

i) Down sank the Bell with a gurgling sound – Robert Southey

j) A tree that may in summer wear – Kilmer

३३१ IV Based on Imagination: कल्पकतेवर आधारलेले अलंकार

३३२ 12 Hyperbole / Haipə:bəli / हाइपऽबलि or Exaggeration

वास्तवापेक्षा अधिक किंवा कमी असे जेव्हा वर्णन असते, तेव्हा त्याला Hyperboli म्हणतात. Hyperbole म्हणजे exaggeration.

Example: As many farewells as there be stars in heaven.

Figure: Hyperbole

Explanation: In this example, the expression 'as there be stars in heaven' is exaggerated for effect.

Other examples:

1 The waves of the Bay of Bengal were as high as Everest.

2 He said he could do as much work in a day

As his wife could in three.

3 Numbering sands and drinking oceans dry – W. Shakespeare.

4 I would rather see a hundred deaths!

5 There were thousands and thousands of elephants, all running towards us.

३३३ 13 Personification:

निर्जीव वस्तूमध्ये मानवी भावना आहेत, असे वर्णन जेव्हा करतात, तेव्हा त्याला Personification म्हणतात.

Example: Where blossoms kiss and part – Kalidasa

Figure: Personification

Explanation: Here 'blossoms' have been given human qualities of 'kissing' and 'parting'

Other examples:

1 The green field sleeps in the sun – W. Wordsworth

2 A tree whose hungry mouth is pressed – Kilmer

3 The sun stared hard and the moon looked back – Elizabeth Jennings

4 What care I if queenly treasure is not in her store... (her = motherland's) – Rabindranath Tagore

5 Turn, Fortune, turn thy wheel with smile or frown – Lord Tennyson

6 Dancing and whirling, the little leaves went – George Cooper

7 A tree that looks to God all day
And gifts her leafy arms to pray – Kilmer

३३४ 14 Apostrophe / ə'psɔtrəfi / अपॉस्ट्रफि

निर्जीव किंवा समोर नसलेल्या व्यक्तीला उद्देशून कवी किंवा लेखक बोलतो, तेव्हा Apostrophe अलंकार होतो. निर्जीव वस्तू सजीव आहे असे समजून कवी त्या वस्तूला संबोधून बोलतो.

देवळात पुजारी मंत्र म्हणताना माळेतील मणी मोजत आहे. रबीन्द्रनाथ ठाकूर त्याला सांगत आहेत, "अरे बाबा, देव देवळात नसून तो श्रमिकांसोबत आहे. तू देवळात काय करीत आहेस? चल, बाहेर चल." त्या कवितेतील म्हणजे God With The Lowly मधील या ओळी पाहा.

Example:

Leave this chanting and singing and telling of beads! – (telling = counting) Rabindranath Tagore

Figure: Apostrophe

Explanation: The poet has addressed the worshipper (devotee) who is chanting 'mantra', singing hymns and counting beads for 'japa', asking him to leave the shrine and go out. The worshipper is absent.

Other examples:

i) O Cuckoo! shall I call thee Bird,
Or but a wandering Voice? – William Wordsworth

ii) Death, be not proud – John Donne

iii) Give to me the life I love, let the lave go by me – R.L. Stevenson

iv) O liberty, what crimes have been committed in thy name?

३३५ **V Based on Indirectness of Speech or Suggestion**

३३६ 15 Euphemism / 'Ju:fimizəm /

अप्रिय व कठोर घटना मृदू शब्दांत व्यक्त करेण्याची पद्धती समाजात असते. मृत्यू ही अशीच घटना आहे. म्हणूनच त्यांना 'देवाज्ञा झाली' असे म्हटले जाते. He breathed his last असे इंग्लिशमध्ये म्हणण्याचा प्रघात आहे. अशा वर्णनाला यूफिमिझम म्हणतात.

Euphemism is a pleasant way of expressing something unpleasant.

Example: A great leader breathed his last yesterday.

Figure: Euphemism

Explanation: The expression 'breathed his last' is a gentler way of expressing 'death'.

Example 2 ... before they (my eyes) are closed for ever – Rabindranath Tagore

Figure: Euphemism

Explanation: Rabindranath Tagore uses a mild expression 'they are closed for ever' for the harsh fact 'death'.

Other examples:

1 Soon fast asleep in their earthy bed (= died)
The snow laid a coverlet over their heads – George Cooper

2 He was gathered to his fathers (= he died)

3 You are telling me a fairy tale (fairy tale = a lie)

4 Steal from the world, and not a stone (=death) – Alexander Pope

5 Your journey ends with close of day (=i.e. the end of life)

३३७ 16 Irony = व्याजस्तुती

व्याजस्तुती म्हणजे अवास्तव स्तुती. एखाद्याला 'मूर्ख' म्हणायचे असल्यास 'आपण फार शहाणे आहात!' असे आपण खोचकपणे म्हणतो. असे म्हणणे म्हणजे व्याजस्तुती होय. त्याला Irony म्हणतात.

It is a statement which is sometimes made more emphatic, using words or expressions that suggest the opposite of what is really intended.

Example: No doubt but you are the people, and wisdom shall die with you.

'तुमच्याबरोबर (जगातील सर्व) बुद्धिमत्ता लयाला जाणार आहे' असे खोचक मत वरील वाक्यात व्यक्त झाले आहे. येथे Irony हा अलंकार साधला आहे.

Figure: Irony

Explanation: The speaker wants to suggest the opposite of what is meant. The words are not to be taken literally. The speaker emphatically suggests that wisdom will not end with those people. It will certainly be there for years to come.

More examples:

1 You are a fine goalkeeper, allowing the opponents to score a dozen goals.

2 He who is a poor man has inherited a large fortune. (= wealth)

३३८ 17 Exclamation:

An Exclamation is a strong expression of feeling. The poet uses the figure Exclamation to hold the reader's attention.

Example: Open thine eyes and see thy God is not before thee! – Rabindranath Tagore

Figure: Exclamation

Explanation: The poet emphatically wants to focus the point that God is not confined to a temple.

More examples:

a Stop here or gently pass! – W. Wordsworth

b What a piece of work is man! – W. Shakespeare

c O World! O Life! O Time
On whose last steps I climb – P. B. Shelley

३३९ 18 Interrogation or Rhetorical Question

Interrogation या अलंकारामध्ये वाक्य प्रश्नरूपात असते. अशा वेळी वाचकाकडून ठोस होकार किंवा ठाम नकार यावा अशी कवीची अपेक्षा असते.

Interrogation or Rhetorical Question is a figure in which a statement is made in the form of a question in order to affirm or deny something forcefully.

Example: Will no one tell me what she sings? – W. Wordsworth

Figure: Interrogation

Explanation: Here the poet is fully aware that nobody can tell him about the theme (subject matter) of the reaper's song. So he puts the statement in the form of a question to emphasize his anxiety to know the subject of the song.

More examples:

1 Who will buy these delicate, bright, rainbow tinted circles of lights? (= bangles) – Sarojini Naidu

2 What is life, if full of care
We have no time to stand and stare? – Walter de la Mare

3 Do men gather grapes of thorns or figs of thistles? – New Testament

4 Who is here so vile that will not love his country? – William Shakespeare

5 Can the Ethopian change his skin or the leopard his spots? – Old Testament

6 Whom dost thou worship in this lonely dark corner of a temple with doors all shut? – Rabindranath Tagore

7 Deliverence? Where is this deliverence to be found? – Rabindranath Tagore

३४० **10 Litotes / 'laitouti:z / लाइटोअटीऽझ**

Litotes मध्ये नकारार्थाचा वापर करून होकारार्थी परिणाम साधलेला असतो.

This is a figure in which a negative is used to convey a strong affirmative sense. It is the opposite of Hyperboli.

Example: The man is no fool. (= very clever)

Figure: Litotes

Explanation: In the above example, the negative expression 'no fool' is actually used to convey 'very clever' forcefully

More examples:

i) It was no small gain. (= a big gain)

ii) I am a citizen of no mean city (no mean = very great)

iii) It was no easy matter. (= difficult matter)

३४१ **20 Sarcasm:**

Sarcasm = मर्मभेदी विधान किंवा टोमणा किंवा उपहास

Unlike Irony, the attack is direct. The speaker forcefully states what he means. In fact, he wants to ridicule, contempt, rebuke or censure. The language is often bitter, caustic and ironic.

Example: God made him and, therefore, let him pass for a man – William Shakespeare

Figure: Sarcasm

Explanation: The writer wants to ridicule him as he is not fit to be called a man

More examples:

1 He (the Emperor of Lilliput) is taller by the breadth of my finger-nail than any of his court. – Jonathan Swift

2 A being erect upon two legs and bearing the semblance of a man.. – Charles Dickens

३४२ **21 Circumlocution or Periphrasis**

विषयासंबंधी सरळ न बोलता आडवळणाने उल्लेख करणे, यालाच Circumlocution किंवा Periphrasis म्हणतात.

Circumlocution is a roundabout description used to discribe instead of a direct expression.

Example: He (God) is with them (workers) <u>in sun and shower</u> – Rabindranath Tagore

Figure: Circumilocution

Explanation: The poet has used the expression 'sun and shower' in connection with the workers. It is a roundabout way of saying that the God is with workers in their difficulties.

Example 2 The <u>two supports</u> which nature has given him.

Figure : Circumlocution

Explanation : The writer has used a roundabout expression "two supports" for "two legs".

More examples:

1 Some natural sorrow, loss or pain

(=death of someone dear)

2 Biting the blue finger (= winter)

3 His prominent feature (= his nose) was like an eagle's beak.

4 He resembled the animal that browses on thistles. (=an ass)

३४३ VI Based on Sound : ध्वनीवर आधारित अलंकार

३४४ 22 Onomatopoeia / ɔnə mætou'piə / ऑनअमॅटोपिअ

कवितेमध्ये जेव्हा ध्वनिनिदर्शक शब्दांचा वापर केला जातो, तेव्हा तो ऑनमॅटोपिअ अलंकार होतो.

Onomatopoeia is the use of words that imitate the sound or echo the sense.

Example: If you let them go by you, the crowd will *hoot* – Frank Jones

Figure: Onomatopoeia

Explanation: In the above example, the poet has used the word 'hoot' that represents the shouting, laughing, disapproval or contempt shown by the people. (=spectators)

Other examples:

1 A *zooming* overhead... and steel framed birds – Elias Lieberman (zooming aeroplane)

2 Birds greet her with their *cooing* glad – Kalidasa

3 *Hissing* wrath, the snake backed out – Vikram Seth

4 You *scamper* the stairs – Harold Monro

5 You will hear the *beat* of a horse's feet
And the *swish* of a skirt in the dew – Rudyard Kipling

6 Down they came *fluttering*, one and all – George Cooper

7 The loose house-top sheets *clatter* and *clang* – Pius Oleghe

8 You can hear his bellows *blow* – H.W. Longfellow

३४५ 23 Rhyme राइम = यमक

Words rhyming together give a musical sound

Example: O *Ruddier* than the *cherry*!
O *sweeter* than the *berry*!
O nymph more *bright*

Than moonshine *night*

Like kidding blithe and *merry*!

Figure : Rhyme

Explanation: There are rhyming words such as - 'cherry', 'berry', 'merry' and 'bright, night. There is internal rhyme also i.e. 'Ruddier', 'sweeter'. The Rhyme adds to the beauty of the poem.

Other examples:

1 Ripe as the melting *cluster*!
No lily has such *lustre*
Yet hard to *tame*
As raging *flame*
And fierce as storms that *bluster*!

2 The cock is *crowing*
The stream is *flowing*
The small birds *twitter*
The lake doth *glitter*
The green field sleeps in the sun!

– William Wordsworth

3 The heights by great men reached and *kept*
Were not attained by sudden *flight*
But they, while companions *slept*
Were toiling upward in the *night*
(kept-slept, flight -night)

३४६ VII Based on Construction: रचनेवर आधारित अलंकार

३४७ 24 Climax:

ग्रीक भाषेत climax म्हणजे ladder (= शिडी)

जेव्हा कल्पना किंवा विचारांची पातळी उंच उंच जात आहे, असे वर्णन असते, तेव्हा Climax अलंकार होतो.

अलेक्झांडर एका पाठोपाठ एक देश जिंकत पुढे जात होता. त्याचे वर्णन असे आहे.

Example: I came, I saw, I conquered

Figure: Climax

Explanation: Here the words 'came', 'saw' and 'conquered' have been arranged in an ascending order to show the increase in the actions.

More examples:

1 Entire, whole, perfect the service of my love (=motherland) – Sir C.A. Spring Rice

2 We with fins and tails, with wings and legs – Elizabeth Jennings

3 I have no rest, nor joy, nor peace – W. B. Yeats

4 His hair is crisp, and black, and long – H.W. Longfellow

३४८ **25 Anticlimax or Bathos**

This is the converse of Climax. The words are arranged in such a way to show the sense of descending order.

Example: On the same day he lost his family, his fortune and his best suit of clothes

Figure: Anticlimax

Explanation: The words 'family', 'fortune' and 'suit' are in descending order of importance.

More examples:

a) For all she's aged and poor and slow

b) At one fell swoop, he lost his wife, his children, his house, his dog.

३४९ **VIII Based on Repetition: पुनरावृत्तीवर आधारित अलंकार**

३५० **26 Repetition = पुनरुक्ती**

Repetition is another mode of expressing the same thing by repeating the principal words or expression. Repetition for the sake of emphasis is effective.

Example 1 Alone, alone, all, all, alone,
Alone on a wide, wide sea! – S. T. Coleridge

Figure of Speech: Repetition

Explanation: The poet has repeated the words 'alone', 'all', 'wide', for the sake of effect.

More examples:

1 For men may come and men may go,
But I go on forever – Lord Tennyson

2 Some are born great,
some achieve greatness
and some have greatness
thrust upon them – William Shakespeare

3 Water, water, everywhere,
And all the boards did drink;
Water, water everywhere
Not any drop to drink – S.T. Coleridge

4 Week in, week out from morn till night – H.W. Longfellow

5 Something attempted, something done,
Has earned a night's repose – H.W. Longfellow

6 No stir in the air, no stir in the sea – Robert Southey

7 A little grave,
A little, little grave! – W. Shakespeare

8 O dark, dark, dark amid the blaze of noon
Irrecoverably dark, total eclipse – John Milton

9 On your toes, little man, on your toes! – Frank Jones

10 White as a feather and white as a cloud – Sarojini Naidu

३५१ 27 Alliteration = अनुप्रास

देवि दयावती दवडिसि दासाची दु:ख-दुर्दशा दूर
पापांतें पळवितसे परम पवित्रे तुझा पय:पूर – मोरोपंत

वरील काव्यपंक्तीमध्ये पहिल्या पंक्तीत 'द' चा व दुसऱ्या पंक्तीत 'प'चा अनुप्रास साधला आहे.

Alliteration is a figure in which there is a repetition of one or more similar letters in succession.

Example: And *f*lowers *f*launted such *f*ragrance – Elizabeth Jennings

Figure: Alliteration

Explanation: In the above example, the letter 'f' has been repeated successively

More examples:

i) Till the vessel strikes with a shivering shock – Robert Southey

ii) The fair breeze blew, the white foam flew,
The furrow followed free – S. T. Coleridge

iii) Born by butcher bred by Bishop's bread,
How high his highness hold his haughty head!

iv) A reeling road, a rolling road, that rumbles round the shire – G.. K. Chesterton

३५२ 28 Tautology or Pleonasm टॉऽटॉलजि = निरर्थक पुनरुक्ती

Tautology consists in expressing the same fact or idea once again in different words

Example: The school children returned back.

Figure: Tautology

Explanation: In the above example, the word 'returned' and 'back' mean one and the same thing because re=back. So the word 'back' is superfluous.

More examples:

1 Beauty is transient and fleeting; virtue is lasting and permanent. (transient= fleeting; lasting = permanent)

2 It is my birthright and privilege to rule the kingdom

3 They arrived one after the other in succession.

4 Sing of the filth and the dirt (filth = dirt) – V.K. Gokak

5 Entire, whole and perfect, in the service of my love (entire = whole) – Sir C.A. Spring Rice

6 But we have feet to scale and climb – H. W. Longfellow

Exercise No. 123

Read the following and name and explain the figures of speech.

1 The first flight across the Pacific was no small achievement.

2 I hear lake water lapping with low sounds by the shore – W. B. Yeats

3 The soul was like a star and dwelt apart – Wordsworth

4 He and I can both travel together

5 Charging an army while

All the world wondered – Lord Tennyson

6 Man proposes, God disposes

7 All the world is a stage – W. Skakespeare

8 He earned his bread by doing odd jobs.

9 I am just as glad as glad can be.

10 I laugh, I run, I leap, I sing, I dance for joy – W. Hazlitt

Exercise No. 124

Explain and name the figures of speech.

i) The door was creaking

ii) The village was surrounded by the rain water from all sides.

iii) Speech is silver, but silence is golden.

iv) My long scythe whispered and left the hay to make – Robert Frost

v) Was lawyer, statesman, fiddler and buffoon – John Dryden

vi) The boy was busy as a bee.

vii) Fools rush in where angels fear to tread

viii) Blessed am I that I am born to this land – Rabindarnath Togore

ix) ...but precious enough is for me
the living wealth of her love – Rabindranath Tagore

x) Blue as the wing of a halcyon wild – Sarojini Naidu

■

19. Word Formations

शब्दसिद्धी

Unit -1

३५३

Verb	Noun	Adjective	Adverb
accept	acceptance, acceptability, acceptableness	acceptable	acceptably
accumulate	accumulation	accumulative	accumulatively
accuse	accusation, accused	accusative, accusatory	accusingly
acquire	acquirement, acquisitiveness	acquisitive	acquisitively
act	action	active	actively
adapt	adaptation	adaptive, adaptable	adaptably
address	address	addressable	—
administer	administration	administrative	administratively
admire	admiration, admirability	admirable, admiring	admirably, admiringly
admit	admission, admittance, admissibility	admissible	admittedly

Verb	Noun	Adjective	Adverb
affirm	affirmation	affirmative, affirmatory	affirmatively
agree	agreement, agreeableness	agreeable	agreeably
analyse	analysis	analytic, analytical	analytically analytical
answer	answer	answerable	—
anticipate	anticipation	anticipatory, anticipative	—
apologize	apology	apologetic	apologetically
apply	application, applicability	applicable	applicably
appreciate	appreciation, appreciativeness	appreciable, appreciative, appreciatory	appreciably, appreciatively
apprehend	apprehension, apprehensiveness apprehensibility	apprehensive, apprehensible	apprehensively
appropriate	propriety	proper	properly
argue	argument	arguable, argumentative	arguably
ascertain	certainty	certain	certainly
assert	assertion, assertiveness	assertive	assertively
assign	assignment	assignable	—
associate	society, sociability, sociableness	social, sociable	socially

Verb	Noun	Adjective	Adverb
assume	assumption	assumptive	—
attend	attendance, attention, attentiveness	attentive, attentional	attentively
attract	attraction, attractiveness	attractive	attractively
attribute	attribute	attributive, attributary	attributively
authorize	authority, authoritarian	authoritative	authoritatively
beautify	beauty	beautiful, beauteous	beautifully
believe	belief, believability	believable,	—
bleed	blood, bloodincss	bloody	bloodily
bless	bliss, blissfulness	blissful, blessed	blissfully, blessedly
bother	botheration	bothersome	—
brief	brevity	brief	briefly
calculate	calculation, calculability	calculative, calculable	calculably
capitalise	capital, capitalism	capitalistic	capitalistically
caution	caution	cautious	cautiously
celebrate	celebrity, celebration	celebratory	—
centralize	centre, centrality	central	centrally

Verb	Noun	Adjective	Adverb
change	change, changeability, changeableness	changeless, changeable	changeably
characterize	character	characteristic	characterically
cheer	cheer, cheerfulness	cheerful, cheerless	cheerfully
choose	choice	choosy	—
clarify, clear	clarification, clearness	clear	clearly
clear	clearance, clarity	clear	clearly
coincide	coincidence	coincident	coincidently
collapse	collapse, collapsibility	collapsible	—
collect	collection, collectiveness	collective	collectively
comfort	comfort, comfortableness	comfortable, comfortless	comfortably
commemorate	commemoration	commemorative	—
compare	comparison	comparative, comparable	comparatively
compel	compulsion, compulsiveness	compelling, compulsive, compulsory	compellingly
compete	competition, competence	competitive, competent	competitively, competently
comprehend	comprehension	comprehensive	comprehensively
compress	compression, compressibility	compressible, compressive	—

Verb	Noun	Adjective	Adverb
concede	concession	concessional	—
conceive	concept, conception	concessionary, conceptual, conceivable	conceivably
concentrate	concentration	concentrated	concentratedly
conclude	conclusion, conclusiveness	conclusive	conclusively
concur	concurrence	concurrent	concurrently
conduct	conduction, conductivity	conductible, conductive	conductively
confide	confidence, confidant	confident	confidently
conform	conformability	conformable	conformably
congratulate	congratulation	congratulatory	—
connect	connection, connectivity	connective, connectable	—
conserve	conservation, conservativeness	conservative, conservatory	conservatively
consider	consideration	considerate, considerable	considerately, considerably
constitute	constitution	constitutional	constitutionally
construct	construction, constructiveness	constructive	constructively
contemplate	contemplation	contemplative	contemplatitively
consult	consultation, consultancy	consultative	—
consume	consumption	consumptive, consumable	consumptively

Verb	Noun	Adjective	Adverb
contempt	contempt, contemptibility	contemptible, contemptuous	contemptuously
continue	continuation, continuity	continuous, continual, continuative	continually
contradict	contradiction	contradictory	contradictorily
convene	convention	conventional	conventionally
converse	conversation, conversancy	conversational, conversant	conversationally
convert	conversion, convertibility	convertible	convertibly
corrode	corrosion, corrosiveness	corrosive	corrosively
corrupt	corruption	corruptible, corruptive	corruptly
count	count	countable	—
create	creation, creativity, creativeness	creative, creatable	creatively
credit	credit, creditability	creditable	creditably
criticize	criticism, criticality	critical	critically
cure	cure, curability	curable, curative	—
debate	debate	debatable	debatably
deceive	deceit, deception, deceitfulness, deceptiveness	deceitful, deceptive	deceitfully, deceptively

Verb	Noun	Adjective	Adverb
decide	decision	decisive, decidable	decisively
decorate	decoration	decorative	decoratively
deepen	depth	deep	deeply
defend	defense	defensive, defensible	defensively
defer	deferment, deferral	deferrable	—
define	definition	definitional, definable	definitionally
defy	defiance	defiant	defiantly
deliberate	deliberation, deliberativeness	deliberative	deliberately, deliberatively
delude	delusion	delusive	delusively
demonstrate	demonstration	demonstrative, demonstrational	demonstratively
depend	dependent, dependence, dependency	dependent	dependently
deport	deportation	deportable	—
derive	derivation	derivative, derivational	derivatively
describe	description, descriptiveness	descriptive, descriptable	descriptively
destroy, destruct	destruction	destructive, destructible	destructively
detect	detection	detectable	detectably
deviate	deviation	deviatory	—

Verb	Noun	Adjective	Adverb
devote	devotion, devotement	devotional	—
diagnose	diagnosis	diagnostic	diagnostically
die	death, deadliness	dead, deadly, deathless	deadly
differ	difference, differentness	different	differently
digest	digestion, digestibility	digestible, digestive	digestively
diminish	diminution, diminutiveness	diminutive, diminishable	diminutively
discriminate	discrimination	discriminative	—
dispute	dispute, disputation	disputable	disputably
distinguish	distinction, distinctiveness	distinctive, distinguishable	distinctively
diverge	divergence, divergency	divergent	divergently
diversify	diversity, diversification	diverse	diversely
divide	division	divisional, divisionary, divisible	divisionally
domesticate	domestication, domesticity	domesticable, domestic	domestically
dominate	dominance, domination	dominant	dominantly
drink	drink	drinkable	—

Verb	Noun	Adjective	Adverb
edit	edition	editorial	editorially
educate	education	educative, educational	educationally
elect	election	electoral	electorally
electrify	electricity	electrical	electrically
embolden	boldness	bold	boldly
emerge	emergence	emergent	—
emphasize	emphasis	emphatical	emphatically
empower	power, powerfulness	powerful, powerless	powerfully, powerlessly
encourage	courage	courageous	courageously
endure	endurance	endurable, enduring	enduringly
enjoy	joy, enjoyment	joyful, joyous, enjoyable	joyfully, joyously, enjoyably
enlarge	largeness	large	largely
ennoble	nobility	noble	nobly
ensure	sureness, surety	sure	surely
enthuse	enthusiasm	enthusiastic	enthusiastically
enumerate	enumeration	enumerative, enumerable	—
envy	envy	envious, enviable	enviably
equate, equalize	equality, equation, equability, equalization, equalizer	equal, equable, equational	equally, equably

Verb	Noun	Adjective	Adverb
erode	erosion	erosive	—
err	error, erratum	erroneous	erroneously
escape	escapade	escapable	—
establish	stability	stable	stably
eulogize	eulogy	eulogistic	eulogistically
evade	evasion, evasiveness	evadable, evasible, evasive	evasively
exaggerate	exaggeration	exaggerative	exaggeratedly, exaggeratingly
exceed	excess	excessive	excessively
excel	excellence, excellency	excellent	excellently
except	exception	exceptional	exceptionally
excite	excitement, excitedness, excitability	excitable, excitant, exciting	excitedly, excitingly
exclude	exclusion	exclusive	exclusively
excuse	excuse	excusable	—
exemplify	exemplification	exemplary	—
exhaust	exhaustion, exhaustibility	exhaustible, exhaustive	exhaustively
exist	existence	existent	—
exonerate	exoneration	exonerative	—
expand	expansion	expansive, expandable	expansively
expect	expectation, expectancy	expectant	expectantly

Verb	Noun	Adjective	Adverb
express	expression	expressive	expressly
extend	extension	extensive	extensively
exult	exultation	exultant	exultantly
falsify	falsity, falsehood	false	falsely
familiarize	familiarity	familiar	familiarly
fantasize	fantasy	fantastic, fantastical	fantastically
favour	favourableness	favourable, favourite	favourably
felicitate	felicitation, felicity, felicitousness	felicitous	felicitously
ferment	fermentation	fermentative, fermentable	—
fool	fool	foolish	foolishly
force,enforce	force	forcible, forceful	forcefully
forget	forgetfulness	forgetful, forgettable	forgetfully
form	form	formative	—
frighten	fright	frightful	frightfully
function	function	functional	functionally
generalize	generalization	general	generally
gratify	gratification	gratifying, gratifiable	gratifyingly
grieve	grief	grievous	grievously
habituate	habit	habitual	habitually

Verb	Noun	Adjective	Adverb
hate	hatred, hatefulness	hateful, hatable	hatefully
heal	health	healthy, hale	healthily
heat	heat	hot	—
hesitate	hesitation, hesitancy	hesitant	hesitantly
honour	honour	honorable, honourable	honourably
horrify	horror	horrible	horribly
humiliate	humiliation, humility	humble	humbly
hurry	hurry	hurried	hurriedly
identify	identification	identifiable, identical	identifiably, identically
ignore	ignorance	ignorant	ignorantly
illuminate	illumination	illuminative, illuminating	illuminatingly
illustrate	illustration	illustrative	illustratively
imagine	imagination	imaginary, imaginative, imaginable	imaginatively
imitate	imitation	imitative	imitatively
impose	imposition	imposing	imposingly
impress	impression, impressionism, impressionability	impressible, impressionable, impressive	impressionably, impressively
include	inclusion	inclusive	inclusively

Verb	Noun	Adjective	Adverb
indicate	indication, indicator	indicative	indicatively
indict	indictment	indictable	—
induct	induction	inductive	inductively
indulge	indulgence	indulgent	indulgently
industrialize	industry	industrious, industrial	industriously
infect	infection	infectious	infectiously
inflame	inflammation	inflammable	inflammably
inflate	inflation	inflationary	—
influence	influence	influential	—
inform	information, informant	informative, informational	informally, informationally
inherit	heir, heirdom, heritage, inheritance, heritability, heredity	inheritable, heirless, hereditary	heritably
initiate	initiation	initial	initially
injure	injury	injurious	—
innovate	innovation	innovative	—
insist	insistence, insistency	insistent	insistingly, insistently
inspire	inspiration	inspiring	inspiringly
institute	institute, institution	institutional	institutionally
instruct	instruction	instructive	instructively

Verb	Noun	Adjective	Adverb
integrate	integration, integrability	integrative, integrable	—
intensify	intensity, intensification	intense, intensive	intensely, intensively
interpret	interpretation, interpretability	interpretable, interpretive	interpritively
interrogate	interrogation	interrogative	interrogatively
interrupt	interruption	interruptive, interruptible	—
intoxicate	intoxication	intoxicant	—
introduce	introduction	introductory, introductible	—
introspect	introspection	introspective	—
invent	invention	inventive	inventively
investigate	investigation	investigative, investigatory, investigational	—
judge	judge, judgment, judiciary	judicial, judicious	judicially, judiciously
justify	justice, justification	justifiable, just	justifiably, justly
know	knowledge	knowledgeable, knowable	knowledgeably
lament	lamentation	lamentable	lamentably
laugh	laughter	laughable	laughably
leak	leakage	leaky	—

Verb	Noun	Adjective	Adverb
legalise	law, legality	lawful, legal	lawfully, legally
legislate	legislation, legislature	legislative	legislatively
lengthen	length, lengthiness	lengthy, long	lengthily
liberalise	liberality	liberal	liberally
like	like, liking	likeable	likely
limit	limit, limitation	limitless	—
liquefy	liquid, liquefaction	liquid, liquefiable	—
live	life	lifelike, lifeless	lively, lifelessly
localize	locality, location	local	locally
locate	locator	locatable	—
loosen,loose	looseness, loose	loose	loosely
love	love	lovable, lovely, loveworthy	lovingly
lubricate	lubrication, lubricant	lubricative, lubricious	—
man	man	manual	manually
manage	management, manageability, manageableness	manageable	manageably
marry	marriage, marriageability	marriageable	—
mean	meaning, meanness	meaningful, meaningless	meaningfully meaninglessly

Verb	Noun	Adjective	Adverb
measure	measurement	measurable, measured, measuredless	measurably, measuredly, measuredlessly
mediate	mediation	mediatory	mediately
medicate	medicine	medical, medicinal	medically
memorize	memory, memorial	memorable	memorably
migrate	migration, migrator	migratory, migrational	—
mind	mind, mentality	mental, minded, mindful, mindless	mentally, mindfully, mindlessly
mitigate	mitigation	mitigable, mitigatory	—
mobilize	mobility, mobilization	mobile	—
moderate	moderation	moderate	moderately
monopolize	monopoly, monopolization	monopolistic	—
moralize	morality	moral	morally
mystify	mysticism, myth	mystical, mythical	mystically
narrate	narration	narrative	—
nationalize	nation	national	nationally
naturalize	nature, naturalization	natural	naturally
navigate	navigation, navigability	naval, navigable, navigational	—

Verb	Noun	Adjective	Adverb
necessitate	necessity	necessary	necessarily
negate	negation	negative	negatively
neglect	neglect, negligence	negligent, negligible	negligently
negotiate	negotiation, negotiator	negotiable	—
notice	notice	noticeable, notifiable	noticeably, notifiably
nullify	nullification, nullity	null	—
obey	obedience	obedient	obediently
object	objection	objectionable, objective	objectively
oblige	obligation	obligatory	—
observe	observation, observance, observatory	observable / observant	observably
obstruct	obstruction	obstructive	obstructively
occupy	occupancy	occupant	—
offend	offence	offensive	offensively
operate	operation, operativeness	operational, operable, operative	operationally, operatively
oppress	oppression	oppressive	oppressively
opt	option	optional	optionally
organize	organization	organizational, organizable	organizationally

Verb	Noun	Adjective	Adverb
originate	origin, originality	original	originally
pacify	peace, peacefulness	peaceful	peacefully
paralyse	paralysis	paralytic	—
pardon	pardon	pardonable	pardonably
patronise	patron, patronage	patronal, patronizing	patronizingly
pay	pay	payable	—
penalise	penalty	penal	—
penetrate	penetration	penetrable	—
perceive	perception	perceptible, perceptional, perceptual, perceptive	perceptibly, perceptively, perceptually
perfect	perfection	perfect, perfective	perfectly
perform	performance, perform ability	performative, performing, performable	—
perish	perishableness, perishability	perishable, perishless, perishing	pershingly
permit	permission, permit, permissiveness	permissible, permissive	permissively
perpetuate	perpetuation, perpetuance, perpetuity	perpetual	perpetually

Verb	Noun	Adjective	Adverb
persevere	perseverance, perseveration	persevering	—
persist	persistence, persistency	persistent	persistently
personify	person, persona, personality, personification, personage	personal, personable	personally
persuade	persuasion, persuadability, persuasiveness	persuadable, persuasible, persuasive	persuasively
pervade	pervasion, pervasiveness	pervasive	pervasively
pervert	perversion, perversity, perverter	perversive, perverted	pervertedly
play	play	playful	playfully
poison	poison	poisonous	poisonously
popularize	popularity, popularization	popular	popularly
pore	porosity, porousness	porous	porously
postpone	postponement	postponable	—
practise	practice	practicing	—
precede	precedence	precedent, precedented	precedently
prefer	preference, preferability, preferment	preferable, preferential	preferably, preferentially

Verb	Noun	Adjective	Adverb
prejudice	prejudice	prejudicial	prejudicially
prepare	preparation	preparatory	preparatorily
prescribe	prescription, prescriptiveness	prescriptive	prescriptively
preserve	preservation	preservative, preservable	—
presume	presumption	presumable, presumptuous, presumptive	presumably, presumptuously, presumptively
pretend	pretension, pretence, pretentiousness	pretentious, pretended	pretentiously
prevail	prevalence	prevalent, prevailing	prevalently, prevailingly, prevelently
prevent	prevention, preventability, preventer	preventive, preventable, preventative	preventively
produce	produce, product, production, producibility, productiveness	productive, producible, productional	productively
profess	profession	professional, professed, professionless	professedly
prohibit	prohibition, prohibitiveness	prohibitive, prohibitionary	prohibitively

Verb	Noun	Adjective	Adverb
promise	promise	promising, promissory	promisingly
promote	promotion, promotability	promotive, promotable, promotional	—
pronounce	pronunciation, pronouncement, pronounciability	pronounceable, pronounced	pronouncedly
propitiate	propitiation	propitiatory	propitiatorily
prosper	prosperity, prosperousness	prosperous	prosperously
protect	protection	protective	protectively
provide	provision, providence	provisional, provident, providential	provisionally, providently, providentially
provoke	provocation, provocativeness	provocative, provoking, provacable	provocatively, provokingly
publicize	publication, publicity	public	publicly
punish	punishment	punishable, punishing	punishingly
purify	purity, pureness, purification	pure, purificatory	purely
qualify	qualification, quality	qualifying, qualificatory, qualifiable, qualitative	qualitatively

Verb	Noun	Adjective	Adverb
quarrel	quarrel	quarrelsome, quarrelling	quarrelsomely
question	question, questionability, questionableness	questionable	questionably
quote	quotation, quotability	quotable	—
radiate	radiance, radiancy, radiation	radiant, radiational	radiantly, radiationally
ratify	ratification	ratifiable	—
realize	realization, realism, reality, realizability	realizable, real	really
rebel	rebellion, rebelliousness	rebellious	rebelliously
recede	recession	recessive	recessively
receive	receipt, reception, receptivity	receptive, receivable, receptivable	receptively
reciprocate	reciprocation	reciprocal	reciprocally
recognize	recognition, recognizability	recognizable	recognizably
reconcile	reconciliation, reconcilement	reconciliable, reconciliatory	—
recur	recurrence	recurrent	recurrently

Verb	Noun	Adjective	Adverb
redeem	redemption	redemptive, redeemable	—
redress	redressal	redressable	—
reduce	reduction, reducibility	reducible, reductive	—
refer	reference, referentiality	referable, referential	—
reflect	reflection, reflectivity, reflectance, reflectiveness	reflective	reflectively
refract	refraction	refractive	—
regard	regard, regardlessness	regardful, regardless	regardfully, regardlessly
regret	regret, regretfulness	regretful, regrettable	regretfully, regrettably
regularize	regularity, regularization	regular	regularly
rely	reliance, reliability	reliant, reliable	reliably
renew	newness, renewal, renewability	renewable	—
renounce	renunciation, renouncement	renounciative, renounciatory	—
repel	repulsion, repellence, repellency	repulsive, repellent	repellently
repent	repentance	repentant	—
represent	representation	representative, representational	representatively

Verb	Noun	Adjective	Adverb
repute	reputation	reputable	reputably
reside	residence, residency	residential	residentially
resist	resistance, resistibility	resistant, resistible	—
resolve	resolution, resolvability	resolutive, resolvable	resolvedly
respect	respect, respectability	respectable, respectful	respectably, respectfully
respirate	respiration	respiratory	—
restore	restoration	restorative	restoratively
retain	retainment, retention, retainability, retentiveness	retentive, retainable	retentively
retaliate	retaliation	retaliative, retaliatory	—
retrieve	retrieval, retrievability	retrievable	—
revenge	revenge, revengefulness	revengeful	revengefully
reverse	reversal, reversibility	reversible	reversibly, reversely
revert	reversion	reversionary, reversible	—
revolt	revolution, revolt	revolutionary	—
ridicule	ridicule, ridiculousness	ridiculous	ridiculously

Verb	Noun	Adjective	Adverb
risk	riskiness, risk	risky	riskily
ruin	ruination, ruinousness	ruinous	ruinously
satisfy	satisfaction, satisfactoriness	satisfactory	satisfactorily
save	safety	safe	safely
see, sight	sight, sightliness	sightly, sightless	—
select	selection, selectness, selectiveness, selectivity	selective	selectively
sell	sale, saleability	saleable	—
separate	separation, separateness, separability	separable, separate	separately, separably
serve, service	service, serviceability	serviceable	serviceably
sharpen	sharpness	sharp	sharply
shorten	shortage, shortness	short	shortly
simplify	simplification, simplicity	simple, simplistic	simply, simplistically
socialize	social, society, socialization, socialism, sociability, sociableness	sociable	socially, sociably
soften	softness	softish	softly

Verb	Noun	Adjective	Adverb
solicit	solicitation, solicitousness	solicitous	solicitously
solve	solution, solubility	soluble	—
specialize	specialization	special	specially
sterilize	sterilization	sterilizable	—
stiffen	stiffness	stiff, stiffish	stiffly
storm	storm, storminess	stormy	stormily
straighten	straightness	straightish, straight	straightly
strengthen	strength	strong	strongly
study	study	studious, studied	studiously, studiedly
stupefy	stupefaction	stupefying	stupefyingly
submit	submission, submissiveness	submissive	submissively
subvert	subversion, subversiveness	subversive	subversively
succeed	succession, successfulness	successive, successional, successful	successively, successfully
suffer	suffering	sufferable	—
suffice	sufficiency	sufficient	sufficiently
suggest	suggestion, suggestiveness, suggestibility	suggestive, suggestible	suggestively
supplement	supplement, supplementation	supplementary	supplementarily

Verb	Noun	Adjective	Adverb
suspect	suspicion, suspiciousness	suspicious	suspiciously
suspend	suspense, suspension, suspensiveness	suspensive, suspensible	suspensively
symbolize	symbol, symbology, symbolization	symbolic	symbolically
sympathize	sympathy	sympathetic	sympathetically
synthesize	synthesis	synthetic	synthetically
tabulate	table, tabulation	tabular	tabularly
talk	talk, talkativeness	talkative	talkatively
taste	taste, tasteable, tastefulness	tasteful, tasty	tastefully, tastily
teach	teaching, teachability, teachableness	teachable	—
terminate	termination, terminus, terminal	terminable, terminational, terminal, terminable	terminally
terrify	terror	terrible	terribly, terrifyingly
terrorize	terrorization, terrorist	terroristic	terroristically
thicken	thickness	thick	thickly
thieve	thief, theft	thievish	thievishly

Verb	Noun	Adjective	Adverb
think	thought, thoughtfulness	thoughtful, thoughtless, thinkable	thoughtfully, thoughtlessly
tighten	tightness	tight	tightly
tolerate	tolerance, toleration	tolerant	tolerantly
torture	torture	torturous, torturable	torturously, torturably
trace	trace, traceability	traceable, traceless	—
transfer	transfer, transferability	transferable	—
translate	translation	translatable, translational	translationally
transmit	transmission, transmittance	transmissible, transmittable, transmissive	—
transplant	transplantation	transplantable	—
triumph	triumph	triumphant, triumphal	triumphantly
trouble	trouble, troublesomeness	troublesome, troublous	troublesomely
unify, unite	unity, union, unison, unitarity	unitive	unitedly, unitively, unitarily
urge	urgency	urgent	urgently
utilize	utility	utilitarian	—
vacate	vacancy, vacation	vacant	vacantly

Verb	Noun	Adjective	Adverb
validate	validity, validation	valid	validly
vaporate, vaporize	vapour, vaporization	vapourish, vapoury, vaporous, vaporizable	—
vary	variety, variation, variousness	variant, variable, various	variously, varingly
viciate	vice, vitiation, viciousness	vicious	viciously
vindicate	vindication	vindicative, vindicable	—
waste	waste, wastage, wasteness, wastefulness	waste, wasteful	wastefully
watch	watch, watchfulness	watchful	watchfully
wash	wash	washable	—
weigh	weight, weightlessness	weighable, weightless	weightlessly
widen	width, wideness	wide, widish	widely
will	will	willing	willingly
wonder	wonder, wonderousness	wonderful, wondrous	wonderfully, wondrously
yearn	yearning	yearning	Yearningly

***

Unit - 2 A

३५४ Nouns

Verb	Noun
abolish	abolition
accept	acceptance
accommodate	accommodation
accumulate	accumulation
accuse	accusation
achieve	achievement
acquire	acquisition
adapt	adaption, adaptability
adjourn	adjournment
admit	admission, admittance
adore	adoration
advise	advice
afford	affordability
agitate	agitation
agree	agreement
align	alignment
amuse	amusement
announce	anouncement
appear	appearance
applaud	applause
apply	application
approve	approval
arrange	arrangement
arrive	arrival

Verb	Noun
assemble	assembly
assist	assistance
assort	assortment
assume	assumption
assure	assurance
attend	attendance, attention
attract	attraction
aware	awareness
bear	birth
believe	belief
belong	belonging
bind	bond, band
bleed	blood
bless	blessings
block	blockade, blockage
blow	blowing, blow
break	breakage
breathe	breath
breed	breeding
bury	burial
carry	carriage
celebrate	celebration
choose	choice
circulate	circulation

Verb	Noun
close	closure
clothe	clothes, clothing
collide	collision
colour	colour, colouring
compel	compulsion
compensate	compensation
compete	competition
compile	compilation
complete	completion
comply	compliance
compose	composition
compress	compression
compute	computation
conceal	concealment
conceive	conception
concentrate	concentration
conclude	conclusion
condole	condolence
condone	condonation
confide	confidence, confidant
congregate	congregation
connect	connection
constitute	constitution
consume	consumption
contradict	contradiction
convert	conversion
convey	conveyance
convict	conviction, convict

Verb	Noun
convulse	convulsion
cook	cookery
co-operate	co-operation
correct	correction
create	creation
curve	curve, curvature
deceive	deceit, deception
decide	decision
declare	declaration
dedicate	dedication
defend	defence
define	definition
deflect	deflection
defy	defiance
deliver	delivery, deliverence
denude	denudation
deny	denial
depart	departure
depict	depiction
deprive	deprivation
describe	description
detain	detention
die	death
differ	difference
dig	ditch
digest	digestion
dilute	dilution
direct	direction

Verb	Noun	Verb	Noun
dismiss	dismissal	execute	execution
dispose	disposal	exempt	exemption
distinct	distinction	exhibit	exhibition
divert	diversion,	exist	existence
diversify	diversity	expand	expansion
divide	division	expect	expectation
do	deed	expel	expulsion
drain	drain	explain	explanation
drink	drink	exploit	exploitation
drip	drop	explode	explosion
duplicate	duplication,	explore	exploration
	duplicity	export	export,
dwell	dwelling		exportation,
eat	eatery		exportability
educate	education	expose	exposition
efficient	efficiency		exposure
embarrass	embarrassment	extend	extension
emit	emitter,	extinct	extinction
	emission	extract	extract,
enclose	enclosure		extraction
endure	endurance	fabricate	fabrication
enquire	enquiry,	fail	failure
	inquiry	feed	food
entice	enticement	ferment	fermentation
evict	eviction	fix	fixation
excavate	excavation	flatter	flattery
exceed	excess	float	fleet
excite	excitement	flow	flood
exclude	exclusion	fly	flight
excrete	excretion /	forfeit	forfeiture
	excreta	free	freedom

Verb	Noun	Verb	Noun
frustrate	frustration	inject	injection
gird	girth, girdle	injure	injury
give	gift	insert	insertion
graze	grass	insist	insistence,
grieve	grief		insistency
grow	growth	inspire	inspiration
harass	harassment	instruct	instruction
hasten	haste	insure	insurance
hate	hatred	integrate	integration,
heal	health		integrity
hesitate	hesitation	intensify	intensity,
hinder	hindrance		intensification
identify	identity,	intercept	interception
	identification	interpret	interpretation
ignore	ignorance	introduce	introduction
imagine	imagination	invest	investment
imitate	imitation	irritate	irritation
imply	implication	judge	judgement
impose	imposition	know	knowledge
impress	impression	laugh	laughter
improve	improvement	leak	leakage
include	inclusion	learn	learning
increase	increment	lend	loan
indemnify	indemnification,	live	life
	indemnity	local	locality
indicate	indication	lock	lock, locker
induce	inducement	lose	loss
indulge	indulgence	maintain	maintenance
infect	infection	manage	management
inform	information	marry	marriage
initiate	initiation	mean	meaning

Verb	Noun
measure	measurement
mechanize	mechanization
meddle	meddling
meditate	meditation
migrate	migration
minimize	minimum
mix	mixture
mock	mockery
modify	modification
motivate	motive, motivation
move	movement
narrate	narration
navigate	navigation
neglect	negligence
negotiate	negotiation
note	noteworthy
nourish	nourishment
nurse	nursery, nursing
obey	obedience
object	objection, objective
occupy	occupation
offend	offence
offer	offering
operate	operation
opine	opinion
oppose	opposition
organize	organization
originate	origination
ostracize	ostracism

Verb	Noun
pacify	peace
pack	package, packet
paralyse	paralysis
pass	passage
patranize	patron
penalize	penalty
perceive	perception
percolate	percolation
perform	performance
perjure	perjury
persecute	persecution
perturb	perturbation
pervert	perversity, perversion
pilfer	pilferage
please	pleasure
pose	pose, posture
postpone	postponement
practise	practice
precise	precision
predict	prediction
prescribe	prescription
preserve	preservation
pretend	pretence, pretense, pretension
prevent	prevention
proceed	process, procedure

Verb	Noun	Verb	Noun
process	procession	reduce	reduction
proclaim	proclamation	refer	reference
procure	procurement	reflect	reflection
produce	produce,	refresh	refreshment
	product,	refuse	refusal
	production	regulate	regulation
prohibit	prohibition	relieve	relief
project	projection	remove	removal
promote	promotion	renounce	renunciation
pronounce	pronouncement	repeat	repetition
propose	proposal,	reproduce	reproduction
	proposition	resemble	resemblance
proscribe	proscription	resent	resentment
prosecute	prosecution	resolve	resolution
prostrate	prostration	respond	response
protect	protection	restrict	restriction
protrude	protrusion	resume	resumption
prove	proof	reveal	revelation
provide	provision	reverberate	reverberation
provoke	provacation	reverse	reversibility,
purify	purification		reversal
pursue	pursuit	revise	revision
qualify	quality,	revive	revival
	qualification	sanctify	sanctification
quote	quotation	satiate	satiation
receive	receipt,	saturate	saturation
	reception	save	saving
recite	recitation	say	saying
recollect	recollection	scold	scolding
reconcile	reconciliation	scrutinize	scrutiny
recover	recovery	seclude	seclusion

Verb	Noun
secure	security
see	sight,
	spectacle
segregate	segregation
seize	seizure
select	selection
sell	sale
serve	service
shake	shaking
shrink	shrinkage
signify	significance
	signification
sing	song
sit	seat
slay	slaughter
solemnize	solemnity
solve	solution
speak	speech
speculate	speculation
spell	spelling
spill	spillage
spit	spittoon
spoil	spoilage
starve	starvation
strengthen	strength
strike	striker,
	stroke
strive	strife
subscribe	subscription
subvert	subversion
succeed	success

Verb	Noun
suck	suckling,
	suction
suggest	suggestion
summarize	summery
supersede	supersession
suppose	supposition
suspect	suspicion
tell	tale
terrify	terror
thieve	thief
think	thought
train	training
transform	transformation
transfuse	transfusion
translate	translation
transmit	transmission
treat	treatment
try	trial
tutor	tutorial
undertake	undertaking
urge	urgency
urinate	urination,
	urine, urinal
vacate	vacancy,
	vacation
vaporise	vapour
vary	variety
vindicate	vindication
warn	warning
wash	wash
waste	wastage
weave	web, weave

Verb	Noun	Verb	Noun
wed	wedding	yearn	yearning
weigh	weight	zoom	zooming

* * *

Unit - 2 B

३५५ Verb - Noun [Same Form]

Verb	Noun	Verb	Noun
attribute	attribute	gargle	gargle
bite	bite	hit	hit
bounce	bounce	house	house
call	call	issue	issue
charge	charge	jump	jump
clash	clash	land	land
clasp	clasp	lead	lead
command	command	leap	leap
count	count	leave	leave
crawl	crawl	lock	lock
crush	crush	look	look
defeat	defeat	make	make
devise	devise, device	mortgage	mortgage
drain	drain	move	move
drink	drink	object	object
drive	drive	overlap	overlap
escape	escape	paint	paint
fall	fall	part	part
force	force	pause	pause
fuel	fuel	pick	pick
gain	gain	pinch	pinch

Verb	Noun	Verb	Noun
pity	pity	skid	skid
play	play	smell	smell
plunge	plunge	splash	splash
point	point	split	split
polish	polish	start	start
pose	pose	stop	stop
present	present	subject	subject
press	press	support	support
probe	probe	swing	swing
produce	produce	swipe	swipe
pump	pump	talk	talk
push	push	thrust	thrust
quarrel	quarrel	tick	tick
regret	regret	tip	tip
reply	reply	trace	trace
risk	risk	trap	trap
scratch	scratch	try	try
search	search	turn	turn
service	service	use	use
shout	shout	walk	walk
show	show	want	want
slide	slide	water	water
slip	slip	wonder	wonder

* * *

Unit -3

३५६ Verb - Adjective

Verb	Adjective	Verb	Adjective
adapt	adaptable	define	definable
adore	adorable	detect	detectable
afford	affordable	digest	digestive,
astonish	astonishing		digestible
attend	attentive	diversify	diverse
attract	attractive	eat	eatable,
break	breakable		edible
cease	ceaseless	ecncourage	courageous
collect	collective	educate	educational,
colour	colourful		educative
compare	comparable	endure	endurable,
compete	competitive		enduring
comprehend	comprehensive	exaggerate	exaggerative
conclude	conclusive	excel	excellent
confess	confessional	exemplify	exemplary
confide	confident	experiment	experimental
confirm	confirmatory	explore	explorative
conform	conformable	expose	expositional,
congratulate	congratulatory		expositive
contradict	contradictory	export	exportable
cooperate	cooperative	extend	extendable,
correct	corrective		extendible
credit	creditable	extent	extensive
deceive	deceitful,	extract	extractive
	deceptive	exult	exultant
defend	defiant	familiarize	familiar

Verb	Adjective	Verb	Adjective
frighten	frightful	penalize	penal
glorify	glorious	prefer	preferable
harm	harmful	preserve	preservatory
haste	hasty	prevail	prevalent
hear	audible	prevent	preventive, preventable
help	helpful	produce	productive
identify	identical	profess	professional
illustrate	illustrative	quarrel	quarrelsome
imagine	imaginary	recongnize	recognizable
impress	impressive	rely	reliant
inaugurate	inauguratory	respect	respectable
induct	inductive	reverse	reversible
infect	infectious	sadden	sad
inform	informative	select	selective
inspire	inspiring	shake	shaky
instruct	instructive, instructional	shine	shiny
intensify	intense	simplify	simple
interrogate	interrogative	sleep	sleepy
irritate	irritable	smell	smelly
judge	judicial, judicious	stabilize	stable
know	knowledgeable	storm	stormy
lament	lamentable	strengthen	strong
laugh	laughable	subvert	subversive
love	loving, loveable	sygnify	significant
move	movable	talk	talkative
necessitate	necessary	transform	transformative
officiate	official	urinate	urinary
operate	operational	use	useful
originate	original	wear	wearable
pacify	peaceful	weep	weepy
		widen	wide

* * *

Unit - 4

३५७ Noun - Verbs

Noun	Verb	Noun	Verb
apology	apologize	danger	endanger
authority	authorize	drop	drip
bath	bathe	economy	economize
battle	embattle	electricity	electrify
beauty	beautify	example	exemplify
bed	embed	fame	defame
belief	believe	food	feed
black	blacken	fool	befool
blood	bleed	force	enforce
body	embody	fraud	defraud
brass	braze	friend	befriend
breadth	broaden	fright	frighten
breath	breathe	frost	freeze
brood	breed	fruit	fructify
camp	encamp	game	gamble
centre	centralize	glass	glaze
character	characterize	glory	glorify
circle	encircle	gold	gild
class	classify	grass	graze
cloth	clothe	guile	beguile
colony	colonize	habit	habituate
company	accompany	hair	hairlike, hairless
courage	encourage		
critic	criticize	half	halve
custom	customize	hand	handle

Noun	Verb	Noun	Verb
harmony	harmonize	power	empower
haste	hasten	prison	imprison
head	behead	sale	sell
heir	inherit	sermon	sermonize
horror	horrify	shelf	shelve
idol	idolize	slave	enslave
joy	enjoy	social	socialize
justice	justify	society	associate
knee	kneel	sooth	soothe
knot	knit	spark	sparkle
memory	memorize,	substance	substantiate
	commemorate	sympathy	sympathize
monopoly	monopolize	system	systematize
nation	nationalize	table	table
nature	naturalize	tale	tell
necessity	necessitate	terror	terrify,
nest	nestle		terrorize
office	officiate	throne	enthrone,
origin	originate		dethrone
patron	patronize	title	entitle
peace	pacify	tomb	entomb
person	personate	utility	utilize
population	populate	vapour	vaporize
port	transport,	verse	versify
	import,	vice	viciate
	export	vigour	invigorate

* * *

Unit - 5

३५८ Noun - Noun

Noun	Noun	Noun	Noun
agent	agency	man	manhood
author	authorship	martyr	martyrdom
baby	babyhood	mother	motherhood
beggar	beggary	owner	ownership
bond	bondage	patriot	patriotism
broker	brokerage	pilgrim	pilgrimage
child	childhood	priest	priesthood
coin	coinage	robber	robbery
coward	cowardice	rapport	rapportment
decoit	decoity	servant	service
enemy	enmity	slave	slavery
father	fatherhood	thief	theft
friend	friendship	treasure	treasury
hero	heroism	weapon	weaponery
infant	infancy	widow	widowhood
king	kingship	witch	witchery
		woman	womanhood

* * *

Unit - 6

३५९ Noun - Adjective

Noun	Adjective	Noun	Adjective
abdomen	abdominal	autumn	autumnal
ability	able	base	basic
aborigine	aboriginal	blood	bloody
accident	accidental	bloom	blooming
accuracy	accurate	blue	bluish
act	active	body	bodily
adequacy	adequate	book	bookish
administer	administrative	boy	boyish
admire	admirable	bravery	brave
adoration	adorable	brawn	brawny
advantage	advantageous	brevity	brief
adventure	adventurous	bride	bridal
adversity	adverse	brother	brotherly
affection	affectionate	bud	budding
agriculture	agricultural	budget	budgetary
air	airy	calamity	calamitous
alphabet	alphabetical	capacity	capable
angle	angular	capital	capitalist
anxiety	anxious	care	careful,
art	artistic		careless
Asia	Asiatic	caution	cautious
atmosphere	atmospheric	ceremony	ceremonial,
	atmospherical		ceremonious
atom	atomic	chaos	chaotic
attract	attractive	charm	charming
atrocity	atrocious	child	childish,
author	authentic		childlike

Noun	Adjective
chivalry	chivalrous
circle	circular
circulation	circulatory
class	classical, classy
classic	classical
clear	clarity
climate	climatic
clock	clockwise
cloud	cloudy
colour	colourful, colourless
comedy	comic
commerce	commercial
comparison	comparable
compassion	compassionate
compete	competitive
confidence	confidential
contradiction	contradictory
controversy	controversial
co-operation	co-operative
courage	courageous
courtesy	courteous
coward	cowardly
craft	crafty
craze	crazy
credibility	credible
critic	critical
culture	cultural
curiosity	curious
custom	customary

Noun	Adjective
cyclone	cyclonic
day	daily
death	mortal
decency	decent
depth	deep
defect	defective
defiance	defiant
deficiency	deficient
delight	delightful
democracy	democratic
demon	demonic
depression	depressive
desire	desirous
despair	desperate
devil	devilish
dew	dewy
digestion	digestive
dirt	dirty
disparity	disparate
diversity	diverse
division	divisional
drama	dramatic
duplicate	duplicable
duplicity	duplicitous
dust	dusty
earth	earthly
east	easterly
eatery	edible, eatable
education	educational, educative

Noun	Adjective	Noun	Adjective
efficiency	efficient	fraud	fraudulent
emotion	emotional	friend	friendly
empire	imperial	fright	frightful
energy	energetic	frost	frosty
enthusiasm	enthusiastic	fruit	fruitful
equator	equatorial	fury	furious
erosion	erosive	geography	geographical
event	eventful	girl	girlish
excellence	excellent	glamour	glamorous
excess	excessive	globe	global
exclude	exclusive	gloom	gloomy
example	exemplary	god	godly
eye	ocular	gold	gold, golden
fable	fabulous	governor	governership
face	facial	grace	gracious,
fact	factual		graceful
fallacy	fallacious	grade	gradual
fame	famous	grammar	grammatical
fantasy	fantastic	grass	grassy
fate	fatal, fateful	gravity,	gravitational
father	fatherly,	gravitation	
	paternal	greed	greedy
fire	fiery	guilt	guilty
filth	filthy	habit	habitual
finance	financial	hand	handy,
flesh	fleshy		handful
flower	flowery	honour	honorary
forest	forestry	harmony	harmonious
fortune	fortunate	harrow	harrowing
fraction	fractional	haste	hasty
fraternity	fraternal	hazard	hazardous

Noun	Adjective	Noun	Adjective
health	healthy	intensity	intensive
heaven	heavenly,	interior	internal
	celestial	interrogate	interrogatory
help	helpful,	intestine	intestinal
	helpless	irony	ironic
height	high	irritation	irritable
hero	heroic	journal	journalistic
hilarity	hilarious	joy	joyous,
history	historical		joyful
home	homely,	judge	judicial,
	domestic		judicious
hope	hopeful	knot	knotty
horizon	horizontal	knowledge	knowledgeable
hour	hourly	legend	legendary
humility	humble	length	lengthy,
hunger	hungry		long
husk	husky	lethargy	lethargic
ice	icy	life	lifeless
ideal	idealistic	love	loving,
identity	identical		lovable,
idiom	idiomatic		lovely
illusion	illusive,	luster	lustrous
	illusory	luxury	luxurious
impress	impressive	magnet	magnetic
inclusion	inclusive	majesty	majestic
ideal	idealistic	man	manly
infection	infectious	margin	marginal
inferiority	inferior	marriage	marital, nuptial
instinct	instinctive		marriageable
intellect	intellectual	mass	massive
intelligence	intelligent	medicine	medicinal

Noun	Adjective
melody	melodious
memory	memorable
merit	meritorious
mystery	mysterious
metal	metallic
method	methodical
might	mighty
milk	milky
mind	mindful
miracle	miraculous
mischief	mischievous
misery	miserable
mist	misty
modesty	modest
molecule	molecular
moment	momentary, momentous
money	monetary
monster	monstrous
month	monthly
mood	moody
moonlight	moonlit
morality	moral
mortality	mortal
mother	motherly, maternal
mouth	mouthful
muscle	muscular
music	musical
mud	muddy
name	nominal
nation	national
need	needy
neighbour	neighbourly, neighbourless
nerve	nervous
night	nightly, nocturnal
nobility	noble
north	northerly
nose	nasal
note	notable, noteworthy
novelty	novel
occasion	occasional
office	official
option	optional
orient	oriental
origin	original
orthoepy	orthoepic
pain	painful, painless
palace	palatial
part	partly, partial
passion	passionate
peace	peaceful
pelvis	pelvic
peninsula	peninsular
penalty	penal
people	public, popular
perception	perceptible

Noun	Adjective	Noun	Adjective
period	periodic,	quarrel	quarrelsome
	periodical	race	racial
person	personal	radiance	radiant
physic	physical	rain	rainy
picture	pictorial	recognition	recognitory
	picturesque	recognizance	recognizant
piety	pious	red	reddish
pith	pithy	relation	relative
pity	pitiable, pitiful	reliance	reliant
	piteous	reluctance	reluctant
pivot	pivotal	remark	remarkable
pole	polar	reputation	reputable
poison	poisonous	respect	respectable
power	powerful,	respiration	respiratory
	powerless	revenge	revengeful
prejudice	prejudicial	rigour	rigorous
prevent	preventive	rite	ritual
privacy	private	rock	rocky
probation	probationary,	ruin	ruinous
	probational	rule	regular
problem	problematic	saliva	salivary
produce,	productive	sand	sandy
product		satire	satirical
profession	professional	sauce	saucy
pride	proud	school	scholastic
province	provincial	science	scientific
provocation	provocative	second	secondary
psychology	psychological	secretary	secreterial
puerility	puerile	section	sectional
quality	qualitative	shade	shady
quantity	quantitative	shag	shaggy

Noun	Adjective	Noun	Adjective
shower	showery	thirst	thirsty
show	showy	thorax	thoracal,
significance	significant		thoracic
sister	sisterly	thorn	thorny
skin	skinny	thrift	thrifty
sleep	sleepy	time	timely
slim	slimming	tragedy	tragic
sloth	slothful	triangle	triangular
sludge	sludgy	transit	transitory
smoke	smoky	triumph	triumphant
snow	snowy	truth	true
society	social	ultimate	ultimately
socialist	socialistic	universe	universal
south	southerly	value	valuable
space	spacious	vapour	vaporous
spectacle	spectacular	vehicle	vehicular
spice	spicy	vein	veiny
spine	spinal	venom	venomous
sport	sportive	vertebra	vertebral
stability	stable	victory	victorious
strength	strong	vigour	vigorous
sun	sunny	vindication	vindicative
suspicion	suspicious	violence	violent
symbol	symbolic,	virtue	virtuous
	symbolical	vision	visible,
symmetry	symmetric,		visionary
	symmetrical	vivacity	vivacious
synonym	synonymous	vigour	vigorous
system	systematic	volcano	volcanic
term	terminal	will	voluntary
theory	theoritical	waste	wasteful

Noun	Adjective	Noun	Adjective
water	watery	wood	woody
way	wayward	world	wordly,
wealth	wealthy		worldwide
week	weekly	worth	worthy
west	westerly	wrist	wristy
wind	windy	year	yearly
winter	winterly,	youth	youthful
	wintry	zeal	zealous
woman	womanly	zone	zonal
wonder	wonderful,	zoology	zoological
	wondrous		

* * *

Unit - 7

३६० Adjective - Noun

Adjective	Noun	Adjective	Noun
able	ability	curious	curiosity
abundant	abundance	cute	cuteness
accurate	accuracy	deep	depth
active	activity	delicate	delicacy
adequate	adequacy	dense	density
antecedent	antecedence	difficult	difficulty
audible	audibility	durable	durability
bankrupt	bankruptcy	elegant	elegance
better	betterment	equal	equality
blue	bluish	false	falsehood
bone	bony	fast	fastness
brave	bravery	fatal	fatalism
brief	brevity	fertile	fertility
broad	breadth	formal	formality
busy	business	frail	frailty
calm	calmness	frequent	frequency
capable	capability	fresh	freshness
certain	certainty	futile	futility
chivalrous	chivalry	future	futurity
civil	civility	gallant	gallantry
clear	clarity	gaudy	gaud
complacent	complacency	gay	gaiety
complex	complexity	generous	generosity
coward	cowardice	grand	grandeur
craft	crafty	grave	graveness
cruel	cruelty	great	greatness

Adjective	Noun	Adjective	Noun
green	greenery	one	oneness
happy	happiness	opposite	opposition
hard	hardness, hardship	peculiar	peculiarity
helpful	help	perpetuate	perpetuity
high	height	perplex	perplexity
holy	holiness	pious	piety
honest	honesty	poor	poverty
hot	heat	popular	popularity
inferior	inferiority	precise	precision
intimate	intimacy	prior	priority
just	justice, justness	private	privacy
lame	lameness	proud	pride
legal	legality	prudent	prudence
liable	liability	pure	purity
local	locality	quick	quickness
long	length	rapid	rapidity
mean	meaning, meanness	real	reality
merry	merriment	red	redness
mobile	mobility	rich	richness
modal	modality	rigid	rigidity
moist	moisture	rival	rivalry
mortal	mortality	round	roundness
necessary	necessity	royal	royalty, royalist
noble	nobility	sacred	sacredness
normal	normalcy	safe	safety
obedient	obedience	scarce	scarcity
obese	obesity	secret	secrecy
obstinate	obstinacy	senior	seniority
		severe	severity
		short	shortage, shortness

Adjective	Noun	Adjective	Noun
silk	silky	supreme	supermacy
simple	simplicity	sweet	sweetness
slave	slavery	tense	tension
slim	slimness	timid	timidity
slow	slowness	truth	true
sober	sobriety	vacant	vacancy
solitary	solitude	weak	weakness
special	speciality	wide	width
splendid	splendour	wristy	wrist
stingy	stinginess	wise	wisdom
strong	strength	young	youth
stupid	stupidity		

* * *

Unit - 8

३६१ Adjective - Verb

Adjective	Verb	Adjective	Verb
able	enable	less	lessen
abundant	abound	little	belittle
alien	alienate	long	lengthen
base	debase	low	lower
bitter	embitter	mad	madden
bold	embolden	moist	moisten
brief	abbreviate	neuter	neutralize
broad	broaden	new	renew
calm	becalm	noble	ennoble
certain	ascertain	perpetual	perpetuate
civil	civilize	popular	popularize
clean	cleanse	proper	appropriate
clear	clarify	public	publish
dark	darken	pure	purify
dear	endear	rare	rarify
deep	deepen	real	realize
dense	condense	rich	enrich
different	differentiate	right	rectify
double	duplicate	sick	sicken
equal	equalize	solid	consolidate
false	falsify	special	specialize
familiar	familiarize	specific	specify
feeble	enfeeble	stable	stabilize
fertile	fertilize	strange	enstrange
fine	refine	stupid	stupify
flat	flatten	sure	ensure
general	generalize	thick	thicken
glad	gladden	timid	intimidate
hale	heal	venerable	venerate
just	justify	weak	weaken
large	enlarge	wide	widen

Unit - 9

३६२ Foreign Adjectives

Noun	Adjective	Noun	Adjective
air	aerial, airy	frost	glacial
blood	sanguinary	god	divine
body	corporal	hair	capillary
brother	fraternal, brotherly	hand	manual
		head	capital
cat	feline	hearing	audible
church	ecclesiastical	heart	cardiac
city	civic	heaven	celestial
cow	vaccine	hell	infernal
daughter, son	filial	home	domestic
day	diurnal	hope	sanguine
death	mortal	horse	equine
dog	canine	husband	marital
ear	auricular	king	royal, regal
earth	terrestrial	life	vital
east	oriental	light	lucid, luminous
egg	oval		
end	final	lip	labial
eye	ocular	male	masculine
father	paternal	mankind	human
female	feminine	moon	lunar
flesh	carnal	mother	maternal
flower	floral	mouth	oral
foot	pedal	name	nominal
friend	amicable, cordial	night	nocturnal
		nose	nasal

Noun	Adjective	Noun	Adjective
ox	bovine	town	urban
place	local	tree	arboreal
root	radical	village	rural, rustic
salt	saline	war	martial
sea	marine	water	aquatic,
sheep	ovine		aqueous
side	laternal	west	occident
sight	visible,	wheel	rotary
	visual	wife, husband	conjugal
spring	vernal	will	voluntary
star	stellar	woman	feminine
stream	fluvial	womb	uterine
sun	solar	word	verbal
tongue	lingual	world	mundane
tooth	dental	youth	juvenile

* * *

Unit - 10

३६३ **Diminutive** (extremely small)

Word	Diminutive	Word	Diminutive
animal	animalcule	corn	kernel
ankle	anklet	cover	coverlet
arm	armlet	cow	calf
art	article	crown	coronet
ball	ballot	cut	cutlet
banner	banneret	dame	damsel
baron	baronet	dear	darling
bay	bight	deer	fawn
bear	cub	dog	puppy, whelp
bill	billet	double	doublet
bird	birdie	drop	droplet
book	booklet	duck	duckling
brace	bracelet	eagle	eaglet
brook	brooklet	eye	eyelet
buffalo	calf	fat	fatling
bull	bullock	flower	floweret
cabin	cabinet	fowl	chicken
car	chariot	freak	freckle
cask	casket	frog	tadpole
cat	kitten	globe	globule
church	chapel	goat	kid
cigar	cigatette	goose	gosling
circle	circlet	grain	granule
city	citadel	hare	leveret
cock	cockerel	hen	chicken
code	codocil	hill	hillock

Word	Diminutive
hire	hireling
home	hamlet
horse	colt, filly, foal
ice	icelet
isle	islet
lamb	lambkin
lass	lassie
leaf	leaflet
lion	cub
lock	locket
maid	maiden
man	manikin
mode	model
mole	molecule
mouth	muzzle
nave	navel
nest	nestling
nose	nozzle
novel	novellete
nurse	nurseling
owl	owlet
pack	packet
part	particle
pig	piglet
pile	pillow
pill	pillule
poet	poetaster
prince	princeling
puss	pussy
ring	ringlet
rip	ripple, riplet
river	rivulet

Word	Diminutive
rock	rocket
root	rootlet
rose	rosette
sack	satchel
sap	sapling
scythe	sickle
seat	saddle
seed	seedling, seedlet
shade	shadow
sheep	lamb
sign	signet
spark	sparklet
stag	fawn
star	starlet, asterisk
statue	statuatte
stream	streamlet
suck	suckling
swan	cygnet
table	tablet
thumb	thimble
tiger	cub
top	tip
tower	turret
verse	versicle
waggon	waggonette
wave	wavelet
weak	weakling
wolf	cub
year	yearling
young	youngling

* * *

Unit - 11

३६४ Offsprings of Animals

Animal	Offspring	Animal	Offspring
bear	cub	gorilla	calf
boar	porkling	hare	leveret
buffalo	calf	hen	chicken
cat	kitten	horse	colt, foal, filly
cow	heifer, calf	kangaroo	joey
deer	fawn	lion	cub
dog	puppy, pup	pig	piglet
dolphin	calf	purpoise	cub
duck	duckling	shark	calf
eag	eaglet	sheep	lamb
elephant	calf	stag	fawn
fox	cub	swan	cygnet
frog	tadpole	tiger	cub
goat	kid	whale	calf
goose	gooseling	wolf	cub

* * *

Unit - 12

३६५ Cries of Creatures

apes	gibber
asses	bray
babies	lisping
bears	growl
bees	hum
birds	twitter, sing warble
bulls	bellow
camels	trumpet
cats	mew, purr
cattle	low
crows	caw
dogs	bark, yelp, whine
doves	coo
ducks	quack
eagles	scream
elephants	trumpet
flies	buzz
frogs	croak
foxes	yelp
goats	bleat
goose	cackle, gaggle
hawks	scream
hens	cluck
hogs	grunt
hores	neigh
jackals	howl
larks	sing
monkeys	chatter
mice	squeak
nightingales	sing
owls	hoot, screech
parrots	talk
pigs	grunt
pigeons	coo
puppies	yelp
ravens	croak
rooks	caw
serpents	hiss
tigers	growl
vultures	screach
wolves	howl

* * *

Unit - 13

३६६ Sounds of Common things

anvil	clangs	plates	rattle
arms	clang	rain	patters on
babies	lisp		window
bells	jingle,		panes, rattle
	tinkle	sails	flutter
bugles	blow	silk	rustles
chains	clank	shoes	creak
clouds	thunder	teeth	chatter
coins	jngle	telephone	buzzes
doors	creak,	thunder	rumbles
	bang	trees	sigh
drums	beat	trumpets	blare
engine	whistles	watches	tick
glass	tinkles	water	drinking,
guns	boom		laps
fire	crackles		ripples
flag	flutters	waves	ripple
footsteps	sounding	wings	flutter
hands	clap	winds	sigh,
hoofs	clatter		whistle
horns	toot	whips	crack
leaves	rustle	whistles	shriek
nuts	crack	woods	crackle

* * *

Unit - 14

३६७ Collective / Group Terms

A band of musicians
A band of people
A basket of fruit
A battery of guns
A bench of magistrates
A bevy of ladies
A box of cigars
A brew of beer
A brood or flock of chickens
A board of directors
A brood of hens
A bunch of grapes, plantains
A bunch of keys
A bunch or bouquet of flowers
A bundle of hay, sticks
A cellar of wine, coal
A chain of mountains
A clump or grave of trees
A cluster or galaxy of stars
A clutch of eggs
A collection of relics
A colony of people
A company of actors
A conference of delegates
A congregation of worshippers
A council of advisers
A convoy of partridges
A crew of sailors
A detachment of soldiers
A division of troops
A drove of cattle (being driven)
A dynasty of kings, rulers
A faggot of sticks
A fall of snow
A family of sardines
A fell of hair
A flight of stairs
A flock of birds
A flock of geese
A flock of sheep
A fleet of ships, cars
A flight of steps, birds, locusts, insects
A flight or swarm of locusts
A flotilla of boats, ship
A galaxy of beauties
A gallery of pictures
A gang of labourers
A gang of criminals, robbers
A gathering of people
A genus of animals, plants
A herd of cattle (pastering)
A herd of deer
A herd of swine
A hire / swarm of bees
A heap of ruins

A heap of stones, sands
A hoard of gold
A horde of insects or wolves (moving)
A horde of savages, barbarians
A host of men
A jamboree of scouts
A kennel of dogs
A leash of hounds
A library of books
A litter of puppies
A multitude of people, pedastrians, problems
A museum of art
A muster of soldiers
A muster of peacocks
An assembly of people
An archipelago of islands
An orchard of fruit trees
An outfit of clothes
A nosegay of flowers
A nursery of plants
A pair of shoes
A pair of trousers (one)
A pack of hounds
A pack of wolves
A packet of cigarettes
A panel of jurymen
A parade of soldiers
A party of people
A pile of arms
A posse of arrows
A posy of flowers
A quiver of arrows
A range of hills or mountains
A regiment of soldiers
A row of chairs, trees
A series of events
A sheaf of arrows
A sheaf of grain
A sheaf of wheat
A shoal of fish
A shower of rain
A shower of arrows, bullets, stones
A shrubbery of shrubs
A stack of arms
A stack of corn
A stack of wood
A staff of officials
A string of camels
A stud of horses
A suit of clothes
A suite of rooms (swi:t स्वीऽट)
A swarm of flies, locusts
A swarm/nest of ants
A squad of soldiers
A squadron of cavelry
A syndicate of merchants
A team of players
A throng or crowd of people
A tribe of aborigines
A tribe of Arabs
A troupe of actors
A tuft of grass, hair, feathers
A yoke of oxen

* * *

Unit - 15

३६८ Homes of Creatures / Things

Person/Animal/Things	Home/House/Place
aeroplanes	hangar, aerodrome
beer	brewery
bees	apiary, hive
birds	aviary
bread	bakery
bricks	kiln
clothes	wardrobe
coins	mint
cooking utensils, dishes & plates washing	sculleray
cow	byres, pen
criminal	prison
dead bodies	cemetery, crematorium
dog	kennel
eagle	eyrie
eskimo	igloo
fish	aquarium
fruit trees	orchard
fowl	coop
gas	cylinder
goods storing	depot
grain	granary
grapes	vineyard
grocery	shop, store

hen	coop
hermit	hermitage
historical relics	museum
horse	stable
invalids	sanatorium
iron wares	smithy
lion	den
leather goods	tannery
luggage	cloak room
lunatic	asylum
medicines	dispensary
monk	monastery
motor	garage
mouse	hole
nun	convent, nunnery
peasant	cottage
pigeon	dove-cot
prisoner	cell, jail
pig	sty
priest	presbytery
parson	parsonage
rabbit (wild)	burrows, warren
rabbit (fame)	hutch
scientific experiments	laboratory
soldier	barracks
spider	cobweb
sheep	pens
sick people	hospital
ships	dockyard
ships building	shipyard
ships loading or unloading	quay
squirrel	drey
thieves	den

tiger	lair
young plants	nursery
weapons	arsenal, weaponry
washing clothes	laundry
wasp	nest
water	reservoir
wild animals	zoo

* * *

Unit - 16

३६१ Movement of Animals/Birds/Creatures

Movement of Animals		Movement of Birds	
A bear	lumbers	A bird	flies
A deer	bounds	A cock	struts
A donkey	trots	A crow	flies
An elephant	ambles	A duck	waddles
A horse	gallops	An eagle	swoops
A hound	bounds	A lark	soars
A lamb	frisks	An owl	flies
A lion	prowls	A sparrow	flies
A mouse	scampers	A turkey	struts
A rabbit	leaps	A worm	wriggles
A wolf	lopes		

* * *

Unit - 17

३७० Compound Words (i)

A compound word is a word made up of two or more existing words such as hand + bag = handbag. During the passage of time a compound word is shown by a hyphen and subsequently both words are shown as one. But remember, these words undergo changes, meaning that they are written as one word.

Compound words are formed from :

i) **Noun**	**+**	**Noun**	**=**	**New word**
air	+	base	=	airbase
air	+	field	=	airfield
air	+	lift	=	airlift
air	+	mail	=	airmail
air	+	ship	=	airship
air	+	strip	=	airstrip
air	+	ticket	=	air-ticket
air	+	tight	=	airtight
arm	+	chair	=	armchair
ball	+	point	=	ballpoint
				(ballpoint pen is correct)
basket	+	ball	=	basketball
bats	+	man	=	batsman
bell	+	bottom	=	bell-bottom
bench	+	mark	=	benchmark
birth	+	right	=	birthright
birth	+	place	=	birthplace
birth	+	day	=	birthday

blood	+	stock	=	bloodstock
book	+	shop	=	bookshop
book	+	stall	=	bookstall
book	+	worm	=	bookworm
boot	+	lace	=	bootlace
border	+	line	=	borderline
bottle	+	opener	=	bottleopener
break	+	fast	=	breakfast
brief	+	case	=	briefcase
butter	+	fly	=	butterfly
butter	+	milk	=	buttermilk
button	+	hole	=	buttonhole
cake	+	walk	=	cakewalk
cart	+	wheel	=	cartwheel
cheque	+	book	=	chequebook
chess	+	board	=	chessboard
chop	+	sticks	=	chopsticks
class	+	mate	=	classmate
class	+	room	=	classroom
coco	+	nut	=	coconut
collar	+	bone	=	collarbone
copy	+	right	=	copyright
cricket	+	match	=	cricket-match
cross	+	bar	=	crossbar
data	+	base	=	database
daughter	+	in law	=	daughter-in-law
day	+	dream	=	daydream
day	+	light	=	daylight
door	+	bell	=	doorbell
door	+	step	=	doorstep
drain	+	pipe	=	drainpipe
ear	+	wax	=	earwax
ear	+	ring	=	earring

eye	+	brow	=	eyebrow
eye	+	lash	=	eyelash
eye	+	sight	=	eyesight
eye	+	wash	=	eyewash
eye	+	witness	=	eyewitness
face	+	cloth	=	facecloth
field	+	work	=	fieldwork
finger	+	print	=	fingerprint
foot	+	bridge	=	footbridge
foot	+	note	=	footnote
foot	+	print	=	footprint
foot	+	lights	=	footlights
foot	+	note	=	footnote
foot	+	path	=	footpath
foot	+	step	=	footstep
foot	+	wear	=	footwear
girl	+	friend	=	girlfriend
girl	+	hood	=	girlhood
goal	+	post	=	goalpost
ground	+	nut	=	groundnut
hail	+	stone	=	hailstone
hail	+	storm	=	hailstorm
hand	+	bag	=	handbag
hand	+	ball	=	handball
hand	+	book	=	handbook
hand	+	cart	=	handcart
hand	+	craft	=	handcraft
hand	+	cuffs	=	handcuffs
handle	+	bar	=	handlebar
haver	+	sack	=	haversack
head	+	light	=	headlight
head	+	phone	=	headphone
heart	+	beat	=	heartbeat

hill	+	side	=	hillside
hill	+	top	=	hilltop
hold	+	all	=	holdall
home	+	land	=	homeland
home	+	maker	=	homemaker
home	+	sick	=	homesick
home	+	work	=	homework
honey	+	comb	=	honeycomb
honey	+	moon	=	honeymoon
hook	+	worm	=	hookworm
horse	+	shoe	=	horseshoe
house	+	hold	=	household
house	+	keeper	=	housekeeper
house	+	man	=	houseman
horse	+	power	=	horsepower
ice	+	bag	=	ice-bag
ice	+	berg	=	iceberg
ice	+	breaker	=	ice-breaker
jail	+	bird	=	jail-bird
key	+	board	=	keyboard
key	+	word	=	keyword
land	+	mark	=	landmark
leap	+	frog	=	leapfrog
left	+	hander	=	left-hander
leg	+	spinner	=	leg-spinner
love	+	story	=	love-story
match	+	stick	=	matchstick
moon	+	light	=	moonlight
mother	+	land	=	motherland
motor	+	cycle	=	motorcycle
neck	+	lace	=	necklace
neighbour	+	hood	=	neighbourhood
note	+	book	=	notebook

notice	+	board	=	noticeboard
now	+	a + days	=	nowadays
part	+	time	=	part-time
pass	+	book	=	passbook
passer	+	by	=	passerby
pass	+	word	=	password
pillow	+	case	=	pillowcase
pony	+	tail	=	ponytail
post	+	card	=	postcard
post	+	man	=	postman
power	+	house	=	powerhouse
rail	+	road	=	railroad
rain	+	coat	=	raincoat
road	+	show	=	roadshow
road	+	side	=	roadside
room	+	mate	=	roommate
ruck	+	sack	=	rucksack
sea	+	bird	=	seabird
sea	+	food	=	seafood
skate	+	board	=	skateboard
sky	+	lark	=	skylark
sky	+	light	=	skylight
sky	+	scraper	=	skyscraper
spring	+	board	=	springboard
stair	+	case	=	staircase
suit	+	case	=	suitcase
sun	+	flower	=	sunflower
sun	+	glasses	=	sunglasses
sun	+	light	=	sunlight
sun	+	rise	=	sunrise
sun	+	set	=	sunset
sun	+	shade	=	sunshade
sun	+	stroke	=	sunstroke

swim	+	suit	=	swimsuit
table	+	spoon	=	tablespoon
tax	+	payer	=	tax-payer
tea	+	spoon	=	teaspoon
tooth	+	brush	=	toothbrush
tooth	+	paste	=	toothpaste
waist	+	coat	=	waistcoat
war	+	time	=	wartime
ware	+	house	=	warehouse
wash	+	basin	=	washbasin
watch	+	maker	=	watchmaker
watch	+	man	=	watchman
watch	+	word	=	watchword
water	+	colour	=	watercolour
water	+	cooler	=	watercooler
water	+	fall	=	waterfall
water	+	mark	=	watermark
water	+	melon	=	watermelon
water	+	proof	=	waterproof
water	+	tight	=	watertight
work	+	load	=	workload
work	+	shop	=	workshop

ii)

Noun	**+**	**Adjective**	**=**	**New Word**
bed	+	ridden	=	bedridden
eye	+	catching	=	eye-catching
hand	+	made	=	handmade
heart	+	broken	=	heartbroken
heart	+	rending	=	heart-rending
home	+	sick	=	homesick
note	+	worthy	=	noteworthy
pitch	+	dark	=	pitch-dark
post	+	paid	=	postpaid

sea	+	sick	=	seasick
snow	+	white	=	snowwhite
time	+	serving	=	time-serving
world	+	wide	=	worldwide

iii) Adjective	+	Noun	=	New word
back	+	bay	=	backbay
black	+	berry	=	blackberry
black	+	board	=	blackboard
black	+	mail	=	blackmail
brief	+	case	=	briefcase
deep	+	rooted	=	deep-rooted
fairy	+	land	=	fairyland
good	+	bye	=	goodbye
good	+	for + nothing	=	good-for-nothing
half	+	sister	=	halfsister
half	+	time	=	half-time
long	+	drawn	=	long-drawn
mid	+	day	=	midday
mid	+	night	=	midnight
sick	+	bed	=	sickbed
short	+	circuit	=	short-circuit
short	+	hand	=	shorthand
strong	+	hold	=	stronghold
sweet	+	heart	=	sweetheart
sweet	+	meat	=	sweetmeat

iv) Verb	+	Noun	=	New Word
care	+	taker	=	caretaker
catch	+	word	=	catchword
cut	+	throat	=	cutthroat
dare	+	devil	=	daredevil
hang	+	man	=	hangman

	pay	+	slip	=	payslip
	pick	+	pocket	=	pickpocket
	play	+	ground	=	playground
	spend	+	thrift	=	spendthrift
	trouble	+	maker	=	troublemaker
	wash	+	tub	=	washtub
	watch	+	dog	=	watchdog
	watch	+	maker	=	watchmaker
	watch	+	man	=	watchman
	watch	+	word	=	watchword
	water	+	fall	=	waterfall
	work	+	load	=	workload
v)	**Noun**	+	**Verb**	=	**New word**
	back	+	ache	=	backache
	back	+	bite	=	back-bite
	brow	+	beat	=	brow-beat
	day	+	break	=	daybreak
	ear	+	mark	=	earmark
	home	+	made	=	homemade
	rope	+	walk	=	rope-walk
	sun	+	shine	=	sunshine
	type	+	writer	=	type-writer
vi)	**Verb**	+	**Adverb**	=	**New word**
	break	+	out	=	breakout
	look	+	out	=	lookout
	lock	+	up	=	lockup
	make	+	up	=	makeup
	push	+	over	=	pushover
	send	+	off	=	sendoff

vii) **Adverb**	+	**Participle**	=	**New word**
ever	+	lasting	=	everlasting
in	+	born	=	inborn
never	+	ending	=	never-ending
out	+	spoken	=	outspoken
well	+	deserved	=	well-deserved

viii) **Preposition**	+	**Noun**	=	**New word**
after	+	noon	=	afternoon
by	+	election	=	by-election
by	+	law	=	by-law
by	+	pass	=	bypass
by	+	product	=	by-product
down	+	fall	=	downfall
fore	+	sight	=	foresight
in	+	mate	=	inmate
in	+	side	=	inside
off	+	beat	=	offbeat
off	+	shoot	=	offshoot
off	+	side	=	offside
off	+	spring	=	offspring
on	+	going	=	ongoing
on	+	looker	=	onlooker
on	+	side	=	onside
out	+	law	=	outlaw
over	+	coat	=	overcoat
up	+	set	=	upset
under	+	garment	=	undergarment

ix) **Preposition**	+	**Verb**	=	**New word**
down	+	load	=	download
fore	+	tell	=	foretell (prefix)
ful	+	fill	=	fulfil (prefix)

over +	do	=	overdo
over +	hear	=	overhear
over +	take	=	overtake
over +	throw	=	overthrow
under +	go	=	undergo
under +	take	=	undertake
up +	load	=	upload
up +	set	=	upset

x) Gerund + Noun = New word

Gerund		Noun		New word
blotting	+	paper	=	blotting-paper
drawing	+	room	=	drawing-room
looking	+	glass	=	looking-glass
spelling	+	book	=	spelling-book
stepping	+	stone	=	stepping-stone
visiting	+	card	=	visiting-card
walking	+	stick	=	walking-stick
wild	+	life	=	wildlife
write	+	off	=	writing-off

xi) Adjective + Adjective = New word

Adjective		Adjective		New word
heavy	+	hearted	=	heavy-hearted
fair	+	minded	=	fair-minded
feeble	+	minded	=	feeble-minded
ill	+	bred	=	ill-bred
ill	+	fated	=	ill-fated
open	+	hearted	=	open-hearted
open	+	minded	=	open-minded
poor	+	spirited	=	poor-spirited
red	+	hot	=	red-hot
weak	+	minded	=	weak-minded

xii) **Adverb**	+	**Verb**	=	**New word**
over	+	take	=	overtake
over	+	hear	=	overhear
over	+	throw	=	overthrow
out	+	set	=	outset
under	+	go	=	undergo
under	+	take	=	undertake
up	+	keep	=	upkeep

xiii) **Noun**	+	**Adjective**	=	**New word**
hawk	+	eyed	=	hawk-eyed
bed	+	ridden	=	bedridden

xiv) **Verb**	+	**Adjective**	=	**New word**
hold	+	all	=	holdall

* * *

Unit - 18

३७१ Some Important Synonyms

"An inestimable bad is done not by putting good words to a purposely bad use, but by using good words with good purpose inaccurately, whether from ignorance, cronic slovenliness, or occasional careless," - Finely

A word has a conotative and denotative meaning. A word that has identical meaning is called a synonym. For example : big & large. Two words may not necessarily be of the same meaning. A word may have a different shade of meaning from the another. For example, 'laugh' and 'smile' do not indicate exactly the same meaning. So are 'home' and ' house.'

Here is a list of selected synonyms :

1. Able - Capable

   i) He was *able* to help his neighbour.

   ii) She is *capable* of teaching English to kids.

2. Abundant - Ample, Plentiful

   a) Some countries are abundant in fruits

   b) There was ample time to go to the airport.

   c) In those days jobs were plentiful.

3. Adapt - Adopt

   i) We should *adapt* to changing times.

   ii) I *adopted* a new method of teaching English.

4. Alms - Dole

   i) Many social workers give *alms* to the poor students.

   ii) It is feared that the government might change the rules for claiming *doles*.

5. Assent - Consent

a) The president gave his *assent* to the bill.

b) She *consented* to change the job.

6. Avenge - Revenge

i) He *avenged* his sister's death uopn the killer.

ii) The villagers vowed to take *revenge* on the robbers.

7. Banish - Exile

i) The British Government *banished* Veer Sawarkar to the Andaman Islands.

ii) The Pandawas were in *exile* for 12 years.

8. Battle - War

a) The men at the sea have to *battle* with the cyclonic winds and waves.

b) We had had two world *wars* during the twentieth century.

9. Beautiful - Handsome **['d' is silent]**

i) Madhura is a *beautiful* girl.

ii) Vikrant is a *handsome* boy.

10. Behaviour - Conduct

i) His behaviour towards her has been more aggressive.

ii) The sport has a strict code of conduct.

11. Blunder - Mistake - Error

a) The helpless citizens experience a series of political *blunders*.

b) I found a lot of *mistakes* in his essay.

c) I came across several *errors* in newspapers.

12. Blessing - Benediction

i) The bishop blessed the children.

ii) At the end of the service, father gave benediction.

13. Bring - Fetch

i) Will you please *bring* me a book from the library?

ii) The women *fetched* water from the common well.

14. Brave - Courageous.

i) 'Be brave!' said the Commanders.

ii) I hope people will be courageous enough to speak out against the injustice.

15. Ceiling - Roof

a) Seepage was noticed in the *ceiling* of our house.

b) A lot of crows were sitting on the *roof* of our house.

16. Change - Alter

i) Ravindra *changed* his clothes hurriedly.

ii) The old man *altered* his trousers.

17. Compare - Contrast

a) Shakespeare *compared* the world to a stage.

b) I noticed *contrast* between two brothers.

18. Custom - Habit

i) Shaking hands is a *custom* among the British.

ii) He is free from bad *habits*.

19. Bright - Brilliant

i) Her eyes were *bright* and excited.

ii) What a *brilliant* performans!

20. Brittle - Fragile

A) The old man had *brittle* bones.

B) Finally, the *fragile* plate broke.

21. Burglar - Bandit

i) A *burglar* entered a building to steal.

ii) An armed *bandit* attacked a group of travellers.

22. Busy - Industrious, diligent

i) At the moment, we are *busy*.

ii) The industrious girl stood first at the competitive examination.

iii) After a diligent search, the police traced the missing child.

23. Decrease - Diminish

i) Many Indian forests have *decreased*.

ii) The old man's appetite for food has considerably *diminished*.

24. Disability - Inability

The child's *disability* hindered its progress.

She expressed her *inability* to join the camp.

25. Discover - Invent

Columbus *discovered* America.

Television was *invented* by John Logie Baired in 1922.

26. Drown - Sink

Two young boys were *drowned* in the river.

The ship *sank* in the sea.

27. Enough - Sufficient

The family has *enough* groceries.

The man has accumulated *sufficient* money for his old ege.

28. Envious - Jealous

He is *envious* about his sister's success.

Ramya was *jealous* of Padma's beauty.

29. Expect - Hope

a) The voyagers *expected* favourable weather.

b) She *hopes* to get a first class in the final examination.

30. Expenditure - Expenses

i) The poor family did everything to cut down its *expenditure*.

ii) She was paid the total *expenses* incurred by her.

31. Flock - Herd

A *flock* of sheep was running across the road.

The child was watching a *herd* of cows grazing in the meadow.

32. Freedom - Liberty

i) *Freedom* of speech is one of the fundamental rights of every citizen.

ii) People fear that security cameras could infringe personal *liberty*.

33. Hasten - Hurry

a) The negligence of health *hastened* her death.

b) The secretary *hurried* to the airport to receive the minister.

34. Order - Command

The Chief Minister *ordered* the minister to speak politely in the house.

The monitor *commanded* the boys to shut their mouth.

35. Prodigal - Extravagant

Nature is *prodigal* of her gifts.

Residents are warned not to be *extravagant* with water.

36. Prudent - Sensible

It might be more *prudent* to get a second opinion before going ahead.

I think the *sensible* thing would be to take a taxi home.

37. Vanish - Disappear

The thief seems to have *vanished* without trace.

The snow soon *disappeared* in the valley.

* * *

Unit - 19

३७२ Antonyms

Affirmative & Negative
Prefixes & Suffix

	Prefix		Meaning	Examples
1.	a-	=	not, without	atheist, amoral
2.	ab-	=	off, away	abuse, abnormal
3.	anti-	=	against	anticlimax
4.	contra-	=	against	contradict, contraband
5.	counter-	=	opposite	counterfeit, counter-attack
6.	de-	=	down, away	decentralize, decontrol
7.	dif-	=	before	diffident, diffuse
8.	dis-	=	reversal, negation	dishonest, disable
9.	ex-	=	before, out	exclude, ex-president
10.	extra-	=	beyond	extraordinary, extraterrestrial
11.	ig-	=	not	ignoble
12.	il-	=	not	illegal
13.	im-	=	not	imperfect, immoral
14.	in-	=	not	inactive, inability
15.	ir-	=	not	irregular, irrelevent
16.	mal-	=	bad, wrong	malpractice, malafide
17.	mis-	=	bad, wrong	misfortune, mistake

18.	non-	=	not doing	non-payment, non-human
19.	over	=	excessively	overrate, overvalue
20.	un-	=	not	uncertain, uneducated, unscientific
21.	under-	=	not enough, below	under-value, underground, underestimate

Suffix	Meaning	
-less	not having, without	priceless, heartless, doubtless, powerless

* * *

Unit - 20 (A)

३७३ Antonyms = Opposites

A

ability	x	inability, disability
able	x	unable, disable
above	x	below
absence	x	presence
abundance	x	scarcity
abundant	x	scarce
accept	x	reject, refuse
acceptable	x	unacceptable
accountable	x	unnaccountable
accurate	x	inaccurate
accord	x	discord
acquit	x	convict
active	x	inactive, passive
acute	x	obtuse
adequate	x	inadequate
admire	x	despise, dislike
admit	x	deny, refuse, dismiss
adopt	x	reject
adorn	x	disfigure
advance	x	retreat
advantage	x	disadvantage
adversity	x	prosperity
affable	x	rude, surly
affected	x	unaffected
affiliated	x	unaffiliated
affirm	x	deny
affirmative	x	negative
after	x	before
agreement	x	disagreement
agree	x	disagree, differ
aided	x	unaided
aligned	x	nonaligned
alien	x	native
alignment	x	nonalignment
allow	x	disallow, forbid
always	x	never
ambiguous	x	clear, unambiguous
ample	x	meagre, scanty
analysis	x	synthesis
ancestor	x	descendant
ancient	x	modern
animate	x	inanimate
angel	x	devil
answerable	x	unanswerable
apart	x	together
appear	x	disappear
appoint	x	dismiss
appreciate	x	depreciate
appropriate	x	inappropriate
appropriation	x	misappropriation

approve	x	disapprove
armed	x	unarmed
aristocrat	x	commoner
arrange	x	derange
arrival	x	departure
arrive	x	depart
arrogant	x	humble
artificial	x	natural
ascend	x	descend
ascent	x	descent
asleep	x	awake
assemble	x	disperse
assent	x	dissent
asset	x	liability
associate	x	disassociate
attach	x	detach
attack	x	defend
attract	x	repel / disattract
audible	x	inaudible
auspicious	x	ominous, inauspicious
authentic	x	spurious, fictitious
authorized	x	unauthorized
aware	x	ignorant
awkard	x	graceful

B

bacteria	x	antibacteria
backward	x	forward
bad	x	good
band	x	disband
barbarious	x	civilized
barren	x	fertile
base	x	summit, peak
bearable	x	unbearable
beatable	x	unbeatable
beautiful	x	ugly
beauty	x	ugliness
becoming	x	unbecoming
begin	x	finish, end
beginning	x	end
behave	x	misbehave
belief	x	doubt
believe	x	misbelieve
believable	x	unbelievable
bending	x	unbending
beneath	x	aloft
benediction	x	malediction
benefactor	x	malefactor
benevolent	x	malevolent
best	x	worst
better	x	worse
biased	x	unbiased
big	x	small
bind	x	loosen
bitter	x	sweet
blame	x	praise
bless	x	curse, scold
blessing	x	curse
blunt	x	sharp
boisterous	x	calm, quiet
bold	x	timid
bonafide	x	malafide
boon	x	bane

borrow x lend
brave x coward
bravery x cowardice
breakable x unbreakable
bride x bridegroom
bright x dull, dim
brightness x dullness
broad x narrow
broken x unbroken
brutal x merciful, humane
brutality x humanity
bury x exhume
busy x idle
button x unbutton
buy x sell

C

calculation x miscalculation
capable x incapable
capacity x incapacity
capture x release
card x discard
care x neglect
careful x negligent
carving x uncarving
cautious x reckless
celestial x terrestrial
censure x praise
certain x uncertain
certainty x uncertainty
centralize x decentralize
challenged x unchallenged
changed x unchanged
charity x selfishness, meanness
checked x unchecked
cheap x costly, dear, expensive
cheerful x dull, gloomy
childish x sensible
civil x uncivil
civilization x barbarism
civilized x barbarian, uncivilized
claim x disclaim
claimed x unclaimed
claimer x disclaimer
classified x unclassified
classify x declassify
clean x unclean, dirty
clear x unclear
clarity x obscurity
clever x stupid
cleverness x foolishness, stupidity
climb x alight
clock x anticlock
close x disclose
clue x clueless
coarse x fine, refined, polished
code x decode
cold x hot
comedy x tragedy
comfortable x uncomfortable
common x uncommon, rare

compare x contrast
compatible x incompatible
competitive x uncompetitive
complete x incomplete
complex x simple, plain
compliance x refusal, non-compliance
complicated x uncomplicated
compromising x uncompromising
compulsory x voluntary, optional
conceal x reveal
conceive x misconceive
conclusive x inconclusive
concord x discord
concur x disagree
condemn x flatter, praise, approve
conditional x unconditional
confess x deny, refuse
confidence x diffidence
confident x diffident
confirmed x unconfirmed
conformist x nonconformist
connect x disconnect
conquer x lose
conscious x unconscious
conservative x radical
consistent x inconsistent
constitutional x unconstitutional
construct x destroy
constructive x disconstructive
construe x misconstrue
contaminated x uncontaminated
contract x expand
contraposition x position
contributory x noncontributory
control x decontrol
controlled x uncontrolled
controversial x uncontroversial, noncontroversial
convenient x inconvenient
conventional x unconventional
converge x diverge
convex x concave
convincing x unconvincing
cool x warm
cooked x uncooked
cord x discord
correct x incorrect, false wrong
corrigible x incorrigible
costly x cheap, dear
countable x uncountable
courage x timidity
courteous x discorteous
cover x uncover, bare
covert x overt
create x annihilate, destroy
credible x incredible
credit x debit, discredit

crude	x	finished, refined
cruel	x	kind, humane
cruelty	x	mercy
cry	x	laugh
cultivated	x	uncultivated
curricular	x	extracurricular

D

danger	x	security, safety
dark	x	bright, white, light
dated	x	undated
dawn	x	dusk
dead	x	alive
death	x	birth
debtor	x	creditor
decent	x	indecent
declared	x	undeclared
deed	x	misdeed
deep	x	shallow
defendant	x	plaintiff
defensive	x	offensive
deficit	x	surplus
definite	x	indefinite
delay	x	haste
delight	x	sadness, sorrow
dense	x	sparse, thin
deny	x	affirm, confess, confirm, ratify
depart	x	arrive
departure	x	arrival
deposit	x	withdraw
descend	x	ascend
despair	x	hope
destructive	x	constructive
developed	x	underdeveloped
different	x	indifferent
difficult	x	easy
diffident	x	confident
diminish	x	increase
direct	x	indirect
disclose	x	conceal
disputed	x	undisputed
distinction	x	contradistinction
distant	x	near
distress	x	comfort
do	x	undo
docile	x	stubborn
dry	x	soaked, humid wet, drenched, damp, moist
dwarf	x	giant
dynamic	x	static

E

early	x	late
earn	x	spend
earthly	x	heavenly
ebb	x	flow
economical	x	extravagant, uneconomical
effective	x	ineffective
efficient	x	inefficient

egoism x altruism
eligible x ineligible
embark x disembark
emigrant x immigrant
emigrate x immigrate
emigration x immigration
employ x dismiss
empty x full
end x beginning
enemy x ally, friend
enjoy x suffer
enkindle x extinguish
enmity x friendship
enough x insufficient
enrich x empoverish
enthusiasm x lethargy, apathy, indifference
entire x partial
entity x nonentity
entrance x exit
entry x exit
equal x unequal
equality x inequality
equitable x inequitable
erect x demolish
eternal x transitory, transient, momentary, temporal
even x uneven
ever x never
evil (ईव्हल) x good
excess x scarcity, deficit
exclude x include
existent x non-existent
expand x contract
experience x inexperience
explicit x implicit
export x import
extend x limit
exterior x interior
external x internal
extraordinary x ordinary
extravagant x frugal, thrifty
exult x mourn, lament

F

fabulous x actual, real
face x deface
fact x fiction
failure x success
fair x foul, unfair
faithful x faithless, unfaithful
fake x genuine
fallible x infallible
false x true
fame x notoriety, defame
familiar x strange, unfamiliar
famous x notorious, obscure
far x near
fast x slow

Word		Antonym
fasten	x	loosen, unfasten
fat	x	lean, slim
fatigue	x	refresh
faulty	x	flawless
fertile	x	sterile, barren, arid
fickle	x	constant
fiction	x	nonfiction
fictitious	x	real
fiery	x	cool
figure	x	disfigure
final	x	initial, preliminary
find	x	lose
finite	x	infinite, nonfinite
firm	x	infirm
first	x	last
fit	x	misfit, unfit
flammable	x	non-flammable
flaw	x	flawless
flexible	x	rigid, inflexible
flourish	x	decay
flow	x	contraflow
fold	x	unfold, unfurl
foolish	x	wise
fore	x	hind, back
foreign	x	native
foreigner	x	native
form	x	deform
formal	x	informal
former	x	latter
fortunate	x	unfortunate
fortune	x	misfortune
forward	x	backward
frank	x	reserved, reticent
free	x	confined
freedom	x	slavery, captivity
frequent	x	unusual, infrequent
fresh	x	stale
friend	x	enemy, foe
friendship	x	enmity
front	x	rear, back
frost	x	defrost
frugal	x	prodigal
full	x	empty
function	x	malfunction
furl	x	unfurl
fuse	x	defuse

G

Word		Antonym
gain	x	loss
gather	x	disperse, scatter
general	x	particular, special
generous	x	mean, stingy
gentle	x	rough, violent
genuine	x	counterfeit, spurious
gift	x	penalty

give x take
glad x sad
gloomy x bright
glory x disgrace, shame
go x come
god x devil
godly x wicked
good x bad
governmental x non-governmental
grace x disgrace
graceful x ungraceful
grade x degrade
gradual x abrupt, sudden
gratitude x ingratitude thankfulness,
grave x happy
great x small
greedy x generous
growth x decline
grunted x disgrunted
guide x misguide
guilty x innocent

H

handle x mishandle
handsome x ugly
hap x mishap
happiness x sorrow
hard x soft, easy, simple
harmful x harmless
harmony x discord
harsh x melodious, kind, gentle
haste x delay
hasty x leisurely
hate x love
head x tail
healthy x unhealthy, sickly
heaven x hell
heavy x light
height x depth
hero x villain
hesitate x determine
hide x disclose, reveal, seek
hideous x beautiful, handsome
high x low
highest x lowest
hire x lease
hit x miss
hollow x solid
holy x unholy
homogenous x heterogeneous
honest x dishonest
honour x dishonour, shame
hope x despair
hopeless x hopeful
horrible x delightful, pleasing

host x guest
hot x cold
huge x tiny
human x inhuman
humane x cruel
humble x proud
humility x arrogance
humorous x serious
hurt x heal
hypocrisy x sincerity

I

idle x busy, deligent
ignite x douse
ignorance x knowledge
ignorant x wise
illuminate x darken
imagination x reality
imaginative x unimaginative
imbecile x sane
implicit x explicit
import x export
important x unimportant, trifle
imprison x release
in x out
include x exclude, omit
inclusion x omission
increase x decrease
industrious x lazy, indolent
infect x disinfect
inferior x superior
informative x uninformative
inhale x exhale
initial x final
injured x uninjured
inner x outer
innocent x guilty, wicked
input x output
insert x extract
inside x outside
insufficiency x plenty
integrate x disinitegrate, segregate
intelligent x unintelligent
interesting x dull, boring, uninteresting
interior x exterior
invest x divest
inward x outward

J

join x disjoin
joint x disjoint
joy x sadness, sorrow
judge x misjudge
judicious x injudicious
junior x senior
just x unjust
justice x injustice
justify x condemn

K

keen	x	indifferent
kernal	x	shell
kill	x	resurrect
kind	x	cruel
kindle	x	extinguish
knowledge	x	ignorance

L

lament	x	rejoice
land	x	water
landlord	x	tenant
last	x	decay, fade, first
lasting	x	transient, transitory, momentary
later	x	earlier
latter	x	former
lawful	x	unlawful
lazy	x	industrious
lead	x	mislead
leader	x	follower
legal	x	illegal
legible	x	illegible
legitimate	x	illegitimate
lend	x	borrow
less	x	more
liberate	x	enslave
liberty	x	slavery, bondage
lie	x	truth
life	x	death
light	x	heavy, darkness
like	x	dislike, unlike
likeness	x	difference, unlikeness
limited	x	unlimited, limitless
liquid	x	solid
literacy	x	illiteracy
literate	x	illiterate
little	x	much
live	x	dead
living	x	dead
load	x	unload
lock	x	unlock
lodge	x	dislodge
logical	x	illogical
long	x	short
loose	x	tight
lose	x	find, win
loss	x	profit, gain
loud	x	low, soft
love	x	hate
lovely	x	ugly
lower	x	upper
loyal	x	rebellious, disloyal, treacherous
loyalty	x	rebellion, treachery, disloyalty
lucky	x	unlucky, luckless

M

mad x sane
madness x sanity
major x minor
majority x minority
many x few
married x unmarried
masculine x feminine
master x servant
material x immaterial, spiritual
mature x immature
maximum x minimum
member x non-member
memorial x immemorial
merciful x ruthless, cruel, brutal
mercy x brutality
merit x demerit
mighty x weak
mild x harsh, severe, stern
miser x spendthrift
miserable x joyous, happy, jocund
miserly x generous
misery x opulence, richness, wealthiness
mobile x immobile
moderate x extremist, radical
modern x ancient, old, primitive
modest x immodest, vain
modesty x vanity
monogamy x polygamy
monotheism x polytheism
moral x immoral, amoral
moralization x demoralization
mortal x immortal
motion x motionless
movable x immovable
mount x dismount
much x little
mutable x immutable

N

naive x sophisticated
naked x clothed, covered
narrow x wide, broad
nationalize x denationalize
native x foreign, alien
natural x artificial, unnatural
near x remote, far
neat x untidy, unclean
necessary x unnecessary optional, voluntary
neglect x heed

negotiable	x	non-negotiable
nervous	x	undaunted
neutral	x	partial
new	x	old, ancient
noble	x	ignoble
noisy	x	quiet
normal	x	abnormal
notorious	x	reputable
numerable	x	innumerable

O

obedient	x	disobedient
obey	x	disobey
obstruct	x	promote, encourage
occasional	x	frequent
odd	x	even, normal
off	x	on
offensive	x	defensive
offer	x	refuse
offside	x	onside
often	x	rarely, seldom
omission	x	commission
open	x	shut
oppose	x	support, assist
optimism	x	pessimism
optimist	x	pessimist
optimistic	x	pessimistic
optional	x	compulsory
oral	x	written
order	x	disorder, chaos
ordinary	x	extraordinary
organic	x	inorganic
oriental	x	occidental
original	x	duplicate, aboriginal
orthodox	x	heterodox, progressive
out	x	in
outside	x	inside
outward	x	inward
over	x	below, under
overarm	x	underarm
overestimate	x	underestimate
overstate	x	understate
overt	x	covert
overtly	x	covertly
overvalue	x	undervalue
own	x	disown
owner	x	tenant

P

painful	x	soothing
palatable	x	unpalatable
passive	x	impassive, active
pardon	x	penalize
pardonable	x	unpardonable
part	x	counterpart
part	x	whole
partial	x	impartial, complete
particular	x	vague, indefinite
partly	x	wholly

party x non-party
past x present
patient x impatient
patriotism x treason
patriotic x unpatriotic, rebellion
payment x non-payment
peaceful x belligerant
perceptible x imperceptible
perfect x imperfect
perfection x imperfection
perishable x imperishable, perpetuate, perennial
permanent x temporary, impermanent
permit x prohibit
perpetual x transitory, temporary
personal x impersonal
persuade x dissuade
perturbed x unperturbed
philanthropist x misanthropist
pious x impious
place x displace
plane x deplane
playable x unplayable
playing x non-playing
pleasant x unpleasant, cheerless
please x displease
pleasure x pain
plentiful x scarce, meagre
plenty x shortage, scarcity
poison x antidote
polite x rude, impolite
poor x rich, wealthy, opulent
positive x negative
possible x impossible
poverty x opulence, riches, wealth
powerful x feeble, powerless
practicable x theoretical, impracticable
practice x theory, malpractice
praise x blame, rebuke
pragmatic x idealistic
precede x succeed
precious x worthless
prepaid x post-paid
prepone x postpone
president x expresident
pressure x relaxation
pretty x ugly
pride x humility, modesty
preliminary x final
private x public, general
probable x improbable
prodigal x thrifty, frugal
produce x destroy
productive x non-productive

profit	x	loss	rare	x	common,
progressive	x	reactionary,			frequent
		regressive,	rational	x	irrational
		declinational	read	x	misread
prolong	x	curtail	ready	x	sluggish
promote	x	demote	real	x	false, unreal,
proper	x	indecent,			fanciful
		improper	rear	x	front
prosperity	x	adversity	reduce	x	increase
prostrate	x	supine	refuse	x	admit, agree
proud	x	humble,	refutable	x	irrefutable
		modest	regard	x	disregard
prudent	x	imprudent	regret	x	exult
public	x	private	regular	x	irregular
punctual	x	unpunctual	rejoice	x	lament, grieve,
punish	x	reward			mourn
pure	x	impure	relevent	x	irrelevent
push	x	pull	reluctant	x	willing, ready
			remarkable	x	ordinary
Q			remember	x	forget
qualification	x	disqualification	remove	x	restore
qualify	x	disqualify	repair	x	damage
quick	x	slow,	represent	x	misrepresent
		lethargic,	repulsive	x	attractive
		sluggish	resident	x	non-resident
quiet	x	noisy (adj)	respect	x	contempt,
quiet	x	uproar (n)			disrespect,
quiet	x	agitate (vb)			scorn
			respectable	x	disrespectable
R			respectful	x	disrespectful
rail	x	derail	responsible	x	irresponsible
raise	x	lower	restful	x	restless
rapid	x	slow	retail	x	wholesale

revenge	x	forgiveness, pardon
reverence	x	disdain
reversible	x	irreversible
reward	x	penalty, punish
rich	x	poor
right	x	wrong, left
rigid	x	flexible
ripe	x	raw
rise	x	fall
rival	x	ally
rough	x	smooth, gentleman
round	x	angular
rude	x	polite, sober
rule	x	misrule
rumour	x	fact
rural	x	urban

S

sad	x	cheerful
safe	x	unsafe
saint	x	demon, monster
same	x	different
satiable	x	insatiable
save	x	spend
scanty	x	sufficient
scent	x	stink
scold	x	commend
scorn	x	respect
seasonal	x	untimely
secure	x	insecure
seldom	x	often
selfish	x	generous
sell	x	buy, purchase
sense	x	stupidity, non-sense
sensible	x	foolish, stupid, senseless, insensible
separation	x	union
serious	x	hilarious, jolly, jocund
servant	x	master
several	x	few
service	x	disservice
shallow	x	deep
shape	x	misshape
sharp	x	blunt
short	x	long
shrink	x	expand
sign	x	countersign
silly	x	clever, wise
simple	x	complex, complicated
sink	x	float, swim
sleepy	x	wakeful
slim	x	fat
small	x	big, huge
smile	x	frown
smoker	x	non-smoker
sociable	x	unsociable
solid	x	hollow, liquid
solvent	x	bankrupt, insolvent

solvency	x	insolvency
soon	x	later
sorrow	x	joy, happiness
special	x	ordinary
speech	x	silence
spurious	x	genuine
steady	x	unsteady
stop	x	non-stop
stoppable	x	unstoppable
stormy	x	peaceful
straight	x	curved, crooked
strange	x	common, familiar
strict	x	mild, lenient
strong	x	weak
stupid	x	wise, sensible
subscriber	x	non-subscriber
subjective	x	objective
succed	x	fail
superior	x	inferior
supine	x	prone
sure	x	doubtful
sweet	x	bitter
switch on	x	switch off
sympathy	x	antipathy, cruelty

T

tainted	x	pure
take	x	mistake
talkative	x	mute, silent
tall	x	short
tamed	x	wild
tasty	x	insipid, nauseating
teach	x	learn
tearful	x	joyous
technical	x	non-technical
tedious	x	entertaining, interesting
temporal	x	eternal
temporary	x	permanent
tensed	x	relaxed
test	x	detest
territorial	x	extraterrestrial
thankful	x	thankless
theist	x	atheist
thesis	x	antithesis
theory	x	practice
thin	x	thick, fat
thoughtful	x	thoughtless
tide	x	ebb
tidy	x	untidy
tie	x	untie
tight	x	loose, slack
timely	x	untimely
together	x	separately
tolerance	x	intolerence
top	x	bottom
torture	x	soothe
total	x	partial
touchable	x	untouchable
toxic	x	non-toxic
tract	x	detract

tragedy	x	comedy
tragic	x	comic
transparent	x	opaque
treacherous	x	loyal
treat	x	maltreat
trifle	x	valuable
triumph	x	defeat
true	x	untrue, false
truth	x	falsehood, untruth
typical	x	unusual

U

ugly	x	lovely, beautiful
unanimous	x	discordant
under	x	above, over
understand	x	misunderstand
unite	x	divide
united	x	separated
universal	x	parochial
upper	x	lower
upright	x	dishonest
urban	x	rural
urgent	x	trifling, inconsiderable
usable	x	unusable
use	x	abuse, misuse
useful	x	useless
usual	x	unusual
utterable	x	unutterable

V

vacant	x	occupied
vague	x	definite, clear
valid	x	invalid
validate	x	invalidate
valuable	x	worthless, invaluable
value	x	devalue
vanish	x	appear
vanity	x	modesty
verbal	x	written
variable	x	constant, invariable
variety	x	uniformity
vast	x	tiny
vertebrate	x	invertebrate
vertical	x	horizontal
victory	x	defeat
violation	x	adherence
violence	x	non-violence
violent	x	cool, gentle, non-violent
vital	x	trivial, unimportant
virtue	x	vice
visible	x	invisible
voluntary	x	compulsory, mandatory, obligatory
vulgar	x	genteel, refined

W

wake x sleep
warm x cool
warmly x coldly
warmth x coldness
weak x strong
weakness x strength
wealth x poverty, distress
wealthy x mendicant
weep x rejoice, laugh
whole x partial
wicked x righteous, virtuous
win x lose
wisdom x folly, stupidity, ignorance
wise x foolish, stupid
worthy x unworthy

Y

young x old
youthful x aged

Z

zeal x apathy
zenith x nadir

* * *

Unit - 20 (B)

३७४ Suffix-less

age x ageless
air x airless
bottom x bottomless
bound x boundless
caste x casteless
character x characterless
class x classless
clue x clueless
colour x colourless
comfort x comfortless
doubt x doubtless
emotion x emotionless
faith x faithless
fathom x fathomless
fear x fearless
form x formless
hair x hairless
heart x heartless
home x homeless
life x lifless
limit x limitless
list x listless
man x manless
match x matchless
meaning x meaningless
pain x painless
powerful x powerless
price x priceless
seam x seamless
shame x shameless
shape x shapeless
sleep x sleepless
sleeves x sleevesless
smoke x smokeless
speech x speechless
spine x spineless
spirit x spiritless
spot x spotless
stain x stainless
thought x thoughtless
tire x tireless
tooth x toothless
top x topless
tube x tubeless
use x useless
value x valueless
vision x visionless
voice x voiceless
weight x weightless
win x winless
wire x wireless
worth x worthless

* * *

20. Punctuation

विरामचिन्हे

३७५ व्यक्तीचे बोलणे आपण ऐकत असताना त्या व्यक्तीचे बोलणे पूर्ण झाले आहे, की नाही; वाक्य प्रश्नरूपी आहे, की उद्‌गारार्थी आहे, इत्यादी गोष्टी समजतात. याचे कारण स्पष्ट आहे. बोलणारी व्यक्ती बोलताना काही वेळा अल्पशी थांबते, कधी थोडे अधिक थांबते. त्या व्यक्तीच्या आवाजात चढ-उतार होत असतात. तसे झाले नाही, तर ऐकणाऱ्याच्या मनात अर्थाविषयी संदिग्धता निर्माण होईल वा गोंधळ उडेल. वरील गोष्टी लिखित भाषेत काही विशिष्ट चिन्हांनी दाखवितात. यांनाच विरामचिन्हे म्हणतात.

पुढील वाक्य पाहा –

While we ate a lot of crows were sitting in the trees.

वरील वाक्यात स्वल्पविराम न लिहिल्याने वाक्याच्या अर्थामध्ये मोठाच घोटाळा झाला आहे. स्वल्पविराम लिहून तेच वाक्य असे होईल –

While we ate, a lot of crows were sitting in the trees.

यावरून विरामचिन्हांचे महत्त्व लक्षात येईल.

३७६ **Punctuation marks: विरामचिन्हे**

1) Full stop = पूर्ण विराम .
2) Comma = स्वल्पविराम ,
3) Semicolon = अर्धविराम ;
4) Colon = अपूर्णविराम :
5) Sign of Interrogation = प्रश्नचिन्ह ?
6) Sign of Exclamation = उद्‌गारचिन्ह !
7) Inverted commas अवतरण चिन्ह “ ”

Or: Quotation marks = (एकेरी / दुहेरी) ‘ ’

8) Apostrophe sign = षष्ठीचे चिन्ह व गाळलेल्या अक्षराबद्दल ’

9) Bracket = कंस ( )

10) Hyphen = संयोगचिन्ह -

11) Dash = अपसारणचिन्ह —

12) Capital letter = पहिल्या/तिसऱ्या लिपीतील Print letters व Script letters मुळाक्षरे – I, S, H, M

प्रथम आपण capital lettersचा विचार करू.

३७७ Capital Letters:

1) I हे सर्वनाम नेहमीच capital काढावे. तसेच, संबोधनात्मक O हे देखील capital काढायचे असते.

२) प्रत्येक वाक्याचा सुरुवातीचे अक्षर capital काढावे.

I met a boy. He was my student. My neighbour was with him.

३) अवतरणचिह्नात सुरू होणाऱ्या वाक्याचे पहिले अक्षरही capital असते.

A woman shouted, "Please make a room for me".

४) कवितेतील प्रत्येक चरणातील (ओळीतील) पहिले अक्षर capital काढावे.

I wandered lonely as a cloud,
That floats on high over vales and hills,
When all at once I saw a crowd,
A host of golden daffodils.

५) वाक्यातील प्रश्नचिन्ह हे एका अर्थाने पूर्णविराम असते. कारण प्रश्नचिन्हाशी वाक्य पूर्ण होते. म्हणून प्रश्नार्थी वाक्यानंतर येणाऱ्या वाक्याचे पहिले अक्षर capital काढावे.

What are you doing there? Come here.

६) वाक्याच्या शेवटी येणारे उद्गारचिन्ह हे देखील एका दृष्टीने पूर्णविराम होय. त्यानंतर येणाऱ्या वाक्याचे पहिले अक्षर capital काढावे.

What a beautiful rainbow it was! A child saw it and began to dance joyfully.

७) विशेषनाम (Proper Noun) capital काढावे.

a) व्यक्ती – Vijay, Madhavi

b) देश – India, America, New Zealand

c) शहरे – Delhi, Perth, New York, Pune

d) देशवासी – Indian, French, German, Spaniard

e) पर्वत – Sahyadri, the Alps

f) भाषा – Marathi, Hindi, Sinhali, Spanish

g) विषय – English, Mathematics, History

८) धार्मिक ग्रंथ – the Geeta, the Bible, the Koran, the Rigveda

९) धर्म – Hinduism, Christianity, Islam

१०) महासागर – the Indian Ocean, the Atlantic Ocean

११) पुस्तकाचे नाव, कवितेचे/धड्याचे शीर्षक, संस्था, राजकीय पक्ष – My India, Geetanjali, the Boy Scouts, The Servants of India Society

१२) क्रांती, युद्ध – the Industrial Revolution, the World War II

१३) ऐतिहासिक ठिकाणे, वाहने – the Red Fort, the Taj Mahal, the Sinhagad Express

१४) देवाविषयी येणारी सर्वनामे capital काढावीत :
I pray to the God that He may bless you.

१५) पत्रातील मायना – My dear Father, Dear Friend, Dear Sir,

१६) महिना, दिवस – June, Saturday, Diwali, Easter

१७) आद्याक्षरे – G. M. Mohite, M.L.A., P.T.O., M.A., M.B.B.S.

१८) हुद्दा – the Chief Minister, the Judicial Magistrate, the General Manager, the Curator

१९) नात्यातील व्यक्ती – Father, Mother, Uncle, Aunt (परंतु My father, His mother)

२०) ध्रुव – the North Pole, the South Pole

***(टीप** : i) दिशा capital काढू नयेत. परंतु देशाच्या भागाचा उल्लेख असेल, तर मात्र दिशांचे पहिले अक्षर capital काढावे.)*

उदा. North India

ii) ऋतू capital काढू नयेत.

उदा. summer, winter

३७८ Full Stop: पूर्ण विराम :

i) वाक्याच्या शेवटी आपण अधिक थांबतो त्याला पूर्ण विराम म्हणतात. (विराम म्हणजे विश्रांती)

The cattle were grazing in the field.

A butterfly perched on a flower.

ii) नावाच्या आद्याक्षरानंतर, शब्दाच्या संक्षिप्त रूपानंतर

D. N. Shirole

M.L A. = Member of Legislative Assembly

P.T.O. = Please Turn Over

M.C.C. = Marylebone Cricket Club

Mr. – Mister

Mrs. = Mistress विवाहित स्त्री असेल, तर तिच्या नावामागे लिहिण्याचा प्रघात आहे. (Mrs.चा उच्चार मिसिज्)

Shri. = Shriman Smt. = Shrimati

(Miss = mistress. Miss नंतर पूर्णविराम लिहीत नाहीत.)

N.T.S. = National Talent Search (Examination)

Dr. = Doctor

PIN = Postal Index Number

(विशेष : अलीकडे इंग्रजीमध्ये वरील आद्याक्षरांपुढे पूर्ण विराम न लिहिण्याचा प्रघात पडू लागला आहे.)

३७९ Comma: स्वल्पविराम :

I

i) वाक्यात नाम, विशेषण, क्रियापद किंवा शब्दयोगी अव्ययांचा शब्दसमूह इ. असतो. त्यांना अलग दाखविण्याचे काम comma करतो.

Nouns: France, Spain, German and Italy are the European countries.

Adjectives: These are delicate, charming roses.

Verbs: I came, I saw, I conquered.

वरील वाक्यांत स्वल्पविरामांचे महत्त्व आहे.

दोन विशेषणांमधे स्वल्पविराम वापरावा की वापरू नये अशी शंका मनात आल्यास पुढील युक्ती योजावी –

दोन विशेषणांमध्ये and वापरल्यावरही जर वाक्याचा अर्थबोध होत असेल, तर त्या विशेषणांमध्ये comma वापरावा. जर and वापरल्याने वाक्य बेडौल बनत असेल, तर comma वापरू नये.

1) Manav is a strong energetic man.

2) Shounak is a happy young boy.

वरील दोन्ही वाक्यांत and वापरल्यावर -

1) Manav is a strong and energetic man.

2) Shounak is a happy and young boy. अशी वाक्ये होतील.

वाक्य 1) अर्थवाही आहे; पण वाक्य 2) बेडौल झाले. म्हणून वाक्य 1) मध्ये comma वापरावा पण वाक्य 2)मध्ये comma वापरू नये.

Manav is a strong , energetic man.

ii) वाक्यातील एकाच नामाशी निगडित असलेल्या तीन किंवा अधिक शब्दांमध्ये comma दाखवितात. शेवटच्या दोन शब्दांमध्ये मात्र स्वल्पविराम न दाखविता and लिहितात.

1) Kindness, goodness and forgiveness were the three principles by which Sant Tukaram lived.

2) All people, young and old, rich and poor, high and low, paid homage to Jayprakash Narayan.

iii) संबोधनानंतर – वाक्यापासून संबोधनाचा शब्द वेगळा करण्यासाठी –

Anjali, solve these sums.

What do you suggest, Mr. Deshpande?

iv) Phrase in appositionपूर्वी –

The school annual function was presided over by P. L. Deshpande, a noted Marathi writer.

अपवाद : पुढील वाक्यात स्वल्पविराम घालू नये.

a) My cousin Vivek arrived yesterday.

पण Vivek, my cousin, arrived yesterday.

b) Shivaji the Great founded the Maratha kingdom.

खुलासा : येथे the great हे विशेषण नसून, ती महाराजांची पदवी आहे.

v) Participle phrases नंतर. या phrases वाक्यापासून वेगळ्या दाखविण्यासाठी –

a) Present Participle –

Sitting under a tree, he read a story.

b) Past Participle –

The orange juice, made from the Nagpur oranges, was very sweet.

v) Absolute Constructions: स्वल्पविरामाच्या साहाय्याने वेगळ्या दाखवाव्यात:

It being Sunday, I decided to take a rest.

My pocket having been picked, I had no busfare.

Exercise No. 125.

Place commas, wherever necessary, in the following sentences:

i) Ghelashet lost money property reputation and friends.

ii) We moved to a flat in Geetanjali Society a newly developed colony.

iii) Her typing is neat accurate and fast.

iv) Ashoka the Great declared Buddhism as the State religion.

v) Archana the eldest daughter in the family is a doctor.

vi) Books newspapers magazines and letters were lying on his bed.

Comma

II

i) **for** या उभयान्वयी अव्ययाने सुरू होणाऱ्या गौण वाक्यखंडापूर्वी स्वल्पविराम द्यावा.

Vinaya rushed back home, for she had forgotten her compass box.

ii) Subordinate Clause (गौण वाक्यखंड) जर मुख्य वाक्यखंडापूर्वी (Main Clause) आला, तर गौण वाक्यखंडानंतर स्वल्पविराम येतो.

a) As soon as I meet him, I shall convey your message.

परंतु b) I shall convey your message as soon as I meet him.

खुलासा : वाक्य (a) मध्ये गौण वाक्य सुरुवातीस आले आहे, म्हणून मुख्य वाक्यखंडापासून तो गौण वाक्यखंड वेगळा काढला आहे. वाक्य (b) मध्ये प्रधान वाक्यखंडानंतर गौण वाक्यखंड आला असल्याने स्वल्पविराम देण्याची जरुरी नाही.

iii) Non-defining clause:

a) Non-defining clause पूर्वी व नंतर स्वल्पविराम लिहून तो clause वेगळा दाखवावा.

b) Defining clause पूर्वी किंवा नंतर स्वल्पविराम लिहू नये.

1) Non-defining clause:

व्यक्ती, वस्तू, स्थान आपल्याला निश्चित माहीत असल्यास त्यांच्याबद्दल विशेष माहिती सांगून ती व्यक्ती, वस्तू वा ठिकाण निश्चित करण्याची आवश्यकता नसते. अशी व्यक्ती, वस्तू, स्थान यांबद्दल जो गौण वाक्यखंड असतो, त्याला non-defining clause म्हणतात.

2) Defining clause:

अनेक व्यक्ती, वस्तू, ठिकाणे यांच्याबद्दल बोलताना त्या त्या गटातील व्यक्ती, वस्तू, स्थान निश्चित कोणते, हे सांगणे define करणे यालाच defining clause म्हणतात.

पुढील उदाहरणावरून non-defining clause आणि defining clauseमधील भेद स्पष्ट होईल.

1) His mother, who is at Dapoli, is coming tomorrow.

स्पष्टीकरण : आई कोण, हे निश्चित करण्याचे कारण नाही. तेव्हा who is at Dapoli हा गौण वाक्यखंड mother बद्दल केवळ अधिक माहिती सांगत आहे. तेव्हा तो non-defining clause आहे. म्हणूनच तो गौण वाक्यखंड मुख्य वाक्यखंडापासून दोन स्वल्पविरामांच्या साहाय्याने वेगळा दाखविला आहे.

2) His brother who lives at Panvel is coming tomorrow.

त्याला दोन भाऊ असून एक पनवेल येथे, तर दुसरा दापोली येथे राहतो. 'पनवेल येथे राहणारा भाऊ' असे निश्चित करणारा (defining) विशेषण वाक्यखंड संबंधित नामापासून (brother) स्वल्पविरामाने वेगळा करता येणार नाही; कारण तो defining clause आहे.

हे दोन वाक्यखंड ओळखण्याची सोपी युक्ती अशी –

वरील वाक्यांतील is coming या क्रियापदांना Which one? असा प्रश्न विचारा. त्याला उत्तर मिळाले, तर त्या वाक्यातील वाक्यखंड defining clause आहे, असे समजावे. जर उत्तर मिळाले नाही अथवा प्रश्नच हास्यास्पद ठरला, तर तो वाक्यखंड non-defining clause समजावा. वाक्य २मधील वाक्यातील is coming या क्रियापदाला Which one? असा प्रश्न विचारल्यास one who lives at Panvel असे उत्तर मिळून brother निश्चित झाला define झाला, म्हणजेच तो defining clause झाला.

वरील वाक्य २ वेगळ्या पद्धतीने लिहून दाखवितो. त्या भावाचे नाव Milind आहे, अशी कल्पना करा. आता वाक्य असे होईल. His brother Milind, who lives at Panvel, is coming tomorrow.

मिलिंद हे विशेषनाम असल्याने कोणता भाऊ, ते निश्चित झाले. सारांश, Which one? हा प्रश्न हास्यास्पद ठरला. त्यामुळे who lives at Panvel हा वाक्यखंड आता non-defining clause झाला.

आपल्याकडे एक डझन कप आहेत. त्यांतील तीन कप फुटले. फुटलेले कप फेकून देण्यास वडिलांनी सांगितले. दोन पद्धतींनी वाक्य लिहितो –

i) The cups which are broken have to be thrown out.

ii) The cups, which are broken, have to be thrown out.

वाक्य (i) मध्ये काही (तीन) कप फुटले असून, ते बाहेर फेकले पाहिजेत, असा अर्थ निघतो.

वाक्य (ii) मध्ये सर्व कप फुटले असून सर्वच कप बाहेर टाकायला हवेत, असा

अर्थ निघतो.

विधान (i) बरोबर आहे.

वाक्य (i) defining clause आहे.

वाक्य (ii) non-defining clause आहे.

वाक्य (i) ने फुटलेले कप निश्चित केले आहे. असे फुटलेले तेवढे कप बाहेर टाकायचे आहेत.

विरामचिन्हांचे महत्त्व व त्यातील बारकावा वरील उदाहरणाने स्पष्ट केला आहे.

iv) संवादातील प्रश्नाला yes किंवा no असे उत्तर देऊन पुढे त्याच प्रश्नाचे उत्तर असेल, तर yes किंवा no नंतर स्वल्पविराम द्यावा.

A: Can you lend me your camera?

B: Yes, you can have it.

किंवा No, I want it now.

परंतु yes आणि no नंतरच्या वाक्याचा प्रश्नाशी संबंध नसलेले वाक्य असेल, तर yes किंवा no नंतर पूर्णविराम येतो.

A: Were you late yesterday?

B: No. Come in, be seated.

v) दिनांक आणि स्थळानंतर स्वल्पविराम –

He was born on 14th June, 1942, at Shrirampur, in Ahmednagar.

vi) प्रत्यक्ष कथनामध्ये (Direct Speech) व्यक्तीच्या तोंडचे शब्द इतर शब्दांपासून वेगळे काढण्यासाठी स्वल्पविराम वापरतात.

1) "Come on, boys," said Mother, "you must be hungry."

'Come on, boys, you must be hungry' हे तोंडचे शब्द असून said Mother या शब्दांपासून स्वल्पविरामांनी वेगळे काढले आहेत.

2) "Deepti," said Jyoti,"don't play with them." (said Jyoti,) या शब्दांपासून उच्चारलेले शब्द वेगळे काढले आहेत. कारण ते शब्द प्रत्यक्ष कथनातील नाहीत.

vii) However, nevertheless, of course, as well, either, too, इत्यादी शब्द वाक्यातील इतर भागापासून वेगळे काढणे. हे शब्द वाक्याच्यामध्ये येवोत अथवा शेवटी येवोत, ते स्वल्पविरामांनी वेगळे काढावेत.

1) There was no news about her son's return; nevertheless, she went on hoping.

2) The box containing sweets was right in the shelf. The boy could not, however, reach for it.

3) I have that book, too.

4) He doesn't know the answer. I don't know, either.

viii) Preposition चा क्रियाविशेषणासारखा उपयोग केल्यास व ते preposition वाक्याच्या प्रारंभी आल्यास तो शब्दसमूह त्या वाक्यापासून वेगळा दाखविण्यास comma योजतात.

In the valley below, the villages looked very small,

In 1577, the first book in India was published at Cochin.

ix) पत्रलेखनामध्ये (i) अभिवादनाचा मायना (salutation); व (ii) पत्राचा शेवट (complimentory close) करताना comma वापरतात.

i) My dear Mother, Dear Raja, ii) Yours lovingly, Yours faithfully,

x) चार व अधिक अंकी संख्या लिहिताना commaचा उपयोग करण्याची पद्धत आहे.

i) One thousand – 1,000 ii) One lakh – 1,00,000

i) One million – 1,000,000 ii) One billion – 1,000,000,000

Exercise No. 126. Advanced

Place commas, wherever necessary, in the following sentences:

1) My mother who always worked hard was ever ready to do anything for me.
2) The book which describes animals should have pictures.
3) Though she was unhappy she did not grumble.
4) We started running for we were late.
5) Today Father said we are going to visit a museum.
6) Kalpesh was at school today however Kalyani wasn't.
7) "Does she understand the importance of time?"
"Yes she does."

३८० The sign of Interrogation = प्रश्नचिन्ह : ?

Uses: उपयोग :

१) प्रत्यक्ष प्रश्नाच्या शेवटी प्रश्नचिन्ह द्यायचे असते.

1) Direct Question: प्रत्यक्ष प्रश्न :

वाक्याची सुरुवात जेव्हा (i) 24 Anomalous Finite Verbs, (ii) Interrogative Pronouns, (iii) Interrogative Adjectives, (iv) Interrogative Adverbs यांनी होते, तेव्हा त्या वाक्याला प्रश्नार्थक वाक्य (Interrogative sentence) म्हणतात.

अशा वाक्याच्या शेवटी प्रश्नचिन्ह लिहितात.

i) 24 Anomalous Finites: am, is, are, was, were, have, has, had, do, does, did, shall, should, will, would, can, could, may, might, must, ought, dare, need, used

ii) Interrogative Pronouns: who, whom, whose, what

iii) Interrogative Adjectives: which, that

iv) Interrogative Adverbs: when, where, how, why

अपवाद : अप्रत्यक्ष प्रश्न (Indirect question) हा खऱ्या अर्थाने प्रश्न नसतो. त्यामुळे अप्रत्यक्ष प्रश्नाशेवटी प्रश्नचिन्ह न देता पूर्ण विराम लिहितात.

I wanted to know where the television centre was.

2) Rhetorical Question:

ज्या प्रश्नाच्या उत्तराची अपेक्षा नसते, अशा प्रश्नाला rhetorical question म्हणतात. त्याच्या शेवटी प्रश्नचिन्ह लिहावे.

Is this an excuse?

3) Echo Questions:

संभाषणात वाक्य प्रश्नार्थी न करता विधानार्थी वाक्याच्या शेवटी प्रश्नचिन्ह लिहितात.

You want it?

Question, Question Tag व Interrogative sentenceमधील फरक असा आहे -

Examples:

i) Question – Where is my bag?

ii) Question Tag – Many people are honest, aren't they?

iii) Interrogative sentence – a) Are you waiting for someone?

b) Have you ever visited Kanyakumari?वरील सर्वांच्या शेवटी प्रश्नचिन्ह असते.

३८१ Semicolon = अर्धविराम = ;

वाचताना आपण किती क्षण थांबावयाचे, याची कल्पना comma = स्वल्पविराम, semicolon = अर्धविराम, full stop = पूर्णविराम यांच्यामुळे येते.

अर्धविरामाचे उपयोग :

i) संयुक्त वाक्यातील (compound sentence) दोन वाक्यखंड (Coordinate Clauses) वेगळे दाखविण्यासाठी – या Coordinate Clauseमध्ये निष्कर्ष काढलेला असतो. उदा.

Eat more fruit; otherwise you will regret it.

ii) दोन वाक्यखंडांमध्ये उभयान्वयी अव्यय वापरले नसते व त्या वाक्यखंडांमध्ये अर्थाच्या दृष्टीने निकटचा संबंध असतो, अशा वेळी अर्धविराम वापरतात. त्या गौण वाक्यात गौण वाक्यखंडाला मुख्य वाक्यखंडाइतकेच महत्त्व असते.

i) The coconut tree gives us food; it gives us drink.

ii) Reading makes a full man; speaking a ready man; writing an exact man. – Francis Bacon

३८२ Colon = अपूर्ण विराम = :

उपयोग : यादी सांगण्यापूर्वी अपूर्ण विरामाचा उपयोग करतात.

The five great tragedies written by William Shakespeare are: Hamlet, Macbeth, King Lear, Romeo and Juliet, and Julius Caesar.

३८३ The sign of Exclamation = उद्गारचिन्ह = !

आश्चर्य, इच्छा, भावनांचा अतिरेक, क्षोभ, भावनांची उत्कटता, इत्यादी व्यक्त करताना जी भाषा व्यक्तीच्या मुखातून बाहेर पडते, त्याला उद्गार म्हणतात. अशा वाक्याच्या शेवटी उद्गारवाचक चिन्ह लिहितात. उद्गार एका शब्दाचा किंवा अनेक शब्दांचा असू शकतो.

उदाहरणार्थ :

i) Hurrah !

ii) Alas, the poor child is dead!

iii) Weep no more, my child!

उद्गारचिन्ह लिहिण्यासंबंधी नियम :

१) वाक्याच्या सुरुवातीस संबोधन असेल, तर उद्गारवाचक चिन्ह संबोधनानंतर किंवा वाक्याच्या शेवटी लिहावे.

O Hamlet, speak no more!

O Hamlet! Speak no more.

***टीप** : O नंतर मात्र केव्हाही उद्गारचिन्ह लिहू नये.*

२) एक/दोन शब्दांच्या उद्गारानंतर उद्गारचिन्ह लिहावे किंवा वाक्याच्या शेवटी लिहावे, परंतु दोन्ही ठिकाणी मात्र लिहू नये.

Hurrah! We have won the match.

Oh, for a glass of ice-cold water!

३८४ Inverted commas OR Quotation marks = '...' , "..."

= अवतरण चिन्हे

a) व्यक्तीच्या तोंडचे प्रत्यक्ष शब्द अवतरण चिन्हामध्ये लिहिण्याचा प्रघात आहे.

"If she has lost the ticket," said my friend, "she must book a ticket again."

b) प्रत्यक्ष कथनामध्ये दुसरी गोष्ट, लेखकाचे प्रसिद्ध वाक्य अथवा सुभाषित उद्‌धृत करावयाचे असल्यास ते एकेरी अवतरण चिह्नांत दाखवावे.

My uncle said, "A man of good physique is the richest man because 'Health is wealth".

c) पुस्तक, कथा / कविता / निबंध यांचे शीर्षक एकेरी/दुहेरी अवतरण चिन्हांनी (single or double inverted commas) दाखवावे.

'Swami' written by Ranjit Desai is a remarkable historical novel.

३८५ The Apostrophe = (')

i) शब्दातील एखादे अक्षर गाळले किंवा एखादे संक्षिप्त अथवा लघु रूप केले, तर apostrophe (') चिन्ह वापरतात.

She doesn't = She does not

O हे अक्षर गाळल्यामुळे apostrophe चिन्ह वापरले आहे.

He won't = he will not

He'll = He will

There's = There is

It's = It is/It has

ii) षष्ठीचे रूप करताना –

A boy's bicycle, the Boys' School, the Ladies' Club

iii) अक्षर, अंक व विशिष्ट शब्द – यांचे अनेकवचन करण्यासाठी –

Your u's and n's are not written distinctly.

In the word 'calendar,' there are two a's.

Ten 10's make 100.

There are many and's in her essay.

अपवाद : Come by twos or threes at a time.

३८६ The Bracket: कंस = ( )

वाक्याशी संबंधित नसलेला वाक्याचा भाग कंसात लिहितात.

When they settled in Pune (it was about twenty years ago) their eldest son was five years old.

३८७ The Hyphen: संयोगचिन्ह = -

जोडशब्दामध्ये संयोग चिन्ह लिहितात.

Father-in-law, passer-by, birth-rate, one-fifth

३८८ The Dash: अपसारण चिन्ह = –

एकाच वाक्यात त्यातील विचाराला कलाटणी देणारा दुसरा विचार मांडावयाचा असल्यास त्या दोन विचारांमध्ये अपसारण चिन्ह दाखवितात.

The most touching memory of my childhood is – but are you really interested in knowing it?

Exercise No. 127. Elementary

Punctuate the following sentences:

i) somebody broke a window all boys ran away

ii) girls play on

iii) you like your new car dont you

iv) i have visited nagpur its a big city

v) are you ready

Exercise No. 128. Intermediate

1) its very unfortunate said my aunt i dont know what to do

2) do you call that a circle babita asked mrs wagh sternly

3) are the waiters smoking cigarettes no they arent

4) when is summer coming oh we have already had summer

5) listen he said ill tell you another story

6) would you like to go children inquired mother

7) manjiri exclaimed why i made this myself

Exercise No. 129. Advanced

1) a joyful hour indeed old friend cried i

2) never said my father be mean in anything never be false never be cruel

3) who knows one day i might lose you too lakshmana said rama

4) oh wise young judge how i admire you cried shylock bringing out his knife again

5) now is there any thing else we need discuss with mr deshmukh said mrs desai

6) in india where it is hot in summer cold drinks are popular

7) the question papers were leaked out consequently the examinations were postponed

8) i would rather die he exclaimed than surrender

9) quick quick cried he lets run away or hell catch us

10) really i never knew that i said

■

Appendix I
List of Irregular Verbs Groupings

The verbs in this list are grouped in sections according to similarity of the way their past forms and past participles are formed. They are in alphabetical order within each group

क्रियापदाची भूतकाळी रूपं व तिसरे रूप तुमच्या स्मृतिपटलावर रेंगाळावे म्हणून ही यादी दिली आहे. ही रूपे साधण्याच्या सारख्या पद्धतींचा एक गट केला आहे. आपण ही यादी मोठ्याने म्हणालो की, आपल्याला कळून चुकेल की, ही रूपे सहजपणे तुम्हाला आठवतात.

	Infinitive	**Past form**	**Past Participle**
A	begin	began	begun
	drink	drank	drunk
	ring	rang	rung
	shrink	shrank	shrunk
	sing	sang	sung
	sink	sank	sunk
	spring	sprang	sprung
	stink	stank	stunk
	swim	swam	swum
B (i)	dig	dug	dug
	fling	flung	flung
	spin	spun	spun
	stick	stuck	stuck
	sting	stung	stung
	swing	swung	swung
	win	won	won
	wring	wrung	wrung

ii)	sit	sat	sat
	spit	spat	spat
iii)	bleed	bled	bled
	breed	bred	bred
	feed	fed	fed
	lead	led	led
	meet	met	met
	read	read	read
	speed	sped	sped
iv)	get	got	got
v)	hang	hung	hung
		hanged	hanged

[Note : When referring to putting a person to death by hanging]

vi)	bind	bound	bound
	find	found	found
	grind	ground	ground
	wind	wound	wound
vii)	light	lit	lit
	slide	slid	slid
viii)	shine	shone	shone
ix)	fight	fought	fought
x)	strike	struck	struck
xi)	hold	held	held

xii)	shoot	shot	shot
C) (i)	creep	crept	crept
	keep	kept	kept
	leap	leapt / leaped	leapt / leaped

[Note : Sometimes written 'leaped' but always pronounced 'leapt']

	sweep	swept	swept
	sleep	slept	slept
	weep	wept	wept
ii)	sell	sold	sold
	tell	told	told
iii)	flee	fled	fled
	hear	heard	heard
	say	said	said
D) i)	deal	dealt	dealt
	dream	dreamt / dreamed	dreamt / dreamed

[Note : Sometimes written 'dreamed' but always pronounced 'dreamt']

	feel	felt	felt
	kneel	knelt	knelt
	lean	leant / leaned	leant / leaned
	mean	meant	meant
ii)	buy	bought	bought
iii)	leave	left	left
iv)	lose	lost	lost
E) i)	drive	drove	driven
	ride	rode	ridden

	rise	rose	risen
	speak	spoke	spoken
	steal	stole	stolen
	weave	wove	woven
	write	wrote	written
ii)	fly	flew	flown
F) i)	freeze	froze	frozen
	speak	spoke	spoken
	steal	stole	stolen
	weave	wove	woven
ii)	break	broke	broken
	wake	woke	woken
iii)	forget	forgot	forgotten
iv)	tear	tore	torn
	swear	swore	sworn
v)	lie	lay	lain

[Note : When referring to lying down on a bed]

vi)	bite	bit	bitten
	hide	hid	hidden
vii)	choose	chose	chosen
G) i)	see	saw	seen
	eat	ate	eaten

ii)	forbid	forbade	forbidden
	forgive	forgave	forgiven
	give	gave	given
iii)	shake	shook	shaken
	take	took	taken
iv)	fall	fell	fallen
v)	draw	drew	drawn
vi)	blow	blew	blown
	grow	grew	grown
	know	knew	known
	throw	threw	thrown
H)	swell	swelled	swollen
I) i)	make	made	made
ii)	bring	brought	brought
	think	thought	thought
iii)	teach	taught	taught
	catch	caught	caught
J)	stand	stood	stood
	understand	understood	understood
K)	bet	bet	bet
	burst	burst	burst
	cost	cost	cost
	cut	cut	cut

hit	hit	hit
hurt	hurt	hurt
let	let	let
put	put	put
shut	shut	shut
spread	spread	spread
split	split	split
upset	upset	upset

Appendix II
ANSWERS
उत्तरे

The Exercises provide ample drill on the different topics dealt with in this book. The ready answers to them have been given here.

To the student: Write yourself the answers to the Exercises independently, one by one, and thereafter, check your answers up.

Exercise 1
Nouns

Common Nouns	Proper Nouns	Abstract Nouns	Material Nouns	Collective Nouns
cow	Pune	poetry	paper	committee
book	Sunil	freedom	milk	troupe
captain	Koyna	grief	mercury	swarm
village		joke	pickles	herd
		sound		cattle
		truth		
		wisdom		
		cruelty		
		death		
		peace		

Exercise 2

i) a **ii)** an **iii)** an **iv)** A **v)** a, an

Exercise 3

a) an, a **b)** – **c)** A, a **d)** – , – **e)** a, a

Exercise 4

1. a **2.** the **3.** an **4.** the **5.** the

Exercise 5

i) –, –   **ii)** –   **iii)** the, the   **iv)** a, a   **v)** an

Exercise 6

a) a   **b)** –, the   **c)** –   **d)** –, the, a   **e)** the, the, an, a

Exercise 7

Verb

	Transitive	Intransitive	Object
i)	–	rise	–
ii)	speak	–	English
iii)	–	break	–
iv)	break	–	plates
v)	smoke	–	cigarettes
vi)	–	stand	–
vii)	watch	–	game

Exercise 8

1. She sings.   **2.** You drink.   **3.** I write.   **4.** ... cooks.

5. ... swim.   **6.** ..... ploughs.   **7.** ....come.

Exercise 9

Negative: **1.** She does not own a scooter. **2.** We do not pluck flowers. **3.** The policeman does not follow a thief. **4.** The cattle do not graze. **5.** He does not earn money.

Interrogative: **1.** Does she own a scooter? **2.** Do we pluck flowers? **3.** Does the policeman follow a thief? **4.** Do the cattle graze? **5.** Does he earn money?

Exercise 10

Negative: **1.** She did not miss the bus. **2.** The teacher did not explain the point. **3.** I did not remember a proverb. **4.** We did not make a boat.

Interrogative: **1.** Did she miss the bus? **2.** Did the teacher explain the point? **3.** Did I remember a proverb? **4.** Did we make a boat?

Exercise 11

Negative: **i)** It was not raining. **ii)** The dogs were not barking. **iii)** The bell was not ringing. **iv)** The children were not shouting.

Exercise 12

1. is running **2.** was writing **3.** are standing **4.** were travelling **5.** was living

Exercise 13

Negative: **1.** is not running **2.** was not writing **3.** are not standing **4.** were not travelling **5.** was not living

Interrogative: **1.** Is my daughter running now from.....? **2.** Was Tushar writing an essay yesterday? **3.** At the moment, are we standing in front of the station? **4.** Were they travelling throughout last night? **5.** Was her uncle living in Ratnagiri in 1990?

Exercise 14

1. have lived **2.** has overturned **3.** have showed **4.** has won

Exercise 15

Negative: **1.** have not lived **2.** has not overturned **3.** have not showed **4.** has not won

Interrogative: **1.** Have I lived in Pune for any years? OR: Have I not lived in Pune for some years?

Explanation: **i)** <u>Some</u> is used in affirmative sentences. It is replaced by <u>any</u> in interrogative and negative sentences. **ii)** <u>Some</u> is used in sentences that are interrogative in form if the speaker expects, or wishes to suggest, an affirmative answer. **2.** Has a huge wave overturned a little boat? **3.** Have the children showed me their drawings? **4.** Has he won the race?

Exercise 16

1. has passed **2.** passed **3.** came **4.** built **5.** has sold

Exercise 17

a) After the National Anthem <u>had been played</u>, the function ended. **b)** The guests arrived after we <u>had kept</u> everything ready. OR: Before the guests arrived, we had kept everything ready.

c) After we had had tea, the meeting started.

Exercise 18

i) has been painting **ii)** has been teaching **iii)** has been knitting **iv)** have been studying

Exercise 19

i) We had been waiting for forty minutes before the bus arrived. **ii)** After they had been cleaning their house for four hours, they rested. **iii)** I had been searching for my lost ring for two hours before my sister gave hers.

Exercise 20

1. shall invite **2.** will admire **3.** will spoil **4.** shall accept **5.** shall distribute

Exercise 21

Negative: **1.** shall not invite **2.** will not admire **3.** will not spoil **4.** shall not accept **5.** shall not distribute

Interrogative: **1.** Shall I invite my friends to a special dinner? **2.** Will the people admire....? **3.** Will this washerman spoil ...? **4.** Shall we accept...? **5.** Shall I distribute the sweets?

Exercise 22

1. will be leaving **2.** will be falling **3.** shall be visiting **4.** shall be celebrating

Exercise 23

1. will have taken **2.** shall have received **3.** will have begun **4.** will have received

Exercise 24

No. 1
Simple Present Tense
I speak
She sings
It flies
They take

No. 2
Present Progressive Tense*
I am speaking

She is singing
It is flying
They are taking

No. 3
Present Perfect Tense
I have spoken
She has sung
It has flown
They have taken

No. 4
Present Perfect-Progressive Tense
I have been speaking
She has been singing
It has been flying
They have been taking

No. 5
Simple Past Tense
I spoke
She sang
It flew
They took

No. 6
Past Progressive Tense *
I was speaking
She was singing
It was flying
They were taking

No. 7
Past Perfect Tense
I had spoken
She had sung
It had flown
They had taken

No. 8
Past Perfect-Progressive Tense
I had been speaking
She had been singing
It had been flying
They had been taking

No. 9
Simple Future Tense
I shall speak
She will sing
It will fly
They will take

No. 10
Future Progressive Tense *
I shall be speaking
She will be singing
It will be flying
They will be taking

No. 11
Future Perfect Tense
I shall have spoken
She will have sung
It will have flown
They will have taken

No. 12
Future Perfect-Progressive Tense
I shall have been speaking

*Also called the Continuous Tenses

She will have been singing
It will have been flying
They will have been taking

Exercise 25

No. 1
Simple Present Tense
She has a good time
We have no fear

No. 2
Present Progressive Tense
She is having a good time
We are having no fear

No. 3
Present Perfect Tense
She has had a good time
We have had no fear

No. 4
Present Perfect-Progressive Tense
She has been having a good time
We have been having no fear

No. 5
Simple Past Tense
She had a good time
We had no fear

No. 6
Past Progressive Tense
She was having a good time
We were having no fear

No. 7
Past Perfect Tense
She had had a good time
We had had no fear

No. 8
Past Perfect-Progressive Tense
She had been having a good time
We had been having no fear

No. 9
Simple Future Tense
She will have a good time
We shall have no fear

No. 10
Future Progressive Tense
She will be having a good time
We shall be having no fear

No. 11
Future Perfect Tense
She will have had a good time
We shall have had no fear

No. 12
Future Perfect-Progressive Tense
She will have been having a good time
We shall have been having no fear

Exercise 26

1. build **2.** is always thinking **3.** attacks **4.** stops **5.** leaves **6.** meets

Exercise 27

1. was running **2.** wrote **3.** sat **4.** was watering **5.** broke **6.** arrived, was waiting

Exercise 28

1. had already started **2.** had spread **3.** had shut
4. had thought of **5.** had already had **6.** had already learnt

Exercise 29

i) shall recognize **ii)** will break **iii)** is playing **iv)** will scratch
v) will be broadcast **vi)** will wake the baby up **vii)** will see

Exercise 30

1. should **2.** would **3.** should **4.** would **5.** should

Exercise 31

a) will ruin **b)** will not work **c)** should/would type
d) would not have been **e)** do not change

Exercise 32

1. at **2.** in **3.** by **4.** with **5.** with **6.** for **7.** among **8.** under **9.** with

Exercise 33

i) in **ii)** to **iii)** at **iv)** by **v)** at **vi)** on **vii)** At **viii)** of **ix)** at **x)** on

Exercise 34

1. –, of **2.** to **3.** – **4.** to **5.** of **6.** – **7.** in, with **8.** at, between **9.** in **10.** – **11.** in

Exercise 35

1. Please either come in or go out. **2.** My handkerchief must be either in the left or in the right pocket. **3.** The monk lived either in a cave in the mountain or in a hut. **4.** She must either borrow or buy the English text. OR: She must either borrow English text or buy it.

Exercise 36

a) Robinson Crusoe could see neither homes of men nor fields of corn. **b)** Pallavi neither plays active games nor does strenuous work. **c)** Deepti neither spoke nor sat down. **d)** Vilas has read neither the Mahabharata nor the Ramayana. **e)** I have neither the time nor the inclination to play the golf.

Exercise 37

By using 'not only ... but also'

1. Not only does Deepak but also Deepa like Aesop's fables. **2.** Shirvadkar was not only a poet but also a dramatist. **3.** Many people were known not only to Gandhiji but also to Jawaharlal Nehru. **4.** Not only is heat but also cold used for the preservation of food. **5.** Small children sleep not only during the day but also during the night.

By using 'as will as'

1. Deepak as well as Deepa likes Aesop's fables. **2.** Shirvadkar was a poet as well as dramatist. **3.** Many people were known to Gandhiji as well as to Jawaharlal Nehru. **4.** Heat as well as cold is used for the preservation of food. **5.** Small children sleep during the day as well as during the night.

By using 'both... and'

1. Both Deepak and Deepa like Aesop's fables. **2.** Shirwadkar was both a poet and dramatist. **3.** Many people were known both to Gandhiji and to Jawaharlal Nehru. **4.** Both heat and cold are used for the preservation of food. **5.** Small children sleep both during the day and during the night.

Exercise 38

By using 'as soon as'

1. As soon as they set out, the thunder broke. **2.** As soon as we stop pressing rubber, it springs back to its first shape. **3.** As soon as she lit the fire, clouds of smoke filled the hut. **4.** As soon as you turn the knob on a television set, you can watch things. **5.** The train started as soon as we got into the compartment.

By using 'no sooner... than'

1. No sooner did they set out than the thunder broke. **2.** No sooner do we stop pressing rubber than it springs back to its first shape. **3.** No sooner did she lit the fire than clouds of smoke filled the hut. **4.** No sooner do you turn the knob on a television set than you can watch things. **5.** No sooner did we get into the compartment than the train started.

Exercise 39

1. No sooner was there a storm than the lights went out. **2.** No sooner did the wounded bird reach its nest than it fell dead. **3.** No sooner did Seeta hear Rama's cry than she urged Lakshmana to rush to his help.

Exercise 40

i) No sooner did the lightning strike the tree than it was burnt up completely.

– Hardly had the lightning struck the tree when it was burnt up completely.

– Scarcely had the lightning struck the tree when it was burnt up completely.

ii) No sooner did she finish reading the first page than sleep overtook her.

– Hardly had she finished reading the first page when sleep overtook her.

– Scarcely had she finished reading the first page when sleep overtook her.

iii) No sooner did Aladdin begin rubbing the lamp than a tall spirit appeared before him.

– Hardly had Aladdin begun rubbing the lamp when a tall spirit appeared before him.

– Scarcely had Aladdin begun rubbing the lamp when a tall spirit appeared before him.

iv) No sooner do you complete the report than you contact the headquarters.

(*Hardly/Scarcely* cannot be used because the given sentence is in the Present Tense.)

v) No Sooner did the scouts start to cross the valley than they heard a roar.

– Hardly had the scouts started to cross the valley when they heard a roar.

– Scarcely had the scouts started to cross the valley when they heard a roar.

Exercise 41

1. He spoke for such a long time that people began to fall asleep. **2.** She is so poor that she cannot educate her children properly. **3.** It was such her behaviour that everyone disliked her. **4.** Cold winds were blowing so severely that the voyagers had to move further down to a mountain. **5.** People are so fond of Lata Mangeshkar's singing that they listen to her songs many times a day.

Exercise 42

1. In spite of being a non-Maharashtrian, he speaks Marathi fluently. **2.** In view of new restrictions, they decided to change their plan. **3.** We express our thoughts by means of words. **4.** The girl was standing amazed in front of the artist who drew her sketch. **5.** The boy got up early in the morning in order to reach in time for the interview. **6.** On account of a heavy downpour, the match was cancelled. **7.** In spite of being poor, he became a doctor.

Exercise 43

a) Owing to **b)** Owing to **c)** due to?

Exercise 44

1. rather **2.** fairly **3.** fairly **4.** rather

Exercise 45

i) neither **ii)** either **iii)** either **iv)** either

Exercise 46

1. many **2.** much **3.** Much **4.** many

Exercise 47

i) The bridge was not broad. **ii)** Savita will not be unhappy.
iii) Ants do not love kerosene. **iv)** The grass was not thick.
v) He was not lucky. **vi)** She will not discontinue her study.

Exercise 48

a) is not dead. **b)** was not bad-tempered/ill-tempered. **c)** are not unequal. **d)** no disadvantages at all. **e)** He does not care what happens tomorrow. **f)** Earthquakes are not at all uncommon in Japan. **g)** None but Naresh knows French.

Exercise 49

1. It is not safe to change horses in the midstream. **2.** This reply is not satisfactory. **3.** I can concentrate my mind on nothing but painting. OR: I cannot concentrate my mind on anything except (on) painting. **4.** A jockey did not dismount the horse. **5.** The incident was not ordinary. **6.** Because of his laziness he could not win a prize. **7.** The teacher was so lenient that he could not control the class. **8.** Our patience is not limitless.

Exercise 50

a) She was timid. **b)** The room was untidy. **c)** The mangoes are raw. **d)** My parents were poor. **e)** Sharad was homeless. OR: Sharad was without home.

Exercise 51

i) Everything was right. **ii)** The rain went on. OR: The rain continued. **iii)** The village well is very near. **iv)** The huts were temporary. **v)** Our food was insufficient.

Exercise 52

1. There was hardly any trace of fingerprints of the thief. **2.** Only an honest man will return your lost bag. **3.** They were childless. OR: They were without a child. **4.** Be wise / clever / sensible / sagacious. **5.** There was only light from the ship. **6.** There is hardly/scarcely any room for furniture in this small room. **7.** I miss my friend almost everyday. OR: I always miss my friend. **8.** The roses were so beautiful that they attracted the girls.

Exercise 53

i) Shall I not borrow his bicycle? **ii)** Does the naughty boy deserve any sympathy? **iii)** Is weightlessness not a strange experience? **iv)** Is diversity of India not tremendous? **v)** Did you ever notice it?

Exercise 54

1. Is there anything sadder than to lose such a friend? **2.** Will you anywhere find a beautiful building like the Taj Mahal? **3.** Is brick different from baked mud? **4.** Have I not had any miserable days? **5.** Is it not useless to give bread to a man who is dying from thirst? **6.** Is the sun not the nearest star? **7.** Could Robinson Crusoe trust to his memory? **8.** Is power of any value without wisdom?

Exercise 55

a) The sun was really shining. **b)** None can interfere with a General's command at all. **c)** There are certainly no balances to weigh grapes **d)** You cannot definitely hope for mercy if you show none. **e)** I am really still reaping the benefits of walking.

Exercise 56

1. Simple people must not suffer at all because of the whims of politicians. **2.** The passing of one's father is certainly a dreadful loss. **3.** She had really nothing to cover her head with. **4.** Shivaji's name will certainly be an inspiration to the people of India. **5.** My knowledge of English was really good enough. **6.** Jim Corbett really spent the major part of his life in India. **7.** Sounds are undoubtedly difficult to translate into words.

Exercise 57

i) How beautiful the roses are! **ii)** How cold it was! **iii)** How silly you boys are! **iv)** How high a tower is! **v)** How strange this is!

Exercise 58

a) What a great man Babasaheb Ambedkar was! **b)** What a long journey it was! **c)** What a bit of luck meeting you! **d)** What a great discovery it was! **e)** How rough the sea was!

Exercise 59

1. What a glorious morning it was! OR: How glorious morning it was! **2.** How useful computers are for space studies! **3.** How suspicious

I was! **4.** What a magnificent job you men have done! **5.** What a perfect specimen of a balanced individual he is! **6.** What a different country India was in 1925! **7.** How simple these Adivasis are!

Exercise 60

i) It is really a lovely colour. **ii)** You have certainly grand ideas. **iii)** He looks really well. **iv)** An elephant is indeed a wonderful creature. **v)** It is very easy to make friends with animals.

Exercise 61

a) It is certainly stupid of me to forget your name. **b)** It is very interesting. **c)** That is great fun. **d)** Her mother was really an unusual woman. **e)** He was exceedingly/ terribly annoyed at all this.

Exercise 62

1. You have undoubtedly an excellent father. **2.** She must have terribly trembled in terror. **3.** It was really a fantastic idea. **4.** She was indeed heart-broken at the parting. **5.** It was really a bad luck. **6.** I am certainly a forgetful creature. **7.** Such a traitor should be cursed. OR: Such a traitor must be condemned.

Exercise 63

i) This painting is admired by many students. **ii)** Books were bought by her. **iii)** Trees will be planted by us. **iv)** An essay was written by him. **v)** The gate has been closed.

Exercise 64

a) The book was beautifully written. **b)** My brother has been made captain. **c)** My friend has been beaten by none at tennis. OR: My friend has not been beaten by anyone at tennis. **d)** The answers must be written on one of the papers. **e)** My house was being painted by them. **f)** The problem could be solved by us. **g)** It was done well by her.

Exercise 65

1. I was given a reward by the police. **2.** It would have been preserved (by them). **3.** Such words should not have been spoken by Namita. **4.** The news might have been read by them. **5.** My room is being cleaned by me. **6.** The spot will be visited soon by us. **7.** Reservation can be had by her. **8.** Rubbish is not kept by us.

Exercise 66

i) Let the flowers be plucked. **ii)** Let these oranges be crushed. **iii)** Let your foot be dipped in the water. **iv)** You are requested to stop this fooling. **v)** Let your tongue be showed to the doctor.

Exercise 67

a) Let it be done now. **b)** Dr. Homi Bhabha wanted mathematics to be studied. **c)** Let your clothes not be spoilt. **d)** Let you be given some advice by me. **e)** Let a cup of tea be had. **f)** You are requested not to waste your time.

Exercise 68

1. Let a matchstick be lighted. **2.** Who will be appointed the head-master by them? **3.** Would the gate be left unbolted by them? **4.** You are requested to greet the monsoon every year. **5.** Has the plan been agreed upon by them? **6.** Let our flying visit to Pondicherry be simply mentioned. **7.** Why is this being carried by you? **8.** Let things be made better by us.

Exercise 69

i) This dress must be ironed for the function by you. **ii)** The chairs were being carried out into the garden (by people). **iii)** My friend lent me this book. **iv)** He was brought up by his grandmother. **v)** Were you frightened by the noise? **vi)** They have built the house of stone and cement. **vii)** English is spoken all over the world. **viii)** Let trying not be givenup. **ix)** You are requested to start the clock going. **x)** Flies trouble tigers. **xi)** The blossoms were pecked at by the birds.

Exercise 70

1. Let it be tasted and tried before it is bought by you. **2.** Were you not taught how to behave? **3.** You will have to be examined again by us. **4.** Let every opportunity be availed yourself of. **5.** You are requested not to throw dishes. **6.** Let me introduce the team to the Chief Guest. **7.** People make glass from silica or sand. **8.** The news disturbed her terribly. **9.** Let this letter not be misunderstood. **10.** Grandmother, you are requested to take me with you. **11.** Staffs are being swung by the boys.

12. The letters could have been sent by the clerk. **13.** There is nothing to be said. **14.** Let a cherry be had. **15.** My mother's voice jolted me back to reality.

Exercise 71

i) He was not older than she. **ii)** Apples are not as costly as oranges. **iii)** The last exercise is not easier than the first one. **iv)** Tea is more harmful than coffee. **v)** Stars do not look as bright as the sun.

Exercise 72

a) Cream is as white as snow. **b)** A brick is not so hard as a nut. **c)** The sea is more extensive than the land. **d) Comparative:** Parachute-jumping is more exciting than any other sport. **Positive:** No other sport is as exciting as parachute-jumping. **e)** They could not search the forest more carefully than they did. **f) Comparative:** Glass would still be more important than most other discoveries. **Positive:** Very few discoveries would still be as important as glass. **g)** To me Seeta and my kingdom are not so dear as Lakshmana is.

Exercise 73

1. You do not expect as good news as I have for you. **2. Comparative:** Sarojini Naidu was greater than most other women of India. **Positive:** Very few women of India were as great as Sarojini Naidu was. **3.** I cannot try harder than I will. **4. Comparative:** Mud is more valuable than most other minerals in the world. **Positive:** No other mineral in the world is as valuable as mud. **5.** Terylene is more durable than cotton. **6. Superlative:** He is one of the most generous men. **Comparative:** He is more generous than most other men. **7.** She is interested more in dancing than in painting. **8. Superlative:** This is the most important of all things. **Comparative:** This is more important than any other thing. **9. Comparative:** That was better than most other dinners. **Positive:** Very few dinners were as good as that was. **10. Comparative:** The Rajasthani Kutputli is more popular than any other puppet. **Positive:** No other puppet is as popular as the Rajasthani Kutputli.

Exercise 74

i) He is too honest to cheat anybody. **ii)** The man was too old to learn any more. **iii)** The child was too frightened to speak a word. **iv)** The villager is too ignorant to know anything. **v)** Kedar was too busy to spare time.

Exercise 75

1. All that was too long ago for her to remember it well. **2.** The water in the well is too deep for the boy to touch the bottom of it. **3.** The novel was too interesting for her to lay it aside. **4.** There were too many stars for the children to count. **5.** It was too cold to go out. **6.** The boy was too small not to read the book. **7.** I am too poor to offer you (monetary) help. **8.** These apples are too rotten to eat.

Exercise 76

i) She is so ill that she cannot go out. **ii)** Chetan was so lazy that he did not take part in the competition. **iii)** He ran so fast that he could not be overtaken. **iv)** Our teacher is so lenient that he cannot punish us. **v)** The woman was so proud that she could not beg.

Exercise 77

a) She is so emotional that she cannot get disturbed. **b)** The players were so exhausted that they could not continue playing the game. **c)** The sight was so dreadful that the girls could not see it. **d)** He is so great a person that anyone cannot approach him. OR: He is so great a person that none can approach him. **e)** The sum is so difficult that none can solve it. OR: The sum is so difficult that anyone cannot solve it.

Exercise 78

1. It is so late that we cannot do anything this evening. OR: It is so late that none can do anything this evening. OR: It is so late that nothing can be done this evening. **2.** The news is so good that it cannot be true. **3.** My heart was so full that I could not express my feelings. **4.** It is dangerous to be so good that one cannot lead a peaceful life. **5.** The bag is so small that it cannot hold all the things. **6.** It was so dark that we could not find the way. **7.** The dress is so short that one can wear it. **8.** The servant was so scared that he could not confess anything. **9.** The patient was so peaceful that the doctor did not disturb him. **10.** No man is so old that he cannot learn anything.

Exercise 79

a) We are ready, aren't we? **b)** She has taken your box, hasn't she? **c)** We were pleased with it, weren't we? **d)** It will not spoil our programme, will it? **e)** He must do it, mustn't he? **f)** They are not playing now, are they?

Exercise 80

i) does it? **ii)** can't they? **iii)** will they? **iv)** won't it? **v)** will you? **vi)** does she? **vii)** didn't he? **viii)** couldn't they? **ix)** do they?

Exercise 81

1. will you? **2.** don't I? **3.** haven't I? **4.** did we? **5.** oughtn't one? **6.** aren't I? **7.** could they? **8.** shall we? **9.** will you? **10.** was anyone? **11.** usen't he? OR: didn't he? **12.** don't you?

Exercise 82

i) They lived in a house which was near the market. **ii)** I acted as he instructed. **iii)** It is certain that the Headmaster will punish him. **iv)** The boy was so lazy that he could not succeed. **v)** I am glad that he has succeeded.

Exercise 83

1. The things were stolen when we were having the lunch. **2.** I shall be glad if you advise me in the matter. **3.** Do not go out unless you seek /obtain my permission. OR: If you want to go out, seek my permission. **4.** People who live in glass houses should not throw stones at others. **5.** She stayed at home because she was ill. **6.** They rushed to the village so that they might help the villagers. **7.** The news that he has been elected has been published in the newspaper.

Exercise 84

i) I was happy to find the boy safe. **ii)** The doctor confessed his helplessness. **iii)** He cannot do it without my permission. **iv)** After having seen the cat, the dog jumped. **v)** We have come here to help you.

Exercise 85

1. His offence was beyond pardon. **2.** On seeing us, he ran away. **3.** Study hard to pass. **4.** I will look after my grandfather throughout his lifetime. **5.** He can see only with glasses on. **6.** He begged money from his aunt to complete his education.

Exercise 86

a) Give me a book and I will read it. **b)** Either you or I must go away. **c)** Follow me and you will not lose your way. **d)** They saw the danger and so they stopped. **e)** The children sat under a tree and watched the match.

Exercise 87

i) He ran to the station but/yet he missed the train. **ii)** Not only did my friend but also I search for the lost book. **iii)** I was satisfied, for he was intelligent. **iv)** He ran away and avoided punishment. OR: He ran away, for he wanted to avoid punishment. **v)** There was a heavy rain, so we decided not to go out. OR: We decided not to go out, for it was raining heavily.

Exercise 88

1. We must eat and live. **2.** His parents did not wish but he left the school. **3.** She put aside her books, for she had finished her homework. **4.** Not only did his father but also his mother give him money. **5.** A tyre burst on the way and it added to their troubles.

Exercise 89

a) After opening the bag he kept the key in it. **b)** Having roared with pain the tiger darted to the tree. OR: After roaring with pain the tiger darted to the tree. **c)** On account of his tiredness, the man decided to lie down. **d)** She left my office telling me to remember the message.

Exercise 90

i) On hearing my voice they came running. **ii)** The police went to the spot to examine the papers. **iii)** In spite of my calling, he did not respond. **iv)** The boy dusted the shoe quickly to apply some polish OR: After having dusted the shoe quickly, the boy applied some polish to it.

v) After having finished high school, he spent two years teaching in a school for the blind.

Exercise 91

1. To his disappointment he returned home. **2.** Being late we took a taxi to reach on time. **3.** Unaware of this, they came back leisurely. **4.** On finding him guilty, the judge sentenced him to four years' imprisonment. **5.** After her husband's death, she was alone. **6.** I will stay with you today to discuss the plan. **7.** He raised the window to crawl inside.

Exercise 92

i) If the shopkeeper does not exchange the watch, he must refund the amount paid. **ii)** Unless you get your T.V. set repaired urgently, it will get spoilt more. OR: If you do not get your T.V. set repaired urgently, it will get spoilt more. **iii)** As soon as the P. T. teacher whistled, all the pupils stood in a line. **iv)** He worked hard so that he might win a prize. **v)** When the crow stole a piece of cheese, it flew with it to a tree.

Exercise 93

1. Though we are few, we are determined to succeed. **2.** Though the teacher warned the boys to be quiet, they took no notice of it. **3.** Unless you let me come in, I will go away. OR: If you do not let.... **4.** The old man cannot eat hard food because he has lost all his teeth. OR: As the old man has lost all his teeth, he cannot eat hard food. **5.** Had the thief not escaped, the police would have caught him. OR: If the thief had not escaped, the police....

Exercise 94

i) He got the news and at once he sent me a message. **ii)** Help the poor and God will help you. **iii)** There was no hope of her coming yet I kept on waiting for her. **iv)** The earth is round and we can prove it. **v)** We had tried this bicycle several times and selected it.

Exercise 95

1. We sow and so we may reap it. **2.** Lincoln was poor yet he rose to be the President of the United States of America. **3.** Resign the job yourself or else you will be dismissed. **4.** Despite beginning late, he finished first. **5.** He lost the match, for he was rash.

Exercise 96

1. that he was my trustworthy friend – the dependent Noun clause. **2.** that we have been cheated – the dependent Noun clause. **3.** which runs through Pune – the dependent Adjective clause. **4.** whatever you think right – the dependent Noun clause. **5.** when a young fellow met me – the dependent Adjective clause.

Exercise 97

i) We cannot rely on what he says. **ii)** This is the reason why I kept quiet. **iii)** The report that the certificates were lost was not true. **iv)** They knew (that)it was spring. **v)** The doctor bandaged his wound which was a deep cut.

Exercise 98

1. That the train will be late is certain. **2.** That the earth moves round the sun is an established fact. **3.** I do not know how she lost her purse. **4.** Tell me why you have broken the vase. **5.** We are concerned about whether she was safe. **6.** Pay careful attention to what she is going to tell you. **7.** I went to see what had happened. **8.** Always do everything sincerely and honestly to achieve what others dream of. **9.** I am all for everyone doing what they want. **10.** She remained wondering why her mother did not return. **11.** He approached me with a request that I should work for the upliftment of the Adivasis. **12.** You must never forget it that honesty is the best policy. **13.** Everything will be what Mother decides. **14.** Her constant prayer was that her child might live. **15.** This table which I purchased last month is made of steel. **16.** The Jawan whose both legs were amputated runs a tea stall. **17.** Eat all that you can. **18.** After the customers had gone, the cleaners started their work. **19.** I have not met him since he left school. **20.** They can stay where they are. **21.** Sit wherever you like. **22.** I pinned the note to his pillow so that he would be sure to see it. **23.** Ships carry life-boats so that the passangers can escape during the emergency. **24.** Note it properly lest you may forget all about it. **25.** Since your father was not at home, I delivered the message to your mother. **26.** We changed our mind as we had not enough money. **27.** The Romans built their castles in such a way that their walls are still standing. **28.** So terrible was the storm that the roofs of the houses ripped off. **29.** You will fail unless you work harder. **30.** I will do this if I am allowed. **31.** In case you do not take my advice, you should be ready to take the consequences. **32.** Had he not sent money on time, the poor farmer would have lost his son. **33.** Should each of us make a little sacrifice, our country will be great in the world. **34.** They would win a match were they well-prepared. **35.** Although the Jawans had marched all day, they fought bravely all night. **36.** Even if he is old, he is able to do a great deal of work. **37.** Patient as he was, he had no intention of waiting for three hours. **38.** I am not so stupid as I look. **39.** Skiing is more exciting than skating. **40.** As he has lived so will he die. **41.** He did it as I told him.

Exercise 99

[**Note:** Only one sentence from among each type of clauses has been chosen for analysis.]

1. (i) [That the train will be late] is certain –	Main clause
(ii) That the train will be late	Noun clause, Subject of the verb 'is' in the Main clause
2. (i) I do not know	Main clause
(ii) how she lost her purse	Noun clause, object of the verb 'do know' in the Main Clause
3. (i) We are concerned about	Main Clause
(ii) whether she was safe.....................	Noun Clause, object of the preposition 'about' in the Main Clause
4. (i) I went to see	Main Clause
(ii) what had happened	Noun Clause, object of the infinitive 'to see' in the Main Clause
5. (a) I am all for everyone doing	Main Clause
(b) what they want	Noun Clause, object of the

	participle 'doing' in the Main Clause
6. (i) He approached me with a request	Main Clause
(ii) that I should work...... the Adivasis	Noun Clause in apposition to the noun 'request' in the Main Clause
7. (i) Everything will be	Principal Clause
(ii) what Mother decides	Noun Clause object of the verb of incomplete predication 'will be' in the Principal Clause
8. (i) This table is made of steel	Principal Clause
(ii) which I purchased last month	Adjective Clause, qualifying the noun 'table' in the Principal Clause
9. (a) the cleaners started their work	Main Clause
(b) After the customers had gone	Adverb Clause of Time, modifying the verb 'started' in the Main Clause
10. (i) They can stay	Main Clause
(ii) where they are	Adverb Clause of Place, modifying the verb 'can stay' in the Main Clause
11. (a) I pinned the note to his pillow........	Main Clause
(b) so that he would be sure to see it........	Adverb Clause of Purpose, modifying the verb 'pinned' in the Main Clause
12. (i) I delivered the message to your mother.......	Main Clause
(ii) Since your father was not at home	Adverb Clause of Reason, modifying the verb 'delivered' in the Main Clause

13. (a) The Romans built their castles in such a way........	Principal Clause
(b) that their walls are still standing	Adverb Clause of Result, modifying 'such' in the Principal Clause
14. (i) So terrible was the storm	Main Clause
(ii) that the roofs of the houses ripped of...	Adverb Clause of Result, modifying 'so' in the Main Clause
15. (a) You will fail	Main Clause
(b) unless you work harder	Adverb Clause of Condition, modifying the verb 'will fail' in the Main Clause
16. (i) The poor farmer would ..... son....	Main Clause
(ii) Had he not sent money on time.......	Adverb clause of Condition, modifying the verb 'would have lost' in the Main Clause
17. (a) They would win a match...........	Main Clause
(b) were they work harder	Adverb Clause of Condition, modifying the verb 'would win' in the Main Clause
18. (i) they fought bravely all night	Main Clause
(ii) Although the Jawans .... all day....	Adverb Clause of Concession, modifying the verb 'fought' in the Main Clause
19. (a) Skiing is more exciting	Main Clause
(b) than skating (is)	Adverb Clause of Comparison of Degree modifying 'more' in the Main Clause
20. (i) so will he die	Main Clause
(ii) As he has lived	Adverb Clause of

	Comparison of Manner, modifying the verb 'will die' in the Main Clause

Exercise 100

i) There was nothing left (*after he had finished his dinner.)

a) after he had finished his dinner	Adverb Clause of Time
ii) as he was coming out	Adverb Clause of Time
iii) since she went away	Adverb Clause of Time
iv) what she does	Noun Clause
v) than we thought	Adverb clause of Comparison of Degree
vi) so that she might learn English....	Adverb Clause of Purpose
vii) that I will never forget it........	Adverb Clause of Result

Exercise 101

1. How useful these sentences are....	Noun Clause, subject of the verb 'is' in the Main Clause
2. as soon as you can	Adverb Clause of Time, modifying the verb 'come' in the Principal Clause
3. As I am busy these days	Adverb Clause of Reason, modifying the verb 'shall be able' in the Main Clause
4. in order that he might meet his old friend	Adverb Clause of Purpose, modifying the verb 'hurried' in the Main Clause
5. as I thought	Adverb Clause of Comparison of Degree, modifying 'so' in the Main Clause
6. the sooner we shall get there.......	Adverb Clause of Comparison of Degree,

	modifying 'quicker' in the Main Clause
7. (because) you cannot join us	Adverb Clause of Reason, modifying the verb 'are' in the Main Clause
8. where the accident took place	Adjective Clause qualifying the noun 'place' in the Main Clause
9. that foreign tourists .... them	Adverb Clause of Purpose,modifying the verb 'write' in the Main Clause
10. Should anyone call	Adverb Clause of Condition, modifying the verb 'know' in the Principal Clause
11. If you ask him	Adverb Clause of Condition, modifying the verb 'will help' in the Main Clause
12. Had they started on time	Adverb Clause of Condition, modifying the verb 'would be'in the Main Clause
13. i) that he destroyed the letter	Noun Clause, object of the verb 'think' in the Principal Clause
ii) which you had sent there	Adjective Clause qualifying the noun 'letter' in the Noun Clause
14. lest we should wake the baby up	Adverb Clause of Purpose,modifying the verb 'did move' in the Main Clause

15. Bad things as they are .... Adverb Clause of Concession, modifying the verb 'must give up' in the Principal Clause

Exercise 102

a) Unfortunately he was not selected. **b)** The children sat under a tree to eat their meals. OR: Sitting under a tree, the children ate their meals. **c)** In spite of her carefulness, the glass broke. **d)** They went to Mumbai to see an exhibition. **e)** He went to see a film along with his friend.

Exercise 103

i) On his arrival the doctor examined the child. **ii)** During the baby's sleep, the mother began cooking. **iii)** Being a great patriot, Veer Savarkar devoted his life to the motherland. **iv)** The children grow up gradually. **v)** On hearing the sad news, she wept bitterly.

Exercise 104

1. Because of the short supply, the prices of petrol have gone up. **2.** By working hard, he earns a lot of money. **3.** Being thirsty, they drank water from the river. **4.** He was driving a lorry recklessly. **5.** She solved the whole paper without any difficulty. **6.** They built a hospital to help the poor. **7.** Shahjahan built the Taj Mahal, one of the greatest wonders of the world.

Exercise 105

i) The old man is weak as well as hungry. **ii)** She asked for money from Mother, for she wanted to join the school picnic. **iii)** Mother was tired yet she cooked food. **iv)** You can either eat the cake or have it.

Exercise 106

a) She was not only good-looking but also good-natured. **b)** He is short yet he plays basketball well. **c)** Do not buy tickets in the black market, for you may be punished. **d)** She has been selected to take part in the competition, for she is a good artist. **e)** Is he either tall or short?

Exercise 107

1. The workers could not carry the log, for it was very heavy.

2. It is heavily raining but the farmers are working in the fields.

3. Our teacher neither scolds nor punishes anyone.

4. The crow flew to a pitcher, for it was thirsty.

5. I shall stay back at home, for I want to watch the Sports Round Up.

Exercise 108

a) I am sure that it is going to rain. **b)** I want to know the reason why the two friends quarrelled. **c)** That woman who is in yellow sari is my mother. **d)** The nurse must be very tired because she had no sleep last night **e)** While he was returning from school, he was caught in a shower.

Exercise 109

i) She has a son who has made a name for himself. **ii)** I will show you how Columbus made an egg stand on its end. **iii)** I asked him a question which he could not answer. **iv)** Nobody could hear the speaker who spoke in a very low voice. OR: As the speaker spoke in a very low voice, nobody could hear him. **v)** No one can doubt that he is a sincere worker. **vi)** Your letter reached after I had left for Ratnagiri. **vii)** Servants who are honest are trusted. **viii)** Though he is very old, he enjoys good health.

Exercise 110

1. Simple: The teacher finally decided to hold the camp only after consulting the Headmaster. **Complex:** When the teacher consulted the Headmaster, he finally decided to hold the camp.

2. Complex: Unless he apologizes, he will not escape punishment.

3. Simple: On receiving no answer I knocked at the door again. **Compound:** I knocked at the door again, for I received no answer.

Complex: As I received no answer, I knocked at the door again.

4. Simple: A hungry fox saw some bunches of grapes, hanging from a vine. **Complex:** A hungry fox saw some bunches of grapes which were hanging from a vine.

5. Simple: A big and strong boy is in the foot-ball team. **Complex:** A boy is in the football team because he is big and strong.

6. Simple: While returning home I saw a man, lying by the road.

Complex: While I was returning home, I saw a man, lying by the road.

7. Complex: My friend arrived a day late because the train was late because of an accident.

8. Simple: A well-armed band of burglars entered a village at night. **Complex:** A band of burglars who were well-armed entered a village at night.

9. Simple: A fox saw a crow, sitting on a tree with a piece of cheese in his mouth. **Complex:** The crow whom the fox saw sitting on a tree had a piece of cheese in his mouth.

10. Simple: On hearing the news about the accident, I went to the hospital to find the extent of his injuries. **Complex:** As I heard the news about the accident, I went to the hospital to find the extent of his injuries.

11. Simple: My cousin, a lawyer, is going to England to become a barrister. **Complex:** My cousin, a lawyer, who is going to England, wishes to become a barrister.

12. Simple: A thirsty and hungry traveller came to the door of a cottage to beg for food. **Complex:** A traveller who was thirsty and hungry came to the door of a cottage to beg for food.

13. Simple: Everywhere you will see signs of industry, speaking well for the prosperity of the people. **Complex:** Wherever you may look, you will see signs of industry that speak well for the prosperity of the people.

14. Complex: Though the path was rough and my feet were sore, I reached my destination on foot.

15. Simple: In the absence of the monsoon, the wells will run dry. **Complex:** If the monsoon does not break this month, the wells will run dry.

Exercise 111

i) An old man told the guest that he was reading a novel. **ii)** The children said that they had seen the film. **iii)** A boy told his friend that he was lying in bed. **iv)** Mother asserted that she did not know Navin's new friend. **v)** Zulfikar told Zeenat that the diver had jumped into the water.

Exercise 112

a) The coach insisted that the athlete still required coaching. **b)** Maya observed that it did not taste good. **c)** Francis informed his sister that he had bought a doll for her. **d)** Amod told Amita that they had been passing through a village. **e)** The man remarked that the boys had been very quick.

Exercise 113

1. Babita said that she would leave it on the table. **2.** The doctor remarked that Deepa might have to stay in bed for a week. **3.** Rohan told Ramola that he would do the same himself. **4.** The workers asserted that they could not do it then. **5.** The neighbour told Omkar that they would be there soon.

Exercise 114

i) The manager ordered the people to leave the hall at once. **ii)** Iqbal assured that he would wait for Indira the next day till ten o'clock. **iii)** The guard warned the boys that they must not fish in the lake. OR: The guard forbade the boys to fish in the lake. **iv)** The Gramsevak declared (to the farmers) that the crop would be nice that year. **v)** Ankita urged her friend that she should buy the apples. **vi)** The Guest addressed the people that he was happy to be there among them that fine evening.

Exercise 115

i) The scientist remarked that cold contrats, heat expands. **ii)** The fisherman told a boy that the tides are caused by the gravitational pull of the moon. **iii)** The police observed that the girl died beause her clothes had caught fire while cooking. **iv)** The doctor remarked that girls grow faster than boys. **v)** Mother told her children that water evaporates when it is heated.

Exercise 116

i) Ashwini asked Ashok what it was. **ii)** Shree asked Shreya when she wanted it. **iii)** Yamini enquired of Yashpal why he was waiting. **iv)** Narendra wanted to know from Neera which was a better thing. **v)** Kalpana asked Kalpesh how he had solved the sum.

Exercise 117

1. Kapil asked his sister if she had been to market. **2.** The officer asked the police if he had checked the list. **3.** Ulka asked Uday whether he always wore shoes. **4.** A man asked a farmer whether it would rain that day. **5.** The boys proudly told an old man that though young they could cross the valley.

Exercise 118

a) The patient courteously asked the doctor if he might use his (doctor) telephone. **b)** A boy asked the beggar if he could hear some noise. **c)** Prema asked her grandmother if she should thread her (grandmother) needle. **d)** The teacher asked the Headmaster whether the Mayor had been present at the ceremony. **e)** The worker asked the watchman if the light ought to be on.

Exercise 119

1. Mohan asked his neighbour what the matter was. **2.** Chitra exclaimed with gratitude that she was really grateful. **3.** Pradnya advised Pramod to wait there till she came back. **4.** Complaining Meenal exclaimed that she certainly looked ugly in the dress. **5.** The police enquired of the stranger who he was.

Exercise 120

i) Calling the waiter the customer asked him what it was that he had brought him. **ii)** Calling Chintu dear, Mother fondly told him not to say so. **iii)** The patient wanted to know from the doctor whether he looked very pale. **iv)** Zankruti asked Ninad what message he had brought for her. **v)** Amruta exclaimed surprisingly that it was certainly a curious plan. **vi)** The clerk proposed the officer that he should go home then.

Exercise 121

1. The passenger warned the T.T.E. not to provoke him unnecessarily. **2.** The beggar respectfully urged the lady to have pity on him and help him. **3.** Father asked his daughter what presents he should bring her when he came back there. **4.** Father asked Porus what he had got there. Porus respectfully replied that he had a cricket bat. **5.** The teacher retorted if the students could not sit still and do their homework. **6.** The woman exclaimed with sorrow that it was indeed a terrible thing. **7.** The Inspector af Police shouted at the robbers and ordered them to lay down their rifles and surrender. **8.** The servant informed the host that the guests had arrived. **9.** Amit wondered if he would ever reach his destination. **10.** The mother proposed that they should invite some friends to their son's birthday but the father declined.

Exercise 122

i) "I cannot open the box," said Bharat to Bhairavi. "Let Shridhar have a try."

ii) "Forgive me this time. I won't repeat my mistake," said Akash to his parents.

"All right," said the parents.

iii) "Why should I be merciful? I do not love Antonio," said Shylock to the Duke.

"Do all men kill the things they do not love?" Bassanio angrily asked the Jew.

"Don't all men kill the things they hate?" retorted Shylock.

"I promise you that I will give you twice as much as Antonio owes you, if you let him go free," said Bassanio.

"I should still ask for Antonio's pound of flesh," said the Jew.

iv) "When do you want to leave for Pune?" said Uncle to Umesh.

"As it is the day of examination, I cannot leave now," said Umesh, "but I'll go tomorrow."

v) "Can you tell me the way to the nearest inn?" said the traveller to the peasant.

"Yes, I can," said the peasant.

Exercise 123

1. i) Litotes – 'no small achievement' means 'a great achievement'.
   ii) Alliteration – The letter 'f' is repeated in succession.
2. Alliteration – The letter 'l' and 's' are repeated successively.
3. Simile – There is a comparison between 'soul' and 'star'. The common quality-'glow'. The comparing word is - 'like'.
4. Tautology – 'both' and 'together' mean the same thing.
5. Hyperbole – The word 'world' is used to exaggerate for effect.

6. Antithesis – 'proposes' and 'disposes' are two opposite acts set together.
7. Metaphor – 'world' and 'stage' are compared as one.
8. Synecdoche – 'bread' stands for 'food', 'clothes' and 'home' is the entire livelihood.
9. Repetition – The word 'glad' is repeated for effect.
10. Climax – The words 'laugh', 'run', 'leap', 'sing' and 'dance' have been arranged in ascending order to show the increase in the action.

Exercise 124

i) Onomatopoeia – The word ' creaking' imitates the sound that echoes the sense.

ii) Tautology – The words 'surrounded' and 'all sides' describe the same fact.

iii) Antithesis – The words 'speech' and 'silence' are opposite placed in the same sentence for emphasis.

iv) Personification – The quality 'whispering' is of human being. It has been attributed to inanimate object 'scythe'.

v) Anticlimax – The words 'lawyer', 'statesman', 'fiddler' and 'buffoon' show the sense descending by successive steps from the higher to the lower.

vi) Simile – There is a comparison between 'the boy' and 'bee'. The common quality 'to be busy' and the word used to describe it is 'as'.

vii) Epigram – There is brevity and point. The apparent contradiction rouses the reader's attention to some important underneath meaning convincingly.

viii) Inverson – The correct prose order should be - "I am blessed that I am born to this land."

ix) Metaphor – There is implied comparison between 'the love of the motherland' and 'living wealth'.

x) Simile – The poetess Sarojini Naidu has compared the blue colour of the cloth to the blue wing of the wild halcyon (= kingfisher)

Exercise 125

i) Ghelashet lost money, property, reputation and friends. **ii)** We moved to a flat in Geetanjali Society, a newly developed colony. **iii)** Her typing is neat, accurate and fast. **iv)** Ashoka the Great declared Buddhism as the State religion. **v)** Archana, the eldest daughter in the family, is a doctor. **vi)** Books, newspapers, magazines and letters were lying on his bed.

Exercise 126

1. My mother, who always worked hard, was ever ready to do anything for me. **2.** The book, which describes animals, should have pictures. **3.** Though she was unhappy, she did not grumble. **4.** We started running, for we were late. **5.** "Today," Father said, "we are going to visit a museum." **6.** Kalpesh was at school today, however, Kalyani wasn't. **7.** "Does she understand the importance of time?" "Yes, she does."

Exercise 127

i) Somebody broke a window. All boys ran away. **ii)** "Girls, play on." **iii)** You like your new car, don't you? **iv)** I have visited Nagpur. It's a big city. **v)** "Are you ready?"

Exercise 128

1. "It's very unfortunate," said my aunt, "I don't know what to do."
2. "Do you call that a circle, Babita?" asked Mrs. Wagh sternly.
3. "Are the waiters smoking cigarettes?"
"No, they aren't."
4. "When is summer coming?"
"Oh, we have already had summer."
5. "Listen," he said, "I'll tell you another story."
6. "Would you like to go, children?" inquired Mother.
7. Manjiri exclaimed, "Why I made this myself!"

Exercise 129

1. "A joyful hour indeed! Old friend," cried I.

2. "Never," said my father, "be mean in anything, never be false, never be cruel."

3. "Who knows, one day I might lose you, too, Lakshmana," said Rama.

4. "Oh, wise young judge, how I admire you!" cried Shylock, bringing out his knife again.

5. "Now, is there anything else, we need discuss with Mr. Deshmukh?"

said Mrs. Desai.

6. In India, where it is hot in summer, cold drinks are popular.

7. The question papers were leaked out. Consequently the examinations were postponed.

8. "I would rather die," he exclaimed, "than surrender!"

9. "Quick, quick," cried he, "let's run away or he'll catch us. "

10. "Really? I never knew that," I said.

■■■

APPENDIX III

Books Referred To

1. A Handbook of English Grammar – R. W. Zandvoort, 1972
2. Essentials of English Grammar – O. Jesperson, London, 1933
3. A Handbook of Present-day English – E. Kruisinga, 1932
4. A Grammar of Late Modern English – H. Poutsma, 1928
5. A Modern English Grammar – K. Schibsbye, London, 1970
6. A Dictionary of Modern English Usage – H. W. Fowler, 1968
7. English Grammar – F. S. Scott, London, 1976
8. A Remedial English Grammar for Foreign Students – F. T. Wood, 1980
9. The Nelson Guide to Good English – Denys Thompson, 1978
10. Teaching English as a Second Language – J. A. Bright & G. P. McGregor, 1978
11. Oxford English – A Guide to the Language – compiled by I. C.B. Dear, 1986
12. Correct English Usage – W. McMordie, Bombay, 1956
13. English Sentence Structure – T. C. Jupp & John Milne, 1978
14. Living English Structure – W. S. Allen, London, 1947
15. A Guide to Patterns and Usage in English – A. S. Hornby, London, 1971
16. A Guide to Modern English Grammar, Usage and Composition – N. Krishnaswamy, 1975
17. A Modern English Course for Foreign Students – C. E. Eckersley, 1963
18. Essential English for Foreign Students. Book One, Two & Three – C. E. Eckersley, 1977
19. A Practical English Grammar – A. J. Thomson & A. V. Martinet